Bilingual Dictionary

English-Vietnamese
Vietnamese-English
Dictionary

Compiled by
Hoa Hoang

STAR Foreign Language BOOKS
55, Warren Street, LONDON W1T 5NW (UK)

© Publishers
ISBN : 978 1 912826 00 1

All rights reserved with the Publishers. No part of this publication may be reproduced or transmitted in any form or by any means, electronic, mechanical, photocopying, recording or otherwise, without the prior written permission of the Publishers.

First Edition : 2011
Second : 2018

Published by
STAR Foreign Language BOOKS
a unit of
ibs BOOKS (UK)
56, Langland Crescent
Stanmore HA7 1NG, U.K.
info@starbooksuk.com
www.starbooksuk.com

Printed in India at
Star Print-O-Bind, New Delhi-110 020

About this Dictionary

Developments in science and technology today have narrowed down distances between countries, and have made the world a small place. A person living thousands of miles away can learn and understand the culture and lifestyle of another country with ease and without travelling to that country. Languages play an important role as facilitators of communication in this respect.

To promote such an understanding, **STAR Foreign Language BOOKS** has planned to bring out a series of bilingual dictionaries in which important English words have been translated into other languages, with Roman transliteration in case of languages that have different scripts. This is a humble attempt to bring people of the word closer through the medium of language, thus making communication easy and convenient.

Under this series of *one-to-one dictionaries*, we have published almost 50 languages, the list of which has been given in the opening pages. These have all been compiled and edited by teachers and scholars of the relative languages.

Publishers

Bilingual Dictionaries in this Series

English-Afrikaans / Afrikaans-English — Abraham Venter
English-Albanian / Albanian-English — Theodhora Blushi
English-Amharic / Amharic-English — Girun Asanke
English-Arabic / Arabic-English — Rania-al-Qass
English-Bengali / Bengali-English — Amit Majumdar
English-Bosnian / Bosnian-English — Boris Kazanegra
English-Bulgarian / Bulgarian-English — Vladka Kocheshkova
English-Cantonese / Cantonese-English — Nisa Yang
English-Chinese (Mandarin) / Chinese (Mandarin)-Eng — Y. Shang & R. Yao
English-Croatian / Croatain-English — Vesna Kazanegra
English-Czech / Czech-English — Jindriska Poulova
English-Dari / Dari-English — Amir Khan
English-Dutch / Dutch-English — Lisanne Vogel
English-Estonian / Estonian-English — Lana Haleta
English-Farsi / Farsi-English — Maryam Zaman Khani
English-French / French-English — Aurélie Colin
English-Gujarati / Gujarati-English — Sujata Basaria
English-German / German-English — Bicskei Hedwig
English-Greek / Greek-English — Lina Stergiou
English-Hindi / Hindi-English — Sudhakar Chaturvedi
English-Hungarian / Hungarian-English — Lucy Mallows
English-Italian / Italian-English — Eni Lamllari
English-Korean / Korean-English — Mihee Song
English-Latvian / Latvian-English — Julija Baranovska
English-Levantine Arabic / Levantine Arabic-English — Ayman Khalaf
English-Lithuanian / Lithuanian-English — Regina Kazakeviciute
English-Nepali / Nepali-English — Anil Mandal
English-Norwegian / Norwegian-English — Samuele Narcisi
English-Pashto / Pashto-English — Amir Khan
English-Polish / Polish-English — Magdalena Herok
English-Portuguese / Portuguese-English — Dina Teresa
English-Punjabi / Punjabi-English — Teja Singh Chatwal
English-Romanian / Romanian-English — Georgeta Laura Dutulescu
English-Russian / Russian-English — Katerina Volobuyeva
English-Serbian / Serbian-English — Vesna Kazanegra
English-Sinhalese / Sinhalese-English — Naseer Salahudeen
English-Slovak / Slovak-English — Zuzana Horvathova
English-Slovenian / Slovenian-English — Tanja Turk
English-Somali / Somali-English — Ali Mohamud Omer
English-Spanish / Spanish-English — Cristina Rodriguez
English-Swedish / Swedish-English — Madelene Axelsson
English-Tagalog / Tagalog-English — Jefferson Bantayan
English-Tamil / Tamil-English — Sandhya Mahadevan
English-Thai / Thai-English — Suwan Kaewkongpan
English-Turkish / Turkish-English — Nagme Yazgin
English-Ukrainian / Ukrainian-English — Katerina Volobuyeva
English-Urdu / Urdu-English — S. A. Rahman
English-Vietnamese / Vietnamese-English — Hoa Hoang
English-Yoruba / Yoruba-English — O. A. Temitope

More languages in print

STAR Foreign Language BOOKS

ENGLISH-VIETNAMESE

A

a *a.* một
aback *adv.* lùi lại
abaction *n.* việc ăn trộm gia súc
abactor *n.* kẻ ăn trộm gia súc
abandon *v.t.* từ bỏ
abase *v.t.* làm mất thể diện
abasement *n.* sự làm mất thể diện
abash *v.t.* làm bối rối
abate *v.t.* làm yếu đi
abatement *n.* sự yếu đi
abbey *n.* tu viện
abbreviate *v.t.* viết tắt
abbreviation *n.* chữ viết tắt
abdicate *v.t.* từ bỏ
abdication *n.* sự từ bỏ
abdomen *n.* bụng
abdominal *a.* ở bụng
abduct *v.t.* bắt cóc
abduction *n.* sự bắt cóc
abed *adv.* ở trên giường
aberrance *n.* sự lầm lạc
abet *v.t.* xúi giục
abetment *n.* sự xúi giục
abeyance *n.* sự hoãn lại
abhor *v.t.* ghê tởm
abhorrence *n.* sự ghê tởm
abide *v.i.* tuân theo
abiding *a.* sự tuân theo
ability *n.* khả năng
abject *a.* khốn khổ
ablaze *adv.* rực cháy
ablactate *v.t.* cai sữa
ablactation *n.* sự cai sữa
able *a.* có thể
ablepsy *n.* chứng mù
ablush *adv.* thẹn đỏ mặt
ablution *n.* lễ rửa tội
abnegate *v.t.* từ bỏ

abnegation *n.* sự từ bỏ
abnormal *a.* bất thường
aboard *adv.* trên tàu
abode *n.* nơi ở
abolish *v.t.* bãi bỏ
abolition *v* sự bãi bỏ
abominable *a.* ghê tởm
aboriginal *a.* thuộc thổ dân
aborigines *n.pl* thổ dân
abort *v.i.* hủy bỏ
abortion *n.* sự hủy bỏ
abortive *adv.* non yếu
abound *v.i.* có thừa
about *adv.* quanh quẩn
about *prep.* về
above *adv.* ở trên
above *prep.* ở trên
abreast *adv.* ngang hàng
abridge *v.t.* rút ngắn
abridgement *n.* sự rút ngắn
abroad *adv.* ở nước ngoài
abrogate *v.t.* bãi bỏ
abrupt *a.* đột ngột
abruption *n.* sự đứt rời
abscess *n.* áp xe
absonant *adj.* không hòa hợp
abscond *v.i.* lẩn trốn
absence *n.* sự vắng mặt
absent *a.* vắng mặt
absent *v.t.* đi vắng
absolute *a.* tuyệt đối
absolutely *adv.* hoàn toàn
absolve *v.t.* tha tội
absorb *v.t.* hấp thụ
abstain *v.i.* kiêng
abstract *a.* trừu tượng
abstract *n.* vật trừu tượng
abstract *v.t.* trừu tượng hóa
abstraction *n.* sự trừu tượng hóa
absurd *a.* ngớ ngẩn
absurdity *n.* điều ngớ ngẩn

abundance *n.* sự thừa thãi
abundant *a.* thừa thãi
abuse *v.t.* lạm dụng
abuse *n.* sự lạm dụng
abusive *a.* lạm dụng
abutted *v* tiếp giáp
abyss *n.* vực sâu
academic *a.* học thuật
academy *n.* học viện
acarpous *adj.* không sinh quả
accede *v.t.* đồng ý
accelerate *v.t.* gia tăng
acceleration *n.* sự gia tăng
accent *n.* giọng
accent *v.t.* nhấn mạnh
accept & chấp nhận
acceptable *a.* chấp nhận được
acceptance *n.* sự chấp nhận
access *n.* lối vào
accession *n.* sự đến gần
accessory *n.* phụ tùng
accident *n.* tai nạn
accidental *a.* tình cờ
accipitral *adj.* chim ưng
acclaim *v.t.* tôn lên
acclaim *n.* tiếng hoan hô
acclamation *n.* sự hoan hô
acclimatise *v.t.* làm thích nghi với khí hậu
accommodate *v.t.* làm cho thích nghi
accommodation *n.* sự điều tiết
accompaniment *n.* vật kèm theo
accompany *v.t.* đi kèm
accomplice *n.* tòng phạm
accomplish *v.t.* đạt được
accomplished *a.* đã hoàn thành
accomplishment *n.* sự hoàn thành
accord *v.t.* chấp thuận

accord *n.* sự chấp thuận
accordingly *adv.* theo đó
account *n.* tài khoản
account *v.t.* coi là
accountable *a.* chịu trách nhiệm
accountancy *n.* nghề kế toán
accountant *n.* nhân viên kế toán
accredit *v.t.* gây uy tín cho
accrementition *n.* sự tăng trưởng
accrete *v.t.* cùng phát triển
accrue *v.i.* đổ dồn về
accumulate *v.t.* tích lũy
accumulation *n.* sự tích lũy
accuracy *n.* sự chính xác
accurate *a.* chính xác
accursed *a.* đáng nguyền rủa
accusation *n.* sự buộc tội
accuse *v.t.* buộc tội
accused *n.* bị cáo
accustom *v.t.* tập cho quen
accustomed *a.* quen với
ace *n.* quân át
acentric *adj.* li tâm
acephalous *adj.* không có đầu
acephalus *n.* quái thai không đầu
acetify *v.* làm thành giấm
ache *n.* sự đau
ache *v.i.* đau
achieve *v.t.* đạt được
achievement *n.* thành tích
achromatic *adj.* tiêu sắc
acid *a.* axít
acid *n.* axít
acidity *n.* độ axít
acknowledge *v.* công nhận
acknowledgement *n.* sự công nhận
acne *n.* mụn trứng cá

acorn *n.* hạt dẻ	**addition** *n.* vật thêm vào
acoustic *a.* thính giác	**additional** *a.* thêm vào
acoustics *n.* âm học	**addle** *adj.* rối trí
acquaint *v.t.* làm quen	**address** *v.t.* đề địa chỉ
acquaintance *n.* người quen	**address** *n.* địa chỉ
acquest *n.* vật kiếm được	**addressee** *n.* người nhận
acquiesce *v.i.* ưng thuận	**adduce** *v.t.* viện dẫn
acquiescence *n.* sự ưng thuận	**adept** *n.* người tinh thông
acquire *v.t.* đạt được	**adept** *a.* tinh thông
acquirement *n.* sự đạt được	**adequacy** *n.* sự đủ
acquisition *n.* sự đạt được	**adequate** *a.* đủ
acquit *v.t.* tha bổng	**adhere** *v.i.* dính
acquittal *n.* sự tha bổng	**adherence** *n.* sự dính
acre *n.* mẫu Anh	**adhesion** *n.* sự dính chặt
acreage *n.* diện tích	**adhesive** *n.* chất dính
acrimony *n.* sự gay gắt	**adhesive** *a.* dính
acrobat *n.* người biểu diễn	**adhibit** *v.t.* ký vào
across *adv.* ở bên kia	**adieu** *n.* lời chào tạm biệt
across *prep.* ở bên kia	**adieu** *interj.* chào tạm biệt
act *n.* hành động	**adiure** *v.t.* bắt thề
act *v.i.* hành động	**adjacent** *a.* gần
acting *n.* diễn xuất	**adjective** *n.* tính từ
action *n.* hành động	**adjoin** *v.t.* nối liền
activate *v.t.* kích hoạt	**adjourn** *v.t.* hoãn lại
active *a.* hoạt động	**adjournment** *n.* sự hoãn lại
activity *n.* hoạt động	**adjudge** *v.t.* xét xử
actor *n.* nam diễn viên	**adjunct** *n.* phụ tá
actress *n.* nữ diễn viên	**adjuration** *n.* lời tuyên thệ
actual *a.* thực sự	**adjust** *v.t.* điều chỉnh
actually *adv.* thực sự	**adjustment** *n.* sự điều chỉnh
acumen *n.* sự nhạy bén	**administer** *v.t.* quản lý
acute *a.* nhạy bén	**administration** *n.* sự quản lý
adage *n.* châm ngôn	**administrative** *a.* quản lý
adamant *a.* cứng rắn	**administrator** *n.* quản trị
adamant *n.* kỉ cương	**admirable** *a.* đáng ngưỡng mộ
adapt *v.t.* phỏng theo	**admiral** *n.* đô đốc
adaptation *n.* sự phỏng theo	**admiration** *n.* sự ngưỡng mộ
adays *adv.* mỗi ngày	**admire** *v.t.* ngưỡng mộ
add *v.t.* thêm vào	**admissible** *a.* có thể nhận
addict *v.t.* nghiện	**admission** *n.* sự nhận vào
addict *n.* người nghiện	**admit** *v.t.* công nhận
addiction *n.* sự nghiện ngập	**admittance** *n.* sự cho vào

admonish *v.t.* khiển trách
admonition *n.* sự khiển trách
adnascent *adj.* mọc trên thứ khác
ado *n.* sự khó nhọc
adobe *n.* gạch sống
adolescence *n.* trẻ vị thành niên
adolescent *a.* vị thành niên
adopt *v.t.* nhận làm con nuôi
adoption *n.* sự nhận làm con nuôi
adorable *a.* đáng yêu
adoration *n.* sự yêu chuộng
adore *v.t.* yêu chuộng
adorn *v.t.* trang trí
adscititious *adj.* bổ sung
adscript *adj.* viết sau
adulation *n.* sự nịnh bợ
adult *a.* trưởng thành
adult *n.* người lớn
adulterate *v.t.* pha trộn
adulteration *n.* sự pha trộn
adultery *n.* sự ngoại tình
advance *v.t.* nâng cao
advance *n.* tiến bộ
advancement *n.* sự tiến bộ
advantage *n.* thuận lợi
advantage *v.t.* thúc đẩy
advantageous *a.* có lợi
advent *n.* sự ra đời
adventure *n.* chuyến phiêu lưu
adventurous *a.* thích phiêu lưu
adverb *n.* trạng từ
adverbial *a.* thuộc trạng từ
adversary *n.* kẻ thù
adverse *a.* đối địch
adversity *n.* những điều bất lợi
advert *v.* quảng cáo
advertise *v.t.* quảng cáo
advertisement *n.* quảng cáo
advice *n.* lời khuyên
advisable *a.* nên làm
advisability *n.* tính chất thích hợp
advise *v.t.* khuyên
advocacy *n.* sự ủng hộ
advocate *n.* người ủng hộ
advocate *v.t.* ủng hộ
aerial *a.* trên không
aerial *n.* dây anten
aeriform *adj.* dạng hơi
aerify *v.t.* khí hóa
aerodrome *n.* sân bay nhỏ
aeronautics *n.pl.* hàng không học
aeroplane *n.* máy bay
aesthetic *a.* thẩm mỹ
aesthetics *n.pl.* mỹ học
aestival *adj.* sinh vào mùa hạ
afar *adv.* ở xa
affable *a.* lịch sự
affair *n.* việc
affect *v.t.* ảnh hưởng
affectation *n.* sự thiếu tự nhiên
affection *n.* cảm tình
affectionate *a.* âu yếm
affidavit *n.* bản khai có tuyên thệ
affiliation *n.* sự sáp nhập
affinity *n.* quan hệ thân thuộc
affirm *v.t.* khẳng định
affirmation *n.* sự khẳng định
affirmative *a.* khẳng định
affix *v.t.* đóng dấu
afflict *v.t.* làm đau đớn
affliction *n.* nỗi đau đớn
affluence *n.* sự giàu có
affluent *a.* giàu có
afford *v.t.* có thể
afforest *v.t.* trồng cây
affray *n.* sự huyên náo
affront *v.t.* lăng mạ
affront *n.* sự lăng mạ

afield *adv.* ở ngoài đồng
aflame *adv.* rực cháy
afloat *adv.* lênh đênh
afoot *adv.* đi bộ
afore *prep.* ở phía trước
afraid *a.* sợ hãi
afresh *adv.* lại lần nữa
after *prep.* sau khi
after *adv.* đằng sau
after *conj.* sau khi
after *a.* sau này
afterwards *adv.* về sau
again *adv.* lại
against *prep.* ngược lại
agamist *n.* người theo chủ nghĩa độc thân
agape *adv.* há hốc mồm
agaze *adv.* đang nhìn đăm đăm
age *n.* tuổi
aged *a.* có tuổi là
agency *n.* đại lý
agenda *n.* chương trình nghị sự
agent *n.* đại lý
aggravate *v.t.* làm trầm trọng thêm
aggravation *n.* sự làm trầm trọng thêm
aggregate *v.t.* tập hợp lại
aggression *n.* sự xâm lược
aggressive *a.* hay gây hấn
aggressor *n.* kẻ xâm lược
aggrieve *v.t.* làm cho buồn phiền
aghast *a.* kinh ngạc
agile *a.* nhanh nhẹn
agility *n.* sự nhanh nhẹn
agitate *v.t.* làm xúc động
agitation *n.* tâm trạng bối rối
agist *v.t.* nhận cho vật nuôi vào ăn cỏ
aglow *adv.* đỏ rực
agnus *n.* con chiên của chúa

ago *adv.* đã qua
agog *adj.* sốt ruột
agonist *n.* cơ chủ vận
agonize *v.t.* chịu đau đớn
agony *n.* nỗi đau
agronomy *n.* khoa học về nông nghiệp
agoraphobia *n.* chứng sợ chỗ đông người
agrarian *a.* ruộng đất
agree *v.i.* đồng ý
agreeable *a.* sẵn sàng
agreement *n.* sự thỏa thuận
agricultural *a.* nông nghiệp
agriculture *n.* nông nghiệp
agriculturist *n.* nhà nông học
ague *n.* cơn sốt rét
ahead *adv.* ở phía trước
aheap *adv.* chất đống
aid *n.* sự giúp đỡ
aid *v.t.* giúp đỡ
aigrette *n.* cò bạch
ail *v.t.* làm đau khổ
ailment *n.* sự ốm đau
aim *n.* mục đích
aim *v.i.* nhắm mục đích
air *n.* không khí
aircraft *n.* máy bay
airy *a.* ở trên cao
ajar *adv.* mở hé
akin *a.* bà con
alacrious *adj.* sốt sắng
alacrity *n.* sự sốt sắng
alamort *adj.* đến chết được
alarm *n.* sự báo động
alarm *v.t.* làm cho hoảng sợ
alas *interj.* chao ôi!
albeit *conj.* mặc dù
albion *n.* nước Anh
album *n.* anbum
albumen *n.* lòng trắng trứng
alchemy *n.* thuật giả kim

alcohol *n.* rượu cồn
ale *n.* rượu bia
alegar *n.* rượu bia chua
alert *a.* cảnh giác
alertness *n.* sự tỉnh táo
algebra *n.* sự chịu kiềm
alias *n.* bí danh
alias *adv.* bí danh là
alibi *n.* chứng có ngoại phạm
alien *a.* xa lạ
alienate *v.t.* làm cho xa lánh ai
aliferous *adj.* có cánh
alight *v.i.* xuống
align *v.t.* sắp cho thẳng hàng
alignment *n.* sự sắp thẳng hàng
alike *a.* giống nhau
alike *adv.* theo cùng một cách
aliment *n.* đồ ăn
alimony *n.* tiền cấp dưỡng cho vợ
alin *adj.* sắp hàng
aliquot *n.* ước số
alive *a.* còn sống
alkali *n.* chất kiềm
all *a.* tất cả
all *n.* tất cả
all *adv.* hoàn toàn
all *pron.* tất cả
allay *v.t.* làm giảm
allegation *n.* sự viện lý
allege *v.t.* đưa cái gì ra như một lý lẽ
allegiance *n.* lòng trung thành
allegorical *a.* nói bóng
allegory *n.* lời nói bóng
allergy *n.* sự dị ứng với thuốc men hoặc thức ăn
alleviate *v.t.* làm nhẹ bớt
alleviation *n.* sự làm nhẹ bớt
alley *n.* ngõ
alliance *n.* khối liên minh
alligator *n.* cá sấu Mỹ

alliterate *v.* lặp lại âm đầu
alliteration *n.* sự lặp lại âm đầu
allocate *v.t.* phân bổ
allocation *n.* sự phân bổ
allot *v.t.* phân công
allotment *n.* sự phân công
allow *v.t.* cho phép
allowance *n.* sự thừa nhận
alloy *n.* hợp kim
allude *v.i.* ám chỉ
alluminate *v.t.* trộn với phèn
allure *v.t.* quyến rũ
allurement *n.* sự quyến rũ
allusion *n.* sự nói bóng gió
allusive *a.* có ý nói bóng gió
ally *v.t.* liên kết
ally *n.* nước đồng minh
almanac *n.* niên lịch
almighty *a.* có mọi quyền lực
almond *n.* quả hạnh
almost *adv.* hầu như
alms *n.* của bố thí
aloft *adv.* cao
alone *a.* một mình
along *adv.* cùng với
along *prep.* dọc theo
aloof *adv.* ở xa
aloud *adv.* oang oang
alp *n.* ngọn núi
alpha *n.* chữ anfa
alphabet *n.* bảng chữ cái
alphabetical *a.* bảng chữ cái
alphonsion *n.* alphonso
alpinist *n.* người leo núi
already *adv.* đã
also *adv.* cũng
altar *n.* bàn thờ
alter *v.t.* thay đổi
alteration *n.* sự thay đổi
altercation *n.* cuộc cãi lộn
alternate *a.* xen kẽ
alternate *v.t.* thay phiên

alternative *n.* lựa chọn
alternative *a.* khác
although *conj.* dẫu cho
altimeter *n.* dụng cụ đo độ cao
altitude *n.* độ cao so với mặt biển
altivalent *adj.* bay cao
alto *n.* giọng nữ trầm
altogether *adv.* hoàn toàn
aluminium *n.* nhôm
alumna *n.* nữ sinh
always *adv.* luôn luôn
alveary *n.* tương tự tổ ong
alvine *adj.* ruột
am trước buổi trưa
amalgam *n.* vật hỗn hợp
amalgamate *v.t.* pha trộn
amalgamation *n.* sự pha trộn
amass *v.t.* chất đống
amateur *n.* người chơi nghiệp dư
amatory *adj.* yêu đương
amauriosis *n.* chứng thanh manh
amaze *v.t.* làm kinh ngạc
amazement *n.* sự kinh ngạc
ambassador *n.* viên đại sứ
amberite *n.* thuốc súng không khói
ambient *adj.* bao quanh
ambiguity *n.* sự tối nghĩa
ambiguous *a.* mơ hồ
ambition *n.* tham vọng
ambitious *a.* có nhiều tham vọng
ambry *n.* chạn thức ăn
ambulance *n.* xe cứu thương
ambulant *adj.* đi lại được
ambulate *v.t.* đi dạo
ambush *n.* cuộc phục kích
ameliorate *v.t.* làm tốt hơn
amelioration *n.* sự làm tốt hơn

amen *interj.* Amen
amenable *a.* chịu trách nhiệm
amend *v.t.* sửa cho tốt hơn
amendment *n.* sự sửa đổi
amends *n.pl.* sự bồi thường
amenorrhoea *n.* sự mất kinh
amiability *n.* sự tử tế
amiable *a.* tử tế
amicable *adj.* thân ái
amid *prep.* giữa
amiss *adv.* sai
amity *n.* tình hữu nghị
ammunition *n.* đạn dược
amnesia *n.* chứng quên
amnesty *n.* sự tha tội
among *prep.* trong số
amongst *prep.* trong số
amoral *a.* không có luân lý
amount *n.* tổng số
amount *v.i.* lên đến
amount *v.* chung quy là
amorous *a.* say đắm
amour *n.* cuộc tình
ampere *n.* ampe
amphibious *adj.* lưỡng cư
amphitheatre *n.* giảng đường
ample *a.* rộng
amplification *n.* sự mở rộng
amplifier *n.* máy khuếch đại
amplify *v.t.* mở rộng
amuck *adv.* như một người điên
amulet *n.* bùa hộ mạng
amuse *v.t.* làm cho ai cười
amusement *n.* trò vui
an *art.* một
anabaptism *n.* sự làm lễ rửa tội
anachronism *n.* sự sai niên đại
anaclisis *n.* sự tín nhiệm hoàn toàn
anadem *n.* vòng hoa
anaemia *n.* bệnh thiếu máu

anaesthesia *n.* sự mê
anaesthetic *n.* thuốc tê
anal *adj.* hậu môn
analogous *a.* tương tự
analogy *n.* sự tương tự
analyse *v.t.* phân tích
analysis *n.* sự phân tích
analyst *n.* người phân tích
analytical *a.* phân tích
anamnesis *n.* sự hồi tưởng
anamorphous *adj.* tái tạo
anarchism *n.* chủ nghĩa vô chính phủ
anarchist *n.* người theo chủ nghĩa vô chính phủ
anarchy *n.* tình trạng vô chính phủ
anatomy *n.* khoa giải phẫu
ancestor *n.* ông bà
ancestral *a.* tổ tiên
ancestry *n.* tổ tiên
anchor *n.* mỏ neo
anchorage *n.* sự thả neo
ancient *a.* xưa
ancon *n.* cùi tay
and *conj.* và
androphagi *n.* kẻ ăn thịt người
anecdote *n.* chuyện vặt
anemometer *n.* thiết bị đo gió
anew *adv.* lại
anfractuous *adj.* quanh co
angel *n.* thiên thần
anger *n.* sự tức giận
angina *n.* bệnh viêm họng
angle *n.* góc
angle *n.* quan điểm
angry *a.* giận
anguish *n.* nỗi đau đớn
angular *a.* góc
anigh *adv.* gần
animal *n.* động vật
animate *v.t.* làm cho có sinh khí

animate *a.* có sinh khí
animation *n.* lòng hăng hái
animosity *n.* sự hận thù
animus *n.* phần nam tính
aniseed *n.* hạt hồi
ankle *n.* mắt cá chân
anklet *n.* vòng (mang ở mắt cá chân)
annalist *n.* người chép sử biên niên
annals *n.pl.* biên niên sử
annectant *adj.* kết nối
annex *v.t.* phụ vào
annexation *n.* sự phụ vào
annihilate *v.t.* tiêu diệt
annihilation *n.* sự tiêu diệt
anniversary *n.* lễ kỷ niệm
announce *v.t.* thông báo
announcement *n.* sự thông báo
annoy *v.t.* quấy rầy
annoyance *n.* sự quấy rầy
annual *a.* hàng năm
annuitant *n.* người có trợ cấp hàng năm
annuity *n.* tiền trả hàng năm
annul *v.t.* bỏ
annulet *n.* vòng nhỏ
anoint *v.t.* xức dầu
anomalous *a.* bất thường
anomaly *n.* sự không bình thường
anon *adv.* không bao lâu nữa
anonymity *n.* tình trạng giấu tên
anonymity *n.* tình trạng nặc danh
anonymous *a.* giấu tên
another *a.* khác
answer *n.* câu trả lời
answer *v.t.* trả lời
answerable *a.* có thể trả lời

được
ant *n.* con kiến
antacid *adj.* làm giảm độ axit trong dạ dày
antagonism *n.* sự phản đối
antagonist *n.* địch thủ
antagonize *v.t.* gây phản tác dụng
antarctic *a.* Nam Cực
antecede *v.t.* nói cái gì trước cái gì
antecedent *n.* tiền lệ
antecedent *a.* trước
antedate *n.* ngày tháng lùi về trước
antelope *n.* loài linh dương
antenatal *adj.* tiền sản
antennae *n.* râu (của sâu bọ)
antenuptial *adj.* xảy ra trước khi cưới
anthem *n.* bài hát ca ngợi
anthology *n.* hợp tuyển
anthropoid *adj.* dạng người
anti *pref.* đối lập
anti-aircraft *a.* phòng không
antic *n.* trò hề
anticardium *n.* sự gỡ xoắn
anticipate *v.t.* thấy trước
anticipation *n.* hoạt động hoặc trạng thái đề phòng
antidote *n.* thuốc giải độc
antinomy *n.* mâu thuẫn trong luật pháp
antipathy *n.* ác cảm
antiphony *n.* bài thánh ca
antipodes *n.* vùng đất đối chân
antiquarian *a.* thuộc về
antiquarian *n.* nhà khảo cổ
antiquary *n.* nhà khảo cổ
antiquated *a.* cổ
antique *a.* cổ xưa
antiquity *n.* tình trạng cổ xưa

antiseptic *n.* chất khử trùng
antiseptic *a.* khử trùng
antithesis *n.* phản đề
antitheist *n.* người vô thần
antler *n.* gạc (hươu và nai)
antonym *n.* từ trái nghĩa
anus *n.* hậu môn
anvil *n.* cái đe
anxiety *a.* lo âu
anxious *a.* băn khoăn
any *a.* bất cứ
any *adv.* một chút nào
anyhow *adv.* dù sao đi nữa
apace *adv.* nhanh chóng
apart *adv.* về hoặc ở một phía
apartment *n.* buồng
apathy *n.* tính lãnh đạm
ape *n.* khỉ không đuôi
ape *v.t.* bắt chước
aperture *n.* lỗ hổng
apex *n.* ngọn
aphorism *n.* cách ngôn
apiary *n.* chỗ nuôi ong
apiculture *n.* nghề nuôi ong
apish *a.* khỉ
apnoea *n.* sự ngừng thở
apologize *v.i.* xin lỗi
apologue *n.* chuyện ngụ ngôn
apology *n.* lời tạ lỗi
apostle *n.* tông đồ (của Giê-su)
apostrophe *n.* hô ngữ
apotheosis *n.* sự tôn làm thần
apparatus *n.* dụng cụ
apparel *n.* đồ thêu trang trí
apparel *v.t.* mặc quần áo
apparent *a.* rõ ràng
appeal *n.* yêu cầu khẩn khoản
appeal *v.t.* khẩn khoản yêu cầu
appear *v.i.* xuất hiện
appearance *n.* sự xuất hiện
appease *v.t.* khuyên giải
appellant *n.* nguyên kháng

append *v.t.* treo vào
appendage *n.* vật phụ thuộc
appendicitis *n.* bệnh viêm ruột thừa
appendix *n.* phụ lục
appendix *n.* ruột thừa
appetence *n.* lòng ham muốn
appetent *adj.* thèm muốn
appetite *n.* sự ngon miệng
appetite *n.* sự khao khát
appetizer *n.* rượu khai vị
applaud *v.t.* vỗ tay
applause *n.* tiếng vỗ tay
apple *n.* quả táo
appliance *n.* thiết bị
applicable *a.* có thể dùng được
applicant *n.* người nộp đơn xin
application *n.* sự gắn vào
apply *v.t.* áp dụng
appoint *v.t.* bổ nhiệm
appointment *n.* sự bổ nhiệm
apportion *v.t.* chia ra từng phần
apposite *adj.* thích hợp
apposite *a.* thích đánh
appositely *adv.* thích hợp
approbate *v.t.* tán thành
appraise *v.t.* đánh giá
appreciable *a.* có thể đánh giá được
appreciate *v.t.* đánh giá đúng
appreciation *n.* sự đánh giá đúng
apprehend *v.t.* bắt
apprehension *n.* sự e sợ
apprehensive *a.* sợ hãi
apprentice *n.* người học việc
apprise *v.t.* cho biết
approach *v.t.* đến gần
approach *n.* sự đến gần
approbation *n.* sự tán thành
appropriate *v.t.* chiếm đoạt
appropriate *a.* thích hợp

appropriation *n.* sự biển thủ
approval *n.* sự phê chuẩn
approve *v.t.* chấp thuận
approximate *a.* xấp xỉ
apricot *n.* quả mơ
appurtenance *n.* vật phụ thuộc
apron *n.* cái tạp dề
apt *a.* có khuynh hướng
aptitude *n.* năng khiếu
aquarium *n.* bể nuôi
aquarius *n.* cung Bảo Bình
aqueduct *n.* cống dẫn nước
arable *adj.* trồng trọt được
arbiter *n.* người phân xử
arbitrary *a.* chuyên quyền
arbitrate *v.t.* phân xử
arbitration *n.* sự phân xử
arbitrator *n.* trọng tài
arc *n.* hình cung
arcade *n.* đường có mái vòm
arch *n.* khung tò vò
arch *v.t.* xây khung vòm
arch *a.* tinh nghịch
archaic *a.* cổ xưa
archangel *n.* tổng thiên thần
archbishop *n.* tổng giám mục
archer *n.* người bắn cung
architect *n.* kiến trúc sư
architecture *n.* khoa kiến trúc
archives *n.pl.* vòm
Arctic *n.* Bắc Cực
ardent *a.* cháy
ardour *n.* sức nóng rực
arduous *a.* khó khăn
area *n.* vùng
areca *n.* cây cau
arefaction *n.* sự khô dần đi
arena *n.* vũ đài
argil *n.* đất sét
argue *v.t.* tranh cãi
argument *n.* cuộc tranh cãi
argute *adj.* tinh khôn

arid *adj.* khô cằn
aries *n.* cung Bạch Dương
aright *adv.* đúng
aright *adv.* chính xác
arise *v.i.* xuất hiện
aristocracy *n.* tầng lớp quý tộc
aristocrat *n.* người quý tộc
aristophanic *adj.* nhà thơ hài hước người A-ten
arithmetic *n.* số học
arithmetical *a.* số học
ark *n.* rương
arm *n.* cánh tay
arm *v.t.* trang bị vũ khí
armada *n.* hạm đội
armament *n.* các vũ khí
armature *n.* áo giáp
armistice *n.* sự đình chiến
armlet *a.* vịnh nhỏ
armour *n.* áo giáp
armoury *n.* kho vũ khí
army *n.* quân đội
around *prep.* đó đây
around *adv.* theo chiều hướng
arouse *v.t.* đánh thức
arraign *v.* buộc tội
arrange *v.t.* sắp xếp
arrangement *n.* sự sắp xếp
arrant *n.* thực sự
array *v.t.* dàn hàng
array *n.* sự dàn trận
arrears *n.pl.* nợ còn khất lại
arrest *v.t.* bắt giữ
arrest *n.* sự bắt giữ
arrival *n.* sự tới nơi
arrive *v.i.* tới
arrogance *n.* tính kiêu ngạo
arrogant *a.* kiêu ngạo
arrow *n.* mũi tên
arrowroot *n.* cây dong
arsenal *n.* kho vũ khí
arsenic *n.* thạch tín

arson *n.* sự đốt phá
art *n.* nghệ thuật
artery *n.* động mạch
artful *a.* lắm mưu mẹo
arthritis *n.* chứng viêm khớp
artichoke *n.* cây atisô
article *n.* bài báo
articulate *a.* có khớp
artifice *n.* mưu mẹo
artificial *a.* nhân tạo
artillery *n.* pháo
artisan *n.* thợ thủ công
artist *n.* nghệ sĩ
artistic *a.* có năng khiếu tự nhiên về mỹ thuật
artless *a.* chân thật
as *adv.* bằng
as *conj.* khi
as *pron.* như
asafoetida *n.* cây a ngùy
asbestos *n.* amiăng
ascend *v.t.* trèo lên
ascent *n.* sự trèo lên
ascertain *v.t.* biết chắc
ascetic *n.* người tu khổ hạnh
ascetic *a.* khổ hạnh
ascribe *v.t.* đổ tại
ash *n.* tro tàn
ashamed *a.* xấu hổ
ashore *adv.* vào bờ
aside *adv.* sang một bên
aside *n.* lời nói một mình
asinine *adj.* giống lừa
ask *v.t.* hỏi
asleep *adv.* ngủ
aspect *n.* vẻ bề ngoài
asperse *v.* vảy rưới
aspirant *n.* người khao khát muốn được nổi tiếng
aspiration *n.* lòng mong muốn
aspire *v.t.* mong muốn
ass *n.* con lừa

assail *v.* tấn công
assassin *n.* kẻ ám sát
assassinate *v.t.* ám sát
assassination *n.* cuộc ám sát
assault *n.* cuộc tấn công
assault *v.t.* tấn công
assemble *v.t.* tập hợp lại
assembly *n.* sự hội họp
assent *v.i.* đồng ý
assent *n.* sự đồng ý
assert *v.t.* đòi
assess *v.t.* ước định
assessment *n.* hành động đánh giá
asset *n.* tài sản
assibilate *v.* đọc thành âm gió
assign *v.t.* phân công
assignee *n.* người được ủy nhiệm
assimilate *v.* tiêu hóa
assimilation *n.* sự tiêu hóa
assist *v.t.* trợ giúp
assistance *n.* sự giúp đỡ
assistant *n.* trợ lý
associate *v.t.* kết hợp
associate *a.* kết giao
associate *n.* người cùng cộng tác
association *n.* sự liên hợp
assoil *v.t.* tha tội
assort *v.t.* chia loại
assuage *v.t.* làm dịu bớt
assume *v.t.* giả định
assumption *n.* sự giả định
assurance *n.* sự chắc chắn
assure *v.t.* quả quyết
astatic *adj.* phiếm định
asterisk *n.* dấu hoa thị
asterism *n.* chòm sao
asteroid *adj.* hình sao
asthma *n.* bệnh hen suyễn
astir *adv.* trở dậy

astonish *v.t.* làm ngạc nhiên
astonishment *n.* sự ngạc nhiên
astound *v.t.* làm kinh ngạc
astray *adv.* lạc đường
astrologer *n.* nhà chiêm tinh
astrology *n.* thuật chiêm tinh
astronaut *n.* phi hành gia
astronomer *n.* nhà thiên văn học
astronomy *n.* thiên văn học
asunder *adv.* riêng ra
asylum *n.* nơi an toàn
at *prep.* ở tại
atheism *n.* thuyết vô thần
atheist *n.* người theo thuyết vô thần
athirst *adj.* khao khát
athlete *n.* vận động viên
athletic *a.* thể thao
athletics *n.* điền kinh
athwart *prep.* ngang qua
atlas *n.* tập bản đồ
atmosphere *n.* khí quyển
atoll *n.* đảo san hô vòng
atom *n.* nguyên tử
atomic *a.* nguyên tử
atone *v.i.* chuộc (lỗi)
atonement *n.* sự chuộc lỗi
atrocious *a.* hung bạo
atrocity *n.* tính hung bạo
attach *v.t.* gắn dán
attache *n.* tùy viên
attachment *n.* sự tham gia
attack *n.* sự tấn công
attack *v.t.* tấn công
attain *v.t.* đạt được
attainment *n.* sự đạt được
attaint *v.t.* tước quyền công dân
attempt *v.t.* cố gắng làm gì
attempt *n.* sự cố gắng
attend *v.t.* rất chú tâm
attendance *n.* sự có mặt

attendant *n.* người tham dự
attention *n.* sự chú ý
attentive *a.* chăm chú
attest *v.t.* chứng nhận
attire *n.* quần áo
attire *v.t.* mặc quần áo cho
attitude *n.* thái độ
attorney *n.* người được ủy quyền
attract *v.t.* thu hút
attraction *n.* sự thu hút
attractive *a.* tính thu hút
attribute *v.t.* cho la do
attribute *n.* thuộc tính
auction *n.* sự bán đấu giá
auction *v.t.* bán đấu giá
audible *a.* có thể nghe thấy
audience *n.* khán giả
audit *n.* sự kiểm tra sổ sách
audit *v.t.* kiểm tra sổ sách
auditive *adj.* nghe
auditor *n.* người kiểm tra kế toán
auditorium *n.* thính phòng
auger *n.* cái khoan
aught *n.* cái gì
augment *v.t.* làm tăng lên
augmentation *n.* sự làm tăng lên
August *n.* tháng Tám
august *n.* tháng Tám
aunt *n.* dì
auriform *adj.* hình tai
aurilave *n.* dụng cụ rửa tai
aurora *n.* ánh hồng lúc bình minh
auspicate *v.t.* bắt đầu
auspice *n.* thuật bói chim
auspicious *a.* có triển vọng
austere *a.* khổ hạnh
authentic *a.* đích thực
author *n.* tác giả

authoritative *a.* có căn cứ đích xác
authority *n.* uy quyền
authorize *v.t.* cho quyền
autobiography *n.* sự viết tự truyện
autocracy *n.* chế độ chuyên quyền
autocrat *n.* người chuyên quyền
autocratic *a.* chuyên quyền
autograph *n.* chữ ký
automatic *a.* tự động
automobile *n.* xe ô tô
autonomous *a.* tự trị
autumn *n.* mùa thu
auxiliary *a.* phụ
auxiliary *n.* người giúp đỡ
avale *v.t.* giảm đột ngột
avail *v.t.* sử dụng cái gì
available *a.* sẵn có để dùng
avarice *n.* tính hám lợi
avenge *v.t.* trả thù
avenue *n.* đại lộ
average *n.* số trung bình
average *a.* trung bình
average *v.t.* tính trung bình
averse *a.* không thích
aversion *n.* ác cảm
avert *v.t.* quay đi
aviary *n.* chuồng chim
aviation *n.* hàng không
aviator *n.* phi công
avid *adj.* khao khát
avidity *adv.* sự khao khát
avidly *adv.* say sưa
avoid *v.t.* tránh
avoidance *n.* sự tránh
avow *v.t.* thừa nhận
avulsion *n.* sự nhổ bật ra
await *v.t.* chờ đợi
awake *v.t.* đánh thức

awake *a.* tỉnh
award *v.t.* thưởng
award *n.* phần thưởng
aware *a.* biết
away *adv.* xa cách
awe *n.* sự sợ hãi
awful *a.* đáng kinh sợ
awhile *adv.* một lúc
awkward *a.* vụng về
axe *n.* cái rìu
axis *n.* trục
axle *n.* trục xe

babble *n.* tiếng bập bẹ
babble *v.i.* bập bẹ
babe *n.* trẻ sơ sinh
babel *n.* tháp Ba-ben
baboon *n.* khỉ đầu chó
baby *n.* đứa bé mới sinh
bachelor *n.* cử nhân
back *n.* lưng (người, vật)
back *adv.* lùi lại
backbite *v.t.* nói xấu sau lưng
backbone *n.* xương sống
background *n.* hậu cảnh
backhand *n.* chữ viết ngả về tay trái
backslide *v.i.* lại sa ngã
backward *a.* chậm tiến
backward *adv.* về phía sau
bacon *n.* thịt lợn muối xông khói
bacteria *n.* vi khuẩn
bad *a.* xấu
badge *n.* huy hiệu
badger *n.* người bán hàng rong
badly *adv.* tồi tệ
badminton *n.* môn cầu lông
baffle *v.t.* làm trở ngại

bag *n.* túi
bag *v.i.* bỏ vào túi
baggage *n.* hành lý
bagpipe *n.* kèn túi
bail *n.* tiền bảo lãnh
bail *v.t.* đóng tiền bảo lãnh
bailable *a.* có thể bảo lãnh
bailiff *n.* chấp hành viên ở tòa án
bait *n.* mồi
bait *v.t.* mắc mồi
bake *v.t.* nướng bằng lò
baker *n.* người làm bánh mì
bakery *n.* hiệu bánh mì
balance *n.* sự cân bằng
balance *v.t.* làm cho thăng bằng
balcony *n.* ban công
bald *a.* hói (đầu)
bale *n.* kiện (hàng)
bale *v.t.* đóng thành kiện
baleful *a.* tai họa
baleen *n.* tấm sừng hàm (ở cá voi)
ball *n.* quả bóng
ballad *n.* bài hát trữ tình
ballet *sn.* múa ba lê
balloon *n.* khí cầu
ballot *n.* phiếu bầu
ballot *v.i.* bỏ phiếu
balm *n.* nhựa thơm
balsam *n.* nhựa thơm
bam *n.* sự lừa bịp
bamboo *n.* cây tre
ban *n.* lệnh cấm
ban *n.* sự cấm đoán
banal *a.* sáo rỗng
banana *n.* quả chuối
band *n.* đai
bandage *n.* băng gạc
bandage *v.t.* quấn băng quanh vết thương
bandit *n.* kẻ cướp

bang v.t. đánh mạnh
bang n. tiếng sập mạnh
bangle n. vòng (đeo cổ tay, cổ chân)
banish v.t. đày đi
banishment n. tình trạng bị trục xuất
banjo n. đàn banjô
bank n. ngân hàng
bank v.t. gửi tiền vào ngân hàng
banker n. chủ ngân hàng
bankrupt n. người vỡ nợ
bankruptcy n. sự vỡ nợ
banner n. ngọn cờ
banquet n. tiệc lớn
banquet v.t. thết (ai) tiệc lớn
bantam n. gà bantam
banter v.t. nói đùa
banter n. sự nói đùa
bantling n. đứa trẻ
banyan n. cây đa
baptism n. lễ rửa tội
baptize v.t. rửa tội
bar n. thanh
bar v.t. cài then (cửa)
barb n. ngạnh (lưỡi câu)
barbarian a. dã man
barbarian n. người dã man
barbarism n. sự dã man
barbarity n. tính chất dã man
barbarous a. dã man
barbed a. có ngạnh
barber n. thợ cạo
bard n. thi sĩ
bare a. trần truồng
bare v.t. làm trụi
barely adv. rỗng không
bargain n. sự mặc cả
bargain v.t. mặc cả
barge n. xà lan
bark n. tiếng sủa
bark v.t. sủa

barley n. lúa mạch
barn n. kho thóc
barnacles n. con hàu
barometer n. dụng cụ đo áp khí
barouche n. xe ngựa bốn bánh
barrack n. trại lính
barrage n. đập nước
barrator n.s. người hay gây sự
barrel n. thùng rượu
barren n. dải đất cằn cỗi
barricade n. vật chướng ngại
barrier n. chướng ngại vật
barrister n. luật sư
barter1 v.t. đổi chác
barter2 n. sự đổi chác
barton n. sân trại (cổ xưa)
basal adj. cơ bản
base n. nền tảng
base a. hèn hạ
base v.t. dựa vào
baseless a. không có cơ sở
basement n. nền móng
bashful a. rụt rè
basial n. phần gần gốc
basic a. cơ bản
basil n. cây húng quế
basin n. cái chậu
basis n. nền tảng
bask v.i. phơi nắng
basket n. cái rổ
baslard n. dao trang trí
bass n. giọng nam trầm
bastard n. con hoang
bastard a. không hợp pháp
bat n. gậy
bat n. con dơi
bat v.i. đánh bằng gậy
batch n. mẻ (bánh)
bath n. sự tắm rửa
bathe v.t. tắm
baton n. dùi cui (cảnh sát)

batsman *n.* vận động viên bóng chày
battalion *n.* tiểu đoàn
battery *n.* khẩu đội pháo
battle *n.* trận đánh
battle *v.i.* chiến đấu
bawd *n.* chủ chứa
bawl *n.i.* tiếng nói oang oang
bawn *n.* nhà rộng lớn
bay *n.* vịnh
bayard *n.* Bay-ard
bayonet *n.* lưỡi lê
be *v.t.* thì
be *pref.* là
beach *n.* bãi biển
beacon *n.* đèn hiệu
bead *n.* hạt hột
beadle *n.* thầy tư tế
beak *n.* mỏ chim
beaker *n.* cốc vại
beam *n.* xà
beam *v.i.* chiếu rọi
bean *n.* đậu
bear *n.* con gấu
bear *v.t.* mang
beard *n.* râu
bearing *n.* sự mang
beast *n.* thú vật
beastly *a.* như súc vật
beat *v.t.* đánh đập
beat *n.* cú đánh
beautiful *a.* đẹp
beautify *v.t.* làm đẹp
beauty *n.* vẻ đẹp
beaver *n.* con hải ly
because *conj.* bởi vì
beck *n.* suối
beckon *v.t.* vẫy tay ra hiệu
beckon *v.t.* gật đầu ra hiệu
become *v.i.* trở nên
becoming *a.* vừa
bed *n.* giường

bedevil *v.t.* hành hạ
bedding *n.* bộ đồ giường
bedight *v.t.* được trang trí
bed-time *n.* giờ ngủ
bee *n.* con ong
beech *n.* cây sồi
beef *n.* thịt bò
beehive *n.* tổ ong
beer *n.* bia
beet *n.* cây củ cải đường
beetle *n.* cái chày
befall *v.t.* xảy đến
before *prep.* trước
before *adv.* đằng trước
before *conj.* trước khi
beforehand *adv.* sẵn sàng
befriend *v.t.* đối xử tốt
beg *v.t.* ăn xin
beget *v.t.* sinh ra
beggar *n.* người ăn xin
begin *n.* bắt đầu
beginning *n.* phần đầu
begird *v.t.* buộc quanh
beguile *v.t.* làm khuây đi
behalf *n.* với tư cách
behave *v.i.* đối xử
behaviour *n.* cách đối xử
behead *v.t.* chặt đầu
behind *adv.* sau
behind *prep.* ở đằng sau
behold *v.t.* nhìn ngắm
being *n.* sinh vật
belabour *v.t.* đánh nhừ tử
belated *adj.* đến muộn
belch *v.t.* ợ
belch *n.* tiếng ợ
belief *n.* niềm tin
believe *v.t.* tin tưởng
bell *n.* cái chuông
belle *n.* hoa khôi
bellicose *a.* hiếu chiến
belligerency *n.* tình trạng giao

tranh
belligerent *a.* tham chiến
belligerent *n.* người tham chiến
bellow *v.i.* gầm vang
bellows *n.* ống bễ
belly *n.* bụng
belong *v.i.* thuộc về
belongings *n.* đồ dùng cá nhân
beloved *a.* được yêu mến
beloved *n.* người yêu dấu
below *adv.* dưới
below *prep.* dưới
belt *n.* dây lưng
belvedere *n.* tháp lầu
bemask *v.t.* che đậy
bemire *v.t.* bôi bùn
bemuse *v.t.* làm sửng sốt
bench *n.* ghế dài
bend *n.* chỗ uốn cong
bend *v.t.* cúi xuống
beneath *adv.* ở dưới
beneath *prep.* thấp kém
benefaction *n.* việc thiện
benefice *n.* tiền thu nhập
beneficial *a.* có ích
benefit *n.* lợi ích
benefit *v.t.* làm lợi cho
benevolence *n.* lòng nhân từ
benevolent *a.* tính nhân từ
benight *v.t.* lỡ đường
benign *adj.* lành
benignly *adv.* nhân từ
benison *n.* sự ban ơn
bent *n.* sở thích
bequeath *v.t.* để lại
bereave *v.t.* lấy đi của ai
bereavement *n.* tình trạng mất người thân
berth *n.* giường ngủ
beside *prep.* bên cạnh
besides *prep.* ngoài ra
besides *adv.* thêm vào

beslaver *v.t.* bợ đỡ
besiege *v.t.* bao vây
bestow *v.t.* đặt
bestrew *v.t.* rắc
bet *v.i.* đánh cuộc
bet *n.* sự cá độ
betel *n.* cây trầu không
betray *v.t.* phản bội
betrayal *n.* sự phản bội
betroth *v.t.* hứa hôn
betrothal *n.* sự hứa hôn
better *a.* tốt hơn
better *adv.* tốt hơn
better *v.t.* làm cho tốt hơn
betterment *n.* sự làm cho tốt hoen
between *prep.* giữa
beverage *n.* đồ uống
bewail *v.t.* than phiền
beware *v.i.* chú ý đến ai/cái gì
bewilder *v.t.* làm bối rối
bewitch *v.t.* bỏ bùa mê
beyond *prep.* xa hơn
beyond *adv.* xa hơn
bi *pref.* nhị
biangular *adj.* có hai góc
bias *n.* độ xiên
bias *v.t.* làm cho có thành kiến
biaxial *adj.* hai trục
bibber *n.* người nghiện rượu
bible *n.* kinh thánh
bibliography *n.* thư mục
bibliographer *n.* người sưu tầm thư mục
bicentenary *adj.* hai trăm năm một lần
biceps *n.* cơ hai đầu
bicker *v.t.* cãi nhau vặt
bicycle *n.* xe đạp
bid *v.t.* trả giá
bid *n.* sự bỏ thầu
bidder *n.* người đấu giá

bide *v.t.* chờ một cơ hội tốt
biennial *adj.* hai năm một lần
bier *n.* đòn đám ma
big *a.* to lớn
bigamy *n.* sự vi phạm chế độ hôn nhân một vợ một chồng
bight *n.* chỗ lõm vào (ở bờ biển)
bigot *n.* người tin mù quáng
bigotry *n.* sự tin mù quáng
bile *n.* mật
bilingual *a.* song ngữ
bill *n.* hóa đơn
billion *n.* một tỉ
billow *n.* sóng to
billow *v.i.* dâng lên cuồn cuộn
biliteral *adj.* tay đôi
bilk *v.t.* trốn nợ
bimenasl *adj.* kéo dài hai tháng
bimonthly *adj.* mỗi tháng hai lần
binary *adj.* nhị nguyên
bind *v.t.* buộc
binding *a.* sự liên kết
binocular *n.* ống nhòm
biographer *n.* người viết tiểu sử
biography *n.* tiểu sử
biologist *n.* nhà sinh vật học
biology *n.* sinh vật học
bioscope *n.* rạp chiếu bóng ở Nam Phi
biped *n.* động vật hai chân
birch *n.* giống cây bulô
bird *n.* con chim
birdlime *n.* nhựa bẫy chim
birth *n.* sự sinh đẻ
biscuit *n.* bánh quy
bisect *v.t.* chia đôi
bisexual *adj.* lưỡng tính
bishop *n.* giám mục
bison *n.* bò rừng bizon
bisque *n.* sứ không tráng men

bit *n.* miếng
bitch *n.* con chó sói cái
bite *v.t.* cắn
bite *n.* sự cắn
bitter *a.* đắng
bi-weekly *adj.* một tuần hai lần
bizarre *adj.* kỳ quái
blab *v.t.&i* người hay nói ba hoa
black *a.* đen
blacken *v.t.* làm đen
blackmail *n.* sự hăm dọa để tống tiền
blackmail *v.t.* hăm dọa để tống tiền
blacksmith *n.* thợ rèn
bladder *n.* bong bóng
blade *n.* lưỡi (dao, kiếm)
blain *n.* mụn mủ
blame *v.t.* đổ lỗi
blame *n.* sự khiển trách
blanch *v.t.&i* làm trắng
bland *adj.* dịu dàng
blank *a.* để trống
blank *n.* chỗ trống
blanket *n.* chăn
blare *v.t.* thổi kèn
blast *n.* luồng gió
blast *v.i.* làm khô héo
blaze *n.* ngọn lửa
blaze *v.i.* cháy dữ dội
bleach *v.t.* tẩy trắng
blear *v.t.* làm mờ (mắt)
bleat *n.* tiếng be be (cừu, dê)
bleat *v.i.* kêu be be
bleb *n.* mụn nước
bleed *v.i.* chảy máu
blemish *n.* nhược điểm
blend *v.t.* trộn lẫn
blend *n.* hỗn hợp pha trộn
bless *v.t.* ban phúc
blether *v.i.* nói bậy bạ
blight *n.* bệnh tàn rụi (cây cối)

blind *a.* đui mù
blindage *n.* lũy chán công sự
blindfold *v.t.* bịt mắt
blindness *n.* sự đui mù
blink *v.t.&i* nháy mắt
bliss *n.* hạnh phúc
blister *n.* vết bỏng giộp
blizzard *n.* trận bão tuyết
bloc *n.* khối
block *n.* khối
block *v.t.* làm trở ngại
blockade *n.* sự phong tỏa
blockhead *n.* sự bao vây
blood *n.* máu
bloodshed *n.* cuộc đổ máu
bloody *a.* vấy máu
bloom *n.* hoa
bloom *v.i.* ra hoa
blossom *n.* hoa
blossom *v.i.* ra hoa
blot *n.* điểm yếu
blot *v.t.* làm bẩn
blouse *n.* áo cánh (phụ nữ, trẻ con)
blow *v.i.* nở hoa
blow *n.* sự nở hoa
blue *n.* màu xanh
blue *a.* xanh
bluff *v.t.* bịp
bluff *n.* dốc đứng
blunder *n.* điều sai lầm
blunder *v.i.* sai lầm
blunt *a.* cùn
blur *n.* vật xuất hiện mờ mờ
blurt *v.t.* thốt ra
blush *n.* sự đỏ mặt (vì thẹn, bối rối)
blush *v.i.* đỏ mặt (vì cái gì)
boar *n.* lợn lòi đực
board *n.* tấm ván
board *v.t.* lót ván
boast *v.i.* khoe khoang

boast *n.* lời nói khoác
boat *n.* tàu thuyền
boat *v.i.* đi thuyền
bodice *n.* vạt trên của áo dài nữ
bodily *a.* thể xác
bodily *adv.* toàn thể
body *n.* thể xác
bodyguard *n.* vệ sĩ
bog *n.* vũng lầy
bog *v.i.* sa lầy
bogle *n.* ma quỷ
bogus *a.* ma giả
boil *n.* chỗ mưng mủ
boil *v.i.* sôi
boiler *n.* người đun
bold *a.* dũng cảm
boldness *n.* tính dũng cảm
bolt *n.* cái then
bolt *v.t.* cài then (cửa)
bomb *n.* quả bom
bomb *v.t.* ném bom
bombard *v.t.* bắn phá
bombardment *n.* sự bắn phá
bomber *n.* máy bay ném bom
bonafide *adv.* không lừa dối
bonafide *a.* không gian dối
bond *n.* giao kèo
bondage *n.* cảnh nô lệ
bone *n.* xương
bonfire *n.* lửa mừng
bonnet *n.* mũ cho trẻ sơ sinh
bonton *n.* kiểu hợp thời trang
bonus *n.* tiền thưởng
book *n.* sách
book *v.t.* viết vào vở
book-keeper *n.* nhân viên kế toán
book-mark *n.* thẻ đánh dấu
book-seller *n.* người bán sách
book-worm *n.* kẻ mọt sách
bookish *n.* ham đọc sách
booklet *n.* cuốn sách nhỏ

boon *n.* mối lợi
boor *n.* người cục mịch
boost *n.* sự tăng giá
boost *v.t.* nâng lên
boot *n.* giày ống
booth *n.* quán
booty *n.* chiến lợi phẩm
booze *v.i.* uống say túy lúy
border *n.* biên giới
border *v.t.* viền
bore *v.t.* làm buồn
bore *n.* việc chán ngắt
born *v.* sinh đẻ
born rich *adj.* giàu từ trong trứng
borne *adj.* nhận ra
borrow *v.t.* vay
bosom *n.* bộ ngực của người
boss *n.* ông chủ
botany *n.* thực vật học
botch *v.t.* làm hỏng
both *a.* cả hai
both *pron.* cả cái này
both *conj.* cả hai
bother *v.t.* làm buồn bực
botheration *n.* điều buồn bực
bottle *n.* chai
bottler *n.* thói uống rượu
bottom *n.* phần dưới cùng
bough *n.* cành cây
boulder *n.* táng đá mòn
bouncer *n.* vật hoặc người nảy lên
bound *n.* động tác nhảy lên
boundary *n.* đường biên giới
bountiful *a.* rộng rãi
bounty *n.* lòng rộng rãi
bouquet *n.* bó hoa
bout *n.* lượt
bow *v.t.* cúi (đầu)
bow *n.* cái cung
bow *n.* sự cúi chào

bowel *n.* ruột
bower *n.* lùm cây
bowl *n.* cái bát
bowl *v.i.* chơi ném bóng rổ
box *n.* cái hộp
boxing *n.* môn quyền anh
boy *n.* thiếu niên
boycott *v.t.* tẩy chay
boycott *n.* sự tẩy chay
boyhood *n.* thời niên thiếu
brace *n.* vật nối
bracelet *n.* vòng tay
brag *v.i.* khoe khoang
brag *n.* sự khoe khoang
braille *n.* hệ thống chữ Bray
brain *n.* bộ não
brake *n.* cái phanh
brake *v.t.* phanh lại
branch *n.* cành cây
brand *n.* nhãn (hàng hóa)
brandy *n.* rượu mạnh
brangle *v.t.* tranh cãi vặt
brass *n.* đồng thau
brave *a.* gan dạ
bravery *n.* tính gan dạ
brawl *v.i.&n.* cãi nhau ầm ĩ
bray *n.* tiếng inh tai
bray *v.i.* kêu inh tai
breach *n.* lỗ đạn
bread *n.* bánh mì
breaden *v.t.&i* làm bánh mì
breadth *n.* bề ngang
break *v.t.* làm gãy
break *n.* xe ngựa không mui
breakage *n.* chỗ nứt
breakdown *n.* sự hỏng máy
breakfast *n.* bữa ăn sáng
breakneck *n.* nguy hiểm
breast *n.* ngực
breath *n.* hơi thở
breathe *v.i.* thở
breeches *n.* quần ống túm

breed *v.t.* gây giống
breed *n.* nòi giống
breeze *n.* ruồi trâu
breviary *n.* kinh đọc hàng ngày
brevity *n.* tính khúc chiết
brew *v.t.* chế (bia rượu)
brewery *n.* nhà máy bia
bribe *n.* của đút lót
bribe *v.t.* đút lót
brick *n.* gạch
bride *n.* cô dâu
bridegroom *n.* chú rể
bridge *n.* cái cầu
bridle *n.* dây cương (ngựa)
brief *a.* vắn tắt
brigade *n.* lữ đoàn
brigadier *n.* thiếu tướng
bright *a.* sáng chói
brighten *v.t.* làm sáng sủa
brilliance *n.* sự sáng chói
brilliant *a.* lấp lánh
brim *n.* miệng (bát, chén, cốc)
brine *n.* nước biển
bring *v.t.* cầm lại
brinjal *n.* cà tím
brink *n.* bờ miệng (vực)
brisk *adj.* nhanh nhẩu
bristle *n.* lông cứng
british *adj.* thuộc về nước Anh
brittle *a.* giòn
broad *a.* rộng
broadcast *n.* chương trình phát thanh hoặc truyền hình
broadcast *v.t.* phát thanh
brocade *n.* vải thêu kim tuyến
broccoli *n.* cây bông cải xanh
brochure *n.* sách quảng cáo
brochure *n.* sách quảng cáo
broker *n.* người môi giới
brood *n.* lứa
brook *n.* suối
broom *n.* cây đậu chổi

bronze *n.&adj.* đồng thiếc
broth *n.* nước luộc thịt
brothel *n.* nhà chứa
brother *n.* anh em trai
brotherhood *n.* tình anh em
brow *n.* lông mày
brown *a.* nâu
brown *n.* màu nâu
browse *n.* cành non
bruise *n.* vết thâm tím
bruit *n.* tin đồn
brush *n.* bàn chải
brustle *v.t.* làm kêu tanh tách
brutal *a.* đầy thú tính
brute *n.* súc vật
bubble *n.* bong bóng
bucket *n.* thùng
buckle *n.* cái khóa (thắt lưng)
bud *n.* nụ
budge *v.i.&n.* nhúc nhích
budget *n.* túi (đầy)
buff *n.* da trâu hay bò
buffalo *n.* con trâu
buffoon *n.* anh hề
bug *n.* con rệp
bugle *n.* cát hạ khô
build *v.t.* xây dựng
build *n.* sự xây dựng
building *n.* nghề xây dựng
bulb *n.* củ (hành, tỏi)
bulk *n.* kích thước
bulky *a.* to lớn
bull *n.* con bò đực
bulldog *n.* chó bun
bull's eye *n.* cửa sổ tròn (ở tàu thủy)
bullet *n.* đạn
bulletin *n.* bản tin
bullock *n.* bò thiến
bully *n.* kẻ hay bắt nạt (ở trường học)
bully *v.t.* ức hiếp

bulwark *n.* bức tường thành
bumper *n.* người va mạnh
bumpy *adj.* ghập ghềnh
bunch *n.* búi
bundle *n.* bó
bungalow *n.* nhà gỗ một tầng
bungle *v.t.* làm vụng
bungle *n.* việc làm vụng
bunk *n.* giường ngủ
bunker *n.* kho than (trên tàu thủy)
buoy *n.* phao cứu sinh
buoyancy *n.* sự nổi
burden *n.* gánh nặng
burden *v.t.* chất nặng lên
burdensome *a.* nặng nề
bureau *n.* cục
Bureacuracy *n.* quan lại
bureaucrat *n.* quan chức
burglar *n.* kẻ trộm đêm
burglary *n.* nạn ăn trộm
burial *n.* việc chông cất
burk *v.t.* người ngu ngốc
burn *v.t.* đốt cháy
burn *n.* dòng suối
burrow *n.* hang (cầy, thỏ)
burst *v.i.* nổ tung
burst *n.* sự nổ tung
bury *v.t.* chôn cất
bus *n.* xe buýt
bush *n.* bụi cây
business *n.* việc kinh doanh
businessman *n.* nhà kinh doanh
bustle *v.t.* hối hả
busy *a.* bận
but *prep.* ngoài ra
but *conj.* nhưng mà
butcher *n.* người bán thịt
butcher *v.t.* giết mổ (lợn, bò)
butter *n.* bơ
butter *v.t.* phết bơ vào

butterfly *n.* con bướm
buttermilk *n.* kho thực phẩm
buttock *n.* mông đít
button *n.* cái khuy
button *v.t.* cài khuy
buy *v.t.* mua
buyer *n.* người mua
buzz *v.i.* kêu vo vo
buzz *n.* tiếng vo vo
by *prep.* gần
by *adv.* gần
bye-bye *interj.* chào tạm biệt
by-election *n.* cuộc bầu cử phụ
bylaw, bye-law *n.* luật lệ của địa phương
bypass *n.* đường vòng
by-product *n.* sản phẩm phụ
byre *n.* chuồng bò
byword *n.* tục ngữ

cab *n.* xe tăcxi
cabaret *n.* quán rượu
cabbage *n.* cải bắp
cabin *n.* buồng nhỏ
cabinet *n.* tủ
cable *n.* dây cáp
cable *v.t.* cột bằng dây cáp
cache *n.* nơi giấu
cachet *n.* dấu đặc biệt
cackle *v.i.* cục tác (gà mái)
cactus *n.* cây xương rồng
cad *n.* đồ ti tiện
cadet *n.* con trai út
cadge *v.i.* đi lang thang
cadmium *n.* catmi
cafe *n.* tiệm cà phê
cage *n.* lồng
cain *n.* kẻ giết anh em
cake *n.* bánh ngọt

calamity *n.* tai họa
calcium *n.* canxi
calculate *v.t.* tính tóan
calculator *n.* máy tính
calculation *n.* sự tính tóan
calendar *n.* lịch
calf *n.* con bê
call *v.t.* gọi
call *n.* tiếng la
caller *n.* người đến thăm
calligraphy *n.* nghệ thuật viết chữ đẹp
calling *n.* xu hướng
callow *adj.* chưa đủ lông cánh
callous *a.* bị chai (ở tay, chân)
calm *n.* sự yên lặng
calm *n.* thời kỳ yên ổn
calm *v.t.* làm dịu đi
calmative *adj.* làm dịu đi
calorie *n.* calo
calumniate *v.t.* vu khống
camel *n.* con lạc đà
camera *n.* máy quay phim
camlet *n.* vải lạc đà
camp *n.* trại
camp *v.i.* cắm trại
campaign *n.* chiến dịch
camphor *n.* long não
can *n.* hộp (bằng thiếc)
can *v.t.* đóng hộp (thịt, cá, quả...)
can *v.* có thể
canal *n.* kênh đào
canard *n.* tin vịt
cancel *v.t.* xóa bỏ
cancellation *n.* sự bỏ
cancer *n.* bệnh ung thư
candid *a.* thật thà
candidate *n.* người xin việc
candle *n.* ngọn nến
candour *n.* tính thật thà
candy *n.* kẹo ngọt

candy *v.t.* làm thành đường phèn
cane *n.* cây trúc
cane *v.t.* đánh bằng roi
canister *n.* hộp nhỏ
cannon *n.* súng thần công
cannonade *n.v.&t* loạt súng đại bác
canon *n.* tiêu chuẩn
canopy *n.* tán cây
canteen *n.* căng tin
canter *n.* người giả dối
canton *n.* bang
cantonment *n.* sự đóng quân
canvas *n.* vải bạt
canvass *v.t.* đi vận động
cap *n.* mũ lưỡi trai
cap *v.t.* đội mũ cho ai
capability *n.* khả năng
capable *a.* có khả năng
capacious *a.* rộng
capacity *n.* sức chứa
cape *n.* áo choàng không tay
capital *n.* thủ đô
capital *a.* chính yếu
capitalist *n.* nhà tư bản
capitulate *v.t.* đầu hàng
caprice *n.* tính thất thường
capricious *a.* thất thường
Capricorn *n.* cung Ma kết
capsicum *n.* cây ớt
capsize *v.i.* lật úp
capsular *adj.* nang
captain *n.* phi trưởng
captaincy *n.* cấp bậc đại úy
caption *n.* đầu đề
captivate *v.t.* làm say đắm
captive *n.* bị bắt giữ
captive *a.* con tin
captivity *n.* tình trạng bị giam cầm
capture *v.t.* bắt giữ

capture *n.* sự bắt giữ	**cascade** *n.* thác nước
car *n.* xe ô tô	**case** *n.* trường hợp
carat *n.* cara	**cash** *n.* tiền mặt
caravan *n.* đoàn lữ hành	**cash** *v.t.* trả tiền mặt
carbide *n.* cacbua	**cashier** *n.* thủ quỹ
carbon *n.* cacbon	**casing** *n.* vỏ bọc
card *n.* cái thiếp	**cask** *n.* thùng
cardamom *n.* cây bạch đậu khấu	**casket** *n.* hộp tráp nhỏ
	cassette *n.* băng cát xét
cardboard *n.* bìa cứng	**cast** *v.t.* quăng
cardiacal *adj.* s chính	**cast** *n.* sự quăng
cardinal *a.* đỏ thắm	**caste** *n.* sự quăng
cardinal *n.* hồng y giáo chủ	**castigate** *v.t.* trừng phạt
care *n.* sự chăm sóc	**casting** *n.* sự đổ khuôn
care *v.i.* chăm nom	**cast-iron** *n.* gang
career *n.* sự nghiệp	**castle** *n.* lâu đài
careful *a.* cẩn thận	**castor oil** *n.* dầu thầu dầu
careless *a.* không để ý	**castral** *adj.* trại
caress *v.t.* vuốt ve	**casual** *a.* tình cờ
cargo *n.* hàng hóa	**casualty** *n.* người bị giết
caricature *n.* tranh biếm họa	**cat** *n.* con mèo
carious *adj.* bị mục	**catalogue** *n.* bảng mục lục
carl *n.* người mộc mạc	**cataract** *n.* thác nước lớn
carnage *n.* sự chém giết	**catch** *v.t.* bắt lấy
carnival *n.* ngày hội	**catch** *n.* sự bắt
carol *n.* bài hát mừng	**categorical** *a.* tuyệt đối
carpal *adj.* khối xương cổ tay	**category** *n.* hạng
carpenter *n.* thợ mộc	**cater** *v.i.* cung cấp thực phẩm
carpentry *n.* nghề thợ mộc	**caterpillar** *n.* sâu bướm
carpet *n.* tấm thảm	**cathedral** *n.* nhà thờ lớn
carriage *n.* xe ngựa	**catholic** *a.* phổ biến
carrier *n.* người hoặc vật chở cái gì	**cattle** *n.* gia súc
	cauliflower *n.* súp lơ
carrot *n.* củ cà rốt	**causal** *adj.* nhân quả
carry *v.t.* mang	**causality** *n.* nguyên nhân
cart *n.* xe bò	**cause** *n.* nguyên nhân
cartage *n.* sự chuyên chở bằng xe bò hoặc xe ngựa	**cause** *v.t.* gây ra
	causeway *n.* đường đắp cao
carton *n.* hộp bìa cứng	**caustic** *a.* ăn da (chất hóa học)
cartoon *n.* truyện tranh	**caution** *n.* sự thận trọng
cartridge *n.* xe bò	**caution** *v.t.* cảnh báo
carve *v.t.* khắc	**cautious** *a.* thận trọng

cavalry *n.* kỵ binh
cave *n.* hang động
cavern *n.* hang lớn
cavil *v.t.* cãi bướng
cavity *n.* lỗ hổng
caw *n.* tiếng quạ kêu
caw *v.i.* kêu như quạ
cease *v.i.* dừng
ceaseless *a.* không ngừng
cedar *n.* cây tuyết tùng
ceiling *n.* trần nhà
celebrate *v.t.&i.* làm lễ kỷ niệm
celebration *n.* hoạt động kỷ niệm
celebrity *n.* sự nổi danh
celestial *adj.* thuộc về bầu trời
celibacy *n.* sự sống độc thân
celibacy *n.* sự không lập gia đình
cell *n.* tế bào
cellar *n.* hầm chứa
cellular *adj.* tế bào
cement *n.* xi-măng
cement *v.t.* trát xi-măng
cemetery *n.* nghĩa trang
cense *v.t.* xông trầm
censer *n.* bình hương
censor *n.* nhân viên kiểm duyệt
censor *v.t.* kiểm duyệt
censorious *adj.* phê bình
censorship *n.* cơ quan kiểm duyệt
censure *n.* sự phê bình
censure *v.t.* phê bình
census *n.* sự điều tra dân số
cent *n.* đồng xu
centenarian *n.* người sống trăm tuổi
centenary *n.* trăm năm
centennial *adj.* sống trăm năm
center *n.* trung tâm
centigrade *a.* bách phân

centipede *n.* con rết
central *a.* ở giữa
centre *n.* trung tâm
centrifugal *adj.* ly tâm
centuple *n.&adj.* gấp trăm lần
century *n.* thế kỷ
ceramics *n.* thuật làm đồ gốm
cerated *adj.* bằng sáp
cereal *n.* ngũ cốc
cereal *a.* ngũ cốc
cerebral *adj.* thuộc về não
eremonial *a.* trịnh trọng
ceremonious *a.* câu nệ
ceremony *n.* nghi lễ
certain *a.* chắc chắn
certainly *adv.* không nghi ngờ
certainty *n.* điều chắc chắn
certificate *n.* giấy chứng nhận
certify *v.t.* chứng nhận
cerumen *n.* ráy tai
cesspool *n.* hầm chứa phân
chain *n.* dây
chair *n.* ghế
chairman *n.* chủ tọa
chalice *n.* cốc
chaise *n.* ghế
challenge *n.* sự thử thách
challenge *v.t.* thử thách
chamber *n.* buồng ngủ
chamberlain *n.* viên thị thần
champion *n.* nhà quán quân
champion *v.t.* bảo vệ
chance *n.* cơ hội
chancellor *n.* đại pháp quan
chancery *n.* tòa đại pháp
change *v.t.* thay đổi
change *n.* sự thay đổi
channel *n.* eo biển
chant *n.* thánh ca
chaos *n.* thời đại hỗn nguyên
chaotic *adv.* hỗn độn
chapel *n.* nhà thờ nhỏ

chapter *n.* chương (sách)
character *n.* tính nết
charge *v.t.* nạp đạn
charge *n.* vật mang
chariot *n.* xe ngựa
charitable *a.* nhân đức
charity *n.* lòng nhân hậu
charm1 *n.* sức mê hoặc
charm2 *v.t.* làm mê hoặc
chart *n.* bản đồ đi biển
charter *n.* hiến chương
chase1 *v.t.* săn
chase2 *n.* sự theo đuổi
chaste *a.* chưa hề giao hợp
chastity *n.* trạng thái trong trắng
chat1 *n.* chuyện phiếm
chat2 *v.i.* nói chuyện phiếm
chatter *v.t.* hót líu lo
chauffeur *n.* người lái xe
cheap *a.* giá thấp
cheapen *v.t.* hạ giá
cheat *v.t.* lừa ai để lấy cái gì
cheat *n.* trò lừa đảo
check *v.t.* cản trở
check *n.* sự cản trở
checkmate *n.* chiếu tướng
cheek *n.* má
cheep *v.i.* chiêm chiếp
cheer *n.* sự vui vẻ
cheer *v.t.* làm vui mừng
cheerful *a.* vui mừng
cheerless *a.* buồn ủ rũ
cheese *n.* phó mát
chemical *a.* hóa học
chemical *n.* chất hóa học
chemise *n.* áo lót phụ nữ
chemist *n.* nhà hóa học
chemistry *n.* ngành hóa học
cheque *n.* séc
cherish *v.t.* yêu mến
cheroot *n.* xì gà xén tày hai đầu

chess *n.* cờ
chest *n.* rương
chestnut *n.* cây hạt dẻ
chew *v.t.* nhai
chevalier *n.* kỵ sĩ
chicken *n.* gà con
chide *v.t.* la rầy
chief *a.* quan trọng bậc nhất
chieftain *n.* thủ lĩnh
child *n.* đứa trẻ
childhood *n.* thời thơ ấu
childish *a.* như trẻ con
chill *n.* sự ớn lạnh
chilli *n.* ớt khô
chilly *a.* lạnh lẽo
chiliad *n.* nghìn
chimney *n.* ống khói
chimpanzee *n.* con tinh tinh
chin *n.* cằm
china *n.* đồ sứ
chirp *v.i.* kêu chiêm chiếp
chirp *n.* tiếng kêu chiêm chiếp
chisel *n.* cái đục
chisel *v.t.* đục
chit *n.* mầm
chivalrous *a.* có vẻ hiệp sĩ
chivalry *n.* phong cách hiệp sĩ
chlorine *n.* clo
chloroform *n.* cloroform
choice *n.* sự lựa chọn
choir *n.* đội hợp xướng
choke *v.t.* lõi rau atisô
cholera *n.* bệnh tả
chocolate *n.* sô cô la
choose *v.t.* chọn
chop *v.t.* chặt
chord *n.* dây
choroid *n.* màng trạch
chorus *n.* dàn hợp xướng
Christ *n.* chúa Giê-su
Christendom *n.* tín đồ đạo Cơ-đốc

Christian *n.* người theo đạo Cơ-đốc
Christian *a.* đạo Cơ-đốc
Christianity *n.* đạo Cơ-đốc
Christmas *n.* lễ Nô-en
chrome *n.* crom
chronic *a.* mạn
chronicle *n.* sử biên niên
chronology *n.* niên đại học
chronograph *n.* máy ghi thời gian
chuckle *v.i.* cười lặng lẽ
chum *n.* bạn thân
church *n.* nhà thờ
churchyard *n.* khu đất nhà thờ
churl *n.* người hạ đẳng
churn *v.t.&i.* đánh sữa (lấy bơ)
churn *n.* thùng đánh kem (để làm bơ)
cigar *n.* điếu xì gà
cigarette *n.* điếu thuốc lá
cinema *n.* rạp chiếu bóng
cinnabar *n.* thủy ngân sulfua
cinnamon *n.* cây quế
cipher, cipher *n.* số không
circle *n.* đường tròn
circuit *n.* chu vi
circumfluence *n.* sự chảy quanh
circumspect *adj.* thận trọng
circular *a.* tròn
circular *n.* thông tri
circulate *v.i.* lưu thông
circulation *n.* sự lưu thông
circumference *n.* đường tròn
circumstance *n.* hoàn cảnh
circus *n.* rạp xiếc
cist *n.* mộ
citadel *n.* thành lũy
cite *v.t.* trích dẫn
citizen *n.* công dân
citizenship *n.* quyền công dân

citric *adj.* xitric
city *n.* thành phố
civic *a.* đô thị hoặc thành phố
civics *n.* khoa nghiên cứu quyền lợi và bổn phận công dân
civil *a.* công dân
civilian *n.* thường dân
civilization *n.* sự dân sự hóa
civilize *v.t.* dân sự hóa
clack *n.&v.i.* tiếng lách cách
claim *n.* quyền đòi
claim *v.t.* yêu sách
claimant *n.* người yêu sách
clamber *v.i.* leo trèo
clamour *n.* tiếng la hét
clamour *v.i.* la hét
clamp *n.* đống (gạch để nung, đất, rơm)
clandestine *adj.* giấu giếm
clap *v.i.* vỗ tay
clap *n.* tiếng vỗ
clarify *v.t.* lọc
clarification *n.* sự lọc
clarion *n.* kèn
clarity *n.* sự trong (nước)
clash *n.* tiếng chan chát
clash *v.t.* va chan chát
clasp *n.* cái móc
class *n.* giai cấp
classic *a.* kinh điển
classic *n.* tác giả kinh điểm
classical *a.* kinh điển
classification *n.* sự phân loại
classify *v.t.* phân loại
clause *n.* mệnh đề
claw *n.* vuốt (mèo, chim)
clay *n.* đất sét
clean sạch
clean *v.t.* lau chùi
cleanliness *n.* tính sạch sẽ
cleanse *v.t.* làm cho sạch sẽ
clear *a.* trong trẻo

clear *v.t.* làm trong sạch
clearance *n.* sự dọn dẹp
clearly *adv.* rõ ràng
cleft *n.* đường nứt
clergy *n.* giới tăng lũ
clerical *a.* công việc thư ký
clerk *n.* người thư ký
clever *a.* lanh lợi
clew *n.* cuộn chỉ
click *n.* tiếng lách cách
client *n..* khách hàng
cliff *n.* vách đá
climate *n.* khí hậu
climax *n.* đỉnh điểm
climb1 *n.* sự leo trèo
climb *v.i.* lên cao
cling *v.i.* bám vào
clinic *n.* bệnh viện tư
clink *n.* tiếng leng keng
cloak *n.* áo choàng không tay
clock *n.* đồng hồ treo tường
clod *n.* cục đất
cloister *n.* hành lang
close *n.* khu đất có rào
close *a.* thân thiết
close *v.t.* đóng
closet *n.* buồng nhỏ
closure *n.* sự bế mạc (phiên họp)
clot *n.* khối
clot *v.t.* làm đóng cục
cloth *n.* vải vóc
clothe *v.t.* mặc quần áo cho
clothes *n.* quần áo
clothing *n.* quần áo
cloud *n.* mây
cloudy *a.* có mây phủ
clove *n.* cây đinh hương
clown *n.* anh hề
club *n.* câu lạc bộ
clue *n.* đầu mối
clumsy *a.* vụng về

cluster *n.* cụm
cluster *v.i.* mọc thành đám
clutch *n.* ổ trứng ấp
clutter *v.t.* làm tắc nghẽn
coach *n.* xe ngựa bốn bánh
coachman *n.* người đánh xe ngựa
coal *n.* than đá
coalition *n.* sự liên kết
coarse *a.* tồi tàn
coast *n.* bờ biển
coat *n.* áo choàng ngoài
coating *n.* lớp phủ ngoài
coax *v.t.* dỗ ngọt
cobalt *n.* coban
cobbler *n.* thợ chữa giày
cobra *n.* rắn hổ mang
cobweb *n.* mạng nhện
cocaine *n.* côcain
cock *n.* con gà trống
cocker *v.t.* âu yếm
cockle *v.i.* xoắn lại
cock-pit *n.* buồng lái (của phi công)
cockroach *n.* con gián
coconut *n.* quả dừa
code *n.* mã
co-education *n.* đồng giáo dục
coefficient *n.* hệ số
co-exist *v.i.* chung sống
co-existence *n.* sự cùng chung sống
coffee *n.* cà phê
coffin *n.* quan tài
cog *n.* răng
cogent *adj.* vững chắc
cognate *adj.* cùng nguồn gốc
cognizance *n.* sự hiểu biết
cohabit *v.t.* sống thử
coherent *a.* mạch lạc
cohesive *adj.* liên kết
coif *n.* mũ ni

coin *n.* tiền xu
coinage *n.* sự đúc tiền
coincide *v.i.* trùng hợp
coir *n.* xơ dừa
coke *v.t.* luyện thành than cốc
cold *a.* lạnh
cold *n.* sự lạnh nhạt
collaborate *v.i.* cộng tác
collaboration *n.* sự cộng tác
collapse *v.i.* sụp đổ
collar *n.* cổ áo
colleague *n.* đồng nghiệp
collect *v.t.* tập hợp
collection *n.* bộ sưu tập
collective *a.* tập hợp
collector *n.* người sưu tầm
college *n.* trường cao đẳng
collide *v.i.* va chạm
collision *n.* sự va chạm
collusion *n.* sự cấu kết
colon *n.* dấu hai chấm
colon *n.* ruột kết
colonel *n.* đại tá
colonial *a.* thuộc địa
colony *n.* thuộc địa
colour *n.* màu sắc
colour *v.t.* đổi màu
colter *n.* lưỡi cày
column *n.* cột
coma *n.* sự hôn mê
comb *n.* lược
combat1 *n.* trận đánh
combat *v.t.* chiến đấu với ai
combatant1 *n.* chiến binh
combatant *a.* tham chiến
combination *n.* sự kết hợp
combine *v.t.* kết hợp
come *v.i.* đến
comedian *n.* diễn viên hài
comedy *n.* hài kịch
comet *n.* sao chổi
comfit *n.* kẹo hạnh nhân

comfort1 *n.* sự an ủi
comfort *v.t.* dỗ dành
comfortable *a.* thoải mái
comic *a.* hài hước
comic *n.* diễn viên hài
comical *a.* khôi hài
comma *n.* dấu phẩy
command *n.* lệnh
command *v.t.* ra lệnh
commandant *n.* sĩ quan chỉ huy
commander *n.* người chỉ huy
commemorate *v.t.* kỷ niệm
commemoration *n.* sự kỷ niệm
commence *v.t.* bắt đầu
commencement *n.* sự bắt đầu
commend *v.t.* khen ngợi
commendable *a.* đáng khen ngợi
commendation *n.* sự khen ngợi
comment *v.i.* bình luận
comment *n.* lời bình luận
commentary *n.* bài bình luận
commentator *n.* nhà bình luận
commerce *n.* sự buôn bán
commercial *a.* thương mại
commiserate *v.t.* thương hại
commission *n.* nhiệm vụ
commissioner *n.* ủy viên hội đồng
commissure *n.* chỗ nối
commit *v.t.* giao phó
committee *n.* ủy ban
commodity *n.* hàng hóa
common *a.* chung
commoner *n.* người bình dân
commonplace *a.* tầm thường
commonwealth *n.* toàn thể nhân dân
commotion *n.* sự chấn động

commove *v.t.* làm xáo trộn
communal *a.* cộng đồng
commune *v.t.* xã
communicate *v.t.* truyền đạt
communication *n.* sự truyền đạt
communiqué *n.* thông cáo
communism *n.* chủ nghĩa cộng sản
community *n.* cộng đồng
commute *v.t.* thay thế
compact *a.* chặt
compact *n.* sự thỏa thuận
companion *n.* bạn
company *n.* công ty
comparative *a.* tương đối
compare *v.t.* so sánh
comparison *n.* sự so sánh
compartment *n.* khoang
compass *n.* compa
compassion *n.* lòng thương
compel *v.t.* thúc ép
compensate *v.t.* bồi thường
compensation *n.* sự bồi thường
compete *v.i.* cạnh tranh
competence *n.* năng lực
competent *a.* thạo
competition *n.* sự cạnh tranh
competitive *a.* cạnh tranh
compile *v.t.* biên soạn
complacent *adj.* tự mãn
complain *v.i.* phàn nàn
complaint *n.* sự than phiền
complaisance *n.* tính dễ dãi
complaisant *adj.* dễ tính
complement *n.* phần bổ sung
complementary *a.* bổ sung
complete *a.* trọn vẹn
complete *v.t.* hoàn thành
completion sự hoàn thành
complex *a.* phức tạp

complex *n.* khu liên hợp
complexion *n.* nước da
compliance *n.* sự bằng lòng
compliant *adj.* dễ dãi
complicate *v.t.* làm phức tạp
complication *n.* sự phức tạp
compliment *n.* lời khen
compliment *v.t.* khen ngợi
comply *v.i.* tuân theo
component *adj.* hợp thành
compose *v.t.* soạn
composition *n.* kết cấu
compositor thợ sắp chữ
compost *n.* phân trộn
composure *n.* sự bình tĩnh
compound *n.* hợp chất
compound *a.* phức hợp
compound *n.* từ ghép
compound *v.i.* pha trộn
compounder *n.* hợp chất
comprehend *v.t.* hiểu
comprehension *n.* sự nhận thức
comprehensive *a.* hiểu nhanh
compress *v.t.* nén
compromise *n.* sự thoả hiệp
compromise *v.t.* thỏa hiệp
compulsion *n.* sự ép buộc
compulsory *a.* ép buộc
compunction *n.* sự ăn năn
computation *n.* sự tính toán
compute *v.t.* tính toán
comrade *n.* đồng chí
conation *n.* ý muốn
concave *adj.* lõm
conceal *v.t.* giấu giếm
concede *v.t.* thừa nhận
conceit *n.* tính kiêu ngạo
conceive *v.t.* quan niệm
concentrate *v.t.* tập trung
concentration *n.* sự tập trung
concept *n.* khái niệm

conception *n.* quan niệm
concern *v.t.* liên quan
concern *n.* sự lo lắng
concert *n.* sự phối hợp
concert2 *v.t.* phối hợp
concession *n.* sự nhượng bộ
conch *n.* ốc xà cừ
conciliate *v.t.* chiếm được
concise *a.* ngắn gọn
conclude *v.t.* kết luận
conclusion *n.* sự kết luận
conclusive *a.* cuối cùng
concoct *v.t.* pha
concoction *n.* sự pha chế
concord *n.* sự hòa hợp
concrescence *n.* sự liên tưởng
concrete *n.* bê tông
concrete *a.* cụ thể
concrete *v.t.* đổ bê tông
concubinage *n.* sự lấy vợ lẽ
concubine *n.* vợ lẽ
conculcate *v.t.* giậm chân
condemn *v.t.* kết án
condemnation *n.* sự kết án
condense *v.t.* làm đặc lại
condite *v.t.* ngâm giấm
condition *n.* điều kiện
conditional *a.* có điều kiện
condole *v.i.* chia buồn
condolence *n.* lời chia buồn
condonation *n.* sự tha thứ
conduct *n.* hạnh kiểm
conduct *v.t.* chỉ đạo
conductor *n.* người chỉ đạo
cone *n.* hình nón
confectioner *n.* người làm mứt
confectionery *n.* hãng bánh kẹo
confer *v.i.* bàn bạc
conference *n.* hội nghị
confess *v.t.* thú nhận
confession *n.* sự thú tội

confidant *n.* bạn tâm tình
confide *v.i.* tâm sự
confidence *n.* chuyện riêng
confident *a.* chắc chắn
confidential *a.* bí mật
confine *v.t.* giam giữ
confinement *n.* sự giam cầm
confirm *v.t.* xác nhận
confirmation *n.* sự xác nhận
confiscate *v.t.* tịch thu
confiscation *n.* sự tịch thu
conflict *n.* sự xung đột
conflict *v.i.* đối lập
confluence *n.* ngã ba
confluent *adj.* hợp dòng (sông)
conformity *n.* sự phù hợp
conformity *n.* sự tuân theo
confraternity *n.* tình anh em
confrontation *n.* sự đương đầu
confuse *v.t.* làm lộn xộn
confusion *n.* sự lộn xộn
confute *v.t.* bác bỏ
conge *n.* lời chào trân trọng
congenial *a.* hợp nhau
conglutinat *v.t.* dính lại
congratulate *v.t.* chúc mừng
congratulation *n.* sự chúc mừng
congress *n.* đại hội
conjecture *n.* sự phỏng đoán
conjecture *v.t.* phỏng đoán
conjugal *a.* hôn nhân
conjugate *v.t.&i.* giao hợp
conjunct *adj.* liên kết
conjunctiva *n.* màng kết
conjuncture *n.* tình thế
conjure *v.t.* làm ảo thuật
conjure *v.i.* yêu cầu
connect *v.t.* kết nối
connection *n.* sự liên quan
connivance *n.* sự đồng lõa
conquer *v.t.* chiếm đoạt

conquest *n.* sự xâm chiếm
conscience *n.* lương tâm
conscious *a.* tỉnh táo
consecrate *v.t.* hiến dâng
consecutive *adj.* liên tục
consecutively *adv.* liên tiếp
consensus *n.* sự nhất trí
consent *n.* sự đồng ý
consent *v.i.* bằng lòng
consent3 *v.t.* cho phép
consequence *n.* hậu quả
consequent *a.* bởi
conservative *a.* bảo thủ
conservative *n.* người bảo thủ
conserve *v.t.* giữ gìn
consider *v.t.* cân nhắc
considerable *a.* đáng kể
considerate *a.* thận trọng
consideration *n.* sự cân nhắc
considering *prep.* xét về
consign *v.t.* ủy thác
consign *v.t.* cất đi
consignment *n.* sự ủy thác
consist *v.i.* gồm có
consistence,-cy *n.* tính chắc chắn
consistent *a.* chắc chắn
consolation *n.* sự an ủi
console *v.t.* an ủi
consolidate *v.t.* củng cố
consolidation *n.* sự củng cố
consonance *n.* sự phù hợp
consonant *n.* phù hợp
consort *n.* chồng hoặc vợ (của vua chúa)
conspectus *n.* đại cương
conspicuous *a.* đáng chú ý
conspiracy *n.* âm mưu
conspirator *n.* người âm mưu
conspire *v.i.* âm mưu
constable *n.* cảnh sát
constant *a.* kiên định

constellation *n.* chòm sao
constipation *n.* chứng táo bón
constituency *n.* cử tri
constituent *n.* thành phần
constituent *adj.* hợp thành
constitute *v.t.* cấu thành
constitution *n.* hiến pháp
constrict *v.t.* thắt lại
construct *v.t.* xây dựng
construction *n.* sự xây dựng
consult *v.t.* tư vấn
consultation *n.* sự tư vấn
consume *v.t.* tiêu thụ
consumption *n.* sự tiêu thụ
consumption *n.* sự tàn phá
contact *n.* sự liên lạc
contact *v.t.* liên lạc
contagious *a.* truyền nhiễm
contain *v.t.* bao gồm
contaminate *v.t.* ô nhiễm
contemplate *v.t.* suy ngẫm
contemplation *n.* sự suy ngẫm
contemporary *a.* đương thời
contempt *n.* sự coi thường
contemptuous *a.* tỏ vẻ khinh bỉ
contend *v.i.* dám chắc rằng
content *a.* hài lòng
content *v.t.* bằng lòng
content *n.* nội dung
content *n.* sự bằng lòng
contention *n.* sự đấu tranh
contentment *n.* sự mãn nguyện
contest *v.t.* tranh luận
contest *n.* cuộc tranh luận
context *n.* ngữ cảnh
continent *n.* lục địa
continental *a.* lục địa
contingency *n.* sự bất ngờ
continual *adj.* liên tục
continuation *n.* sự tiếp tục
continue *v.i.* tiếp tục

continuity *n.* sự liên tiếp
continuous *a.* liên tục
contour *n.* đường viền
contra *pref.* chống lại
contraception *n.* sự tránh thụ thai
contract *n.* hợp đồng
contract *v.t.* ký kết
contrapose *v.t.* tương phản
contractor *n.* nhà thầu
contradict *v.t.* mâu thuẫn với
contradiction *n.* sự mâu thuẫn
contrary *a.* trái ngược
contrast *v.t.* làm tương phản
contrast *n.* sự tương phản
contribute *v.t.* đóng góp
contribution *n.* sự đóng góp
control *n.* sự kiểm soát
control *v.t.* kiểm soát
controller *n.* người kiểm soát
controversy *n.* sự tranh luận
contuse *v.t.* làm giập
conundrum *n.* câu đố
convene *v.t.* triệu tập
convener *n.* người triệp tập
convenience *n.* sự thuận tiện
convenient *a.* thuận tiện
convent *n.* nữ tu viện
convention *n.* hội nghị
conversant *a.* thông thạo
conversant *adj.* thông thạo
conversation *n.* cuộc nói chuyện
converse *v.t.* nói chuyện
conversion *n.* sự biến đổi
convert *v.t.* biến đổi
convert *n.* người cải đạo
convey *v.t.* chuyên chở
conveyance *n.* sự chuyên trở
convict *v.t.* kết án
convict *n.* người tù
conviction *n.* sự kết án

convince *v.t.* thuyết phục
convivial *adj.* yến tiệc
convocation *n.* sự triệu tập
convoke *v.t.* triệu tập
convolve *v.t.* quấn lại
coo *n.* tiếng gù của bồ câu
coo *v.i.* nói thì thầm
cook *v.t.* nấu ăn
cook *n.* đầu bếp
cooker *n.* bếp
cool *a.* mát mẻ
cool *v.i.* làm mát
cooler *n.* thùng làm lạnh
coolie *n.* phu
co-operate *v.i.* hợp tác
co-operation *n.* sự hợp tác
co-operative *a.* sẵn sàng cộng tác
co-ordinate *a.* ngang hàng
co-ordinate *v.t.* phối hợp
co-ordination *n.* sự phối hợp
coot *n.* chim sâm cầm
co-partner *n.* người chung cổ phần
cope *v.i.* đối phó
coper *n.* anh lái ngựa
copper *n.* đồng
coppice *n.* rừng cây bụi
coprology *n.* sự sáng tác những đề tài tục tĩu
copulate *v.i.* giao hợp
copy *n.* bản sao
copy *v.t.* sao lại
coral *n.* san hô
cord *n.* dây thừng nhỏ
cordial *a.* thân mật
corbel *n.* tay đỡ
cordate *adj.* hình tim
core *n.* lõi
coriander *n.* cây rau mùi
Corinth *n.* thành Corin
cork *n.* nút bần

cormorant *n.* người tham lam
corn *n.* ngũ cốc
cornea *n.* giác mạc
corner *n.* góc
cornet *n.* kèn cócnê
cornicle *n.* tuyến tiết sáp (rệp cây)
coronation *n.* lễ đăng quang
coronet *n.* mũ miện nhỏ
corporal *a.* thân thể
corporate *adj.* liên hiệp công ty
corporation *n.* tập đoàn
corps *n.* quân đoàn
corpse *n.* tử thi
correct *a.* đúng
correct *v.t.* sửa
correction *n.* sự sửa chữa
correlate *v.t.* tương quan với nhau
correlation *n.* sự tương quan
correspond *v.i.* phù hợp
correspondence *n.* sự phù hợp
correspondent *n.* thông tín viên
corridor *n.* hành lang
corroborate *v.t.* chứng thực
corrosive *adj.* gặm mòn
corrupt *v.t.* hối lộ
corrupt *a.* ăn hối lộ
corruption *n.* sự tham nhũng
cosier *n.* gậy phép (của giám mục)
cosmetic *a.* dùng như là mỹ phẩm
cosmetic *n.* mỹ phẩm
cosmic *adj.* vũ trụ
cost *v.t.* trị giá
cost *n.* giá
costal *adj.* sườn
cote *n.* chuồng gia súc
costly *a.* đắt tiền

costume *n.* trang phục
cosy *a.* ấm cúng
cot *n.* cũi trẻ em
cottage *n.* nhà tranh
cotton *n.* bông
couch *n.* ghế trường kỷ
cough *n.* chứng ho
cough *v.i.* ho
council *n.* hội đồng
councillor *n.* hội viên hội đồng
counsel *n.* sự bàn bạc
counsel *v.t.* khuyên răn
counsellor *n.* cố vấn
count *n.* sự đếm
count *v.t.* đếm
countenance *n.* sự tán thành
counter *n.* quầy hàng
counter *v.t.* phản đối
counteract *v.t.* chống lại
countercharge *n.* sự buộc tội chống lại
counterfeit *a.* giả
counterfeiter *n.* kẻ làm giả
countermand *v.t.* hủy bỏ
counterpart *n.* bên đối tác
countersign *v.t.* phê chuẩn
countess *n.* nữ bá tước
countless *a.* vô số
country *n.* đất nước
county *n.* tỉnh
coup *n.* hành động phi thường
couple *n.* cặp đôi
couple *v.t.* kết hợp
couplet *n.* cặp câu
coupon *n.* vé
courage *n.* sự can đảm
courageous *a.* can đảm
courier *n.* người đưa thư
course *n.* khóa học
court *n.* tòa án
court *v.t.* tán tỉnh
courteous *a.* lịch sự

courtesan *n.* gái điếm hạng sang
courtesy *n.* sự lịch sự
courtier *n.* cận thần
courtship *n.* sự ve vãn
courtyard *n.* sân nhỏ
cousin *n.* anh họ
covenant *n.* hiệp ước
cover *v.t.* che phủ
cover *n.* vỏ bọc
coverlet *n.* khăn phủ giường
covet *v.t.* thèm thuồng
cow *n.* bò cái
cow *v.t.* dọa nạt
coward *n.* người nhát gan
cowardice *n.* tính nhát gan
cower *v.i.* nằm co ro
cozy ấm cúng
crab *n.* con cua
crack *n.* tiếng kêu răng rắc
crack *v.i.* nứt
cracker *n.* tiếng đổ vỡ
crackle *v.t.* tiếng kêu răng rắc
cradle *n.* cái nôi
craft *n.* nghề thủ công
craftsman *n.* thợ thủ công
crafty *a.* xảo quyệt
cram *v.t.* nhồi
crambo *n.* trò chơi họa vần
crane *n.* con sếu
crankle *v.t.* chỗ khúc khuỷu
crash *v.i.* đâm sầm vào
crash *n.* sự đâm sầm vào
crass *adj.* đặc
crate *n.* thùng thưa
crave *v.t.* cầu khẩn
craw *n.* diều của chim hoặc gà
crawl *v.t.* luồn cúi
crawl *n.* sự bò
craze *n.* sự ham mê
crazy *a.* quá say mê
creak *v.i.* kêu cọt kẹt

creak *n.* tiếng cọt kẹt
cream *n.* kem
crease *n.* nếp gấp
create *v.t.* sáng tạo
creation *n.* sự sáng tạo
creative *adj.* óc sáng tạo
creator *n.* người sáng tạo
creature *n.* sinh vật
credible *a.* đáng tin
credit *n.* lòng tin
creditable *a.* đáng ca ngợi
creditor *n.* người cho vay
credulity *adj.* nhẹ dạ
creed *n.* tín ngưỡng
creed *n.* tín điều
creek *n.* vùng
creep *v.i.* trườn
creeper *n.* loài vật bò
cremate *v.t.* hỏa thiêu
cremation *n.* sự hỏa thiêu
crest *n.* mào (gà)
crevet *n.* con tôm
crew *n.* đội
crib *n.* lều
cricket *n.* con dế
crime *n.* tội ác
crimp *n.* sự dụ dỗ đi làm lính
crimple *v.t.* làm nhăn
criminal *n.* tội phạm
criminal *a.* liên quan đến tội phạm
crimson *n.* màu đỏ thẫm
cringe *v.i.* khúm núm
cripple *n.* người tàn tật
crisis *n.* sự khủng hoảng
crisp *a.* giòn
criterion *n.* tiêu chuẩn
critic *n.* nhà phê bình
critical *a.* chỉ trích
criticism *n.* sự phê bình
criticize *v.t.* phê bình
croak *n.* tiếng kêu ộp ộp

crockery *n.* bát đĩa bằng sành
crocodile *n.* cá sấu
croesus *n.* nhà triệu phú
crook *a.* cong
crop *n.* vụ mùa
cross *v.t.* đi ngang qua
cross *n.* dấu chữ thập
cross *a.* chéo nhau
crossing *n.* sự cắt nhau
crotchet *n.* cái móc
crouch *v.i.* cúi mình
crow *n.* con quạ
crow *v.i.* nói bi bô (trẻ con)
crowd *n.* đám đông
crown *n.* mũ miện
crown *v.t.* ban thưởng
crucial *adj.* quyết định
crude *a.* thô lỗ
cruel *a.* độc ác
cruelty *n.* một cách độc ác
cruise *v.i.* đi chơi biển
cruiser *n.* tàu tuần dương
crumb *n.* mảnh vụn rất nhỏ
crumble *v.t.* bẻ vụn
crump *adj.* có thể nổ được
crusade *n.* chiến dịch
crush *v.t.* nghiền
crust *n.* vỏ bánh
crutch *n.* cái nạng
cry *n.* tiếng khóc
cry *v.i.* khóc
cryptography *n.* cách viết mật mã
crystal *n.* pha lê
cub *n.* con thú con
cube *n.* hình lập phương
cubical *a.* hình lập phương
cubiform *adj.* hình lập phương
cuckold *n.* người bị cắm sừng
cuckoo *n.* chim cu cu
cucumber *n.* dưa chuột
cudgel *n.* dùi cui

cue *n.* ám hiệu
cuff *n.* cú bạt tai
cuff *v.t.* bạt tai
cuisine *n.* cách nấu nướng
cullet *n.* thủy tinh vụn
culminate *v.i.* lên đến cực điểm
culpable *a.* đáng khiển trách
culprit *n.* thủ phạm
cult *n.* việc thờ cúng
cultivate *v.t.* trồng trọt
cultrate *adj.* sắc nhọn
cultural *a.* văn hóa
culture *n.* văn hóa
culvert *n.* cống
cunning *a.* xảo quyệt
cunning *n.* sự xảo quyệt
cup *n.* chén
cupboard *n.* tủ đựng bát đĩa
Cupid *n.* thần ái tình
cupidity *n.* tính tham lam
curable *a.* có thể chữa được
curative *a.* chữa bệnh
curb *n.* sự kiềm chế
curb *v.t.* kiềm chế
curcuma *n.* cây nghệ
curd *n.* sữa đông (dùng làm pho mát)
cure *n.* sự điều trị
cure *v.t.* chữa bệnh
curfew *n.* lệnh giới nghiêm
curiosity *n.* sự tò mò
curious *a.* tò mò
curl *n.* sự uốn quăn
currant *n.* quả lý chua
currency *n.* sự lưu hành
current *n.* dòng (nước)
current *a.* đang lưu hành
curriculum *n.* chương trình giảng dạy
curse *n.* sự nguyền rủa
curse *v.t.* nguyền rủa
cursory *a.* vội

curt *a.* cộc lốc
curtail *v.t.* cắt
curtain *n.* rèm cửa
curve *n.* đường cong
curve *v.t.* bẻ cong
cushion *n.* cái đệm
cushion *v.t.* lót nệm
custard *n.* món sữa trứng
custodian *n.* người chăm sóc
custody *v* sự chăm sóc
custom *n.* phong tục
customary *a.* theo phong tục
customer *n.* khách hàng
cut *v.t.* cắt
cut *n.* sự cắt
cutis *n.* lớp da trong
cuvette *n.* chậu thủy tinh
cycle *n.* chu kỳ
cyclic *a.* theo chu kỳ
cyclist *n.* người đi xe đạp
cyclone *n.* lốc
cyclostyle *n.* máy in rônêô
cyclostyle *v.t.* in rônêô
cylinder *n.* hình trụ
cynic *n.* người hay chỉ trích
cypher *n.* số không
cypress cây bách

dabble *v.i.* nhúng
dacoit *n.* thổ phỉ
dacoity *n.* sự cướp bóc
dad, daddy *n.* bố
daffodil *n.* cây thủy tiên
daft *adj.* ngớ ngẩn
dagger *n.* dao găm
daily *a.* hằng ngày
daily *adv.* ngày ngày
daily *n.* nhật báo
dainty *a.* ngon

dainty *n.* sự ngon miệng
dairy *n.* cửa hàng bơ sữa
dais *n.* bệ
daisy *n.* cây cúc
dale *n.* thung lũng
dam *n.* cái đập
damage *n.* sự thiệt hại
damage *v.t.* gây thiệt hại
dame *n.* phu nhân
damn *v.t.* lời nguyền rủa
damnation *n.* sự chê trách
damp *a.* ẩm ướt
damp *n.* sự ẩm ướt
damp *v.t.* làm ẩm ướt
damsel *n.* thiếu nữ
dance *n.* sự nhảy múa
dance *v.t.* nhảy múa
dandelion *n.* cây bồ công anh
dandle *v.t.* tung nhẹ
dandruff *n.* gàu
dandy *n.* cái cáng
danger *n.* sự nguy hiểm
dangerous *a.* nguy hiểm
dangle *v.t.* đu đưa
dank *adj.* ảm ướt
dap *v.i.* sự nảy lên
dare *v.i.* dám
daring *n.* sự cả gan
daring *a.* bạo gan
dark *a.* tối
dark *n.* bóng tối
darkle *v.i.* tối sầm lại
darling *n.* người thân yêu
darling *a.* thân yêu
dart *n.* mũi tên
dash *v.i.* lao tới
dash *n.* sự va chạm
date *n.* ngày
date *v.t.* hẹn hò
daub *n.* lớp vữa
daub *v.t.* trát lên
daughter *n.* con gái

daunt *v.t.* đe dọa
dauntless *a.* gan dạ
dawdle *v.i.* lêu lổng
dawn *n.* bình minh
dawn *v.i.* lộ ra
day *n.* ngày
daze *n.* sự sửng sốt
daze *v.t.* làm sửng sốt
dazzle *n.* sự lóa mắt
dazzle *v.t.* làm lóa mắt
deacon *n.* người trợ tế
dead *a.* chết
deadlock *n.* sự đình trệ
deadly *a.* làm chết người
deaf *a.* điếc
deal *n.* điếc
deal *v.i.* chia bài
dealer *n.* người buôn bán
dealing *n.* sự chia
dean *n.* chủ nhiệm khoa
dear *a.* thân mến
dearth *n.* sự khan hiếm
death *n.* sự chết
debar *v.t.* bốc dỡ hàng hóa
debase *v.t.* hạ thấp
debate *n.* cuộc tranh luận
debate *v.t.* tranh luận
debauch *v.t.* trác táng
debauch *n.* sự trác táng
debauchee *n.* người trác táng
debauchery *n.* sự trác táng
debility *n.* sự yếu ớt
debit *n.* sự ghi nợ
debit *v.t.* ghi nợ
debris *n.* mảnh vỡ
debt *n.* số tiền vay nợ
debtor *n.* người vay nợ
decade *n.* thập kỷ
decadent *a.* suy đồi
decamp *v.i.* bỏ trốn
decay *n.* tình trạng suy tàn
decay *v.i.* suy tàn

decease *n.* sự qua đời
decease *v.i.* chết
deceit *n.* sự lừa dối
deceive *v.t.* lừa dối
december *n.* tháng Mười hai
decency *n.* sự đứng đắn
decennary *n.* thập niên
decent *a.* hợp với khuôn phép
deception *n.* sự dối trá
decide *v.t.* phân xử
decillion *n.* mười lũy thừa sáu mươi
decimal *a.* thập phân
decimate *v.t.* làm mất đi một phần mười
decision *n.* sự quyết định
decisive *a.* quyết đoán
deck *n.* bong tàu
deck *v.t.* trang hoàng
declaration *n.* sự tuyên bố
declare *v.t.* tuyên bố
decline *n.* sự suy tàn
decline *v.t.* dốc đi
declivous *adj.* dốc xuống
decompose *v.t.* phân ly
decomposition *n.* sự phân ly
decontrol *v.t.* bãi bỏ
decorate *v.t.* trang hoàng
decoration *n.* sự trang hoàng
decorum *n.* sự đoan trang
decrease *v.t.* giảm đi
decrease *n.* sự giảm đi
decree *n.* sắc lệnh
decree *v.i.* ra lệnh
decrement *n.* sự giảm bớt
dedicate *v.t.* cống hiến
dedication *n.* sự cống hiến
deduct *v.t.* khấu trừ
deed *n.* hành động
deem *v.i.* tưởng rằng
deep *a.* sâu
deer *n.* hươu nai

defamation *n.* lời nói xấu
defame *v.t.* nói xấu
default *n.* sự vỡ nợ
defeat *n.* sự thất bại
defeat *v.t.* làm thất bại
defect *n.* khuyết điểm
defence *n.* sự phòng thủ
defend *v.t.* bảo vệ
defendant *n.* bị đơn
defensive *adv.* chống chế
deference *n.* sự chiều theo
defiance *n.* sự công khai
deficit *n.* số tiền thiếu hụt
deficient *adj.* thiếu hụt
defile *n.* hẻm núi
define *v.t.* định nghĩa
definite *a.* rõ ràng
definition *n.* sự định nghĩa
deflation *n.* sự tháo hơi
deflect *v.t.&i.* làm trệch hướng
deft *adj.* khéo tay
degrade *v.t.* giáng chức
degree *n.* trình độ
dehort *v.i.* khuyên can
deist *n.* nhà thần luận
deity *n.* vị thần
deject *v.t.* làm buồn nản
dejection *n.* sự buồn nản
delay *v.t.&i.* trì hoãn
delibate *v.t.* cân nhắc
deligate1 *n.* người quấn băng
delegate *v.t.* cử làm đại biểu
delegation *n.* đoàn đại biểu
delete *v.t.* xóa bỏ
deliberate *v.i.* cân nhắc
deliberate *a.* thận trọng
deliberation *n.* sự thận trọng
delicate *a.* thanh tú
delicious *a.* ngon
delight *n.* sự vui thích
delight *v.t.* làm vui thích
deliver *v.t.* phân phát

delivery *n.* sự phân phát
delta *n.* vùng châu thổ
delude *n.t.* lừa dối
delusion *n.* sự đánh lừa
demand *n.* nhu cầu
demand *v.t.* đòi hỏi
demarcation *n.* sự phân ranh giới
dement *v.t.* làm phát điên
demerit *n.* sự lầm lỗi
democracy *n.* nền dân chủ
democratic *a.* dân chủ
demolish *v.t.* đánh đổ
demon *n.* yêu ma
demonetize *v.t.* hủy bỏ (1 loại tiền tệ)
demonstrate *v.t.* chứng minh
demonstration *n.* sự chứng minh
demoralize *v.t.* phá hoại đạo đức
demur *n.* nghiêm trang
demur *v.t.* làm ra vẻ kín đáo
demurrage *n.* sự giữ tàu quá hạn
den *n.* hang thú dữ
dengue *n.* sốt xuất huyết
denial *n.* người từ chối
denote *v.i.* biểu hiện
denounce *v.t.* tố cáo
dense *a.* rậm rạp
density *n.* hình rập nổi
dentist *n.* nha sĩ
denude *v.t.* lột trần
denunciation *n.* sự tố cáo
deny *v.t.* từ chối
depart *v.i.* khởi hành
department *n.* phòng ban
departure *n.* sự khởi hành
depauperate *v.t.* làm nghèo đi
depend *v.i.* phụ thuộc
dependant *n.* người phụ thuộc

dependence *n.* sự phụ thuộc
dependent *a.* tính chất phụ thuộc
depict *v.t.* mô tả
deplorable *a.* đáng trách
deploy *v.t.* dàn quân
deponent *n.* sự giảm dân số
deport *v.t.* trục xuất
depose *v.t.* truất phế
deposit *n.* khoản tiền gửi ngân hàng
deposit *v.t.* ký gửi
depot *n.* sự lam suy đồi
depreciate *v.t.i.* sụt giá
depredate *v.t.* cướp bóc
depress *v.t.* làm dịu
depression *n.* sự làm dịu
deprive *v.t.* cách chức
depth *n.* độ sâu
deputation *n.* sự ủy nhiệm
depute *v.t.* ủy nhiệm
deputy *n.* người được ủy nhiệm
derail *v.t.* làm trật bánh
derive *v.t.* nhận được từ
descend *v.i.* đi xuống
descendant *n.* hậu duệ
descent *n.* sự đi xuống
describe *v.t.* miêu tả
description *n.* sự miêu tả
descriptive *a.* miêu tả
desert *v.t.* rời bỏ
desert *n.* hoang đảo
deserve *v.t.* xứng đáng
design *v.t.* thiết kế
design *n.* bản thiết kế
desirable *a.* thèm muốn
desire *n.* sự khao khát
desire *v.t.* khao khát
desirous *a.* thèm muốn
desk *n.* cái bàn
despair *n.* sự thất vọng
despair *v.i.* thất vọng

desperate *a.* liều mạng
despicable *a.* ti tiện
despise *v.t.* khinh thường
despot *n.* chuyên chế
destination *n.* điểm đến
destiny *n.* số phận
destroy *v.t.* phá hủy
destruction *n.* sự phá hủy
detach *v.t.* tháo gỡ
detachment *n.* sự tháo gỡ
detail *n.* chi tiết
detail *v.t.* tỉ mỉ
detain *v.t.* ngăn cản
detect *v.t.* tìm ra
detective *a.* để tìm ra
detective *n.* tinh thám
determination *n.* sự dò tìm
determine *v.t.* xác định
dethrone *v.t.* truất phế
develop *v.t.* phát triển
development *n.* sự phát triển
deviate *v.i.* trệch hướng
deviation *n.* sự trệch hướng
device *n.* phương sách
devil *n.* ma quỷ
devise *v.t.* sự để lại
devoid *a.* trống rỗng
devote *v.t.* cống hiến
devotee *n.* người sùng đạo
devotion *n.* sự hiến dâng
devour *v.t.* tàn phá
dew *n.* quả mâm xôi
diabetes *n.* bệnh nhân tiểu đường
diagnose *v.t.* chẩn đoán
diagnosis *n.* sự chẩn đoán
diagram *n.* biểu đồ
dial *n.* mặt của đồng hồ
dialect *n.* hình thái ngôn ngữ
dialogue *n.* cuộc đối thoại
diameter *n.* đường kính
diamond *n.* kim cương

diarrhoea *n.* bệnh tiêu chảy
diary *n.* nhật ký
dice *n.* hình khối
dice *v.i.* thái
dictate *v.t.* ra lệnh
dictation *n.* lệnh
dictator *n.* kẻ độc tài
diction *n.* cách phát âm
dictionary *n.* từ điển
dictum *n.* châm ngôn
didactic *a.* giáo huấn
die *v.i.* chết
die *n.* chân cột
diet *n.* sự ăn kiêng
differ *v.i.* khác
difference *n.* sự khác biệt
different *a.* khác biệt
difficult *a.* khó
difficulty *n.* sự khó khăn
dig *n.* sự đào
dig *v.t.* đào
digest *v.t.* phân loại có hệ thống
digest *n.* tài liệu liệt kê
digestion *n.* sự tiêu hóa
digit *n.* ngón
dignify *v.t.* làm cho đáng giá
dignity *n.* chân giá trị
dilemma *n.* song đề
diligence *n.* sự siêng năng
diligent *a.* siêng năng
dilute *v.t.* pha loãng
dilute *a.* loãng
dim *a.* lờ mờ
dim *v.t.* làm cho lờ mờ
dimension *n.* kích thước
diminish *v.t.* bớt giảm
din *n.* tiếng ầm ĩ
dine *v.t.* ăn tối
dinner *n.* bữa tối
dip *n.* sự nhúng
dip *v.t.* nhúng
diploma *n.* văn bằng

diplomacy *n.* thuật ngoại giao
diplomat *n.* nhà ngoại giao
diplomatic *a.* thuộc ngoại giao
dire *a.* thảm khốc
direct *a.* trực tiếp
direct *v.t.* hướng vào
direction *n.* hướng
director *n.* giám đốc
directory *n.* ban giám đốc
dirt *n.* sự bẩn
dirty *a.* bẩn
disability *n.* sự bất tài
disable *v.t.* làm cho bất lực
disabled *a.* tàn tật
disadvantage *n.* bất lợi
disagree *v.i.* không đồng ý
disagreeable *a.* không vừa ý
disagreement *n.* sư không đồng ý
disappear *v.i.* biến mất
disappearance *n.* sự biến mất
disappoint *v.t.* làm cho thất vọng
disapproval *n.* sự không tán thành
disapprove *v.t.* không tán thành
disarm *v.t.* tước vũ khí
disarmament *n.* sự giải trừ
disaster *n.* thảm họa
disastrous *a.* thảm khốc
disc *n.* đĩa dẹt
discard *v.t.* dập bài
discharge *v.t.* bốc dỡ hàng
discharge *n.* sự bốc dỡ hàng
disciple *n.* học trò
discipline *n.* kỷ luật
disclose *v.t.* vạch trần
discomfort *n.* sự thiếu tiện nghi
disconnect *v.t.* không kết nối
discontent *n.* sự bất mãn

discontinue *v.t.* gián đoạn
discord *n.* sự bất hòa
discount *n.* hoa hồng
discourage *v.t.* làm nản lòng
discourse *n.* bài thuyết trình
discourteous *a.* khiếm nhã
discover *v.t.* khám phá
discovery *n.* sự khám phá
discretion *n.* sự tự do làm theo ý mình
discriminate *v.t.* phân biệt
discrimination *n.* sự phân biệt
discuss *v.t.* thảo luận
disdain *n.* sự khinh bỉ
disdain *v.t.* coi khinh
disease *n.* bệnh tật
disguise *n.* sự cải trang
disguise *v.t.* cải trang
dish *n.* đĩa đựng thức ăn
dishearten *v.t.* làm nhụt chí
dishonest *a.* không lương thiện
dishonesty *n.* tính không lương thiện
dishonour *v.t.* làm mất danh dự
dishonour *n.* sự mất danh dự
dislike *v.t.* không ưa thích
dislike *n.* sự không ưa thích
disloyal *a.* không trung thành
dismiss *v.t.* sa thải
dismissal *n.* sự sa thải
disobey *v.t.* không vâng lời
disorder *n.* sự không vâng lời
disparity *n.* sự chênh lệch
dispensary *n.* trạm phát thuốc
disperse *v.t.* phân tán
displace *v.t.* chuyển chỗ
display *v.t.* trưng bày
display *n.* sự trưng bày
displease *v.t.* làm phật lòng
displeasure *n.* sự làm phật lòng
disposal *n.* sự vứt bỏ

dispose *v.t.* vứt bỏ
disprove *v.t.* bác bỏ
dispute *n.* sự bàn cãi
dispute *v.i.* bàn cãi
disqualification *n.* sự truất quyền
disqualify *v.t.* truất quyền
disquiet *n.* sự không an tâm
disregard *n.* sự không đếm xỉa đến
disregard *v.t.* không đếm xỉa đến
disrepute *n.* sự mang tai tiếng
disrespect *n.* sự vô lễ
disrupt *v.t.* đập gẫy
dissatisfaction *n.* sự không bằng lòng
dissatisfy *v.t.* không bằng lòng
dissect *v.t.* cắt ra từng mảnh
dissection *n.* sự mổ xẻ
dissimilar *a.* khác
dissolve *v.t.* tan ra
dissuade *v.t.* khuyên can
distance *n.* khoảng cách
distant *a.* xa trong không gian và thời gian
distil *v.t.* để chảy nhỏ giọt
distillery *n.* nhà máy chưng cất
distinct *a.* riêng biệt
distinction *n.* sự khác biệt
distinguish *v.i.* phân biệt
distort *v.t.* bóp méo
distress *n.* nỗi đau buồn
distress *v.t.* làm đau buồn
distribute *v.t.* phân phát
distribution *n.* sự phân phát
district *n.* quận
distrust *n.* sự không tin
distrust *v.t.* không tin
disturb *v.t.* làm mất yên tĩnh
ditch *n.* hào mương
ditto *n.* cái như trên

dive *v.i.* lặn
dive *n.* sự lặn
diverse *a.* thay đổi khác nhau
divert *v.t.* làm trệch hướng
divide *v.t.* chia ra
divine *a.* tuyệt diệu
divinity *n.* thần thánh
division *n.* sự chia
divorce *n.* sự ly dị
divorce *v.t.* ly dị
divulge *v.t.* để lộ ra
do *v.t.* làm
docile *a.* dễ bảo
dock *n.* khấu đuôi
doctor *n.* bác sĩ
doctorate *n.* học vị tiến sĩ
doctrine *n.* học thuyết
document *n.* tài liệu
dodge *n.* động tác chạy lắt léo
dodge *v.t.* chạy lắt léo
doe *n.* hươu cái
dog *n.* con chó
dog *v.t.* theo gót
dogma *n.* giáo điều
dogmatic *a.* giáo điều
doll *n.* búp bê
dollar *n.* tiền đô la
domain *n.* lãnh địa
dome *n.* mái vòm
domestic *a.* trong gia đình
domestic *n.* người hầu
domicile *n.* nơi ở
dominant *a.* trội hơn
dominate *v.t.* chiếm ưu thế hơn
domination *n.* sự thống trị
dominion *n.* quyền chi phối
donate *v.t.* tặng
donation *n.* vật tặng
donkey *n.* con lừa
donor *n.* người tặng
doom *n.* số phận bất hạnh
doom *v.t.* kết tội

door *n.* cái cửa
dose *n.* liều
dot *n.* của hồi môn
dot *v.t.* đánh dấu chấm
double *a.* gấp đôi
double *v.t.* gấp đôi lên
double *n.* lượng gấp đôi
doubt *v.i.* nghi ngờ
doubt *n.* sự nghi ngờ
dough *n.* bột nhào
dove *n.* chim bồ câu
down *adv.* xuống
down *prep.* xuống
down *v.t.* đặt xuống
downfall *n.* sự trút xuống
downpour *n.* trận mưa như trút nước
downright *adv.* thẳng thắn
downright *a.* thẳng thắn
downward *a.* hướng xuống
downward *adv.* hướng xuống
downwards *adv.* xuôi dòng thời gian
dowry *n.* của hồi môn
doze *n.* giấc ngủ ngắn
doze *v.i.* ngủ gà gật
dozen *n.* một tá
draft *v.t.* phác thảo
draft *n.* nháp
draftsman *a.* người phác thảo
drag *n.* cái bừa
drag *v.t.* lôi kéo
dragon *n.* con rồng
drain *n.* cống mương
drain *v.t.* tháo nước
drainage *n.* sự tháo nước
dram *n.* hớp rượu nhỏ
drama *n.* kịch
dramatic *a.* mang tính kịch
dramatist *n.* nhà soạn kịch
draper *n.* người bán vải
drastic *a.* quyết liệt

draught *n.* sự kéo
draw *v.t.* kéo
draw *n.* sự kéo
drawback *n.* điều trở ngại
drawer *n.* người kéo
drawing *n.* sự kéo
drawing-room *n.* phòng khách
dread *n.* sự kinh sợ
dread *v.t.* kinh sợ
dread *a.* kinh sợ
dream *n.* giấc mơ
dream *v.i.* mơ ước
drench *v.t.* cho uống no nê
dress *n.* y phục phụ nữ
dress *v.t.* mặc
dressing *n.* sự ăn mặc
drill *n.* máy khoan
drill *v.t.* khoan
drink *n.* đồ uống
drink *v.t.* uống
drip *n.* sự chảy nhỏ giọt
drip *v.i.* chảy nhỏ giọt
drive *v.t.* lái xe
drive *n.* cuộc đi chơi bằng xe
driver *n.* người lái xe
drizzle *n.* mưa phùn
drizzle *v.i.* mưa phùn
drop *n.* giọt
drop *v.i.* nhỏ giọt
drought *n.* sự hạn hán
drown *v.i.* chết đuối
drug *n.* thuốc
druggist *n.* dược sĩ
drum *n.* cái trống
drum *v.i.* đánh trống
drunkard *n.* người say rượu
dry *a.* khô
dry *v.i.* làm khô
dual *a.* kép
duck *n.* con vịt
duck *v.i.* cúi xuống
due *a.* thích đáng

due *n.* quyền được hưởng
due *adv.* đúng
duel *n.* cuộc tranh chấp tay đôi
duel *v.i.* tranh chấp tay đôi
duke *n.* công tước
dull *a.* ngu đần
dull *v.t.* làm đần độn
duly *adv.* ngu đần
dumb *a.* câm
dunce *n.* người tối dạ
dung *n.* phân bón
duplicate *a.* giống hệt
duplicate *n.* bản sao
duplicate *v.t.* sao lại
duplicity *n.* sự ăn ở hai lòng
durable *a.* lâu bền
duration *n.* khoảng thời gian
during *prep.* trong lúc
dusk *n.* bóng tối
dust *n.* bụi
dust *v.t.* quét bụi
duster *n.* máy hút bụi
dutiful *a.* biết vâng lời
duty *n.* bổn phận
dwarf *n.* người lùn
dwell *v.i.* ngụ tại
dwelling *n.* sự cư ngụ
dwindle *v.t.* thu nhỏ lại
dye *v.t.* nhuộm
dye *n.* thuốc nhuộm
dynamic *a.* năng động
dynamics *n.* động lực học
dynamite *n.* đinamit
dynamo *n.* máy phát điện
dynasty *n.* triều đại
dysentery *n.* bệnh lỵ

each *a.* mỗi
each *pron.* mỗi thành viên

eager *a.* hăm hở
eagle *n.* chim đại bàng
ear *n.* tai
early *adv.* sớm
early *a.* sớm
earn *v.t.* kiếm tiền
earnest *a.* đứng đắn
earth *n.* trái đất
earthen *a.* bằng đất nung
earthly *a.* thuộc quả đất
earthquake *n.* về phía trái đất
ease *n.* sự thanh thản
ease *v.t.* làm dịu
east *n.* hướng đông
east *adv.* về hướng đông
east *a.* về hướng đông
easter *n.* lễ phục sinh
eastern *a.* ở hướng đông
easy *a.* dễ chịu
eat *v.t.* ăn
eatable *n.* thứ ăn được
eatable *a.* có thể ăn được
ebb *n.* tình trạng đi xuống
ebb *v.i.* đi xuống
ebony *n.* gỗ mun
echo *n.* tiếng vang
echo *v.t.* vang lại
eclipse *n.* sự che khuất
economic *a.* thuộc về kinh tế
economical *a.* thận trọng trong tiêu tiền
economics *n.* kinh tế học
economy *n.* sự tiết kiệm
edge *n.* cạnh sắc
edible *a.* ăn được
edifice *n.* dinh thự
edit *v.t.* biên tập
edition *n.* số bản in
editor *n.* người biên tập
editorial *a.* thuộc biên tập
editorial *n.* bài xã luận
educate *v.t.* đào tạo

education *n.* sự đào tạo
efface *v.t.* xóa bỏ
effect *n.* sự ảnh hưởng
effect *v.t.* gây ảnh hưởng
effective *a.* có hiệu quả
effeminate *a.* xử sự như đàn bà
efficacy *n.* có hiệu lực
efficiency *n.* năng suất
efficient *a.* có hiệu quả
effigy *n.* hình nổi
effort *n.* nỗ lực
egg *n.* quả trứng
ego *n.* lòng tự trọng
egotism *n.* tính tự cao
eight *n.* tám
eighteen *a.* mười tám
eighty *n.* tám mươi
either *a.* một trong hai cái
either *adv.* một trong hai
eject *v.t.* tống ra
elaborate *v.t.* làm tỉ mỉ
elaborate *a.* phức tạp
elapse *v.t.* trôi qua
elastic *a.* co giãn
elbow *n.* khủyu tau
elder *a.* nhiều tuổi hơn
elder *n.* người nhiều tuổi hơn
elderly *a.* cao tuổi
elect *v.t.* đắc cử
election *n.* sự chọn lựa
electorate *n.* khu bầu cử
electric *a.* tạo ra điện
electricity *n.* điện lực
electrify *v.t.* nhiễm điện
elegance *n.* tính thanh lịch
elegant *adj.* thanh lịch
elegy *n.* khúc bi thương
element *n.* yếu tố
elementary *a.* cơ bản
elephant *n.* con voi
elevate *v.t.* đánh giá
elevation *n.* sự đánh giá

eleven *n.* mười một	**emphasize** *v.t.* nhấn mạnh
elf *n.* yêu tinh	**emphatic** *a.* nhấn mạnh
eligible *a.* đủ tư cách	**empire** *n.* đế quốc
eliminate *v.t.* loại trừ	**employ** *v.t.* giao việc cho ai
elimination *n.* sự loại trừ	**employee** *n.* người làm công
elope *v.i.* chạy trốn người yêu	**employer** *n.* chủ
eloquence *n.* tài hùng biện	**employment** *n.* công việc
eloquent *a.* có khả năng hùng biện	**empower** *v.t.* trao quyền
	empress *n.* nữ hoàng
else *a.* thêm hoặc ngoài	**empty** *a.* rỗng
else *adv.* thêm hoặc ngoài	**empty** *v* đổ hết ra
elucidate *v.t.* làm sáng tỏ	**emulate** *v.t.* tranh đua
elude *v.t.* tránh né	**enable** *v.t.* làm cho có thể
elusion *n.* lối tránh	**enact** *v.t.* ban hành
elusive *a.* hay lảng tránh	**enamel** *n.* lớp men
emancipation *n.* sự giải phóng	**enamour** *v.t.* làm cho phải lòng
embalm *v.t.* ướp xác	**encase** *v.t.* cho vào thùng
embankment *n.* sự ướp xác	**enchant** *v.t.* bỏ bùa mê
embark *v.t.* cho lên tàu	**encircle** *v.t.* vây quanh
embarrass *v.t.* làm lúng túng	**enclose** *v.t.* gửi kèm theo
embassy *n.* đại sứ quán	**enclosure** *n.* sự rào lại (đất đai)
embitter *v.t.* làm đắng	**encompass** *v.t.* vây quanh
emblem *n.* vật biểu tượng	**encounter** *n.* sự chạm trán
embodiment *n.* vật hiện thân	**encounter** *v.t.* gặp thình lình
embody *v.t.* hiện thân của	**encourage** *v.t.* khuyến khích
embolden *v.t.* khích lệ	**encroach** *v.i.* xâm lấn
embrace *v.t.* ô chặt	**encumber** *v.t.* làm lúng túng
embrace *n.* sự ôm	**encyclopaedia** *n.* bộ sách giáo khoa
embroidery *n.* việc thêu	
embryo *n.* phôi	**end** *v.t.* kết thúc
emerald *n.* ngọc lục bảo	**end** *n.* giới hạn
emerge *v.i.* nổi lên	**endanger** *v.t.* gây nguy hiểm
emergency *n.* sự khẩn cấp	**endear** *v.t.* làm cho được mến
eminance *n.* mô đất	**endearment** *n.* sự làm cho được mến
eminent *a.* xuất sắc	
emissary *n.* phái viên	**endeavour** *n.* sự cố gắng
emit *v.t.* phát ra	**endeavour** *v.i.* cố gắng
emolument *n.* lương	**endorse** *v.t.* viết đằng sau
emotion *n.* sự cảm động	**endow** *v.t.* cho tiền
emotional *a.* cảm động	**endurable** *a.* có thể chịu đựng được
emperor *n.* hoàng đế	
emphasis *n.* sự nhấn mạnh	**endurance** *n.* sự chịu đựng

endure *v.t.* chịu đựng
enemy *n.* kẻ thù
energetic *a.* mạnh mẽ
energy *n.* năng lượng
enfeeble *v.t.* làm yếu
enforce *v.t.* đem thi hành
enfranchise *v.t.* ban quyền bỏ phiếu
engage *v.t.* thuê nột người
engagement *n.* sự hứa hẹn
engine *n.* động cơ
engineer *n.* kỹ sư
English *n.* Anh
engrave *v.t.* khắc
engross *v.t.* thu hút (sự chú ý)
engulf *v.t.* nhấn chìm
enigma *n.* điều bí ẩn
enjoy *v.t.* thích thú
enjoyment *n.* sự thích thú
enlarge *v.t.* mở rộng
enlighten *v.t.* khai sáng
enlist *v.t.* gia nhập
enliven *v.t.* làm hoạt động
enmity *n.* sự thù hằn
ennoble *v.t.* phong quý tộc
enormous *a.* to lớn
enough *a.* đủ
enough *adv.* đủ
enrage *v.t.* làm giận điên lên
enrapture *v.t.* làm thích thú
enrich *v.t.* làm giàu lên
enrol *v.t.* kết nạp
enshrine *v.t.* cất giữ
enslave *v.t.* bắt làm nô lệ
ensue *v.i.* xảy ra sau đó
ensure *v.t.* bảo đảm
entangle *v.t.* làm vướng vào
enter *v.t.* đi vào
enterprise *n.* doanh nghiệp
entertain *v.t.* tiếp đãi
entertainment *n.* cuộc tiêu khiển

enthrone *v.t.* đưa lên ngôi
enthusiasm *n.* sự hăng hái
enthusiastic *a.* hăng hái
entice *v.t.* dụ dỗ
entire *a.* toàn bộ
entirely *adv.* toàn vẹn
entitle *v.t.* cho đầu đề
entity *n.* thực thể
entomology *n.* côn trùng học
entrails *n.* ruột
entrance *n.* sự đi vào
entrap *v.t.* đánh bẫy
entreat *v.t.* khẩn khoản
entreaty *n.* sự khẩn nài
entrust *v.t.* giao phó
entry *n.* sự đi vào
enumerate *v.t.* liệt kê
envelop *v.t.* bao
envelope *n.* phong bì
enviable *a.* đáng thèm muốn
envious *a.* ghen tị
environment *n.* môi trường
envy *v* thèm muốn
envy *v.t.* đố kỵ
epic *n.* thiên anh hùng ca
epidemic *n.* bệnh dịch
epigram *n.* thơ trào phúng
epilepsy *n.* chứng động kinh
epilogue *n.* phần kết lời
episode *n.* hồi (trong truyện)
epitaph *n.* văn mộ chí
epoch *n.* kỷ nguyên
equal *a.* bằng nhau
equal *v.t.* ngang bằng
equal *n.* người (vật) ngang bằng
equality *n.* trạng thái bằng nhau
equalize *v.t.* làm cân bằng
equate *v.t.* coi như ngang nhau
equation *n.* sự đánh đồng
equator *n.* xích đạo
equilateral *a.* đều nhau
equip *v.t.* trang bị

equipment *n.* trang thiết bị
equitable *a.* công bằng
equivalent *a.* tương đương
equivocal *a.* lập lờ
era *n.* kỷ nguyên
eradicate *v.t.* nhổ rễ
erase *v.t.* xóa bỏ
erect *v.t.* dựng đứng thẳng
erect *a.* đứng thẳng
erection *n.* sự đứng thẳng
erode *v.t.* xói mòn
erosion *n.* sự xói mòn
erotic *a.* tình ái
err *v.i.* sai lầm
errand *n.* việc lặt vặt
erroneous *a.* sai lầm
error *n.* sự sai lầm
erupt *v.i.* phun (núi lửa)
eruption *n.* sự phun trào (núi lửa)
escape *n.* lối thoát
escape *v.i.* trốn thoát
escort *n.* đội hộ tống
escort *v.t.* hộ tống
especial *a.* đặc biệt
essay *n.* bài luận
essay *v.t.* thử làm
essayist *n.* người viết tiểu luận
essence *n.* tính chất
essential *a.* bản chất
establish *v.t.* thành lập
establishment *n.* sự thiết lập
estate *n.* điền trang
esteem *n.* sự kính mến
esteem *v.t.* kính mến
estimate *n.* số lượng ước đoán
estimate *v.t.* ước lượng
estimation *n.* sự đánh giá
etcetera   vân vân
eternal   vĩnh viễn
eternity *n.* tính bất diệt
ether *n.* bầu trời trong sáng

ethical *a.* đạo đức
ethics *n.* đạo đức
etiquette *n.* nghi thức
etymology *n.* từ nguyên
eunuch *n.* hoạn quan
evacuate *v.t.* di tản
evacuation *n.* sự di tản
evade *v.t.* tránh khỏi
evaluate *v.t.* định giá
evaporate *v.i.* làm bay hơi
evasion *n.* sự thoái thác
even *a.* bằng phẳng
even *v.t.* san bằng
even *adv.* thậm chí
evening *n.* buổi tối
event *n.* sự kiện
eventually *adv.* rốt cuộc
ever *adv.* vào bất cứ lúc nào
evergreen *a.* cây xanh trang trí
evergreen *n.* cây thường xanh
everlasting *a.* vĩnh viễn
every *a.* mỗi
evict *v.t.* đuổi
eviction *n.* sự đuổi ra
evidence *n.* bằng chứng
evident *a.* hiển nhiên
evil *n.* điều sai trái
evil *a.* xấu xa
evoke *v.t.* gợi lên
evolution *n.* sự tiến triển
evolve *v.t.* mở ra
ewe *n.* con cừu cái
exact *a.* chính xác
exaggerate *v.t.* phóng đại
exaggeration *n.* sự phóng đại
exalt *v.t.* đề cao
examination *n.* sự kiểm tra
examine *v.t.* nghiên cứu
examinee *n.* người bị thẩm tra
examiner *n.* người chấm thi
example *n.* ví dụ
excavate *v.t.* đào

excavation *n.* sự đào
exceed *v.t.* vượt quá
excel *v.i.* xuất sắc về
excellence *n.* sự xuất sắc
excellency *n.* ngài (xưng hô)
excellent *a.* xuất sắc
except *v.t.* trừ ra
except *prep.* không kể
exception *n.* sự ngoại lệ
excess *n.* sự quá mức
excess *a.* quá mức
exchange *n.* sự trao đổi
exchange *v.t.* trao đổi
excise *n.* thuế
excite *v.t.* đánh thuế
exclaim *v.i.* kêu lên
exclamation *n.* sự kêu lên
exclude *v.t.* loại trừ
exclusive *a.* loại trừ
excommunicate *v.t.* rút phép thông công
excursion *n.* chuyến tham quan
excuse *v.t.* đi chơi
excuse *n.* sự đi chệch
execute *v.t.* thi hành
execution *n.* sự thi hành
executioner *n.* đao phủ
exempt *v.t.* miễn (thuế) cho ai
exempt được miễn (thuế)
exercise *n.* bài tập
exercise *v.t.* tập luyện
exhaust *v.t.* làm kiệt sức
exhibit *n.* vật triển lãm
exhibit *v.t.* triển lãm
exhibition *n.* cuộc triển lãm
exile *n.* sự lưu đày
exile *v.t.* đày ải
exist *v.i.* tồn tại
existence *n.* sự tồn tại
exit *n.* sự đi ra
expand *v.t.* mở rộng
expansion *n.* sự mở rộng

ex-parte *a.* của một bên
ex-parte *adv.* một bên
expect *v.t.* mong chờ
expectation *n.* sự mong chờ
expedient *a.* thiết thực
expedite *v.t.* xúc tiến
expedition *n.* sự xúc tiến
expel *v.t.* trục xuất
expend *v.t.* tiêu dùng
expenditure *n.* sự tiêu dùng
expense *n.* phí tổn
expensive *a.* đắt tiền
experience *n.* kinh nghiệm
experience *v.t.* trải qua
experiment *n.* cuộc thí nghiệm
expert *a.* thành thạo
expert *n.* chuyên gia
expire *v.i.* hết hiệu lực
expiry *n.* sự mãn hạn
explain *v.t.* giải thích
explanation *n.* sự giảng giải
explicit *a.* rõ ràng
explode *v.t.* làm nổ
exploit *n.* kỳ công
exploit *v.t.* khai thác
exploration *n.* sự thám hiểm
explore *v.t.* thám hiểm
explosion *n.* sự nổ bùng
explosive *n.* chất nổ
explosive *a.* gây nổ
exponent *n.* người trình bày
export *n.* hàng xuất khẩu
export *v.t.* xuất khẩu
expose *v.t.* phơi ra
express *v.t.* vắt
express *a.* rõ ràng
express *n.* người đưa thư hỏa tốc
expression *n.* sự vắt
expressive *a.* có ý nghĩa
expulsion *n.* sự đuổi
extend *v.t.* mở rộng

extent *n.* quy mô
external *a.* ở ngoài
extinct *a.* tắt (núi lửa)
extinguish *v.t.* làm tiêu tan
extol *v.t.* ca tụng
extra *a.* thêm
extra *adv.* hơn thường lệ
extract *n.* đoạn trích
extract *v.t.* trích
extraordinary *a.* lạ thường
extravagance *n.* tính quá mức
extravagant *a.* quá mức
extreme *a.* rất xa
extreme *n.* thái cực
extremist *n.* kẻ cực đoan
exult *v.i.* hân hoan
eye *n.* mắt
eyeball *n.* cầu mắt
eyelash *n.* lông mi
eyelet *n.* lỗ xâu
eyewash *n.* thuốc rửa mắt

F

fable *n.* truyện ngụ ngôn
fabric *n.* phi thường
fabricate *v.t.* bịa đặt
fabrication *n.* sự bịa đặt
fabulous *a.* thần thoại
facade *n.* mặt tiền
face *n.* khuôn mặt
face *v.t.* đương đầu
facet *n.* mặt
facial *a.* mặt
facile *a.* dễ dãi
facilitate *v.t.* làm cho dễ dàng
facility *n.* điều kiện thuận lợi
fac-simile *n.* bản sao
fact *n.* sự thật
faction *n.* bè phái
factious *a.* bè phái

factor *n.* nhân tố
factory *n.* nhà máy
faculty *n.* khoa
fad *n.* sự thích thú kỳ cục
fade *v.i.* héo
faggot *n.* người đồng dâm nam
fail *v.i.* thất bại
failure *n.* sự thất bại
faint *a.* hay ngất
faint *v.i.* ngất
fair *a.* hợp lý
fair *n.* hội chợ
fairly *adv.* ngay thẳng
fairy *n.* nàng tiên
faith *n.* sự tin cậy
faithful *a.* chung thủy
falcon *n.* chim ưng
fall *v.i.* rơi
fall *n.* sự rơi
fallacy *n.* ảo tưởng
fallow *n.* đất bỏ hoang
false *a.* sai
falter *v.i.* nản chí
fame *n.* tiếng tăm
familiar *a.* quen thuộc
family *n.* gia đình
famine *n.* nạn đói kém
famous *a.* nổi tiếng
fan *n.* cái quạt
fanatic *a.* cuồng tín
fanatic *n.* người cuồng tín
fancy *n.* sức tưởng tượng
fancy *v.t.* nghĩ rằng
fantastic *a.* kỳ quái
far *adv.* cách xa
far *a.* xa xôi
far *n.* nơi xa
farce *n.* trò hề
fare *n.* tiền đò
farewell *n.* lời chào tạm biệt
farewell *interj.* tạm bệt
farm *n.* trang trại

farmer *n.* nông dân
fascinate *v.t.* thôi miên
fascination *n.* sự thôi miên
fashion *n.* thời trang
fashionable *a.* hợp thời trang
fast *a.* nhanh
fast *adv.* chắc chắn
fast *n.* sự nhịn ăn
fast *v.i.* nhịn đói
fasten *v.t.* buộc
fat *a.* béo
fat *n.* mỡ
fatal *a.* tiền định
fate *n.* số mệnh
father *n.* bố
fathom *v.t.* đo bằng sải
fathom *n.* sải
fatigue *n.* sự mệt mỏi
fatigue *v.t.* làm cho mệt mỏi
fault *n.* lỗi lầm
faulty *a.* lỗi lầm
fauna *n.* quần động vật
favour1 *n.* thiện ý
favour *v.t.* ủng hộ
favourable *a.* thuận lợi
favourite *a.* ưa thích
favourite *n.* người được ưa thích hơn
fear *n.* sự sợ hãi
fear *v.i.* sợ
fearful *a.* sợ hãi
feasible *a.* khả thi
feast *n.* bữa tiệc
feast *v.i.* dự tiệc
feat *n.* kỳ công
feather *n.* lông vũ
feature *n.* nét đặc biệt
February *n.* tháng Hai
federal *a.* liên bang
federation *n.* liên bang
fee *n.* tiền thù lao
feeble *a.* yếu đuối

feed *v.t.* cho ăn
feed *n.* sự cho ăn
feel *v.t.* cảm thấy
feeling *n.* cảm giác
feign *v.t.* giả vờ
felicitate *v.t.* khen ngợi
felicity *n.* hạnh phúc lớn
fell *v.t.* đánh ngã
fellow *n.* đồng chí
female *a.* đàn bà
female *n.* giống cái
feminine *a.* đàn bà
fence *n.* hàng rào
fence *v.t.* rào lại
fend *v.t.* né
ferment *n.* men
ferment *v.t.* làm lên men
fermentation *n.* sự lên men
ferocious *a.* dữ tợn
ferry *n.* bến phà
ferry *v.t.* chuyên chở bằng phà
fertile *a.* màu mỡ
fertility *n.* tình trạng màu mỡ
fertilize *v.t.* làm cho màu mỡ
fertilizer *n.* phân bón
fervent *a.* nồng nhiệt
fervour *n.* sự hăng hái
festival *n.* ngày hội
festive *a.* lễ hội
festivity *n.* sự vui mừng
festoon *n.* tràng hoa
fetch *v.t.* tìm về
fetter *n.* cái cùm
fetter *v.t.* cùm
feud *n.* mối hận thù
feudal *a.* phong kiến
fever *n.* cơn sốt
few *a.* ít
fiasco *n.* sự thất bại
fibre *n.* sợi
fickle *a.* hay thay đổi
fiction *n.* điều hư cấu

fictitious *a.* hư cấu	**finger** *n.* ngón tay
fiddle *n.* cái chốt chặn	**finger** *v.t.* sờ mó
fiddle *v.i.* chơi viôlông	**finish** *v.t.* kết thúc
fidelity *n.* lòng trung thành	**finish** *n.* phần cuối
fie *interj.* thât là xấu hổ	**finite** *a.* có hạn
field *n.* cánh đồng	**fir** *n.* cây linh sam
fiend *n.* ma quỷ	**fire** *n.* lửa
fierce *a.* hung dữ	**fire** *v.t.* đốt cháy
fiery *a.* bừng cháy	**firm** *a.* chắc
fifteen *n.* mười lăm	**firm** *n.* hãng
fifty *n.* năm mươi	**first** *a.* thứ nhất
fig *n.* quả sung	**first** *n.* người đầu tiên
fight *n.* cuộc chiến đấu	**first** *adv.* trước tiên
fight *v.t.* chiến đấu	**fiscal** *a.* tài chính
figment *n.* điều tưởng tượng	**fish** *n.* con cá
figurative *a.* bóng bảy	**fish** *v.i.* câu cá
figure *n.* dáng vẻ	**fisherman** *n.* người đánh cá
figure *v.t.* suy nghĩ	**fissure** *n.* chỗ nứt
file *n.* cái giũa	**fist** *n.* người thứ nhất
file *v.t.* giũa	**fistula** *n.* đường rò
file *n.* hàng	**fit** *v.t.* vừa
file *v.t.* sắp xếp	**fit** thích hợp
file *n.* hồ sơ	**fit** *n.* sự làm cho vừa
file *v.i.* sắp đặt	**fitful** *a.* từng đợt
fill *v.t.* làm đầy	**fitter** *n.* thợ lắp ráp
film *n.* bộ phim	**five** *n.* số năm
film *v.t.* quay phim	**fix** *v.t.* lắp
filter *n.* máy lọc	**fix** *n.* tình thế khó khăn
filter *v.t.* lọc	**flabby** *a.* nhũn
filth *n.* tính có thể lọc	**flag** *n.* lá cờ
filthy *a.* bẩn thỉu	**flagrant** *a.* trắng trợn
fin *n.* người Phần Lan	**flame** *n.* ngọn lửa
final *a.* cuối cùng	**flame** *v.i.* bốc cháy
finance *n.* tài chính	**flannel** *n.* vải flanen
finance *v.t.* cấp tiền cho	**flare** *v.i.* sáng rực lên
financial *a.* tài chính	**flare** *n.* ngọn lửa bừng sáng
financier *n.* chuyên gia tài chính	**flash** *n.* ánh sáng lóe lên
find *v.t.* tìm thấy	**flash** *v.t.* làm lóe lên
fine *n.* tiền phạt	**flask** *n.* túi đựng thuốc súng
fine *v.t.* bắt phạt ai	**flat** *a.* căn phòng
fine *a.* tốt	**flat** *n.* bằng phẳng
	flatter *v.t.* xu nịnh

flattery *n.* sự xu nịnh
flavour *n.* mùi thơm
flaw *n.* cơn gió mạnh
flea *n.* con bọ chét
flee *v.i.* chạy trốn
fleece *n.* bộ lông
fleece *v.t.* phủ
fleet *n.* hạm đội
flesh *n.* cùi (quả)
flexible *a.* mềm dẻo
flicker *n.* ánh sáng lung linh
flicker *v.t.* đu đưa
flight *n.* chuyến bay
flimsy *a.* nhẹ và mỏng
fling *v.t.* ném
flippancy *n.* sự khiếm nhã
flirt *n.* người tán tỉnh
flirt *v.i.* tán tỉnh
float *v.i.* nổi
flock *n.* đám đông
flock *v.i.* tụ tập
flog *v.t.* quất mạnh
flood *n.* lũ lụt
flood *v.t.* tràn đầy
floor *n.* sàn
floor *v.t.* lát sàn
flora *n.* quần thực vật
florist *n.* người bán hoa
flour *n.* số bốn
flourish *v.i.* hưng thịnh
flow *n.* sự chảy
flow *v.i.* chảy
flower *n.* hoa
flowery *a.* đầy hoa
fluent *a.* trôi chảy
fluid *a.* lỏng
fluid *n.* chất lỏng
flush *v.i.* vụt bay đi
flush *n.* sự đỏ mặt
flute *n.* ống sáo
flute *v.i.* thổi sáo
flutter *n.* sự vỗ cánh

flutter *v.t.* vỗ cánh
fly *n.* con ruồi
fly *v.i.* bay
foam *n.* bọt
foam *v.t.* sủi bọt
focal *a.* trung tâm
focus *n.* tiêu điểm
focus *v.t.* làm tụ vào
fodder *n.* cỏ khô
foe *n.* kẻ thù
fog *n.* sương mù
foil *v.t.* làm tôn lên
fold *n.* bãi rào
fold *v.t.* gập
foliage *n.* tán lá
follow *v.t.* đi theo sau
follower *n.* người theo dõi
folly *n.* sự điên rồ
foment *v.t.* xúi bẩy
fond *a.* trìu mến
fondle *v.t.* vuốt ve
food *n.* thức ăn
fool *n.* người khờ dại
foolish *a.* dại dột
foolscap *n.* mũ của anh hề
foot *n.* bàn chân
for *prep.* thay cho
for *conj.* bởi vì
forbid *v.t.* cấm
force *n.* sức mạnh
force *v.t.* ép buộc
forceful *a.* mạnh mẽ
forcible *a.* bằng vũ lực
forearm *n.* cẳng tay
forearm *v.t.* chuẩn bị trước
forecast *n.* dự báo trước
forecast *v.t.* dự báo
forefather *n.* tổ tiên
forefinger *n.* ngón tay trỏ
forehead *n.* trán
foreign *a.* nước ngoài
foreigner *n.* người ngoại quốc

foreknowledge *n.* sự biết trước
foreleg *n.* chân trước
forelock *n.* chùm lông trán
foreman *n.* quản đốc
foremost *a.* đầu tiên
forenoon *n.* buổi sáng
forerunner *n.* tổ tiên
foresee *v.t.* đoán trước
foresight *n.* sự lo xa
forest *n.* rừng
forestall *v.t.* chặn trước
forester *n.* cán bộ kiểm lâm
forestry *n.* lâm nghiệp
foretell *v.t.* đoán trước
forethought *n.* tính cẩn thận
forever *adv.* vĩnh viễn
forewarn *v.t.* cảnh báo trước
foreword *n.* lời tựa
forfeit *v.t.* mất quyền
forfeit *n.* tiền phạt
forfeiture *n.* sự mất
forge *n.* lò rèn
forge *v.t.* rèn
forgery *n.* sự giả mạo
forget *v.t.* quên
forgetful *a.* hay quên
forgive *v.t.* than thứ
forgo *v.t.* kiêng
forlorn *a.* đau khổ
form *n.* hình dạng
form *v.t.* tạo thành
formal *a.* chính thức
format *n.* khổ sách
formation *n.* sự hình thành
former *a.* xưa
former *pron.* cái trước
formerly *adv.* trước đây
formidable *a.* dữ độ
formula *n.* công thức
formulate *v.t.* công thức hóa
forsake *v.t.* bỏ rơi
forswear *v.t.* thề bỏ

fort *n.* pháo đài
forte *n.* sở trường
forth *adv.* về phía trước
forthcoming *a.* sắp đến
forthwith *adv.* ngay lập tức
fortify *v.t.* củng cố
fortitude *n.* sự dũng cảm
fort-night *n.* hai tuần lễ
fortress *n.* pháo đài
fortunate *a.* may mắn
fortune *n.* vận may
forty *n.* bốn mươi
forum *n.* diễn đàn
forward *a.* ở phía trước
forward *adv.* về phía trước
forward *v.t.* chuyển
fossil *n.* hóa thạch
foster *v.t.* thúc đẩy
foul *a.* hôi hám
found *v.t.* sáng lập
foundation *n.* sự sáng lập
founder *n.* người sáng lập
foundry *n.* xưởng đúc
fountain *n.* ống mực
four *n.* bốn
fourteen *n.* mười bốn
fowl *n.* thịt gà
fowler *n.* người bắn chim
fox *n.* con cáo
fraction *n.* phân số
fracture *n.* khe nứt
fracture *v.t.* bẻ gãy
fragile *a.* dễ vỡ
fragment *n.* mảnh vỡ
fragrance *n.* mùi thơm ngát
fragrant *a.* thơm ngát
frail *a.* dễ vỡ
frame *v.t.* dựng khung
frame *n.* khung ảnh
frachise *n.* quyền kinh doanh
frank *a.* thẳng thắn
frantic *a.* điên cuồng

fraternal *a.* anh em
fraternity *n.* tình anh em
fratricide *n.* sự giết người thân
fraud *n.* sự gian lận
fraudulent *a.* lừa dối
fraught *a.* đầy
fray *n.* cuộc cãi lộn
free *a.* tự do
free *v.t.* giải phóng
freedom *n.* sự tự do
freeze *v.i.* đóng băng
freight *n.* cước phí
French *a.* Pháp
French *n.* tiếng Pháp
frenzy *n.* sự điên cuồng
frequency *n.* tần số
frequent *n.* thường xuyên
fresh *a.* tươi
fret *n.* phím đàn
fret *v.t.* quấy rầy
friction *n.* sự ma sát
Friday *n.* thứ Sáu
fridge *n.* tủ lạnh
friend *n.* bạn
fright *n.* sự hoảng sợ
frighten *v.t.* làm hoảng sợ
frigid *a.* lạnh nhạt
frill *n.* diềm
fringe *n.* tua
fringe *v.t.* viền
frivolous *a.* phù phiếm
frock *n.* áo cà sa
frog *n.* con ếch
frolic *n.* sự nô đùa
frolic *v.i.* vui đùa
from *prep.* từ
front *n.* mặt trận
front *a.* ở phía trước
front *v.t.* đương đầu với
frontier *n.* biên giới
frost *n.* sương giá
frown *n.* vẻ khó chịu

frown *v.i.* cau mày
frugal *a.* tiết kiệm
fruit *n.* quả
fruitful *a.* sai quả
frustrate *v.t.* làm thất bại
frustration *n.* sự làm thất bại
fry *v.t.* rán
fry *n.* thịt rán
fuel *n.* nhiên liệu
fugitive *a.* nhất thời
fugitive *n.* kẻ chạy trốn
fulfil *v.t.* thực hiện
fulfilment *n.* sự thực hiện
full *a.* no
full *adv.* rất
fullness *n.* sự đầy đủ
fully *adv.* đầy đủ
fumble *v.i.* dò dẫm
fun *n.* trò vui
function *n.* chức năng
function *v.i.* hoạt động
functionary *n.* công chức
fund *n.* quỹ
fundamental *a.* cơ bản
funeral *n.* lễ tang
fungus *n.* nấm
funny *n.* hài hước
fur *n.* bộ lông thú
furious *a.* giận dữ
furl *v.t.* cuộn
furlong *n.* Fulông
furnace *n.* lò sưởi
furnish *v.t.* trang bị đồ đạc
furniture *n.* đồ đạc
furrow *n.* luống cày
further *adv.* xa hơn nữa
further *a.* xa hơn nữa
further *v.t.* xúc tiến
fury *n.* cơn thịnh nộ
fuse *v.t.* nấu chảy
fuse *n.* ngòi nổ
fusion *n.* sự nấu chảy

fuss *n.* sự ồn ào
fuss *v.i.* làm ầm lên
futile *a.* vô ích
futility *n.* sự vô ích
future *a.* tương lai
future *n.* tương lai

gabble *v.i.* nói lắp bắp
gadfly *n.* ruồi trâu
gag *v.t.* bịt miệng
gag *n.* cái bịt miệng
gaiety *n.* sự vui vẻ
gain *v.t.* thu được
gain *n.* lợi ích
gainsay *v.t.* chối cãi
gait *n.* dáng đi
galaxy *n.* thiên hà
gale *n.* bão
gallant *a.* hào hiệp
gallant *n.* người sang trọng
gallantry *n.* lòng dũng cảm
gallery *n.* phòng trưng bày
gallon *n.* Galông
gallop *n.* nước phi
gallop *v.t.* phi nước đại
gallows *n..* giá treo cổ
galore *adv.* phong phú
galvanize *v.t.* kích động
gamble *v.i.* liều lĩnh
gamble *n.* việc đánh bạc
gambler *n.* người đánh bạc
game *n.* trò chơi
game *v.i.* mạo hiểm
gander *n.* con ngỗng đực
gang *n.* đoàn
gangster *n.* kẻ cướp
gap *n.* chỗ trống
gape *v.i.* ngáp
garage *n.* ga ra

garb *n.* cách ăn mặc
garb *v.t.* mặc quần áo
garbage *n.* rác
garden *n.* vườn
gardener *n.* người làm vườn
gargle *v.i.* súc (miệng)
garland *n.* vòng hoa
garland *v.t.* trang trí bằng vòng hoa
garlic *n.* tỏi
garment *n.* áo quần
garter *n.* nịt bít tất
gas *n.* hơi đốt
gasket *n.* miếng đệm
gasp *n.* sự thở hổn hển
gasp *v.i.* thở hổn hển
gassy *a.* khí
gastric *a.* dạ dày
gate *n.* cổng
gather *v.t.* tập hợp
gaudy *a.* lòe loẹt
gauge *n.* máy đo
gauntlet *n.* bao tay dài
gay *a.* vui vẻ
gaze *v.t.* nhìn chằm chằm
gaze *n.* cái nhìn chằm chằm
gazette *n.* công báo
gear *n.* bánh răng
geld *v.t.* thiến
gem *n.* đá quý
gender *n.* giống
general *a.* chung
generally *adv.* nói chung
generate *v.t.* sinh
generation *n.* thế hệ
generator *n.* người khởi xướng
generosity *n.* sự rộng lượng
generous *a.* hào phóng
genius *n.* thiên tài
gentle *a.* hiền lành
gentleman *n.* quý ông
gentry *n.* hạng người

genuine *a.* xác thực
geographer *n.* nhà địa lý
geographical *a.* địa lý
geography *n.* khoa địa lý
geological *a.* địa chất
geologist *n.* nhà địa chất
geology *n.* khoa địa chất
geometrical *a.* hình học
geometry *n.* hình học
germ *n.* phô
germicide *n.* chất diệt trùng
germinate *v.i.* nảy mầm
germination *n.* sự nảy mầm
gerund *n.* động danh từ
gesture *n.* điệu bộ
get *v.t.* có được
ghastly *a.* khủng khiếp
ghost *n.* ma
giant *n.* người khổng lồ
gibbon *n.* con vượn
gibe *v.i.* chế nhạo
gibe *n.* sự chế nhạo
giddy *a.* chóng mặt
gift *n.* món quà
gifted *a.* có khiếu
gigantic *a.* khổng lồ
giggle *v.i.* cười rúc rích
gild *v.t.* mạ vàng
gilt *a.* mạ vàng
ginger *n.* củ gừng
giraffe *n.* hươu cao cổ
gird *v.t.* đeo
girder *n.* cái xà nhà
girdle *n.* vòng đai
girdle *v.t.* thắt lưng
girl *n.* cô gái
girlish *a.* như con gái
gist *n.* lý do chính
give *v.t.* cho
glacier *n.* sông băng
glad *a.* vui mừng
gladden *v.t.* làm vui lòng

glamour *n.* sức quyến rũ
glance *n.* cái liếc nhìn
glance *v.i.* liếc nhìn
gland *n.* tuyến (nước mắt)
glare *n.* cái nhìn giận giữ
glare *v.i.* nhìn trừng trừng
glass *n.* kính
glaucoma *n.* bệnh tăng nhấn áp
glaze *v.t.* tráng men
glaze *n.* men
glazier *n.* thợ tráng men
glee *n.* niềm hân hoan
glide *v.t.* lướt
glider *n.* tàu lượn
glimpse *n.* cái nhìn lướt qua
glitter *v.i.* lấp lánh
glitter *n.* ánh sáng lấp lánh
global *a.* toàn cầu
globe *n.* địa cầu
gloom *n.* sự u ám
gloomy *a.* ảm đạm
glorification *n.* sự ca ngợi
glorify *v.t.* tuyên dương
glorious *a.* vinh quang
glory *n.* danh tiếng
gloss *n.* nước bóng
glossary *n.* bảng chú giải thuật ngữ
glossy *a.* bóng loáng
glove *n.* bao tay
glow *v.i.* rực sáng
glow *n.* ánh sáng rực rỡ
glucose *n.* glucoza
glue *n.* keo hồ
glut *v.t.* nhồi nhét
glut *n.* cái chêm bằng gỗ
glutton *n.* người tham ăn
gluttony *n.* thói phàm ăn
glycerine *n.* Glyxerin
go *v.i.* đi
goad *n.* gậy nhọn
goad *v.t.* kích thích

goal *n.* khung thành	**gradual** *a.* dần dần
goat *n.* con dê	**graduate** *v.i.* tốt nghiệp
gobble *n.* tiếng kêu gộp gộp	**graduate** *n.* người có bằng cấp
goblet *n.* cốc nhỏ có chân	**graft** *n.* cành ghép
god *n.* chúa trời	**graft** *v.t.* ghép
goddess *n.* nữ thần	**grain** *n.* ngũ cốc
godhead *n.* thánh thần	**grammar** *n.* ngữ pháp
godly *a.* sùng đạo	**grammarian** *n.* nhà ngữ pháp
godown *n.* nhà kho	**gramme** *n.* gam
godsend *n.* của trời cho	**gramophone** *n.* máy hát
goggles *n.* kính bảo hộ	**grannary** *n.* kho thóc
gold *n.* vàng	**grand** *a.* cao quý
golden *a.* bằng vàng	**grandeur** *n.* sự cao quý
goldsmith *n.* thợ kim hoàn	**grant** *v.t.* ban cho
golf *n.* môn đánh gôn	**grant** *n.* trợ cấp
gong *n.* cái chiêng	**grape** *n.* quả nho
good *a.* tốt	**graph** *n.* đồ thị
good *n.* điều tốt	**graphic** *a.* đồ thị
good-bye *interj.* tạm biệt	**grapple** *n.* sự túm lấy
goodness *n.* lòng tốt	**grapple** *v.i.* túm lấy
goodwill *n.* thiện ý	**grasp** *v.t.* nắm chặt
goose *n.* ngỗng cái	**grasp** *n.* sự túm chặt lấy
gooseberry *n.* cây lý gai	**grass** *n.* cỏ
gorgeous *a.* huy hoàng	**grate** *n.* lò sưởi
gorilla *n.* con khỉ đột	**grate** *v.t.* mài
gospel *n.* cẩm nang	**grateful** *a.* biết ơn
gossip *n.* chuyện tầm phào	**gratification** *n.* sự ban thưởng
gourd *n.* cây bầu	**gratis** *adv.* miễn phí
gout *n.* bệnh gút	**gratitude** *n.* lòng biết ơn
govern *v.t.* cai trị	**gratuity** *n.* tiền thưởng
governance *n.* sự cai trị	**grave** *n.* phần mộ
governess *n.* nữ gia sư	**grave** *a.* trang nghiêm
government *n.* chính phủ	**gravitate** *v.i.* bị hút về
governor *n.* thống đốc	**gravitation** *n.* sự hấp dẫn
gown *n.* áo dài (của phụ nữ)	**gravity** *n.* trọng lực
grab *v.t.* cái chộp	**graze** *v.i.* sượt qua
grace *n.* vẻ duyên dáng	**graze** *n.* chỗ da bị xước
grace *v.t.* làm cho duyên dáng	**grease** *n.* mỡ (súc vật)
gracious *a.* hòa nhã	**grease** *v.t.* bôi mỡ
gradation *n.* sự thay đổi	**greasy** *a.* béo ngậy
grade *n.* loại	**great** *a.* vĩ đại
grade *v.t.* xếp loại	**greed** *n.* tính tham lam

greedy *a.* tham lam
Greek *n.* tiếng Hy-lạp
Greek *a.* Hy-lạp
green *a.* xanh lá cây
green *n.* màu xanh lá cây
greenery *n.* cây cỏ
greet *v.t.* chào hỏi
grenade *n.* lựu đạn
grey *a.* màu xám
greyhound *n.* chó săn thỏ
grief *n.* nỗi thương tiếc
grievance *n.* lời phàn nàn
grieve *v.t.* làm đau lòng
grievous *a.* đau buồn
grind *v.i.* xay
grinder *n.* cối xay
grip *v.t.* nắm chặt
grip *n.* sự nắm chặt
groan *v.i.* rên rỉ
groan *n.* tiếng rên rỉ
grocer *n.* người bán tạp phẩm
grocery *n.* cửa hàng tạp phẩm
groom *n.* chú rể
groom *v.t.* ăn mặc chỉnh tề
groove *n.* đường rãnh
groove *v.t.* xoi rãnh
grope *v.t.* dò dẫm
gross *n.* mười hai tá
gross *a.* to béo
grotesque *a.* lố bịch
ground *n.* mặt đất
group *n.* nhóm
group *v.t.* hợp thành nhóm
grow *v.t.* trồng
grower *n.* người trồng
growl *v.i.* gầm gừ
growl *n.* tiếng gầm gừ
growth *n.* sự phát triển
grudge *v.t.* phẫn uất
grudge *n.* sự bực tức
grumble *v.i.* càu nhàu
grunt *n.* tiếng kêu ủn ỉn

grunt *v.i.* ủn ỉn
guarantee *n.* sự bảo đảm
guarantee *v.t.* bảo đảm
guard *v.i.* canh gác
guard việc canh gác
guardian *n.* người canh gác
guava *n.* quả ổi
guerilla *n.* chiến sĩ du kích
guess *n.* sự đoán
guess *v.i.* phỏng đoán
guest *n.* khách mời
guidance *n.* sự chỉ đạo
guide *v.t.* dẫn đường
guide *n.* người hướng dẫn
guild *n.* phường hội
guile *n.* sự lừa đảo
guilt *n.* điều sai quấy
guilty *a.* đáng khiển trách
guise *n.* chiêu bài
guitar *n.* đàn ghita
gulf *n.* vịnh
gull *n.* mòng biển
gull *n.* người cả tin
gull *v.t.* lừa
gulp *n.* động tác nuốt
gum *n.* kẹo gôm
gun *n.* súng
gust *n.* cơn gió mạnh
gutter *n.* máng nước
guttural *a.* yết hầu
gymnasium *n.* phòng tập thể dục
gymnast *n.* chuyên viên thể dục
gymnastic *a.* thể dục
gymnastics *n.* thể dục

habeas corpus *n.* lệnh đình quyền giam giữ

habit *n.* thói quen
habitable *a.* có thể ở được
habitat *n.* môi trường sống
habitation *n.* sự cư trú
habituate *v.t.* tập cho ai quen với cái gì
hack *v.t.* chặt mạnh
hag *n.* mụ phù thủy
haggard *a.* hốc hác
haggle *v.i.* mặt cả
hail *n.* trận mưa đá
hail *v.i.* mưa đá
hail *v.t.* gọi
hair *n.* tóc
hale *a.* khỏe mạnh
half *n.* phần nửa
half *a.* một nửa
hall *n.* đại sảnh
hallmark *n.* dấu kiểm tra vàng bạc
hallow *v.t.* tôn kính như thần thánh
halt *v.t.* tạm thời dừng lại
halt *n.* sự tạm dừng
halve *v.t.* chia đôi
hamlet *n.* thôn
hammer *n.* búa
hammer *v.t.* nện
hand *n.* bàn tay
hand *v.t.* đưa
handbill *n.* truyền đơn
handbook *n.* sổ tay hướng dẫn
handcuff *n.* cái còng tay
handcuff *v.t.* còng tay
handful *n.* người khó chịu
handicap *v.t.* gây cản trở
handicap *n.* sự cản trở
handicraft *n.* nghề thủ công
handiwork *n.* công việc thủ công
handkerchief *n.* khăn tay
handle *n.* tay cầm

handle *v.t.* cầm
handsome *a.* đẹp trai
handy *a.* có ích
hang *v.t.* treo
hanker *v.i.* ao ước
haphazard *a.* bừa bãi
happen *v.t.* xảy ra
happening *n.* biến cố
happiness *n.* niềm hạnh phúc
happy *a.* hạnh phúc
harass *v.t.* quấy rầy
harassment *n.* sự quấy rầy
harbour *n.* bến cảng
harbour *v.t.* đậu ở cảng
hard *a.* cứng
harden *v.t.* làm cho cứng
hardihood *n.* sự táo bạo
hardly *adv.* khắc nghiệt
hardship *n.* sự gian khổ
hardy *adj.* khỏe mạnh
hare *n.* thỏ rừng
harm *n.* sự thiệt hại
harm *v.t.* làm hại
harmonious *a.* hòa hợp
harmonium *n.* đàn đạp hơn
harmony *n.* sự hài hòa
harness *n.* bộ yên cương
harness *v.t.* đóng yên cương
harp *n.* đàn hạc
harsh *a.* thô
harvest *n.* vụ thu hoạch
haverster *n.* người thu hoạch
haste *n.* sự vội vàng
hasten *v.i.* vội vàng
hasty *a.* vội vã
hat *n.* mũ
hatchet *n.* cái rìu nhỏ
hate *n.* sự căm ghét
hate *v.t.* ghét
haughty *a.* kiêu căng
haunt *v.t.* thường đến một nơi
haunt *n.* nơi thường hay lui tới

have *v.t.* có
haven *n.* bến tàu
havoc *n.* sự tàn phá
hawk *n.* diều hâu
hawker *n.* người săn chim ưng
hawthorn *n:* cây táo gai
hay *n.* cỏ khô
hazard *n.* mối nguy hiểm
hazard *v.t.* mạo hiểm
haze *n.* sương mù
hazy *a.* mù sương
he *pron.* anh ấy
head *n.* cái đầu
head *v.t.* chỉ huy
headache *n.* đau đầu
heading *n.* tiêu đề
headlong *adv.* đâm đầu xuống
headstrong *a.* ương ngạnh
heal *v.i.* lành (vết thương)
health *n.* sức khỏe
healthy *a.* khỏe mạnh
heap *n.* đống
heap *v.t.* chất đống
hear *v.t.* nghe
hearsay *n.* tin đồn
heart *n.* tim
hearth *n.* nền lò sưởi
heartily *adv.* vui vẻ
heat *n.* hơi nóng
heat *v.t.* đốt nóng
heave *v.i.* thở hổn hển
heaven *n.* thiên đường
heavenly *a.* ở thiên đường
hedge *n.* hàng rào
hedge *v.t.* rào lại
heed *v.t.* chú ý
heed *n.* sự chú ý
heel *n.* gót chân
hefty *a.* lực lưỡng
height *n.* chiều cao
heighten *v.t.* tăng cường
heinous *a.* cực kỳ tàn ác

heir *n.* người thừa kế
hell *a.* địa ngục
helm *n.* bánh lái
helmet *n.* mũ bảo hiểm
help *v.t.* giúp đỡ
help *n.* sự giúp đỡ
helpful *a.* giúp ích
helpless *a.* bất lực
helpmate *n.* người cộng tác
hemisphere *n.* bán cầu
hemp *n.* cây gai dầu
hen *n.* gà mái
hence *adv.* do đó
henceforth *adv.* từ nay về sau
henceforward *adv.* từ nay về sau
henchman *n.* tay sai
henpecked *a.* sợ vợ
her *pron.* cô ấy
her *a.* của cô ấy
herald *n.* sứ giả
herald *v.t.* báo trước
herb *n.* thảo mộc
herculean *a.* thần Ec-cun
herd *n.* bầy
herdsman *n.* người chăn đàn gia súc
here đây
hereabouts *adv.* gần đây
hereafter *adv.* dưới đây
hereditary *n.* tính di truyền
heredity *n.* tính di truyền
heritable *a.* có thể di truyền
heritage *n.* di sản
hermit *n.* ẩn sĩ
hermitage *n.* tu viện
hernia *n.* chứng thoát vị
hero *n.* anh hùng
heroic *a.* anh hùng
heroine *n.* tế bào bài tiết
heroism *n.* chủ nghĩa anh hùng
herring *n.* cá trích

hesitant *a.* do dự
hesitate *v.i.* do dự
hesitation *n.* sự do dự
hew *v.t.* chặt đốn
heyday *n.* thời hoàng kim
hibernation *n.* sự ngủ đông
hiccup *n.* nấc
hide *n.* da sống
hide *v.t.* che dấu
hideous *a.* ghê tởm
hierarchy *n.* thứ bậc
high *a.* cao
highly *adv.* mức độ cao
Highness *n.* mức cao
highway *n.* quốc lộ
hilarious *a.* vui vẻ
hilarity *n.* sự vui vẻ
hill *n.* đồi
hillock *n.* đồi nhỏ
him *pron.* anh ấy
hinder *v.t.* cản trở
hindrance *n.* sự cản trở
hint *n.* dấu hiệu lờ mờ
hint *v.i.* bóng gió
hip *n.* hông
hire *n.* sự cho thuê
hire *v.t.* thuê
hireling *n.* tay sai
his *pron.* của anh ấy
hiss *n.* tiếng huýt gió
hiss *v.i.* huýt gió
historian *n.* sử gia
historic *a.* quan trọng
historical *a.* thuộc về lịch sử
history *n.* lịch sử
hit *v.t.* đánh
hit *n.* sự đánh
hitch *n.* sự giật mạnh
hither *adv.* ở đây
hitherto *adv.* cho đến nay
hive *n.* tổ ong
hoarse *a.* khàn khàn

hoax *n.* trò chơi khăm
hoax *v.t.* chơi khăm
hobby *n.* sở thích
hobby-horse *n.* ngựa gỗ
hockey *n.* khúc côn cầu
hoist *v.t.* sự kéo lên
hold *n.* khoang tàu thủy
hold *v.t.* cầm nắm
hole *n.* lỗ thủng
hole *v.t.* đục lỗ
holiday *n.* kỳ nghỉ
hollow *a.* rỗng
hollow *n.* thung lũng
hollow *v.t.* làm rỗng
holocaust *n.* sự thiêu hàng loạt
holy *a.* lien quan
homage *n.* sự tôn kính
home *n.* chỗ ở
homicide *n.* kẻ giết người
homoeopath *n.* người chữa theo phép vi lượng đồng căn
homeopathy *n.* phép vi lượng đồng căn
homogeneous *a.* theo phép vi lượng đồng căn
honest *a.* thật thà
honesty *n.* tính trung thực
honey *n.* mật ong
honeycomb *n.* tảng ong
honeymoon *n.* tuần trăng mật
honorarium *n.* tiền thù lao
honorary *a.* danh dự
honour *n.* danh dự
honour *v.t.* thể hiện kính trọng
honourable *a.* xứng đáng
hood *n.* mũ trùm đầu
hoodwink *v.t.* lừa bịp
hoof *n.* móng guốc
hook *n.* cái móc
hooligan *n.* du côn
hoot *n.* tiếng cú kêu
hoot *v.i.* la hét

hop *v.i.* hái hublông
hop *n.* cây hublông
hope *v.t.* hy vọng
hope *n.* sự hy vọng
hopeful *a.* hy vọng
hopeless *a.* vô vọng
horde *n.* bầy người
horizon *n.* đường chân trời
horn *n.* sừng
hornet *n.* ong bắp cày
horrible *a.* kinh khủng
horrify *v.t.* làm khiếp sợ
horror *n.* sự khiếp sợ
horse *n.* con ngựa
horticulture *n.* nghệ thuật trồng hoa
hose *n.* bít tất dài
hosiery *n.* hàng dệt kim
hospitable *a.* hiếu khách
hospital *n.* bện viện
hospitality *n.* thuộc về bệnh viện
host *n.* người tiếp đón
hostage *n.* con tin
hostel *n.* nhà tập thể
hostile *a.* căm ghét
hostility *n.* sự thù địch
hot *a.* nóng
hotchpotch *n.* món hổ lốn
hotel *n.* khách sạn
hound *n.* chó săn
hour *n.* tiếng
house *n.* ngôi nhà
house *v.t.* đón tiếp ai ở nhà
how *adv.* như thế nào
however *adv.* dù như thế nào
however *conj.* tuy nhiên
howl *v.t.* hú lên
howl *n.* tiếng tru
hub *n.* trục bánh xe
hubbub *n.* sự huyên náo
huge *a.* to lớn

hum *v.i.* vo ve
hum *n.* tiếng vo ve
human *a.* thuộc con người
humane *a.* nhân văn
humanitarian *a.* nhân đạo
humanity *n.* loài người
humanize *v.t.* nhân tính hóa
humble *a.* khiêm tốn
humdrum *a.* nhàm chán
humid *a.* ẩm ướt
humidity *n.* sự ẩm ướt
humiliate *v.t.* làm bẽ mặt
humiliation *n.* sự làm bẽ mặt
humility *n.* sự khiêm tốn
humorist *n.* người hài hước
humorous *a.* hài hước
humour *n.* sự hài hước
hunch *n.* cái bướu
hundred *n.* một trăm
hunger *n.* sự đói
hungry *a.* đói
hunt *v.t.* đi săn
hunt *n.* sự đi săn
hunter *n.* người đi săn
huntsman *n.* người đi săn
hurdle1 *n.* vận động viên chạy vượt rào
hurdle2 *v.t.* vượt rào
hurl *v.t.* ném mạnh
hurrah *interj.* hoan hô
hurricane *n.* bão
hurry *v.t.* vội vã
hurry *n.* sự vội vã
hurt *v.t.* làm đau
hurt *n.* sự làm đau
husband *n.* chồng
husbandry *n.* nghề làm ruộng
hush *n.* sự im lặng
hush *v.i.* im lặng
husk *n.* vỏ khô
husky *a.* thuộc vỏ khô
hut *n.* mũ

hyaena, hyena *n.* linh cẩu
hybrid *a.* lai
hybrid *n.* cây lai
hydrogen *n.* hyđrô
hygiene *n.* vệ sinh
hygienic *a.* hợp vệ sinh
hymn *n.* bài thánh ca
hyperbole *n.* phép ngoa dụ
hypnotism *n.* thuật thôi miên
hypnotize *v.t.* thôi miên
hypocrisy *n.* đạo đức giả
hypocrite *n.* kẻ đạo đức giả
hypocritical *a.* đạo đức giả
hypothesis *n.* giả thuyết
hypothetical *a.* có tính giả thiết
hysteria *n.* sự quá kích động
hysterical *a.* quá kích động

I *pron.* tôi
ice *n.* băng
iceberg *n.* núi băng trôi
icicle *n.* cột băng
icy *a.* phủ băng
idea *n.* ý tưởng
ideal *a.* có ý tưởng
ideal *n.* tư tưởng
idealism *n.* chủ nghĩa lý tưởng
idealist *n.* người duy tâm
idealistic *a.* duy tâm
idealize *v.t.* lý tưởng hóa
identical *a.* hệt nhau
indentification *n.* sự đồng hóa
identify *v.t.* nhận ra
identity *n.* nhận dạng
ideocy *n.* hành động ngu ngốc
idiom *n.* thành ngữ
idiomatic *a.* thuộc thành ngữ
idiot *n.* ngu độn

idiotic *a.* thằng ngốc
idle *a.* nhà rỗi
idleness *n.* sự lười nhác
idler *n.* người lười nhác
idol *n.* thần tượng
idolater *n.* người sùng bái thần tượng
if *conj.* nếu
ignoble *a.* đê tiện
ignorance *n.* sự ngu dốt
ignorant *a.* ngu dốt
ignore *v.t.* lờ đi
ill *a.* ốm
ill *adv.* xấu kém
ill *n.* điều xấu
illegal *a.* bất hợp pháp
illegibility *n.* sự bất hợp pháp
illegible *a.* không đọc được
illegitimate *a.* không hợp pháp
illicit *a.* trái phép
illiteracy *n.* nạn mù chữ
illiterate *a.* thất học
illness *n.* ốm
illogical *a.* không lô gíc
illuminate *v.t.* soi sáng
illumination *n.* sự chiếu sáng
illusion *n.* sự phản chiếu
illustrate *v.t.* minh họa
illustration *n.* sự minh họa
image *n.* hình ảnh
imagery *n.* hình ảnh
imaginary *a.* tưởng tượng
imagination *n.* sự tưởng tượng
imaginative *a.* giàu tưởng tượng
imagine *v.t.* tưởng tượng
imitate *v.t.* bắt chước
imitation *n.* sự bắt chước
imitator *n.* người hay bắt chước
immaterial *a.* phi vật chất
immature *a.* non nớt
immaturity *n.* sự non nớt

immeasurable *a.* mênh mông
immediate *a.* ngay lập tức
immemorial *a.* xa xưa
immense *a.* mênh mông
immensity *n.* sự mênh mông
immerse *v.t.* nhúng ngâm
immersion *n.* sự nhúng ngâm
immigrant *n.* người nhập cư
immigrate *v.i.* nhập cư
immigration *n.* sự di cư
imminent *a.* sắp xảy ra
immodest *a.* khiếm nhã
immodesty *n.* sự khiếm nhã
immoral *a.* trái đạo đức
immorality *n.* sự trái đạo đức
immortal *a.* bất tử
immortality *n.* sự bất tử
immortalize *v.t.* làm thành bất tử
immovable *a.* không xê dịch được
immune *a.* miễn dịch
immunity *n.* sự miễn dịch
immunize *v.t.* gây miễn dịch
impact *n.* tác động
impart *v.t.* truyền đạt
impartial *a.* vô tư
impartiality *n.* công bằng
impassable *a.* không thể vượt qua được
impasse *n.* bế tắc
impatience *n.* sự thiếu kiên nhẫn
impatient *a.* thiếu kiên nhẫn
impeach *v.t.* buộc tội
impeachment *n.* sự buộc tội
impede *v.t.* gây trở ngại
impediment *n.* sự trở ngại
impenetrable *a.* không thể qua được
imperative *a.* cấp bách
imperfect *a.* không hoàn hảo

imperfection *n.* sự không hoàn hảo
imperial *a.* thuộc hoàng đế
imperialism *n.* chủ nghĩa đế quốc
imperil *v.t.* đẩy vào tình trạng nguy hiểm
imperishable *a.* bất hủ
impersonal *a.* không riêng ai
impersonate *v.t.* hiện thân cho
impersonation *n.* sự hiện thân
impertinence *n.* sự láo xược
impertinent *a.* láo xược
impetuosity *n.* tính mạnh mẽ
impetuous *a.* mạnh mẽ
implement *n.* dụng cụ
implement *v.t.* thực hiện
implicate *v.t.* lôi kéo vào
implication *n.* sự lôi kéo vào
implicit *a.* ngấm ngầm
implore *v.t.* cầu khẩn
imply *v.t.* gợi ý
impolite *a.* vô lễ
import *v.t.* nhập khẩu
import *n.* sư nhập khẩu
importance *n.* sự quan trọng
important *a.* quan trọng
impose *v.t.* bắt chịu
imposing *a.* gây ấn tượng mạnh
imposition *n.* sự áp đặt
impossibility *n.* điều không thể thực hiện được
impossible *a.* không thể
impostor *n.* kẻ lừa đảo
imposture *n.* sư lừa đảo
impotence *n.* sự bất lực
impotent *a.* bất lực
impoverish *v.t.* làm cho nghèo khổ
impracticability *n.* tính không thể thi hành

impracticable *a.* không thể thi hành
impress *v.t.* gây ấn tượng
impression *n.* sự gây ấn tượng
impressive *a.* gây ấn tượng
imprint *v.t.* in dấu
imprint *n.* dấu vết
imprison *v.t.* tống vào tù
improper *a.* không thích hợp
impropriety *n.* sự không thích hợp
improve *v.t.* cải thiện
improvement *n.* sự cải thiện
imprudence *n.* sự không thận trọng
imprudent *a.* không thận trọng
impulse *n.* sự đẩy tới
impulsive *a.* hấp tấp
impunity *n.* sự không bị trừng phạt
impure *a.* sai về đạo đức
impurity *n.* sự không trong sạch
impute *v.t.* đổ tội
in *prep.* trong
inability *n.* sự không có khả năng
inaccurate *a.* không chính xác
inaction *n.* sự không hoạt động
inactive *a.* không hoạt động
inadmissible *a.* không thể chấp nhận
inanimate *a.* vô tri vô giác
inapplicable *a.* không thể áp dụng được
inattentive *a.* lơ đễnh
inaudible *a.* không thể nghe thấy
inaugural *a.* thuộc buổi khai mạc
inauguration *n.* lễ nhậm chức
inauspicious *a.* mang điều gở
inborn *a.* bẩm sinh

incalculable *a.* không đếm xuể
incapable *a.* không đủ khả năng
incapacity *n.* sự không đủ khả năng
incarnate *a.* bằng xương bằng thịt
incarnate *v.t.* là hiện thân
incarnation *n.* sự hiện thân
incense *v.t.* đốt nhang
incense *n.* hương trầm
incentive *n.* mở đầu
inception *n.* sự khởi đầu
inch *n.* đảo nhỏ
incident *n.* việc bất ngờ xảy ra
incidental *a.* ngẫu nhiên
incite *v.t.* khuyến khích
inclination *n.* sự khuyến khích
incline *v.i.* nghiêng dốc
include *v.t.* bao gồm
inclusion *n.* sự bao gồm
inclusive *a.* kể cả
incoherent *a.* không mạch lạc
income *n.* thu nhập
incomparable *a.* không thể so sánh được
incompetent *a.* thiếu khả năng
incomplete *a.* không thể hoàn thành
inconsiderate *a.* thiếu chu đáo
inconvenient *a.* không thuận tiện
incorporate *v.t.* sát nhập
incorporate *a.* kết hợp chặt chẽ
incorporation *n.* sự sát nhập
incorrect *a.* không đúng
incorrigible *a.* không thể sửa được
incorruptible *a.* không thể hỏng được
increase *v.t.* làm tăng

increase *n.* sự tăng
incredible *a.* không thể tin được
increment *n.* sự lớn lên
incriminate *v.t.* buộc tội
incubate *v.i.* ủ bệnh
inculcate *v.t.* ấp trứng
incumbent *n.* người giữ một chức vụ
incumbent *a.* là phận sự của ai
incur *v.t.* gánh chịu
incurable *a.* nan y
indebted *a.* mắc nợ
indecency *n.* sự không đứng đắn
indecent *a.* không đứng đắn
indecision *n.* sự do dự
indeed *adv.* quả thực
indefensible *a.* không thể bảo vệ được
indefinite *a.* mập mờ
indemnity *n.* sự bồi thường
independence *n.* sự không phụ thuộc
independent *a.* không phụ thuộc
indescribable *a.* không thể tả được
index *n.* danh mục
Indian *a.* người Ấn Độ
indicate *v.t.* chỉ ra
indication *n.* sự biểu thị
indicative *a.* tỏ ra
indicator *n.* người chỉ
indict *v.t.* chính thức buộc tội
indictment *n.* bản cáo trạng
indifference *n.* sự lãnh đạm
indifferent *a.* thờ ơ
indigenous *a.* bản xứ
indigestible *a.* khó tiêu hóa
indigestion *n.* chứng khó tiêu
indignant *a.* phẫn nộ

indignation *n.* sự phẫn nộ
indigo *n.* cây chàm
indirect *a.* gián tiếp
indiscipline *n.* sự vô kỷ luật
indiscreet *a.* vô ý
indiscretion *n.* sự vô ý
indiscriminate *a.* bừa bãi
indispensable *a.* không thể thiếu được
indisposed *a.* miễn cưỡng
indisputable *a.* không thể bàn cãi
indistinct *a.* mơ hồ
individual *a.* cá thể
individualism *n.* chủ nghĩa cá nhân
individuality *n.* cá tính
indivisible *a.* không thể chia được
indolent *a.* lười biếng
indomitable *a.* bất khuất
indoor *a.* trong nhà
indoors *adv.* ở trong nhà
induce *v.t.* xui khiến
inducement *n.* sự xui khiến
induct *v.t.* làm lễ nhậm chức
induction *n.* sự làm lễ nhậm chức
indulge *v.t.* cho phép ai
indulgence *n.* tình trạng tự cho phép
indulgent *a.* nuông chiều
industrial *a.* thuộc công nghiệp
industrious *a.* siêng năng
industry *n.* công nghiệp
ineffective *a.* không có hiệu quả
inert *a.* trì trệ
inertia *n.* tính trì trệ
inevitable *a.* không thể tránh được
inexact *a.* không chính xác

inexorable *a.* không lay chuyển được
inexpensive *a.* không đắt
inexperience *n.* sự thiếu kinh nghiệm
inexplicable *a.* không thể giải nghĩa được
infallible *a.* không thể sai
infamous *a.* đáng hổ thẹn
infamy *n.* điều ô nhục
infancy *n.* tuổi thơ ấu
infant *n.* đứa bé còn ẵm ngửa
infanticide *n.* tội giết trẻ con
infantile *a.* ấu trĩ
infantry *n.* bộ binh
infatuate *v.t.* làm cuồng dại
infatuation *n.* sự làm cuồng dại
infect *v.t.* gây nhiễm
infection *n.* sự nhiễm trùng
infectious *a.* lây nhiễm
infer *v.t.* luận ra
inference *n.* sự suy ra
inferior *a.* thua kém
inferiority *n.* sự thấp kém hơn
infernal *a.* thuộc địa ngục
infinite *a.* không bờ bến
infinity *n.* vô tận
infirm *a.* yếu đuối
infirmity *n.* tính yếu đuối
inflame *v.t.* làm sưng tấy
inflammable *a.* dễ bị kích động
inflammation *n.* chứng sưng viêm
inflammatory *a.* dễ kích động
inflation *n.* sự lạm phát
inflexible *a.* không uốn được
inflict *v.t.* giáng một đòn
influence *n.* ảnh hưởng
influence *v.t.* gây ảnh hưởng
influential *a.* có ảnh hưởng
influenza *n.* bệnh cúm
influx *n.* sự chảy vào

inform *v.t.* nói cho ai biết cái gì
informal *a.* nghi thức
information *n.* thông tin
informative *a.* thông tin
informer *n.* mật thám
infringe *v.t.* xâm phạm
infringement *n.* sự xâm phạm
infuriate *v.t.* làm tức điên lên
infuse *v.t.* truyền cho ai cái gì
infusion *n.* sự truyền
ingrained *a.* thâm căn cố đế
ingratitude *n.* sự vô ơn bạc nghĩa
ingredient *n.* thành phần
inhabit *v.t.* sống ở
inhabitable *a.* có thể ở
inhabitant *n.* người cư trú
inhale *v.i.* hít vào
inherent *a.* vốn có
inherit *v.t.* thừa kế
inheritance *n.* sự thừa kế
inhibit *v.t.* hạn chế
inhibition *n.* sự hạn chế
inhospitable *a.* không mến khách
inhuman *a.* không nhân đạo
inimical *a.* thù địch
inimitable *a.* không thể bắt chước được
initial *a.* ban đầu
initial *n.* chữ đầu (tên gọi)
initial *v.t.* ký tắt
initiate *v.t.* đã được khai tâm
initiative *n.* sáng kiến
inject *v.t.* tiêm thuốc
injection *n.* sự tiêm
injudicious *a.* thiếu cân nhắc
injunction *n.* lệnh huấn thị
injure *v.t.* làm tổn thương
injurious *a.* gây tổn thương
injury *n.* sự tổn thương
injustice *n.* sự bất công

ink *n.* mực
inkling *n.* lời gợi ý xa xôi
inland *a.* nội địa
inland *adv.* ở sâu trong lãnh thổ
in-laws *n.* bà con thân thuộc
inmate *n.* bạn ở chung trong tù
inmost *a.* ở tận cùng
inn *n.* quán trọ
innate *a.* bẩm sinh
inner *a.* trong nước
innermost *a.* ở trong tận cùng
innings *n.* lượt chơi
innocence *n.* tính vô tội
innocent *a.* vô tội
innovate *v.t.* đổi mới
innovation *n.* sự đổi mới
innovator *n.* người đổi mới
innumerable *a.* không đếm xuể
inoculate *v.t.* tiêm chủng
inoculation *n.* sự tiêm chủng
inoperative *a.* để tiêm chủng
inopportune *a.* không thích hợp
input *n.* nguồn vào
inquest *n.* cuộc thẩm tra
inquire *v.t.* hỏi thăm
inquiry *n.* yêu cầu
inquisition *n.* sự điều tra
inquisitive *a.* tọc mạch
insane *a.* điên cuồng
insanity *n.* tình trạng mất trí
insatiable *a.* không thể thỏa mãn
inscribe *v.t.* khắc
inscription *n.* sự khắc
insect *n.* sâu bọ
insecticide *n.* thuốc trừ sâu
insecure *a.* không an toàn
insecurity *n.* tính không an toàn
insensibility *n.* sự bất tỉnh
insensible *a.* bất tỉnh

inseparable *a.* không thể tách rời
insert *v.t.* lồng vào
insertion *n.* sự chèn vào
inside *n.* phía trong
inside *prep.* vào trong
inside *a.* ở trong
inside *adv.* ở trong
insight *n.* sự nhìn thấu bên trong
insignificance *n.* tính không quan trọng
insignificant *a.* không quan trọng
insincere *a.* không thành thực
insincerity *n.* tính không thành thực
insinuate *v.t.* nói bóng gió
insinuation *n.* sự nói bóng gió
insipid *a.* chán ngắt
insipidity *n.* tính vô vị
insist *v.t.* khăng khăng
insistence *n.* sự khăng khăng
insistent *a.* cứ khăng khăng
insolence *n.* sự xấc láo
insolent *a.* xấc láo
insoluble *a.* sự không hòa tan được
insolvency *n.* tình trạng không trả được nợ
insolvent *a.* không trả được nợ
inspect *v.t.* thanh tra
inspection *n.* sự thanh tra
inspector *n.* thanh tra viên
inspiration *n.* sự truyền cảm hứng
inspire *v.t.* truyền cảm hứng
instability *n.* tính không ổn định
install *v.t.* lắp đặt
installation *n.* sự lắp đặt
instalment *n.* phần cung cấp

mỗi lần
instance *n.* thí dụ
instant *n.* chốc lát
instant *a.* ngay lập tức
instantaneous *a.* xảy ra ngay tức thời
instantly *adv.* ngay tức khắc
instigate *v.t.* xúi giục
instigation *n.* sự xúi giục
instil *v.t.* truyền dẫn
instinct *n.* bản năng
instinctive *a.* theo bản năng
institute *n.* học viện
institution *n.* sự thành lập
instruct *v.t.* chỉ dẫn
instruction *n.* lời chỉ dẫn
instructor *n.* huấn luyện viên
instrument *n.* nhạc cụ
instrumental *a.* soạn cho nhạc khí
instrumentalist *n.* nhạc công
insubordinate *a.* không chịu phục tùng
insubordination *n.* sự không chịu phục tùng
insufficient *a.* không đủ
insular *a.* thuộc về đảo
insularity *n.* tính hẹp hòi thiển cận
insulate *v.t.* cách ly
insulation *n.* sự cô lập
insulator *n.* người cô lập
insult *n.* lời lăng mạ
insult *v.t.* lăng mạ
insupportable *a.* không thể chịu được
insurance *n.* sự bảo hiểm
insure *v.t.* đảm bảo
insurgent *a.* nổi dậy
insurgent *n.* người nổi dậy
insurmountable *a.* không vượt qua được

insurrection *n.* sự nổi dậy
intact *a.* không bị sứt mẻ
intangible *a.* không thể sờ thấy được
integral *a.* không thể hiểu
integrity *n.* trọn vẹn
intellect *n.* trí tuệ
intellectual *a.* thuộc trí tuệ
intellectual *n.* người trí tuệ
intelligence *n.* trí thông minh
intelligent *a.* thông minh
intelligentsia *n.* giới trí thức
intelligible *a.* dễ hiểu
intend *v.t.* dự định
intense *a.* cực kỳ
intensify *v.t.* tăng cường
intensity *n.* độ mạnh
intensive *a.* cao độ
intent *n.* ý định
intent *a.* chăm chú
intention *n.* ý định
intentional *a.* có chủ tâm
intercept *v.t.* chặn
interception *n.* tình trạng bị chặn
interchange *n.* giao điểm
interchange *v.* trao đổi
intercourse *n.* sự giao thiệp
interdependence *n.* sự phụ thuộc lẫn nhau
interdependent *a.* phụ thuộc lẫn nhau
interest *n.* lợi ích
interested *a.* quan tâm tới ai/cái gì
interesting *a.* làm quan tâm
interfere *v.i.* can thiệp
interference *n.* sự can thiệp
interim *n.* thời gian chuyển tiếp
interior *a.* bên trong
interior *n.* phần bên trong
interjection *n.* thán từ

interlock *v.t.* khớp vào nhau
interlude *n.* giờ giải lao
intermediary *n.* trung gian
intermediate *a.* trung gian
interminable *a.* vô tận
intermingle *v.t.* trộn lẫn
intern *v.t.* giam giữ
internal *a.* ở trong
international *a.* quốc tế
interplay *n.* sự tác động lẫn nhau
interpret *v.t.* phiên dịch
interpreter *n.* phiên dịch viên
interrogate *v.t.* thẩm vấn
interrogation *n.* sự chất vấn
interrogative *a.* nghi vẫn
interrogative *n.* từ nghi vấn
interrupt *v.t.* ngắt lời
interruption *n.* sự gián đoạn
intersect *v.t.* ngã tư
intersection *n.* điểm giao
interval *n.* sự tạm ngưng hoạt động
intervene *v.i.* xen vào
intervention *n.* sự xen vào
interview *n.* cuộc phỏng vấn
interview *v.t.* phỏng vấn
intestinal *a.* trong ruột
intestine *n.* ruột
intimacy *n.* sự thân mật
intimate *a.* thân mật
intimate *v.t.* báo cho biết
intimation *n.* sự cho biết
intimidate *v.t.* hăm dọa
intimidation *n.* sự hăm dọa
into *prep.* vào trong
intolerable *a.* quá quắt
intolerance *n.* sự không khoan dung
intolerant *a.* tính không dung thứ
intoxicant *n.* chất làm say

intoxicate *v.t.* làm say sưa
intoxication *n.* sự say
intransitive *a.(verb)* không cần bổ ngữ
interpid *a.* dũng cảm
intrepidity *n.* tính dũng cảm
intricate *a.* phức tạp
intrigue *v.t.* gây hấp dẫn
intrigue *n.* mưu đồ
intrinsic *a.* bản chất thực
introduce *v.t.* giới thiệu
introduction *n.* sự giới thiệu
introductory *a.* mở đầu
introspect *v.i.* tự xem xét nội tâm
introspection *n.* sự xem xét nội tâm
intrude *v.t.* ẩn bừa
intrusion *n.* sự xâm nhập
intuition *n.* trực giác
intuitive *a.* thuộc về trực giác
invade *v.t.* xâm lược
invalid *a.* tàn tật
invalid *a.* người bệnh tật
invalid *n.* không có hiệu lực
invalidate *v.t.* làm mất hiệu lực
invaluable *a.* vô giá
invasion *n.* sự xâm lược
invective *n.* lời công kích dữ dội
invent *v.t.* phát minh
invention *n.* sự phát minh
inventive *a.* đầy sáng tạo
inventor *n.* người phát minh
invert *v.t.* đảo ngược
invest *v.t.* đầu tư
investigate *v.t.* nghiên cứu tỷ mỉ
investigation *n.* sự điều tra
investment *n.* sự đầu tư
invigilate *v.t.* không có gian dối
invigilation *n.* sự coi thi

invigilator *n.* giám thị phòng thi
invincible *a.* vô địch
inviolable *a.* bất khả xâm phạm
invisible *a.* vô hình
invitation *v.* giấy mời
invite *v.t.* mời
invocation *n.* sự cầu khẩn
invoice *n.* hóa đơn
invoke *v.t.* cầu khẩn
involve *v.t.* dính líu
inward *a.* hướng vào trong
inwards *adv.* phía trong
irate *a.* sự xâm nhập
ire *n.* sự giận dữ
Irish *a.* thuộc Ai Len
Irish *n.* nước Ai Len
irksome *a.* tẻ nhạt
iron *n.* sắt
iron *v.t.* bọc sắt
ironical *a.* châm biếm
irony *n.* sự châm biếm
irradiate *v.i.* soi sáng
irrational *a.* phi lý
irreconcilable *a.* không thể hòa hợp được
irrecoverable *a.* không thể lấy lại được
irrefutable *a.* không thể bác được
irregular *a.* bất quy tắc
irregularity *n.* tính bất quy tắc
irrelevant *a.* không liên quan
irrespective *a.* bất chấp
irresponsible *a.* sự thiếu trách nhiệm
irrigate *v.t.* tưới
irrigation *n.* sự tưới
irritable *a.* dễ cáu
irritant *a.* kích thích
irritant *n.* chất kích thích
irritate *v.t.* chọc tức

irritation *n.* sự kích thích
irruption *n.* sự xông vào
island *n.* hòn đảo
isle *n.* hòn đảo nhỏ
isobar *n.* đường đắp thẳng
isolate *v.t.* tách ra
isolation *n.* sự cô lập
issue *v.i.* phát hành
issue *n.* sự phát hành
it *pron.* nó
Italian *a.* Ý
Italian *n.* tiếng Ý
italic *a.* nghiêng
italics *n.* chữ in nghiêng
itch *n.* bệnh ngứa
itch *v.i.* ngứa
item *n.* khoản
ivory *n.* ngà
ivy *n.* cây thường xuân

jab *v.t.* đâm mạnh
jabber *v.t.* nói liến thoắng
jack *n.* quả mít
jack *v.t.* săn bằng đuốc
jackal *n.* chó rừng
jacket *n.* áo vét tông
jade *n.* ngọc bích
jail *n.* nhà tù
jailer *n.* cai ngục
jam *n.* mứt
jam *v.t.* ép chặt
jar *n.* vại
jargon *n.* biệt ngữ
jasmine, jessamine *n.* hoa nhài
jaundice *n.* bệnh vàng da
jaundice *v.t.* làm mắc bệnh vàng da
javelin *n.* cái lao

jaw *n.* hàm	**jot** *v.t.* có một chút
jay *n.* chim giẻ cùi	**journal** *n.* tập san
jealous *a.* ghen tị	**journalism** *n.* nghề báo
jealousy *n.* lòng ghen tị	**journalist** *n.* nhà báo
jean *n.* quần bò	**journey** *n.* hành trình
jeer *v.i.* chế giễu	**journey** *v.i.* làm một cuộc hành trình
jelly *n.* thạch	
jeopardize *v.t.* gây nguy hiểm	**jovial** *a.* vui vẻ
jeopardy *n.* nguy cơ	**joviality** *n.* tính vui vẻ
jerk *n.* cú thúc mạnh	**joy** *n.* sự vui mừng
jerkin *n.* áo chẽn bằng da	**joyful, joyous** *n.* vui mừng
jerky *a.* ngớ ngẩn	**jubilant** *a.* thuộc Do thái
jersey *n.* áo nịt len	**jubilation** *n.* sự hân hoan ở
jest *n.* lời chế nhạo	**jubilee** *n.* lễ kỷ niệm
jest *v.i.* nói đùa	**judge** *n.* thẩm phán
jet *n.* đen nhánh	**judge** *v.i.* xét xử
Jew *n.* người Do thái	**judgement** *n.* sự xét xử
jewel *n.* đá quý	**judicature** *n.* bộ máy tư pháp
jewel *v.t.* nạm đá quý	**judicial** *a.* pháp luật
jeweller *n.* thợ kim hoàn	**judiciary** *n.* thuộc pháp luật
jewellery *n.* đồ châu báu	**judicious** *a.* đúng đắn
jingle *n.* tiếng leng keng	**jug** *n.* nhà tù
jingle *v.i.* rung leng keng	**juggle** *v.t.* lừa bịp
job *n.* việc	**juggler** *n.* kẻ lừa bịp
jobber *n.* người làm khoán	**juice** *n.* nước ép
jobbery *n.* sự đầu cơ	**juicy** *a.* có nhiều nước
jocular *a.* vui vẻ	**jumble** *n.* mớ lộn xộn
jog *v.t.* lắc nhẹ đẩy nhẹ	**jumble** *v.t.* làm lộn xộn
join *v.t.* gia nhập	**jump** *n.* sự nhảy
joiner *n.* thợ làm đồ gỗ	**jump** *v.i.* nhảy
joint *n.* mối ghép	**junction** *n.* sự nối liền
jointly *adv.* cùng nhau	**juncture** *n.* tình hình
joke *n.* truyện cười	**jungle** *n.* rừng nhiệt đới
joke *v.i.* đùa giỡn	**junior** *a.* cấp dưới
joker *n.* người pha trò	**junior** *n.* người ít tuổi hơn
jollity *n.* sự vui vẻ	**junk** *n.* cục
jolly *a.* vui vẻ	**jupiter** *n.* sao Mộc
jolt *n.* cú đấm	**jurisdiction** *n.* quyền hạn xét xử
jolt *v.t.* lắc bật ra	
jostle *n.* sự xô đẩy	**jurisprudence** *n.* luật học
jostle *v.t.* đẩy	**jurist** *n.* luật gia
jot *n.* chút	**juror** *n.* thành viên ban hội thẩm

jury *n.* hội thẩm đoàn
juryman *n.* thành viên ban hội thẩm
just *a.* công bằng
just *adv.* đúng
justice *n.* sự công bằng
justifiable *a.* có thể bào chữa
justification *n.* sự bào chữa
justify *v.t.* bào chữa
justly *adv.* đúng
jute *n.* sợi đay
juvenile *a.* vị thành niên

keen *a.* sắc
keenness *n.* sự sắc bén
keep *v.t.* tuân thủ
keeper *n.* người bảo quản
keepsake *n.* vật lưu niệm
kennel *n.* cũi chó
kerchief *n.* khăn tay
kernel *n.* nhân
kerosene *n.* dầu lửa
ketchup *n.* nước xốt cà chua
kettle *n.* ấm đun nước
key *n.* hòn đảo nhỏ
key *v.t.* ghép
kick *n.* sự chống lại
kick *v.t.* đá
kid *n.* đứa trẻ con
kidnap *v.t.* bắt cóc
kidney *n.* quả cật
kill *v.t.* giết
kill *n.* sự giết
kiln *n.* lò nung
kin *n.* họ hàng
kind *n.* hạng
kind *a.* tốt
kindergarten *n.* trường mẫu giáo

kindle *v.t.* khơi dậy
kindly *adv.* tử tế
king *n.* vua
kingdom *n.* vương quốc
kinship *n.* mối quan hệ họ hàng
kiss *n.* nụ hôn
kiss *v.t.* hôn
kit *n.* bộ đồ nghề
kitchen *n.* bếp
kite *n.* diều
kith *n.* bè bạn
kitten *n.* mèo con
knave *n.* kẻ đểu giả
knavery *n.* sự bất lương
knee *n.* đầu gối
kneel *v.i.* quỳ
knife *n.* con dao
knight *n.* hiệp sĩ
knight *v.t.* phong tước hầu
knit *v.t.* thắt chặt
knock *v.t.* đập
knot *n.* đầu mối
knot *v.t.* thắt lại
know *v.t.* biết
knowledge *n.* sự hiểu biết

label *n.* nhãn hiệu
label *v.t.* dán nhãn
labial *a.* thuộc về môi
laboratory *n.* phòng thí nghiệm
laborious *a.* cần cù
labour *n.* công việc nặng nhọc
labour *v.i.* dốc sức
laboured *a.* nặng nhọc
labourer *n.* lao động phổ thông
labyrinth *n.* mê cung
lac, lakh *n.* cánh kiến đỏ
lace *n.* dải buộc
lace *v.t.* thắt

lacerate *v.t.* xé rách	**land** *v.i.* lên bờ
lachrymose *a.* sướt mướt	**landing** *n.* bến
lack *n.* sự thiếu	**landscape** *n.* phong cảnh
lack *v.t.* thiếu	**lane** *n.* đường nhỏ
lackey *n.* đầy tớ	**language** *n.* ngôn ngữ
lacklustre *a.* lờ đờ	**languish** *v.i.* ốm yếu
laconic *a.* vắn tắt	**lank** *a.* gầy
lactate *v.i.* tiết ra sữa	**lantern** *n.* đèn lồng
lactometer *n.* dụng cụ đo sữa	**lap** *n.* vạt áo
lactose *n.* đường sữa	**lapse** *v.i.* sa ngã
lacuna *n.* kẽ hở	**lapse** *n.* sự sa ngã
lacy *a.* làm bằng ren	**lard** *n.* mỡ lợn
lad *n.* chú bé	**large** *a.* rộng lớn
ladder *n.* cái thang	**largesse** *n.* của bố thí
lade *v.t.* chất hàng	**lark** *n.* chim chiền chiện
ladle *n.* cái muôi	**lascivious** *a.* khiêu dâm
ladle *v.t.* múc bằng muôi	**lash** *a.* sắc nhọn
lady *n.* quý bà	**lash** *n.* cái roi
lag *v.i.* người tù khổ sai	**lass** *n.* thiếu nữ
laggard *n.* người lạc hậu	**last1** *a.* cuối cùng
lagoon *n.* phá	**last** *adv.* sau cùng
lair *n.* hang ổ thú rừng	**last** *v.i.* kéo dài
lake *n.* hồ	**last** *n.* lần cuối
lama *n.* thầy tu ở Tây tạng	**lastly** *adv.* cuối cùng
lamb *n.* cừu non	**lasting** *a.* bền vững
lambaste *v.t.* đánh quật	**latch** *n.* cái chốt cửa
lame *a.* què	**late** *a.* muộn
lame *v.t.* làm cho què quặt	**late** *adv.* muộn
lament *v.i.* than văn	**lately** mới đây
lament *n.* lời than văn	**latent** *a.* ngấm ngầm
lamentable *a.* đáng thương	**lath** *n.* thanh gỗ mỏng
lamentation *n.* sự than khóc	**lathe** *n.* tiện
lambkin *n.* cừu non	**lathe** *n.* máy tiện
laminate *v.t.* cán mỏng	**lather** *n.* bọt
lamp *n.* đèn	**latitude** *n.* vĩ độ
lampoon *n.* bài văn đả kích	**latrine** *n.* nhà xí
lampoon *v.t.* đả kích	**latter** *a.* gần đây
lance *n.* cây giáo	**lattice** *n.* lưới
lance *v.t.* đâm bằng giáo	**laud** *v.t.* tán dương
lancer *n.* kỵ binh đánh thương	**laud** *n.* lời khen ngợi
lancet *a.* lưỡi trích	**laudable** *a.* đáng ca ngợi
land *n.* đất đai	**laugh** *n.* tiếng cười

laugh *v.i.* cười	**leaflet** *n.* tờ rơi
laughable *a.* tức cười	**leafy** *a.* rậm lá
laughter *n.* tiếng cười	**league** *n.* liên đoàn
launch *v.t.* hạ thủy	**leak** *n.* lỗ thủng
launch *n.* xuồng lớn	**leak** *v.i.* lộ ra
launder *v.t.* giặt là	**leakage** *n.* sự rỉ ra
laundress *n.* chị thợ giặt	**lean** *n.* chỗ nạc
laundry *n.* hiệu giặt	**lean** *v.i.* chống
laurel *n.* tu viện	**leap** *v.i.* nhảy qua
laureate *a.* được giải thưởng	**leap** *n.* sự nhảy
laureate *n.* người trúng giải	**learn** *v.i.* học
lava *n.* dung nham	**learned** *a.* gầy còm
lavatory *n.* phòng rửa mặt	**learner** *n.* người học
lavender *n.* cây oải hương	**learning** *n.* sự học tập
lavish *a.* phong phú	**lease** *n.* hợp đồng cho thuê
lavish *v.t.* lãng phí	**lease** *v.t.* thuê
law *n.* quy luật	**least** *a.* tối thiểu
lawful *a.* hợp pháp	**least** *adv.* ít nhất
lawless *a.* vô trật tự	**leather** *n.* da thuộc
lawn *n.* bãi cỏ	**leave** *n.* sự cho phép
lawyer *n.* luật sư	**leave** *v.t.* bỏ lại
lax *a.* lỏng lẻo	**lecture** *n.* bài giảng
laxative *n.* thuốc nhuận tràng	**lecture** *v* giảng
laxative *a.* nhuận tràng	**lecturer** *n.* người giảng dạy
laxity *n.* tính không nghiêm túc	**ledger** *n.* sổ cái
lay *v.t.* bố trí	**lee** *n.* chỗ che
lay *a.* không chuyên môn	**leech** *n.* con đỉa
lay *n.* bài thơ	**leek** *n.* tỏi tây
layer *n.* gà đẻ trứng	**left** *a.* trái
layman *n.* thường dân	**left** *n.* bên trái
laze *v.i.* lười biếng	**leftist** *n.* phe tả
laziness *n.* sự lười biếng	**leg** *n.* chân
lazy *n.* lười	**legacy** *n.* tài sản
lea *n.* khoảng đất hoang	**legal** *a.* luật pháp
leach *v.t.* lọc qua	**legality** *n.* tính hợp pháp
lead *n.* chì	**legalize** *v.t.* hợp pháp hóa
lead *v.t.* đổ chì	**legend** *n.* truyền thuyết
lead *n.* sự lãnh đạo	**legendary** *a.* thuộc truyền thuyết
leaden *a.* nặng như chì	
leader *n.* lãnh tụ	**leghorn** *n.* mũ rơm lêchho
leadership *n.* sự lãnh đạo	**legible** *a.* rõ ràng
leaf *n.* lá cây	**legibly** *adv.* rõ ràng

legion *n.* đám đông
legionary *n.* quân lính La mã cổ đại
legislate *v.i.* làm luật
legislation *n.* pháp luật
legislative *a.* lập pháp
legislator *n.* người làm luật
legislature *n.* cơ quan lập pháp
legitimacy *n.* tính hợp pháp
legitimate *a.* đúng luật
leisure *n.* thời gian rỗi
leisure *a.* nhàn nhã
leisurely *a.* nhàn nhã
leisurely *adv.* nhàn nhã
lemon *n.* quả chanh
lemonade *n.* nước chanh
lend *v.t.* cho vay
length *n.* chiều dài
lengthen *v.t.* làm dài ra
lengthy *a.* dài dòng
lenience, leniency *n.* tính nhân hậu
lenient *a.* nhân hậu
lens *n.* thấu kính
lentil *n.* đậu lăng
Leo *n.* cung Sư tử
leonine *a.* giống sư tử
leopard *n.* quần áo nịt
leper *n.* người hủi
leprosy *n.* bệnh phong
leprous *a.* thuộc hủi
less *a.* ít hơn
less *n.* đồng tính nữ
less *adv.* số lượng ít hơn
less *prep.* trước khi trừ cái gì
lessee *n.* người thuê theo hợp đồng
lessen *v.t.* giảm bớt
lesser *a.* kém hơn
lesson *n.* bài học
lest *conj.* vì sợ rằng
let *v.t.* để cho

lethal *a.* gây chết người
lethargic *a.* hôn mê
lethargy *n.* giấc ngủ lim
letter *n.* bức thư
level *n.* cấp
level *a.* cân bằng đều
level *v.t.* san bằng
lever *n.* cái đòn bẩy
lever *v.t.* bẩy lên
leverage *n.* tác dụng của đòn bẩy
levity *n.* nhẹ dạ
levy *v.t.* thu
levy *n.* tiền thuế thu được
lewd *a.* dâm dục
lexicography *n.* lý thuyết và thực hành biên soạn từ điển
lexicon *n.* từ vựng
liability *n.* trách nhiệm pháp lý
liable *a.* nghĩa vụ về pháp lý
liaison *n.* quan hệ bất chính
liar *n.* kẻ nói dối
libel *n.* sự phỉ báng
libel *v.t.* phỉ báng
liberal *a.* hào phóng
liberalism *n.* chủ nghĩa tự do
liberality *n.* tính hòa phóng
liberate *v.t.* phóng thích
liberation *n.* sự phóng thích
liberator *n.* người giải phóng
libertine *n.* người phóng đãng
liberty *n.* sự tự do
librarian *n.* thủ thư
library *n.* thư viện
licence *n.* giấy phép
license *v.t.* cấp giấy phép
licensee *n.* người được cấp giấy phép
licentious *a.* bừa bãi
lick *v.t.* liếm
lick *n.* sự liếm
lid *n.* nắp

lie *v.i.* nằm	**limited** *a.* có giới hạn
lie *v.i.* hợp lệ	**limitless** *a.* vô hạn
lie *n.* lời nói dối	**line** *n.* đường kẻ
lien *n.* quyền lưu giữ	**line** *v.t.* vạch
lieu *n.* thay cho	**line** *v.t.* làm cho có vách ngăn
lieutenant *n.* đại úy hải quân	**lineage** *n.* nòi giống
life *n.* cuộc sống	**linen** *n.* vải lanh
lifeless *a.* tẻ nhạt	**linger** *v.i.* chần chừ
lifelong *a.* suốt đời	**lingo** *n.* tiếng nước ngoài
lift *n.* sự nhấc lên	**lingua franca** *n.* ngôn ngữ chung
lift *v.t.* giơ lên	**lingual** *a.* tiếng nói
light *n.* ánh sáng	**linguist** *n.* nhà ngôn ngữ học
light *a.* nhẹ nhàng	**linguistic** *a.* ngôn ngữ học
light *v.t.* châm	**linguistics** *n.* ngôn ngữ học
lighten *v.i.* sáng lên	**lining** *n.* lớp vải áo
lighter *n.* cái bật lửa	**link** *n.* mắt xích
lightly *adv.* nhẹ nhàng	**link** *v.t.* liên kết
lightening *n.* sự sa bụng	**linseed** *n.* hạt lanh
lignite *n.* than non	**lintel** *n.* rầm đỡ
like *a.* giống nhau	**lion** *n.* con sư tử
like *n.* cái thích	**lioness** *n.* sư tử cái
like *v.t.* thích	**lip** *n.* môi
like *prep.* giống như	**liquefy** *v.t.* trở nên lỏng
likelihood *n.* có khả năng xảy ra	**liquid** *a.* lỏng
likely *a.* có khả năng	**liquid** *n.* chất lỏng
liken *v.t.* so sánh	**liquidate** *v.t.* thanh lý
likeness *n.* sự giống nhau	**liquidation** *n.* sự thanh toán
likewise *adv.* tương tự	**liquor** *n.* rượu
liking *n.* sự ưa thích	**lisp** *v.t.* nói ngọng
lilac *n.* cây tử đinh hương	**lisp** *n.* tật nói ngọng
lily *n.* hoa huệ tây	**list** *n.* mặt nghiêng
limb *n.* rìa	**list** *v.t.* liệt kê
limber *v.t.* khởi động	**listen** *v.i.* nghe
limber *n.* đầu xe	**listener** *n.* người nghe
lime *n.* màu vàng chanh	**listless** *a.* bơ phờ
lime *v.t.* bón vôi	**lists** *n.* mặt nghiêng
lime *n.* vôi	**literacy** *n.* biết đọc
limelight *n.* ánh sáng đèn	**literal** *a.* theo nghĩa đen
limit *n.* giới hạn	**literary** *a.* văn học
limit *v.t.* giới hạn	**literate** *a.* có học
limitation *n.* sự giới hạn	**literature** *n.* văn học

litigant *n.* người kiện	**lock** *n.* khóa
litigate *v.t.* kiện	**lock** *v.t.* khóa
litigation *n.* sự kiện tụng	**lock** *n.* tình trạng nan giải
litre *n.* lít	**locker** *n.* người khóa
litter *n.* rác rưởi	**locket** *n.* mề đay
litter *v.t.* rải ổ	**locomotive** *n.* đầu máy
litterateur *n.* nhà văn học	**locus** *n.* nơi
little *a.* ngắn	**locust** *n.* con châu chấu
little *adv.* ít	**locution** *n.* cụm từ
little *n.* nhỏ	**lodge** *n.* nhà nghỉ
littoral *a.* ven biển	**lodge** *v.t.* cho ở
liturgical *a.* nghi thức tế lễ	**lodging** *n.* nơi ăn ở tạm thời
live *v.i.* sống	**loft** *n.* gác xép
live *a.* sống	**lofty** *a.* cao ngất
livelihood *n.* cách kiếm sống	**log** *n.* máy đo tốc độ
lively *a.* sống động	**logarithm** *n.* loga
liver *n.* gan	**loggerhead** *n.* người ngu xuẩn
livery *n.* chế phục	**logic** *n.* lý luận học
living *a.* sinh đông	**logical** *a.* hợp lý
living *n.* sinh hoạt	**logician** *n.* nhà lôgic
lizard *n.* con thằn lằn	**loin** *n.* chỗ thắt lưng
load *n.* trọng tải	**loiter** *v.i.* lảng vảng
load *v.t.* chở	**loll** *v.i.* thơ thẩn
loadstar *n.* sao bắc cực	**lollipop** *n.* kẹo mút
loadstone *n.* đá nam châm	**lone** *a.* cô độc
loaf *n.* ổ bánh mỳ	**loneliness** *n.* sự cô độc
loaf *v.i.* cuộn thành bắp	**lonely** *a.* cô đơn
loafer *n.* đất nhiều mùn	**lonesome** *a.* đơn độc
loan *n.* tiền cho vay	**long** *a.* dài
loan *v.t.* cho vay	**long** *adv.* lâu
loath *a.* miễn cưỡng	**long** *v.i.* nóng lòng
loathe *v.t.* ghê tởm	**longevity** *n.* tuổi thọ
loathsome *a.* đáng ghét	**longing** *n.* niềm khát khao
lobby *n.* hành lang	**longitude** *n.* kinh độ
lobe *n.* vấu	**look** *v.i.* nhìn
lobster *n.* con tôm	**look** *a.* ngoại hình
local *a.* địa phương	**loom** *n.* bóng lờ mờ
locale *n.* nơi xảy ra	**loom** *v.i.* hiện ra lờ mờ
locality *n.* vị trí của cái gì	**loop** *n.* cái móc
localize *v.t.* khoanh vùng	**loop-hole** *n.* lỗ châu mai
locate *v.t.* xác định vị trí	**loose** *a.* lỏng
location *n.* sự định vị	**loose** *v.t.* thả lỏng

loosen *v.t.* nới lỏng
loot *n.* của cải
loot *v.i.* cướp bóc
lop *v.t.* tỉa cành
lop *n.* cành cây tỉa
lord *n.* chúa tể
lordly *a.* quý tộc
lordship *n.* quyền thế
lore *n.* trí thức
lorry *n.* xe tải
lose *v.t.* mất
loss *n.* thua lỗ
lot *n.* việc rút thăm
lot *n.* lô
lotion *n.* mỹ phẩm cho da
lottery *n.* xổ số
lotus *n.* hoa sen
loud *a.* ầm ĩ
lounge *v.i.* đi dạo
lounge *n.* sự lang thang
louse *n.* rận
lovable *a.* dễ thương
love *n.* tình yêu
love *v.t.* yêu
lovely *a.* đáng yêu
lover *n.* người yêu
loving *a.* âu yếm
low *a.* thấp
low *adv.* thấp
low *v.i.* rống
low *n.* tiếng rống
lower *v.t.* hạ thấp
lowliness *n.* tính hèn mọn
lowly *a.* tầm thường
loyal *a.* trung thành
loyalist *n.* người trung thành
loyalty *n.* lòng trung thành
lubricant *n.* chất bôi trơn
lubricate *v.t.* tra dầu mỡ
lubrication *n.* sự tra dầu mỡ
lucent *a.* sáng ngời
lucerne *n.* cỏ linh lăng

lucid *a.* sáng sủa
lucidity *n.* tính sáng suốt
luck *n.* may mắn
luckily *adv.* may mắn thay
luckless *a.* thiếu may mắn
lucky *a.* may mắn
lucrative *a.* sinh lợi
lucre *n.* lợi
luggage *n.* hành lý
lukewarm *a.* âm ấm
lull *v.t.* ru ngủ
lull *n.* thời gian yên tĩnh
lullaby *n.* bài hát ru con
luminary *n.* mặt trăng
luminous *a.* rõ ràng
lump *n.* tảng
lump *v.t.* gộp lại
lunacy *n.* tình trạng mất trí
lunar *a.* thuộc mặt trăng
lunatic *n.* cây cải âm
lunatic *a.* trên mặt trăng
lunch *n.* bữa trưa
lunch *v.i.* đãi ai ăn trưa
lung *n.* phổi
lunge *n.* sự lao tới
lunge *v.i.* tấn công bất thình lình
lurch *n.* sự lắc lư
lurch *v.i.* đi lảo đảo
lure *n.* chim giả
lure *v.t.* nhử mồi
lurk *v.i.* ẩn nấp
luscious *a.* ngọt ngào
lush *a.* tươi tốt
lust *n.* thú tính
lustful *a.* đầy dục vọng
lustre *n.* sự vẻ vang
lustrous *a.* chói ngời
lusty *a.* cường tráng
lute *n.* nhựa gắn
luxuriance *n.* sự phong phú
luxuriant *a.* phong phú

luxurious *a.* sang trọng
luxury *n.* sự xa xỉ
lynch *v.t.* hành hình kiểu linsơ
lyre *n.* đàn lia
lyric *a.* bài thơ trữ tình
lyric *n.* trữ tình
lyrical *a.* thích
lyricist *n.* nhà thơ trữ tình

magical *a.* ma thuật
magician *n.* thầy phù thủy
magisterial *a.* có uy tín
magistracy *n.* uy quyền
magistrate *n.* quan tòa
magnanimity *n.* tính hào hiệp
magnanimous *a.* hào hiệp
magnate *n.* người kiệt xuất
magnet *n.* nam châm
magnetic *a.* có từ tính
magnetism *n.* từ tính
magnificent *a.* tráng lệ
magnify *v.t.* phóng đại
magnitude *n.* trọng đại
magpie *n.* người ba hoa
mahogany *n.* cây gụ
mahout *n.* quản tượng
maid *n.* con gái
maiden *n.* thiếu nữ
maiden *a.* trinh nữ
mail *n.* thư từ
mail *v.t.* gửi thư
mail *n.* bưu phẩm
main *a.* chủ yếu
main *n.* chính
mainly *adv.* phần lớn
mainstay *n.* cơ sở chính
maintain *v.t.* duy trì
maintenance *n.* bảo dưỡng
maize *n.* bắp ngô

majestic *a.* tráng lệ
majesty *n.* oai vệ
major *a.* đa số
major *n.* đa số
majority *n.* phần lớn
make *v.t.* chế tạo
make *n.* sự chế tạo
maker *n.* người chế tạo
mal adjustment *n.* sự lắp sai
mal administration *n.* quản lý yếu kém
malady *n.* tệ nạn
malaria *n.* bệnh sốt rét
maladroit *a.* vụng về
malafide *a.* nghi ngờ
malafide *adv.* nghi ngờ
malaise *n.* tình trạng bất ổn
malcontent *a.* bất mãn
malcontent *n.* người bất mãn
male *a.* giống đực
male *n.* nam giới
malediction *n.* lời nguyền rủa
malefactor *n.* kẻ bất lương
maleficent *a.* hiểm ác
malice *n.* tính hiểm độc
malicious *a.* hiểm độc
malign *v.t.* vu khống
malign *a.* độc ác
malignancy *n.* tính thâm hiểm
malignant *a.* hiểm ác
malignity *n.* tính ác
malleable *a.* dễ uốn
malmsey *n.* loại rượu ngọt và mạnh
malnutrition *n.* kém dinh dưỡng
malpractice *n.* hành động bất chính
malt *n.* mạch nha
mal-treatment *n.* sự ngược đãi
mamma *n.* mẹ
mammal *n.* động vật có vú

mammary *a.* vú
mammon *n.* sự phú quý
mammoth *n.* voi mamut
mammoth *a.* to lớn
man *n.* đàn ông
man *v.t.* cung cấp người
manage *v.t.* quản lý
manageable *a.* có thể quản lý
management *n.* sự quản lý
manager *n.* người quản lý
managerial *a.* tính quản lý
mandate *n.* ủy nhiệm
mandatory *a.* có tính cách bắt buộc
mane *n.* bờm
manes *n.* vong hồn
manful *a.* can trường
manganese *n.* mangan
manger *n.* máng ăn
mangle *v.t.* xé
mango *n.* quả xoài
manhandle *v.t.* khiêng
manhole *n.* hố ga
manhood *n.* nhân cách
mania *n.* chứng điên
maniac *n.* người điên
manicure *n.* cắt sửa móng tay
manifest *a.* hiển nhiên
manifest *v.t.* chứng minh
manifestation *n.* cuộc biểu tình
manifesto *n.* bản tuyên ngôn
manifold *a.* đa dạng
manipulate *v.t.* bóp
manipulation *n.* thao tác bằng tay
mankind *n.* loài người
manlike *a.* tính nam nhi
manliness *n.* đức tính đàn ông
manly *a.* có tính chất đàn ông
manna *n.* dịch tần bì
mannequin *n.* thói cầu kỳ

manner *n.* cách thức
mannerism *n.* thói kiểu cách
mannerly *a.* lễ phép
manoeuvre *n.* thủ đoạn
manoeuvre *v.i.* dẫn dắt
manor *n.* trang viên
manorial *a.* trang viên
mansion *n.* lâu đài
mantel *n.* mặt lò sưởi
mantle *n.* áo khoác
mantle *v.t.* choàng
manual *a.* thủ công
manual *n.* sách thực hành
manufacture *v.t.* chế tạo
manufacture *n.* sự chế tạo
manufacturer *n.* hãng sản xuất
manumission *n.* sự giải phóng
manumit *v.t.* giải phóng
manure *n.* phân bón
manure *v.t.* bón phân
manuscript *n.* bản viết tay
many *a.* nhiều
map *n.* bản đồ
map *v.t.* sắp xếp
mar *v.t.* làm hại
marathon *n.* đua đường dài
maraud *v.i.* cướp bóc
marauder *n.* kẻ cướp
marble *n.* đá hoa
march *n.* tháng ba
march *n.* cuộc hành quân
march *v.i.* diễu hành
mare *n.* ngựa cái
margarine *n.* bơ thực vật
margin *n.* rìa
marginal *a.* ở rìa
marigold *n.* cúc vạn thọ
marine *a.* biển
mariner *n.* thủy thủ
marionette *n.* con rối
marital *a.* vợ chồng
maritime *a.* thuộc về biển

mark *n.* nhãn hiệu
mark *v.t.* đánh dấu
marker *n.* người ghi
market *n.* thị trường
market *v.t.* mua bán ở chợ
marketable *a.* có thể tiêu thụ được
marksman *n.* nhà thiện xạ
marl *n.* macnơ
marmalade *n.* mứt cam
maroon *n.* mày nâu sẫm
maroon *a.* nâu sẫm
maroon *v.t.* bỏ (ai) trên đảo hoang
marriage *n.* hôn nhân
marriageable *a.* đủ tuổi kết hôn
marry *v.t.* cưới
Mars *n.* sao hỏa
marsh *n.* đầm lầy
marshal *n.* nguyên soái
marshal *v.t.* sắp đặt
marshy *a.* đầm lầy
marsupial *n.* thú có túi
mart *n.* trung tâm buôn bán
marten *n.* chồn macten
martial *a.* quân sự
martinet *n.* quân nhân chặt chẽ về kỷ luật
martyr *n.* liệt sỹ
martyrdom *n.* sự chết vì nghĩa
marvel *n.* vật kỳ diệu
marvel *v.i.* kinh ngạc
marvellous *a.* phi thường
mascot *n.* vật lấy phước
masculine *a.* giống đực
mash *n.* cám
mash *v.t.* nghiền
mask *n.* mạng che mặt
mask *v.t.* che giấu
mason *n.* thợ xây
masonry *n.* nghề thợ nề

masquerade *n.* sự giả trang
mass *n.* đa số
mass *v.i.* tập trung
massacre *n.* cuộc thảm sát
massacre *v.t.* tiêu diệt
massage *n.* sự xoa bóp
massage *v.t.* xoa bóp
masseur *n.* người làm nghề xoa bóp
massive *a.* ồ ạt
massy *a.* to lớn
mast *n.* cột buồm
master *n.* người kiểm soát
master *v.t.* kiểm soát
masterly *a.* bậc thầy
masterpiece *n.* kiệt tác
mastery *n.* quyền làm chủ
masticate *v.t.* nhai
masturbate *v.i.* thủ dâm
mat *n.* chiếu
matador *n.* người đấu bò
match *n.* cuộc thi đấu
match *v.i.* đối chọi
match *n.* phù hợp
matchless *a.* không có địch thủ
mate *n.* bạn đời
mate *v.t.* giao phối
mate *n.* bạn đời
mate *v.t.* giao phối
material *a.* quan trọng
material *n.* nguyên liệu
materialism *n.* chủ nghĩa duy vật
materialize *v.t.* duy vật hóa
maternal *a.* mẹ
maternity *n.* địa vị người mẹ
mathematical *a.* toán học
mathematician *n.* nhà toán học
mathematics *n.* môn toán học
matinee *n.* buổi biểu diễn ban

chiều
matriarch *n.* nữ chúa
matricidal *a.* tội giết mẹ
matricide *n.* kẻ giết mẹ
matriculate *v.t.* nhận vào học đại học
matriculation *n.* trúng tuyển đại học
matrimonial *a.* hôn nhân
matrimony *n.* đời sống vợ chồng
matrix *n.* thể mẹ
matron *n.* mệnh phụ
matter *n.* vấn đề
matter *v.i.* có ý nghĩa
mattock *n.* cái cuốc chim
mattress *n.* nệm
mature *a.* trưởng thành
mature *v.i.* trở nên chín chắn
maturity *n.* tính trưởng thành
maudlin *a.* ủy mị
maul *n.* cái vồ lớn
maul *v.t.* dùng vồ nện
maulstick *n.* cái kê tay
maunder *v.t.* nói nhảm
mausoleum *n.* lăng mộ
mawkish *a.* ủy mị
maxilla *n.* hàm trên
maxim *n.* châm ngôn
maximize *v.t.* tối đa hóa
maximum *a.* tối đa
maximum *n.* lượng tối đa
May *n.* tháng năm
may *v* có thể
mayor *n.* thị trưởng
maze *n.* mê cung
me *pron.* tôi
mead *n.* đồng cỏ
meadow *n.* bãi cỏ
meagre *a.* gầy còm
meal *n.* bữa ăn
mealy *a.* xanh xao

mean *a.* bủn xỉn
mean *n.* trung gian
mean *v.t.* có ý định
meander *v.i.* chỗ sông uốn khúc
meaning *n.* ý nghĩa
meaningful *a.* có ý nghĩa
meaningless *a.* vô nghĩa
meanness *n.* hèn hạ
means *n.* tiền bạc
meanwhile *adv.* trong khi đó
measles *n.* bệnh sởi
measurable *a.* có thể đo đạc
measure *n.* sự đo lường
measure *v.t.* đo đạc
measureless *a.* vô tận
measurement *n.* sự đo lường
meat *n.* thịt
mechanic *n.* thợ máy
mechanic *a.* thuộc về cơ khí
mechanical *a.* máy móc
mechanics *n.* cơ học
mechanism *n.* cơ chế
medal *n.* huân chương
medallist *n.* người được tặng huân chương
maddle *v.i.* can thiệp vào
medieval *a.* cổ xưa
medieval *a.* xa xưa
median *a.* điểm giữa
mediate *v.i.* làm trung gian
mediation *n.* hòa giải
mediator *n.* người hòa giải
medical *a.* y tế
medicament *n.* dược phẩm
medicinal *a.* dùng để chữa bệnh
medicine *n.* thuốc
medico *n.* thầy thuốc
mediocre *a.* tầm thường
mediocrity *n.* tính chất thường
meditate *v.t.* trung gian

mediation *n.* sự hòa giải
meditative *a.* sự điều đình
medium *n.* trung bình
medium *a.* trung bình
meek *a.* nhu mì
meet *n.* gặp mặt
meet *v.t.* hẹn gặp
meeting *n.* họp
megalith *n.* cự thạch
megalithic *a.* cự thạch
megaphone *n.* loa
melancholia *n.* bệnh u sầu
melancholic *a.* u sầu
melancholy *n.* sự u sầu
melancholy *adj.* tính u sầu
melee *n.* hỗn chiến
meliorate *v.t.* làm cho tốt hơn
mellow *a.* chín
melodious *a.* du dương
melodrama *n.* lời nói quá đáng
melodramatic *a.* cường điệu
melody *n.* giai điệu
melon *n.* quả dưa
melt *v.i.* tan chảy
member *n.* thành viên
membership *n.* quan hệ thành viên
membrane *n.* màng nhầy
memento *n.* vật kỷ niệm
memoir *n.* ký sự
memorable *a.* đáng nhớ
memorandum *n.* biên bản ghi nhớ
memorial *n.* lưu niệm
memorial *a.* để ghi nhớ
memory *n.* vật kỷ niệm
menace *n.* mối đe dọa
menace *v.t.* đe dọa
mend *v.t.* vá
mendacious *a.* xuyên tạc
menial *a.* của người hầu
menial *n.* người hầu

meningitis *n.* viêm màng não
menopause *n.* sự mãn kinh
menses *n.* kinh nguyệt
menstrual *a.* kinh nguyệt
menstruation *n.* kinh nguyệt
mental *a.* tinh thần
mentality *n.* trạng thái tâm lý
mention *n.* đề cập
mention *v.t.* đề cập tới
mentor *n.* người thầy thông thái
menu *n.* thực đơn
mercantile *a.* thuộc về mậu dịch
mercenary *a.* hám lợi
mercerise *v.t.* ngâm kiềm
merchandise *n.* hàng hóa
merchant *n.* thương gia
merciful *a.* nhân từ
merciless *adj.* nhẫn tâm
mercurial *a.* có thủy ngân
mercury *n.* thủy ngân
mercy *n.* lòng tốt
mere *a.* chỉ là
merge *v.t.* hợp nhất
merger *n.* sự liên kết
meridian *a.* tuyệt đỉnh
merit *n.* sự xứng đáng
merit *v.t.* xứng đáng
meritorious *a.* đáng khen
mermaid *n.* người cá
merman *n.* người cá
merriment *n.* sự vui chơi
merry *a.* vui vẻ
mesh *n.* mắt lưới
mesh *v.t.* bắt lưới
mesmerism *n.* thuật thôi miên
mesmerize *v.t.* thôi miên
mess *n.* lộn xộn
mess *v.i.* làm rối
message *n.* tin nhắn
messenger *n.* người nhắn tin
messiah *n.* vị cứu tinh

Messrs *n.* các ông
metabolism *n.* sự chuyển hóa
metal *n.* kim loại
metallic *a.* thuộc về kim loại
metallurgy *n.* sự luyện kim
metamorphosis *n.* sự thay đổi hình dáng
metaphor *n.* phép ẩn dụ
metaphysical *a.* siêu hình
metaphysics *n.* siêu hình học
mete *v.t.* đo lường
meteor *n.* sao băng
meteoric *a.* thuộc sao băng
meteorologist *n.* nhà khí tượng học
meteorology *n.* khí tượng học
meter *n.* dụng cụ đo
method *n.* phương pháp
methodical *a.* có phương pháp
metre *n.* mét
metric *a.* theo hệ mét
metrical *a.* có vần luật
metropolis *n.* thủ đô
metropolitan *a.* có tính chất thủ đô
metropolitan *n.* người dân thủ đô
mettle *n.* dũng khí
mettlesome *a.* khí khái
mew *v.i.* kêu meo meo
mew *n.* hang ổ
mezzanine *n.* gác lửng
mica *n.* mi ca
microfilm *n.* vi phim
micrology *n.* vi phim
micrometer *n.* trắc vi kế
microphone *n.* mi crô
microscope *n.* kíinh hiển vi
microscopic *a.* cực nhỏ
microwave *n.* vi sóng
mid *a.* giữa
midday *n.* giữa ngày

middle *a.* ở giữa
middle *n.* giữa
middleman *n.* người trung gian
middling *a.* bậc trung
midget *n.* người lùn
midland *n.* trung du
midnight *n.* nửa đêm
mid-off *n.* người chặn bóng (trong môn crickê)
mid-on *n.* người chặn bóng (trong môn crickê)
midriff *n.* cơ hoành
midst giữa
midsummer *n.* giữa mùa hè
midwife *n.* bà mụ
might *n.* có thể
mighty *adj.* hùng mạnh
migraine *n.* chứng đau nửa đầu
migrant *n.* người di cư
migrate *v.i.* di cư
migration *n.* di cư
milch *a.* được nuôi để vắt sữa
mild *a.* nhẹ nhàng
mildew *n.* mốc
mile *n.* dặm
mileage *n.* lợi lộc
milestone *n.* cột cây số
milieu *n.* hoàn cảnh
militant *a.* chiến đấu
militant *n.* chiến sĩ
military *a.* quân đội
military *n.* quân đội
militate *v.i.* chiến đấu
militia *n.* lực lượng dân quân
milk *n.* sữa
milk *v.t.* cho sữa
milky *a.* có sữa
mill *n.* máy xay
mill *v.t.* xay
millennium *n.* thiên niên kỷ
miller *n.* máy phay
millet *n.* hạt kê

milliner *n.* người làm mũ và trang phục phụ nữ
milliner *n.* người làm mũ và trang phục phụ nữ
millinery *n.* đồ trang phục nữ
million *n.* triệu
millionaire *n.* triệu phú
millipede *n.* động vật nhiều chân
mime *n.* kịch câm
mime *v.i.* diễn đạt bằng điệu bộ
mimesis *n.* sự giống nhau
mimic *a.* giả
mimic *n.* người có tài bắt chước
mimic *v.t.* bắt chước
mimicry *n.* sự bắt chước
minaret *n.* tháp
mince *v.t.* băm
mind *n.* khả năng
mind *v.t.* lưu ý
mindful *a.* lưu tâm
mindless *a.* không lưu tâm
mine *pron.* của tôi
mine *n.* của tôi
miner *n.* thợ mỏ
mineral *n.* khoáng
mineral *a.* khoáng chất
mineralogist *n.* nhà khoáng vật học
mineralogy *n.* khoáng vật học
mingle *v.t.* trộn lẫn
miniature *n.* tiểu họa
miniature *a.* thu nhỏ lại
minim *n.* đơn vị đong chất lỏng bằng 1/6 dram
minimal *a.* tối thiểu
minimize *v.t.* tối thiểu hóa
minimum *n.* ít nhất
minimum *a.* ít nhất
minion *n.* thuộc hạ
minister *n.* bộ trưởng
minister *v.i.* chăm nom

ministrant *a.* người trợ tế
ministry *n.* bộ
mink *n.* chồn vizon
minor *a.* thứ yếu
minor *n.* nhỏ
minority *n.* thiểu số
minster *n.* thánh đường
mint *n.* cây bạc hà
mint *n.* vô tận
mint *v.t.* đúc
minus *prep.* trừ
minus *a.* âm
minus *n.* lợi hại
minuscule *a.* nhỏ xíu
minute *a.* vụn vặt
minute *n.* phút
minutely *adv.* cặn kẽ
minx *n.* cô gái tinh ranh
miracle *n.* phép mầu
miraculous *a.* thần diệu
mirage *n.* ảo ảnh
mire *n.* bãi lầy
mire *v.t.* vấy bùn
mirror *n.* gương
mirror *v.t.* phản chiếu
mirth *n.* vui vẻ
mirthful *a.* sự vui vẻ
misadventure *n.* sự rủi ro
misalliance *n.* hôn nhân không môn đăng hộ đối
misanthrope *n.* kẻ ghét đời
misapplication *n.* sự áp dụng sai
misapprehend *v.t.* sự hiểu lầm
misapprehension *n.* không phù hợp
misappropriate *v.t.* sự không phù hợp
misappropriation *n.* sự tham ô
misbehave *v.i.* cư xử sai
misbehaviour *n.* cư xử sai

misbelief *n.* thiếu tin tưởng
miscalculate *v.t.* tính sai
miscalculation *n.* sự tính sai
miscall *v.t.* gọi nhầm
miscarriage *n.* sự thất lạc
miscarry *v.i.* mang nhầm
miscellaneous *a.* pha tạp
miscellany *n.* sự pha tạp
mischance *n.* lỡ cơ hội
mischief *n.* điều ác
mischievous *a.* tác hại
misconceive *v.t.* nhận thức sai
misconception *n.* ngữ cảnh sai
misconduct *n.* thực thi sai
misconstrue *v.t.* hiểu sai
miscreant *n.* ti tiện
misdeed *n.* hành động xấu
misdemeanour *n.* hạnh kiểm xấu
misdirect *v.t.* chỉ dẫn sai
misdirection *n.* sự chỉ dẫn sai
miser *n.* người keo kiệt
miserable *a.* cực khổ
miserly *a.* hà tiện
misery *n.* sự hà tiện
misfire *v.i.* động cơ không nổ
misfit *n.* không vừa
misfortune *n.* không may
misgive *v.t.* giao nhầm
misgiving *n.* nỗi lo âu
misguide *v.t.* hướng dẫn nhầm
mishap *n.* sự bất hạnh
misjudge *v.t.* phán đoán nhầm
mislead *v.t.* dẫn dắt nhầm
mismanagement *n.* sắp xếp sai
mismatch *v.t.* không phù hợp
misnomer *n.* nhầm tên
misplace *v.t.* nhầm chỗ
misprint *n.* in nhầm
misprint *v.t.* in nhầm
misrepresent *v.t.* trình bày sai

misrule *n.* sai quy tắc
miss *n.* nhỡ
miss *v.t.* nhớ
missile *n.* vật phóng ra
mission *n.* nhiệm vụ
missionary *n.* có tính chất truyền giáo
missis, missus *n..* quý bà
missive *n.* công văn
mist *n.* sương mù
mistake *n.* lỗi
mistake *v.t.* mắc lỗi
mister *n.* ông
mistletoe *n.* cây tầm gửi
mistreat *d* ngược đãi
mistress *n.* bà chủ
mistrust *n.* nghi ngờ
mistrust *v.t.* nghi ngờ
misty *a.* mù sương
misunderstand *v.t.* hiểu nhầm
misunderstanding *n.* sự hiểu nhầm
misuse *n.* sử dụng sai
misuse *v.t.* sử dụng sai
mite *n.* phần nhỏ
mite *n.* phần nhỏ
mithridate *n.* thuốc trị
mitigate *v.t.* giảm nhẹ
mitigation *n.* sự làm nhẹ
mitre *n.* mũ tế
mitten *n.* găng tay hở ngón
mix *v.i.* trộn lẫn
mixture *n.* hỗn hợp
moan *v.i.* than văn
moan *n.* tiếng than
moat *n.* hào
moat *v.t.* xây hào
mob *n.* đám đông
mob *v.t.* tụ tập
mobile *a.* di động
mobility *n.* tính di động
mobilize *v.t.* di động

mock *v.i.* sự chế nhạo
mock *adj.* bắt chước
mockery *n.* thói chế nhạo
modality *n.* phương thức
mode *n.* cách thức
model *n.* mô hình
model *v.t.* tạo mô hình
moderate *a.* vừa phải
moderate *v.t.* làm giảm nhẹ
moderation *n.* sự vừa phải
modern *a.* tính hiện đại
modernity *n.* sự hiện đại
modernize *v.t.* hiện đại hoá
modest *a.* vừa phải
modesty *n.* tính vừa phải
modicum *n.* số lượng ít ỏi
modification *n.* sự sửa đổi
modify *v.t.* sửa đổi
modulate *v.t.* điều chỉnh
moil *v.i.* làm lụng vất và
moist *a.* ẩm
moisten *v.t.* làm ẩm
moisture *n.* hơi ẩm
molar *n.* răng hàm
molar *a.* răng hàm
molasses *n.* mật đường
mole *n.* nốt ruồi
molecular *a.* phân tử
molecule *n.* phân tử
molest *v.t.* quấy rầy
molestation *n.* sự quấy rầy
molten *a.* nấu chảy
moment *n.* chốc
momentary *a.* nhất thời
momentous *a.* quan trọng
momentum *n.* động lượng
monarch *n.* quốc vương
monarchy *n.* chế độ quân chủ
monastery *n.* tu viện
monasticism *n.* đời sống ở tu viện
Monday *n.* thứ Hai

monetary *a.* tiền tệ
money *n.* tiền
monger *n.* lái
mongoose *n.* cầy mangut
mongrel *a.* lai giống
monitor *n.* lớp trưởng
monitory *a.* sự báo trước
monk *n.* thầy tu
monkey *n.* con khỉ
monochromatic *a.* đơn sắc
monocle *n.* kính một mắt
monocular *a.* có một mắt
monody *n.* bài thơ độc xướng
monogamy *n.* chế độ hôn nhân một vợ một chồng
monogram *n.* chữ viết lồng nhau
monograph *n.* chuyên khảo
monogynous *a.* chỉ lấy một vợ
monolatry *n.* sự sùng đạo
monolith *n.* đá nguyên khối
monologue *n.* kịch một vai
monopolist *n.* người độc quyền
monopolize *v.t.* giữ độc quyền
monopoly *n.* sự độc quyền
monosyllable *n.* từ đơn tiết
monosyllabic *a.* đơn âm
monotheism *n.* thuyết một thần
monotheist *n.* người theo thuyết một thần
monotonous *a.* buồn tẻ
monotony *n.* sự buồn tẻ
monsoon *n.* gió mùa
monster *n.* quái vật
monstrous *a.* kỳ quái
monostrous *n.* chán ngắt
month *n.* tháng
monthly *a.* hàng tháng
monthly *adv.* hàng tháng

monthly *n.* nguyệt san
monument *n.* đài kỷ niệm
monumental *a.* có liên quan đến đài kỷ niệm
moo *v.i.* tiếng bò rống
mood *n.* tâm trạng
moody *a.* buồn rầu
moon *n.* mặt trăng
moor *n.* đồng hoang
moor *v.t.* bỏ neo
moorings *n.* neo cố định
moot *n.* sự thảo luận
mop *n.* giẻ lau sàn
mop *v.t.* lau
mope *v.i.* chán nản
moral *a.* đạo đức
moral *n.* lời răn dạy
morale *n.* tinh thần
moralist *n.* nhà đạo đức học
morality *n.* đạo đức
moralize *v.t.* lên mặt dạy đời
morbid *a.* ốm yếu
morbidity *n.* tình trạng ốm yếu
more *a.* nhiều hơn
more *adv.* nhiều hơn
moreover *adv.* hơn nữa
morganatic *a.* không môn đăng hộ đối
morgue *n.* nhà xác
moribund *a.* gần chết
morning *n.* buổi sáng
moron *n.* người khờ dại
morose *a.* buồn rầu
morphia *n.* Mocfin
morrow *n.* ngày hôm sau
morsel *n.* miếng
mortal *a.* chết
mortal *n.* người chết
mortality *n.* sự chết
mortar *v.t.* trát vữa
mortgage *n.* sự thế chấp
mortgage *v.t.* cầm cố

mortagagee *n.* người nhận thế chấp
mortgator *n.* người phải thế chấp
mortify *v.t.* hành xác
mortuary *n.* sự chết
mosaic *n.* đồ khảm
mosque *n.* nhà thờ Hồi giáo
mosquito *n.* con muỗi
moss *n.* rêu
most *a.* lớn nhất
most *adv.* nhất
most *n.* đa số
mote *n.* bụi
motel *n.* lời nói dí dỏm
moth *n.* bướm đêm
mother *n.* mẹ
mother *v.t.* chăm sóc như một người mẹ
motherhood *n.* chức năng làm mẹ
motherlike *a.* như của mẹ
motherly *a.* của người mẹ
motif *n.* nhạc tố
motion *n.* sự vận động
motion *v.i.* ra hiệu
motionless *a.* bất động
motivate *v* thúc đẩy
motivation *n.* sự thúc đẩy
motive *n.* vận động
motley *a.* sặc sỡ
motor *n.* động cơ mô tô
motor *v.i.* đi ô tô
motorist *n.* người lái xe ô tô
mottle *n.* vằn
motto *n.* khẩu hiệu
mould *n.* khuôn
mould *v.t.* đúc
mould *n.* mốc
mould *n.* đất tơi xốp
mouldy *a.* bị mốc
moult *v.i.* rụng lông

mound *n.* gò
mount *n.* núi
mount *v.t.* leo
mount *n.* mép tranh
mountain *n.* núi
mountaineer *n.* người leo núi
mountainous *a.* có núi
mourn *v.i.* than khóc
mourner *n.* người than khóc
mournful *n.* tang tóc
mourning *n.* quần áo tang
mouse *n.* chuột
moustache *n.* râu mép
mouth *n.* mồm
mouth *v.t.* nói to
mouthful *n.* miếng (đầy mồm)
movable *a.* có thể di chuyển được
movables *n.* động sản
move *n.* sự chuyển động
move *v.t.* di chuyển
movement *n.* sự vận động
mover *n.* động cơ
movies *n.* ngành điện ảnh
mow *v.t.* gặt
much *a.* nhiều
much *adv.* nhiều
mucilage *n.* chất nhầy
muck *n.* phân chuồng
mucous *a.* nhầy
mucus *n.* nước nhầy
mud *n.* bùn
muddle *n.* tình trạng lộn xộn
muddle *v.t.* làm lộn xộn
muffle *v.t.* bọc
muffler *n.* khăn choàng cổ
mug *n.* người chất phát
muggy *a.* oi bức
mulatto *n.* người da trắng lai đen
mulberry *n.* cây dâu tằm
mule *n.* con la

mulish *a.* bướng bỉnh
mull *n.* vải mun
mull *v.t.* làm ẩu
mullah *n.* giáo sĩ hồi giáo
mullion *n.* thanh song
multifarious *a.* phong phú
multiform *n.* nhiều dạng
multilateral *a.* đa phương
multiparous *a.* đẻ nhiều con
multiple *a.* nhiều
multiple *n.* bội số
multiped *n.* thú có nhiều chân
multiplex *a.* đa thành phần
multiplicand *n.* số bị nhân
multiplication *n.* tính nhân
multiplicity *n.* vô số
multiply *v.t.* nhân
multitude *n.* vô số
mum *a.* lặng yên
mum *n.* mẹ
mumble *v.i.* nói lầm bầm
mummer *n.* diễn viên kịch câm
mummy *n.* mẹ
mummy *n.* xác ướp
mumps *n.* bệnh quai bị
munch *v.t.* nhai tóp tép
mundane *a.* cõi trần
municipal *a.* thành phố
municipality *n.* thành phố tự trị
munificent *a.* hào phóng
muniment *n.* pháo đài
munitions *n.* đạn dược
mural *a.* trên tường
mural *n.* bức tranh tường
murder *n.* vụ án mạng
murder *v.t.* giết
murderer *n.* kẻ giết người
murderous *a.* giết người
murmur *n.* tiếng rì rầm
murmur *v.t.* lầm bầm
muscle *n.* bắp thịt
muscovite *n.* người Mát-xcơ-

va

muscular *a.* bắp thịt
muse *v.i.* suy tưởng
muse *n.* tài thơ
museum *n.* nhà bảo tàng
mush *n.* hồ bột
mushroom *n.* nấm
music *n.* âm nhạc
musical *a.* âm nhạc
musician *n.* nhạc sĩ
musk *n.* xạ hương
musket *n.* súng hỏa mai
musketeer *n.* lính ngự lâm
muslin *n.* vải muxơlin
must *v.* phải
must *n.* sự cần thiết
must *n.* nước nho ép
mustache *n.* râu mép
mustang *n.* ngựa thảo nguyên
mustard *n.* cây mù tạc
muster *v.t.* tập hợp
muster *n.* sự tập hợp
musty *a.* có mùi mốc
mutation *n.* sự thay đổi
mutative *a.* không ổn định
mute *a.* lặng thinh
mute *n.* người câm
mutilate *v.t.* xẻo
mutilation *n.* sự xẻo
mutinous *a.* làm loạn
mutiny *n.* cuộc nổi loạn
mutiny *v.i.* nổi loạn
mutter *v.i.* nói thầm
mutton *n.* thịt cừu
mutual *a.* lẫn nhau
muzzle *n.* mõm
muzzle *v.t.* bịt mõm
my *a.* của tôi
myalgia *n.* chứng đau cơ
myopia *n.* tật cận thị
myopic *a.* cận thị
myosis *n.* tình trạng thu hẹp

đồng tử

myriad *n.* mười nghìn
myriad *a.* vô số
myrrh *n.* chất nhựa thơm
myrtle *n.* cây mía
myself *pron.* chính tôi
mysterious *a.* thần bí
mystery *n.* điều thần bí
mystic *a.* thần bí
mystic *n.* người thần bí
mysticism *n.* thuyết thần bí
mystify *v.t.* làm bối rối
myth *n.* thần thoại
mythical *a.* thần thoại
mythological *a.* thần thoại học
mythology *n.* thần thoại học

N

nab *v.t.* bắt quả tang
nabob *n.* quan thái thú ở Ấn Độ
nadir *n.* đế
nag *n.* con ngựa nhỏ
nag *v.t.* rầy la
nail *n.* móng (tay)
nail *v.t.* đóng đinh
naive *a.* ngờ nghệch
naivete *n.* sự ngây thơ
naivety *n.* sự ngờ nghệch
naked *a.* trần truồng
name *n.* tên
name *v.t.* đặt tên
namely *adv.* cụ thể là
namesake *n.* vật trùng tên
nap *v.i.* chợp mắt
nap *n.* giấc chợp mắt
nap *n.* tuyết
nape *n.* gáy
napkin *n.* khăn ăn
narcissism *n.* tính tự yêu mình
narcissus *n.* hoa thuỷ tiên

narcosis *n.* trạng thái mê man
narcotic *n.* thuốc mê
narrate *v.t.* kể lại
narration *n.* sự thuật lại
narrative *n.* bài tường thuật
narrative *a.* tường thuật
narrator *n.* người tường thuật
narrow *a.* hẹp
narrow *v.t.* thu hẹp
nasal *a.* mũi
nasal *n.* âm mũi
nascent *a.* mới sinh
nasty *a.* bẩn thỉu
natal *a.* sinh
natant *a.* nổi lềnh bềnh
nation *n.* quốc gia
national *a.* quốc gia
nationalism *n.* chủ nghĩa dân tộc
nationalist *n.* người theo chủ nghĩa dân tộc
nationality *n.* quốc tịch
nationalization *n.* sự quốc hữu hoá
nationalize *v.t.* quốc hữu hoá
native *a.* quê hương
native *n.* người địa phương
nativity *n.* sự sinh đẻ
natural *a.* tự nhiên
naturalist *n.* nhà tự nhiên học
naturalize *v.t.* cho nhập tịch
naturally *adv.* tự nhiên
nature *n.* thiên nhiên
naughty *a.* nghịch ngợm
nausea *n.* sự buồn nôn
nautic(al) *a.* biển
naval *a.* hải quân
nave *n.* trục bánh xe
navigable *a.* thích hợp cho tàu bè đi lại
navigate *v.i.* lái (tàu thủy hay máy bay)

navigation *n.* nghề hàng hải
navigator *n.* người lái (tàu thủy hay máy bay)
navy *n.* hải quân
nay *adv.* không
neap *a.* xuống thấp
near *a.* gần
near *prep.* gần
near *adv.* gần như
near *v.i.* xích lại gần
nearly *adv.* gần như
neat *a.* gọn gàng
nebula *n.* tinh vân
necessary *n.* sự cần thiết
necessary *a.* cần thiết
necessitate *v.t.* cần phải có
necessity *n.* sự cần thiết
neck *n.* cổ
necklace *n.* chuỗi hạt
necklet *n.* vòng cổ
necromancer *n.* thầy đồng gọi hồn
necropolis *n.* nghĩa địa
nectar *n.* rượu tiên
need *n.* nhu cầu
need *v.t.* cần
needful *a.* cần thiết
needle *n.* cái kim
needless *a.* vô ích
needs *adv.* có sự cần thiết
needy *a.* nghèo túng
nefandous *a.* đê tiện
nefarious *a.* hung ác
negation *n.* sự phủ định
negative *a.* phủ định
negative *n.* lời từ chối
negative *v.t.* phủ nhận
neglect *v.t.* xao lãng
neglect *n.* sự xao lãng
negligence *n.* tính cẩu thả
negligent *a.* cẩu thả
negligible *a.* không đáng kể

negotiable *a.* có thể thương lượng được
negotiate *v.t.* thương lượng
nagotiation *n.* sự thương lượng
negotiator *n.* người thương lượng
negress *n.* đàn bà da đen
negro *n.* người da đen
neigh *v.i.* hí (ngựa)
neigh *n.* tiếng hí (ngựa)
neighbour *n.* người hàng xóm
neighbourhood *n.* hàng xóm
neighbourly *a.* hòa thuận với hàng xóm
neither *conj.* đều không
nemesis *n.* sự báo ứng
neolithic *a.* thời kỳ đồ đá mới
neon *n.* nê-ông
nephew *n.* cháu trai
nepotism *n.* gia đình trị
Neptune *n.* thần biển
Nerve *n.* dây thần kinh
nerveless *a.* không có dây thần kinh
nervous *a.* lo lắng
nescience *n.* sự không biết
nest *n.* tổ
nest *v.t.* đặt vào ổ
nether *a.* ở dưới
nestle *v.i.* ôm chặt
nestling *n.* chim non
net *n.* lưới
net *v.t.* đánh lưới
net *a.* thực
net *v.t.* đan (lưới)
nettle *n.* cây tầm ma
nettle *v.t.* chọc giận
network *n.* mạng lưới
neurologist *n.* nhà thần kinh học
neurology *n.* khoa thần kinh
neurosis *n.* chứng loạn thần kinh chức năng
neuter *a.* giống trung
neuter *n.* giống trung
neutral *a.* trung lập
neutralize *v.t.* trung lập hóa
neutron *n.* Nơtron
never *adv.* không bao giờ
nevertheless *conj.* tuy nhiên
new *a.* mới
news *n.* tin tức
next *a.* tiếp theo
next *adv.* sau đó
nib *n.* ngòi bút
nibble *v.t.* gặm
nibble *n.* sự gặm
nice *a.* đẹp
nicety *n.* sự chính xác
niche *n.* hốc tường
nick *n.* khía
nickel *n.* niken
nickname *n.* tên hiệu
nickname *v.t.* đặt tên hiệu
nicotine *n.* nicotin
niece *n.* cháu gái
niggard *n.* người hà tiện
niggardly *a.* hà tiện
nigger *n.* màu nâu sẫm
nigh *adv.* gần
nigh *prep.* gần
night *n.* đêm tối
nightingale *n.* chim sơn ca
nightly *adv.* về đêm
nightmare *n.* cơn ác mộng
nightie *n.* quần áo ngủ
nihilism *n.* thuyết hư vô
nil *n.* không
nimble *a.* lanh lẹ
nimbus *n.* mây mưa
nine *n.* chín
nineteen *n.* mười chín
nineteenth *a.* thứ mười chín
ninetieth *a.* thứ mười chín

ninth *a.* thứ chín
ninety *n.* chín mươi
nip *v.t.* cái kẹp
nipple *n.* núm vú
nitrogen *n.* nitơ
no *a.* không
no *adv.* không chút nào
no *n.* lời từ chối
nobility *n.* tính cao quý
noble *a.* cao quý
noble *n.* người quý tộc
nobleman *n.* người quý tộc
nobody *pron.* không một ai
nocturnal *a.* đêm
nod *v.i.* gật đầu đồng ý
node *n.* cục u
noise *n.* tiếng ồn
noisy *a.* ồn ào
nomad *n.* dân du cư
nomadic *a.* du cư
nomenclature *n.* danh pháp
nominal *a.* tên
nominate *v.t.* chỉ định
nomination *n.* sự chỉ định
nominee *n.* người được bổ nhiệm
non-alignment *n.* chính sách không liên quan
nonchalance *n.* sự thờ ơ
nonchalant *a.* thờ ơ
none *pron.* không ai
none *adv.* không chút nào
nonentity *n.* người vô giá trị
nonetheless *adv.* tuy nhiên
nonpareil *a.* không so sánh được
nonpareil *n.* người có một không ai
nonplus *v.t.* làm bối rối
nonsense *n.* lời nói vô nghĩa
nonsensical *a.* vô lý
nook *n.* nơi yên tĩnh

noon *n.* buổi trưa
noose *n.* thòng lọng
noose *v.t.* buộc thòng lọng
nor *conj.* cũng không
norm *n.* quy phạm
norm *n.* chỉ tiêu
normal *a.* thông thường
normalcy *n.* tính tiêu chuẩn
normalize *v.t.* tiêu chuẩn hóa
north *n.* hướng bắc
north *a.* bắc
north *adv.* về hướng bắc
northerly *a.* bắc
northerly *adv.* từ hướng bắc
northern *a.* bắc
nose *n.* mũi
nose *v.t.* tiến chậm
nosegay *n.* bó hoa thơm
nosey *a.* tò mò
nosy *a.* tò mò
nostalgia *n.* nỗi nhớ nhà
nostril *n.* lỗ mũi
nostrum *n.* thuốc lang băm
not *adv.* không
notability *n.* tính chất quan trọng
notable *a.* đáng chú ý
notary *n.* công chứng viên
notation *n.* ký hiệu
notch *n.* hẻm núi
note *n.* lời ghi chép
note *v.t.* ghi chép
noteworthy *a.* đáng chú ý
nothing *n.* người vô dụng
nothing *adv.* không cái gì
notice *a.* thông cáo
notice *v.t.* thông báo
notification *n.* sự khai báo
notify *v.t.* thông báo
notion *n.* khái niệm
notional *a.* ước lượng
notoriety *n.* sự tai tiếng

notorious *a.* có tiếng xấu
notwithstanding *prep.* mặc dù
notwithstanding *adv.* tuy thế mà
notwithstanding *conj.* tuy
nought *n.* số không
noun *n.* danh từ
nourish *v.t.* nuôi nấng
nourishment *n.* sự nuôi dưỡng
novel *a.* mới lạ
novel *n.* tiểu thuyết
novelette *n.* truyện ngắn
novelist *n.* tiểu thuyết gia
novelty *n.* tính mới lạ
november *n.* tháng mười một
novice *n.* người tập việc
now *adv.* bây giờ
now *conj.* xét vì
nowhere *adv.* không ở đâu
noxious *a.* độc
nozzle *n.* miệng vòi
nuance *n.* sắc thái
nubile *a.* khêu gợi
nuclear *a.* hạt nhân
nucleus *n.* hạt nhân
nude *a.* trần truồng
nude *n.* tượng khỏa thân
nudity *n.* sự trần trụi
nudge *v.t.* đánh bằng khuỷu tay
nugget *n.* quặng vàng
nuisance *n.* mối làm phiền
null *a.* không hiệu lực
nullification *n.* sự hủy bỏ
nullify *v.t.* hủy bỏ
numb *a.* tê cóng
number *n.* số
number *v.t.* ghi số đếm
numberless *a.* vô số
numeral *n.* số
numerator *n.* người đếm
numerical *a.* bằng số
numerous *a.* đông đảo

nun *n.* nữ tu sĩ
nunnery *n.* nữ tu viện
nuptial *a.* hôn nhân
nuptials *n.* lễ cưới
nurse *n.* y tá
nurse *v.t.* nuôi dưỡng
nursery *n.* nhà trẻ
nurture *n.* sự chăm sóc
nurture *v.t.* nuôi nấng
nut *n.* quả hạch
nutrition *n.* sự nuôi dưỡng
nutritious *a.* bổ dưỡng
nutritive *a.* có chất bổ
nuzzle *v.* ấp ủ
nylon *n.* ni lông
nymph *n.* con nhộng

oak *n.* cây sồi
oar *n.* mái chèo
oarsman *n.* người chèo thuyền
oasis *n.* ốc đảo
oat *n.* yến mạch
oath *n.* lời thề
obduracy *n.* sự cứng rắn
obdurate *a.* cứng rắn
obedience *n.* sự vâng lời
obedient *a.* vâng lời
obeisance *n.* sự tôn trọng
obesity *n.* sự béo phì
obey *v.t.* vâng lời
obituary *a.* lời cáo phó
object *n.* đồ vật
object *v.t.* phản đối
objection *n.* sự phản đối
objectionable *a.* có thể bị phản đối
objective *n.* mục tiêu
objective *a.* khách quan
oblation *n.* đồ cúng

obligation *n.* nghĩa vụ
obligatory *a.* bắt buộc
oblige *v.t.* bắt buộc
oblique *a.* xiên
obliterate *v.t.* phá hủy
obliteration *n.* sự phá hủy
oblivion *n.* sự lãng quên
oblivious *a.* làng quên
oblong *a.* có hình thuôn
oblong *n.* hình thuôn
obnoxious *a.* đáng ghét
obscene *a.* tục tĩu
obscenity *n.* sự tục tĩu
obscure *a.* tối tăm
obscure *v.t.* làm tối đi
obscurity *n.* sự tối tăm
observance *n.* sự tuân theo
observant *a.* tinh ý
observation *n.* sự quan sát
observatory *n.* đài thiên văn
observe *v.t.* quan sát
obsess *v.t.* ám ảnh
obsession *n.* sự ám ảnh
obsolete *a.* cổ xưa
obstacle *n.* chướng ngại vật
obstinacy *n.* tính ngoan cố
obstinate *a.* ngoan cố
obstruct *v.t.* làm tắc nghẽn
obstruction *n.* sự tắc nghẽn
obstructive *a.* cản trở
obtain *v.t.* đạt được
obtainable *a.* có thể đạt được
obtuse *a.* cùn
obvious *a.* rõ ràng
occasion *n.* dịp
occasion *v.t.* gây ra
occasional *a.* thỉnh thoảng
occasionally *adv.* thỉnh thoảng
occident *n.* những nước phương Tây
occidental *a.* phương Tây
occult *a.* huyền bí

occupancy *n.* sự sở hữu
occupant *n.* sở hữu
occupation *n.* sự chiếm giữ
occupier *n.* người chiếm giữ
occupy *v.t.* chiếm lĩnh
occur *v.i.* xảy ra
occurrence *n.* sự xảy ra
ocean *n.* đại dương
oceanic *a.* đại dương
octagon *n.* hình bát giác
octangular *a.* bát giác
octave *n.* thơ bát cú
October *n.* tháng Mười
octogenarian *a.* thọ tám mươi tuổi
octogenarian *a.* thọ tám mươi tuổi
octroi *n.* thuế nhập thị
ocular *a.* thị giác
oculist *n.* bác sỹ nhãn khoa
odd *a.* kỳ cục
oddity *n.* sự kỳ cục
odds *n.* lợi thế
ode *n.* thơ ca ngợi
odious *a.* ghê tởm
odium *n.* sự chê bai
odorous *a.* có mùi
odour *n.* mùi thơm
offence *n.* sự vi phạm
offend *v.t.* vi phạm
offender *n.* người phạm tội
offensive *a.* kinh tởm
offensive *n.* sự tấn công
offer *v.t.* cung cấp
offer *n.* lời đề nghị
offering *n.* tặng phẩm
office *n.* văn phòng
officer *n.* sĩ quan
official *a.* chính thức
official *n.* viên chức
officially *adv.* một cách thính thức

officiate *v.i.* làm bổn phận
officious *a.* nhiều sự
offing *n.* biển khơi
offset *v.t.* đền bù
offset *n.* chồi cây
offshoot *n.* nhánh
offspring *n.* con đẻ
oft *adv.* thường thường
often *adv.* thường thường
ogle *v.t.* nhìn chằm chằm
ogle *n.* cái liếc mắt đưa tình
oil *n.* dầu
oil *v.t.* tra dầu
oily *a.* trơn như dầu
ointment *n.* thuốc mỡ
old *a.* già
oligarchy *n.* chính thể đầu sỏ
olive *n.* cây ôliu
olympiad *n.* đại hội Olympic
omega *n.* omega
omelette *n.* trứng tráng
omen *n.* điềm báo
ominous *a.* đáng ngại
omission *n.* sự bỏ sót
omit *v.t.* bỏ sót
omnipotence *n.* quyền tuyệt đối
omnipotent *a.* tuyệt đối
omnipresence *n.* sự có mặt ở khắp nơi
omnipresent *a.* có mặt ở khắp nơi
omniscience *n.* sự thông suốt mọi sự
omniscient *a.* thông suốt mọi sự
on *prep.* trên
on *adv.* tiếp tục
once *adv.* trước kia
one *a.* một
one *pron.* một
oneness *n.* tính chất duy nhất

onerous *a.* khó nhọc
onion *n.* củ hành
on-looker *n.* người xem
only *a.* duy nhất
only *adv.* chỉ
only *conj.* nhưng
onomatopoeia *n.* từ tượng thanh
onrush *n.* sự lao tới
onset *n.* sự tấn công
onslaught *n.* sự tấn công dữ dội
onus *n.* nhiệm vụ
onward *a.* tiến về phía trước
onwards *adv.* hướng tới
ooze *n.* bùn sông
ooze *v.i.* chảy chầm chậm
opacity *n.* tính mờ đục
opal *n.* ngọc mắt mèo
opaque *a.* mờ đục
open *a.* công khai
open *v.t.* mở
opening *n.* khe hở
openly *adv.* công khai
opera *n.* nhạc kịch
operate *v.t.* vận hành
operation *n.* sự vận hành
operative *a.* có tác dụng
operator *n.* người thợ máy
opine *v.t.* phát biểu
opinion *n.* ý kiến
opium *n.* thuốc phiện
opponent *n.* đối thủ
opportune *a.* thích hợp
opportunism *n.* chủ nghĩa cơ hội
opportunity *n.* cơ hội
oppose *v.t.* chống đối
opposite *a.* đối diện
opposition *n.* sự chống đối
oppress *v.t.* áp bức
oppression *n.* sự áp bức

oppressive *a.* có tính áp bức
oppressor *n.* kẻ áp bức
opt *v.i.* chọn lựa
optic *a.* thị giác
optician *n.* chuyên gia nhãn khoa
optimism *n.* sự lạc quan
optimist *n.* người lạc quan
optimistic *a.* lạc quan
optimum *n.* điều kiện tốt nhất
optimum *a.* tốt nhất
option *n.* sự chọn lựa
optional *a.* tùy ý
opulence *n.* sự sang trọng
opulent *a.* sang trọng
oracle *n.* đền thờ
oracular *a.* bí hiểm
oral *a.* bằng hoặc thuộc ở miệng
orally *adv.* bằng lời nói
orange *n.* quả cam
orange *a.* màu da cam
oration *n.* bài diễn văn
orator *n.* nhà hùng biện
oratorical *a.* tài hùng biện
oratory *n.* nhà nguyện
orb *n.* thiên thể
orbit *n.* ổ mắt
orchard *n.* vườn cây ăn quả
orchestra *n.* ban nhạc
orchestral *a.* dành cho giàn nhạc
ordeal *n.* sự thử thách
order *n.* thứ tự
order *v.t.* ra lệnh
orderly *a.* gọn gàng
orderly *n.* lính liên lạc
ordinance *n.* quy định
ordinarily *adv.* thông thường
ordinary *a.* thông thường
ordnance *n.* pháo
ore *n.* quặng
organ *n.* cơ quan

organic *a.* có tổ chức
organism *n.* sinh vật
organization *n.* sự tổ chức
organize *v.t.* tổ chức
orient *n.* phương đông
orient *v.t.* định hướng
oriental *a.* ở phương đông
oriental *n.* người phương đông
orientate *v.t.* định hướng
origin *n.* nguồn gốc
original *a.* thuộc nguồn gốc
original *n.* nguyên bản
originality *n.* tính độc đáo
originate *v.t.* bắt đầu
originator *n.* người khởi đầu
ornament *n.* đồ trang trí
ornament *v.t.* trang trí
ornamental *a.* trang trí
ornamentation *n.* sự trang trí
orphan *n.* trẻ mồ côi
orphan *v.t.* làm cho mồ côi
orphanage *n.* trại mồ côi
orthodox *a.* chính thống
orthodoxy *n.* tính chất chính thống
oscillate *v.i.* lung lay
oscillation *n.* sự dao động
ossify *v.t.* hoá xương
ostracize *v.t.* khai trừ
ostrich *n.* đà điểu Châu Phi
other *a.* khác
other *pron.* cách khác
otherwise *adv.* cách khác
otherwise *conj.* nếu không thì
otter *n.* con rái cá
ottoman *n.* ghế dài có đệm
ounce *n.* Aoxơ
our *pron.* của chứng tôi
oust *v.t.* trục xuất
out *adv.* ở ngoài
out-balance *v.t.* cân bằng
outbid *v.t.* trả giá cao hơn

outbreak *n.* sự bộc phát
outburst *n.* sự bùng nổ
outcast *n.* người vô gia cư
outcast *a.* bị ruồng bỏ
outcome *n.* kết quả
outcry *a.* kêu to
outdated *a.* lỗi thời
outdo *v.t.* hơn hẳn
outdoor *a.* ngoài trời
outer *a.* ở phía ngoài
outfit *n.* đồ trang bị
outfit *v.t.* trang bị
outgrow *v.t.* phát triển nhanh hơn
outhouse *n.* nhà phụ
outing *n.* cuộc đi chơi
outlandish *a.* xa xôi
outlaw *n.* người sống ngoài vòng pháp luật
outlaw *v.t.* đặt ra ngoài vòng pháp luật
outline *n.* đường nét
outline *v.t.* phác thảo
outlive *v.i.* sống lâu hơn
outlook *n.* quang cảnh
outmoded *a.* lỗi thờ
outnumber *v.t.* đông hơn
outpatient *n.* người bệnh ngoại trú
outpost *n.* tiền đồn
output *n.* sự sản xuất
outrage *n.* sự xúc phạm
outrage *v.t.* xúc phạm
outright *adv.* ngay lập tức
outright *a.* hoàn toàn
outrun *v.t.* chạy vượt
outset *n.* sự bắt đầu
outshine *v.t.* chiếu sáng
outside *a.* ở ngoài
outside *n.* bề ngoài
outside *adv.* ở phía ngoài
outside *prep.* ra ngoài

outsider *n.* người ngoài cuộc
outsize *a.* ngoại cỡ
outskirts *n.pl.* ngoại ô
outspoken *a.* trực tính
outstanding *a.* nổi bật
outward *a.* bên ngoài
outward *adv.* hướng về bên ngoài
outwards *adv.* hướng ra ngoài
outwardly *adv.* hướng ra phía ngoài
outweigh *v.t.* nặng hơn
outwit *v.t.* đánh lừa
oval *a.* có hình trái xoan
oval *n.* hình trái xoan
ovary *n.* buồng trứng
ovation *n.* sự hoan hô
oven *n.* lò
over *prep.* phía trên
over *adv.* ở trên
over *n.* ở trên
overact *v.t.* cường điệu
overall *n.* áo khoác
overall *a.* toàn bộ
overawe *v.t.* quá kính nể
overboard *adv.* qua mạn tàu
overburden *v.t.* bắt làm quá sức
overcast *a.* tối sầm
overcharge *v.t.* chất quá nặng
overcharge *n.* gánh quá nặng
overcoat *n.* áo khoác ngoài
overcome *v.t.* vượt qua
overdo *v.t.* làm quá
overdose *n.* liều quá mức
overdose *v.t.* cho quá liều
overdraft *n.* sự rút quá số tiền gửi
overdraw *v.t.* rút quá số tiền gửi
overdue *a.* quá hạn
overhaul *v.t.* kiểm tra

overhaul *n.* sự kiểm tra kỹ lưỡng
overhear *v.t.* nghe trộm
overjoyed *a.* vui mừng khôn xiết
overlap *v.t.* gối lên
overlap *n.* sự gối lên nhau
overleaf *adv.* ở mặt sau
overload *v.t.* chất quá nặng
overload *n.* lượng quá tải
overlook *v.t.* giám sát
overnight *adv.* qua đêm
overnight *a.* có giá trị trong một đêm
overpower *v.t.* chế ngự
overrate *v.t.* đánh giá quá cao
overrule *v.t.* thống trị
overrun *v.t.* tàn phá
oversee *v.t.* trông nom
overseer *n.* giám thị
overshadow *v.t.* che bóng
oversight *n.* sự giám sát
overt *a.* công khai
overtake *v.t.* bắt kịp
overthrow *v.t.* lật đổ
overthrow *n.* sự lật đổ
overtime *adv.* quá giờ
overtime *n.* giờ làm thêm
overture *n.* sự đàm phán
overwhelm *v.t.* chôn vùi
overwork *v.i.* làm việc quá sức
overwork *n.* sự làm việc quá sức
owe *v.t.* nợ
owl *n.* con cú
own *a.* của chính mình
own *v.t.* có
owner *n.* người chủ
ownership *n.* quyền sở hữu
ox *n.* con bò
oxygen *n.* Oxy
oyster *n.* con hàu

pace *n.* bước chân
pace *v.i.* đi từng bước
pacific *a.* hoà bình
pacify *v.t.* dẹp yên
pack *n.* gói
pack *v.t.* đóng gói
package *n.* kiện hàng
packet *n.* gói nhỏ
packing *n.* sự đóng gói
pact *n.* hiệp ước
pad *n.* đường cái
pad *v.t.* cuốc bộ
padding *n.* vật đệm
paddle *v.i.* chèo thuyền bằng giầm
paddle *n.* cái giầm
paddy *n.* thóc
page *n.* trang
page *v.t.* đánh số trang
pageant *n.* đám rước lộng lẫy
pageantry *n.* cảnh lộng lẫy
pagoda *n.* chùa
pail *n.* cái thùng
pain *n.* sự đau đớn
pain *v.t.* làm đau đớn
painful *a.* đau đớn
painstaking *a.* cần cù
paint *n.* sơn
paint *v.t.* quét sơn
painter *n.* hoạ sĩ
painting *n.* bức tranh
pair *n.* đôi
pair *v.t.* ghép đôi
pal *n.* bạn
palace *n.* lâu đài
palanquin *n.* kiệu
palatable *a.* ngon
palatal *a.* vòm miệng

palate *n.* vòm miệng
palatial *a.* nguy nga
pale *n.* hàng rào
pale *a.* nhợt nhạt
pale *v.i.* tái đi
palette *n.* làm nhợt nhạt
palm *n.* lòng bàn tay
palm *v.t.* sờ bằng gan bàn tay
palm *n.* cây cọ
palmist *n.* người xem tướng tay
palmistry *n.* thuật xem tướng tay
palpable *a.* sờ mó được
palpitate *v.i.* đập nhanh
palpitation *n.* sự đập nhanh
palsy *n.* sự tê liệt
paltry *a.* không đáng kể
pamper *v.t.* nuông chiều
pamphlet *n.* cuốn sách nhỏ
pamphleteer *n.* người viết pam-fơ-lê
panacea *n.* thuốc bách bệnh
pandemonium *n.* địa ngục
pane *n.* ô cửa kính
panegyric *n.* bài tán tụng
panel *n.* cán ô
panel *v.t.* đóng ván ô
pang *n.* sự đau đớn
panic *n.* cây tắc
panorama *n.* toàn cảnh
pant *v.i.* thở hổn hển
pant *n.* sự thở hổn hển
pantaloon *n.* vai hề trong kịch câm
pantheism *n.* thuyết phiếm thần
pantheist *n.* người theo thuyết phiếm thần
panther *n.* con báo
pantomime *n.* kịch câm
pantry *n.* phòng để thức ăn
papacy *n.* chức giáo hoàng

papal *a.* giáo hoàng
paper *n.* giấy
par *n.* tỷ giá
parable *n.* truyện ngụ ngôn
parachute *n.* cái dù
parachutist *n.* người nhảy dù
parade *n.* cuộc diễu hành
parade *v.t.* diễu hành qua
paradise *n.* thiên đường
paradox *n.* ý kiến ngược đời
paradoxical *a.* ngược đời
paraffin *n.* Parafin
paragon *n.* mẫu mực
paragraph *n.* đoạn văn
parallel *a.* song song
parallel *v.t.* đặt song song với
parallelism *n.* sự song song
parallelogram *n.* hình bình hành
paralyse *v.t.* làm tê liệt
paralysis *n.* chứng liệt
paralytic *a.* bị liệt
paramount *n.* người nắm quyền tối cao
paramour *n.* nhân tình
paraphernalia *n.pl* đồ cá nhân
paraphrase *n.* ngữ giải thích
paraphrase *v.t.* diễn đạt lại
parasite *n.* kẻ ăn bám
parcel *n.* bưu kiện
parcel *v.t.* chia thành từng phần
parch *v.t.* rang
pardon *v.t.* tha thứ
pardon *n.* sự tha thứ
pardonable *a.* tha thứ được
parent *n.* ông cha
parentage *n.* hàng cha mẹ
parental *a.* cha mẹ
parenthesis *n.* dấu ngoặc đơn
parish *n.* xứ đạo
parity *n.* sự ngang hàng
park *n.* công viên

park *v.t.* đỗ xe
parlance *n.* cách nói
parley *n.* cuộc đàm phán
parley *v.i.* đàm phán
parliament *n.* nghị viện
parliamentarian *n.* nghị sĩ hùng biện
parliamentary *a.* của nghị viện
parlour *n.* phòng khách
parody *n.* văn nhại
parody *v.t.* nhại lại
parole *n.* lời hứa danh dự
parole *v.t.* tha theo lời hứa danh dự
parricide *n.* kẻ giết người thân thích
parrot *n.* con vẹt
parry *v.t.* đỡ
parry *n.* miếng đỡ
parson *n.* cha xứ
part *n.* bộ phận
part *v.t.* chia thành từng phần
partake *v.i.* cùng tham dự
partial *a.* cục bộ
partiality *n.* tính thiên vị
participate *v.i.* tham gia
participant *n.* người tham gia
participation *n.* sự tham gia
particle *a.* tí chút
particular *a.* đặc biệt
particular *n.* chi tiết
partisan *n.* đảng viên
partisan *a.* thiên lệch
partition *n.* sự chia ra
partition *v.t.* chia ra
partner *n.* đối tác
partnership *n.* sự chung thân
party *n.* đảng
pass *v.i.* thi đỗ
pass *n.* sự thi đỗ
passage *n.* sự đi qua
passenger *n.* hành khách

passion *n.* cảm xúc mạnh mẽ
passionate *a.* sôi nổi
passive *a.* bị động
passport *n.* hộ chiếu
past *a.* đã qua
past *n.* quá khứ
past *prep.* quá
paste *n.* bột nhồi
paste *v.t.* dán (bằng hồ)
pastel *n.* cây tùng lam
pastime *n.* sự giải trí
pastoral *a.* người chăn súc vật
pasture *n.* đồng cỏ
pasture *v.t.* chăn thả (súc vật)
pat *v.t.* vỗ về
pat *n.* cái vỗ nhẹ
pat *adv.* đúng lúc
patch *v.t.* vá
patch *n.* miếng vá
patent *a.* có bằng sáng chế
patent *n.* bằng sáng chế
patent *v.t.* được cấp bằng sáng chế
paternal *a.* về đằng nội
path *n.* đường mòn
pathetic *a.* cảm động
pathos *n.* cảm hứng chủ đạo
patience *n.* tính kiên nhẫn
patient *a.* kiên nhẫn
patient *n.* bệnh nhân
patricide *n.* kẻ giết người thân thích
patrimony *n.* gia sản
patriot *n.* người yêu nước
patriotic *a.* yêu nước
partiotism *n.* chủ nghĩa yêu nước
patrol *v.i.* đi tuần tra
patrol *n.* đội tuần tra
patron *n.* người bảo trợ
patronage *n.* sự bảo trợ
patronize *v.t.* bảo trợ

pattern *n.* kiểu mẫu
paucity *n.* số lượng nhỏ
pauper *n.* người nghèo túng
pause *n.* sự tạm nghỉ
pause *v.i.* tạm nghỉ
pave *v.t.* lát
pavement *n.* vỉa hè
pavilion *n.* lều vải
paw *n.* chân (có vuốt của mèo, hổ...)
paw *v.t.* tát (bằng chân có móng sắc)
pay *v.t.* thanh toán
pay *n.* tiền lương
payable *a.* có thể trả
payee *n.* người được trả tiền
payment *n.* sự trả tiền
pea *n.* đậu Hà-lan
peace *n.* hoà bình
peaceable *a.* yên ổn
peaceful *a.* hoà bình
peach *n.* quả đào
peacock *n.* con công (trống)
peahen *n.* con công (mái)
peak *n.* đỉnh
pear *n.* quả lê
pearl *n.* ngọc trai
peasant *n.* nông dân
peasantry *n.* giai cấp nông dân
pebble *n.* đá cuội
peck *n.* thùng
peck *v.i.* mổ vào
peculiar *a.* riêng biệt
peculiarity *n.* tính riêng biệt
pecuniary *a.* tiền tài
pedagogue *n.* nhà sư phạm
pedagogy *n.* khoa sư phạm
pedal *n.* bàn đạp
pedal *v.t.* đạp xe đạp
pedant *n.* người thông thái rởm
pedantic *n.* thông thái rởm
pedantry *n.* vẻ thông thái rởm

pedestal *n.* bệ
pedestrian *n.* bằng chân
pedigree *n.* phả hệ
peel *v.t.* bóc vỏ
peel *n.* tháp vuông
peep *v.i.* kêu chít chít
peep *n.* tiếng kêu chít chít
peer *n.* người cùng địa vị xã hội
peerless *a.* có một không hai
peg *n.* cái chốt
peg *v.t.* đóng chốt
pelf *n.* tiền bạc
pell-mell *adv.* hỗn loạn
pen *n.* bút
pen *v.t.* viết
penal *a.* hình phạt
penalize *v.t.* trừng phạt
penalty *n.* hình phạt
pencil *n.* bút chì
pencil *v.t.* viết bằng bút chì
pending *prep.* cho tới khi
pending *a.* chưa giải quyết
pendulum *n.* con lắc
penetrate *v.t.* thâm nhập
penetration *n.* sự thâm nhập
penis *n.* dương vật
penniless *a.* không tiền
penny *n.* đồng xu penni
pension *n.* lương hưu
pension *v.t.* trả lương hưu
pensioner *n.* người được hưởng lương hưu
pensive *a.* trầm ngâm
pentagon *n.* ngũ giác
peon *n.* người liên lạc
people *n.* dân tộc
people *v.t.* di dân
pepper *n.* hạt tiêu
pepper *v.t.* rắc tiêu vào
per *prep.* bằng
perambulator *n.* xe đẩy trẻ con
perceive *v.t.* hiểu

perceptible *adj.* có thể nhận thức thấy
percent *adv.* phần trăm
percentage *n.* tỷ lệ phần trăm
perception *n.* sự nhận thức
perceptive *a.* nhận thức được
perch *n.* cành để chim đậu
perch *v.i.* đặt ở trên cao
perennial *a.* kéo dài quanh năm
perennial *n.* cây lâu năm
perfect *a.* hoàn hảo
perfect *v.t.* hoàn thành
perfection *n.* sự hoàn thành
perfidy *n.* sự phản bội
perforate *v.t.* khoan
perforce *adv.* tất yếu
perform *v.t.* thực hiện
performance *n.* sự thực hiện
performer *n.* người biểu diễn
perfume *n.* nước hoa
perfume *v.t.* xức nước hoa
perhaps *adv.* có lẽ
peril *n.* sự nguy hiểm
peril *v.t.* đẩy vào chỗ nguy hiểm
perilous *a.* nguy hiểm
period *n.* thời kỳ
periodical *n.* tạo chí xuất bản định kỳ
periodical *a.* định kỳ
periphery *n.* chu vi
perish *v.i.* diệt vong
perishable *a.* có thể bị diệt vong
perjure *v.i.* khai man trước toà
perjury *n.* sự khai man trước toà
permanence *n.* sự lâu bền
permanent *a.* lâu dài
permissible *a.* chấp nhận được
permission *n.* sự cho phép
permit *v.t.* cho phép
permit *n.* giấy phép
permutation *n.* sự đổi trật tự

pernicious *a.* nguy hiểm
perpendicular *a.* vuông góc
perpendicular *n.* đường vuông góc
perpetual *a.* vĩnh viễn
perpetuate *v.t.* làm thành vĩnh viễn
perplex *v.t.* làm bối rối
perplexity *n.* sự bối rối
persecute *v.t.* khủng bố
persecution *n.* sự khủng bố
perseverance *n.* tính kiên nhẫn
persevere *v.i.* kiên nhẫn
persist *v.i.* kiên gan
persistence *n.* tính kiên gan
persistent *a.* kiên gan
person *n.* con người
personage *n.* nhân vật quan trọng
personal *a.* cá nhân
personality *n.* nhân cách
personification *n.* sự nhân cách hoá
personify *v.t.* nhân cách hoá
personnel *n.* toàn thể cán bộ công nhân viên
perspective *n.* phối cảnh
perspiration *n.* mồ hôi
perspire *v.i.* đổ mồ hôi
persuade *v.t.* thuyết phục
persuasion *n.* sự thuyết phục
pertain *v.i.* thuộc về
pertinent *a.* thích hợp
perturb *v.t.* làm đảo lộn
perusal *n.* sự đọc kỹ
peruse *v.t.* đọc kỹ
pervade *v.t.* toả khắp
perverse *a.* ngang ngạnh
perversion *n.* sự hiểu sai
perversity *n.* tính ngang ngạnh
pervert *v.t.* làm sai

pessimism *n.* chủ nghĩa bi quan
pessimist *n.* kẻ bi quan
pessimistic *a.* bi quan
pest *n.* người làm hại
pesticide *n.* thuốc trừ vật hại
pestilence *n.* bệnh dịch
pet *n.* con vật yêu quý
pet *v.t.* yêu quý
petal *n.* cánh hoa
petition *n.* sự thỉnh cầu
petition *v.t.* làm đơn thỉnh cầu
petitioner *n.* người kiến nghị
petrol *n.* dầu xăng
petroleum *n.* dầu mỏ
petticoat *n.* váy lót
petty *a.* nhỏ mọn
petulance *n.* tính nóng nảy
petulant *a.* nóng nảy
phantom *n.* bóng ma
pharmacy *n.* dược khoa
phase *n.* giai thoại
phenomenal *a.* có tính chất hiện tượng
phenomenon *n.* hiện tượng
phial *n.* ống đựng thuốc
philanthropic *a.* thương người
philanthropist *n.* người nhân đức
philanthropy *n.* lòng nhân đức
philological *a.* ngữ văn
philologist *n.* nhà ngữ văn
philology *n.* môn ngữ văn
philosopher *n.* nhà triết học
philosophical *a.* theo triết học
philosophy *n.* triết học
phone *n.* điện thoại
phonetic *a.* ngữ âm
phonetics *n.* ngữ âm học
phosphate *n.* photphat
phosphorus *n.* photpho
photo *n.* bức ảnh

photograph *v.t.* chụp ảnh
photograph *n.* bức ảnh
photographer *n.* nhà nhiếp ảnh
photographic *a.* như chụp ảnh
photography *n.* thuật nhiếp ảnh
phrase *n.* thành ngữ
phrase *v.t.* diễn đạt
phraseology *n.* cách diễn đạt
physic *n.* nghề y
physic *v.t.* kê đơn thuốc
physical *a.* vật lý
physician *n.* thầy thuốc
physicist *n.* nhà vật lý học
physics *n.* vật lý học
physiognomy *n.* thuật xem tướng
physique *n.* cơ thể vóc người
pianist *n.* người biểu diễn pianô
piano *n.* đàn pianô
pick *v.t.* cuốc
pick *n.* cuốc chim
picket *n.* cọc
picket *v.t.* rào bằng cọc
pickle *n.* nước giầm
pickle *v.t.* giầm
picnic *n.* chuyến dã ngoại
picnic *v.i.* đi dã ngoại
pictorical *a.* có nhiều tranh ảnh
picture *n.* bức tranh
picture *v.t.* vẽ tranh
picturesque *a.* đẹp như tranh
piece *n.* mẩu
piece *v.t.* chấp lại thành khối
pierce *v.t.* khoét lỗ
piety *n.* lòng mộ đạo
pig *n.* lợn heo
pigeon *n.* chim bồ câu
pigmy *n.* người lùn tịt
pile *n.* cọc
pile *v.t.* đóng cọc

piles *n.* bệnh trĩ
pilfer *v.t.* ăn cắp vặt
pilgrim *n.* người hành hương
pilgrimage *n.* cuộc hành hương
pill *n.* viên thuốc
pillar *n.* cột
pillow *n.* tấm lót
pillow *v.t.* kê bằng gối
pilot *n.* hoa tiêu
pilot *v.t.* dẫn (tàu)
pimple *n.* mụn nhọt
pin *n.* đinh ghim
pin *v.t.* ghim
pinch *v.t.* kẹp
pinch *v.* bó chặt
pine *n.* cây thông
pine *v.i.* tiều tụy
pineapple *n.* quả dứa
pink *n.* màu hồng
pink *a.* hồng
pinkish *a.* hơi hồng
pinnacle *n.* tháp nhọn
pioneer *n.* đội tiên phong
pioneer *v.t.* tiên phong
pious *a.* ngoan đạo
pipe *n.* ống dẫn
pipe *v.i.* thổi còi
piquant *a.* cay cay
piracy *n.* nghề cướp biển
pirate *n.* kẻ cướp biển
pirate *v.t.* ăn cướp
pistol *n.* súng lục
piston *n.* Pittông
pit *n.* hầm khai thác
pit *v.t.* để xuống hầm trữ lương thực
pitch *n.* hắc ín
pitch *v.t.* quét hắc ín
pitcher *n.* bình rót
piteous *a.* thảm thương
pitfall *n.* hầm bẫy
pitiable *a.* đáng thương

pitiful *a.* thương xót
pitiless *a.* tàn nhẫn
pitman *n.* thanh nối (trong máy)
pittance *n.* tiền thù lao rẻ mạt
pity *n.* lòng trắc ẩn
pity *v.t.* động lòng trắc ẩn
pivot *n.* trụ
pivot *v.t.* đặt lên trụ
playcard *n.* tranh cổ động
place *n.* địa điểm
place *v.t.* đặt
placid *a.* điềm tĩnh
plague *a.* tệ hại
plague *v.t.* gây tai hoạ cho
plain *a.* rõ ràng
plain *n.* đồng bằng
plaintiff *n.* nguyên đơn
plan *n.* sơ đồ
plan *v.t.* vẽ sơ đồ của
plane *n.* mặt phẳng
plane *v.t.* san bằng
plane *a.* bằng phẳng
plane *n.* máy bay
planet *n.* hành tinh
planetary *a.* thuộc hành tinh
plank *n.* tấm ván
plank *v.t.* lát ván (sàn...)
plant *n.* thực vật
plant *v.t.* trồng
plantain *n.* cây mã đề
plantation *n.* vườn ươm
plaster *n.* vữa
plaster *v.t.* trát vữa
plate *n.* tấm phiếu
plate *v.t.* bọc sắt
plateau *n.* cao nguyên
platform *n.* nền
platonic *a.* lý tưởng thuần khiết
platoon *n.* trung đội
play *n.* trò chơi
play *v.i.* đùa giỡn
player *n.* đấu thủ

plea *n.* ời tự biện hộ	**poetaster** *n.* nhà thơ xoàng
plead *v.i.* bào chữa	**poetess** *n.* nữ thi sĩ
pleader *n.* luật sư	**poetic** *a.* đầy thi vị
pleasant *a.* vui vẻ	**poetics** *n.* thi pháp
pleasantry *n.* tính hay khôi hài	**poetry** *n.* nghệ thuật thơ
please *v.t.* làm vui lòng	**poignacy** *n.* đắng cay
pleasure *n.* niềm vui thích	**poignant** *a.* chua xót
plebiscite *n.* cuộc bỏ phiếu toàn dân	**point** *n.* mũi nhọn
	point *v.t.* vót nhọn
pledge *n.* vật cầm cố	**poise** *v.t.* làm cân bằng
pledge *v.t.* cầm cố	**poise** *n.* thế cân bằng
plenty *n.* sự phong phú	**poison** *n.* thuốc độc
plight *n.* hoàn cảnh	**poison** *v.t.* tẩm thuốc độc
plod *v.i.* lê bước khó nhọc	**poisonous** *a.* có chất độc
plot *n.* sơ đồ	**poke** *v.t.* chọc
plot *v.t.* vẽ sơ đồ	**poke** *n.* cú chọc
plough *n.* cái cày	**polar** *n.* đường cực
plough *v.i.* cày ruộng	**pole** *n.* cực
ploughman *n.* thợ cày	**police** *n.* cảnh sát
pluck *v.t.* vặt lông	**policeman** *n.* cảnh sát
pluck *n.* sự giật	**policy** *n.* chính sách
plug *n.* nút	**polish** *v.t.* đánh bóng
plug *v.t.* nút lại	**polish** *n.* nước bóng
plum *n.* quả mận	**polite** *a.* lịch sự
plumber *n.* thợ hàn chì	**pliteness** *n.* sự lịch thiệp
plunder *v.t.* cướp bóc	**politic** *a.* khôn ngoan
plunder *n.* sự cướp bóc	**political** *a.* chính trị
plunge *v.t.* đâm sâu vào	**politician** *n.* chính khách
plunge *n.* sự lao xuống	**politics** *n.* hoạt động chính trị
plural *a.* thuộc số nhiều	**polity** *n.* chính thể
plurality *n.* đa số	**poll** *n.* sự bầu cử
plus *a.* thêm vào	**poll** *v.t.* thu phiếu bầu của
plus *n.* dấu cộng	**pollen** *n.* phấn hoa
ply *v.t.* làm miệt mài	**pollute** *v.t.* ô nhiễm
ply *n.* lớp	**pollution** *n.* sự ô nhiễm
pneumonia viêm phổi	**polo** *n.* môn pôlô
pocket *n.* túi (quần áo)	**polygamous** *a.* nhiều vợ nhiều chồng
pocket *v.t.* bỏ vào túi	
pod *n.* vỏ (quả đậu)	**polygamy** *n.* chế độ nhiều vợ nhiều chồng
poem *n.* bài thơ	
poesy *n.* thơ ca	**polyglot1** *n.* người biết nhiều thứ tiếng
poet *n.* nhà thơ	

polyglot2 *a.* biết nhiều thứ tiếng
polytechnic *a.* bách khoa
polytechnic *n.* trường bách khoa
polytheism *n.* đạo nhiều thần
polytheist *n.* người theo đạo nhiều thần
polytheistic *a.* thuộc đạo nhiều thần
pomp *n.* vẻ tráng lệ
pomposity *n.* tính hoa mỹ
pompous *a.* tráng lệ
pond *n.* ao
ponder *v.t.* cân nhắc
pony *n.* ngựa nhỏ
poor *a.* nghèo
pop *v.i.* nổ bốp
pop *n.* buổi hoà nhạc bình dân
pope *n.* giáo hoàng
poplar *n.* cây bạch dương
poplin *n.* vải pôpơlin
populace *n.* quần chúng
popular *a.* đại chúng
popularity *n.* tính đại chúng
popularize *v.t.* phổ biến
populate *v.t.* cư trú
population *n.* dân cư
populous *a.* đông dân
porcelain *n.* đồ sứ
porch *n.* cổng vòm
pore *n.* lỗ chân lông
pork *n.* thịt lợn
porridge *n.* cháo yến mạch
port *n.* cảng
portable *a.* có thể mang theo
portage *n.* sự khuân vác
portal *n.* cổng chính
portend *v.t.* báo trước
porter *n.* công nhân khuân vác
portfolio *n.* danh sách vốn đầu tư

portico *n.* cổng
portion *n.* phần chia
portion *v.t.* chia thành từng phần
portrait *n.* chân dung
portraiture *n.* cách vẽ chân dung
portray *v.t.* vẽ chân dung
portrayal *n.* bức chân dung
pose *v.i.* làm điệu bộ
pose *n.* tư thế
position *n.* vị trí
position *v.t.* đặt vào vị trí
positive *a.* rõ ràng
possess *v.t.* chiếm hữu
possession *n.* quyền sở hữu
possibility *n.* khả năng
possible *a.* có thể làm được
post *n.* bưu điện
post *v.t.* gửi qua bưu điện
post *n.* cột trụ
post *v.t.* dán thông cáo lên (tường)
post *adv.* bằng bưu điện
postage *n.* bưu phí
postal *a.* thuộc bưu điện
post-date *v.t.* để lùi ngày tháng về sau
poster *n.* quảng cáo
posterity *n.* hậu thế
posthumous *a.* sau khi chết
postman *n.* người đưa thư
postmaster *n.* giám đốc sở bưu điện
post-mortem *a.* sau khi chết
post-mortem *n.* sự khám nghiệm sau khi chết
post-office *n.* sở bưu điện
postpone *v.t.* hoãn lại
postponement *n.* sự hoãn
postscript *n.* tái bút
posture *n.* dáng điệu

pot *n.* lọ
pot *v.t.* rút ngắn
potash *n.* Kali cacbonat
potassium *n.* kali
potato *n.* khoai tây
potency *n.* lực lượng
potent *a.* có quyền thế
potential *a.* tiềm tàng
potential *n.* tiềm lực
pontentiality *n.* khả năng
potter *n.* thợ gốm
pottery *n.* đồ gốm
pouch *n.* túi nhỏ
poultry *n.* chim nuôi
pounce *v.i.* vồ
pounce *n.* phấn than
pound *n.* đồng bảng Anh
pound *v.t.* nhốt vào trại giam
pour *v.i.* chảy tràn
poverty *n.* cảnh nghèo nàn
powder *n.* bột
powder *v.t.* rắc bột lên
power *n.* thuốc súng
powerful *a.* hùng mạnh
practicability *n.* tính thực hiện được
practicable *a.* thực hành được
practical *a.* thực tế
practice *n.* thực tiễn
practise *v.t.* thực hành
practitioner *n.* luật sư đang hành nghề
pragmatic *a.* thực dụng
pragmatism *n.* chủ nghĩa thực dụng
praise *n.* sự khen ngợi
praise *v.t.* khen ngợi
praiseworthy *a.* đáng khen ngợi
prank *n.* trò chơi khăm
prattle *v.i.* nói như trẻ con
prattle *n.* chuyện dớ dẩn trẻ con

pray *v.i.* cầu nguyện
prayer *n.* sự cầu nguyện
preach *v.i.* thuyết giáo
preacher *n.* người thuyết giáo
preamble *n.* lời nói đầu
precaution *n.* sự phòng ngừa
precautionary *a.* để phòng ngừa
precede *v.* đi trước
precedence *n.* quyền đi trước
precedent *n.* tiền lệ
precept *n.* châm ngôn
preceptor *n.* thầy giáo
precious *a.* quý báu
precis *n.* bản trích yếu
precise *n.* tính chính xác
precision *n.* sự chính xác
precursor *n.* người báo trước
predecessor *n.* người đi trước
predestination *n.* số phận
predetermine *v.t.* định trước
predicament *n.* tình trạng khó khăn
predicate *n.* vị ngữ
predict *v.t.* dự đoán
prediction *n.* sự dự đoán
predominance *n.* ưu thế
predominant *a.* chiếm ưu thế
predominate *v.i.* chiếm ưu thế
pre-eminence *n.* tính ưu việt
pre-eminent *a.* ưu việt
preface *n.* lời nói đầu
preface *v.t.* viết lời nói đầu
prefect *n.* quận trưởng
prefer *v.t.* thích hơn
preference *n.* sự thích hơn
preferential *a.* được ưu tiên
prefix *n.* tiền tố
prefix *v.t.* đặt ở hàng trước
pregnancy *n.* sự có thai
pregnant *a.* có thai
prehistoric *a.* thời tiền sử

prejudice *n.* định kiến
prelate *n.* giáo chủ
preliminary *a.* sơ bộ
preliminary *n.* biện pháp sơ bộ
prelude *n.* sự mở đầu
prelude *v.t.* mở đầu
premarital *a.* trước hôn nhân
premature *a.* yểu non
premeditate *v.t.* chủ tâm
premeditation *n.* sự suy nghĩ trước
premier *a.* nhất
premier *n.* thủ tướng
premiere *n.* buổi diễn ra mắt
premium *n.* phần thưởng
premonition *n.* linh cảm
preoccupation *n.* mối ưu tư
preoccupy *v.t.* làm bận tâm
preparation *n.* sự chuẩn bị
preparatory *a.* để chuẩn bị
prepare *v.t.* chuẩn bị
preponderance *n.* ưu thế
preponderate *v.i.* có ưu thế
preposition *n.* giới từ
prerequisite *a.* tiên quyết
prerequisite *n.* điều kiện tiên quyết
prerogative *n.* đặc quyền
prescience *n.* sự biết trước
prescribe *v.t.* ra lệnh
prescription *n.* sự ra lệnh
presence *n.* sự hiện diện
present *a.* hiện diện
present *n.* hiện thời
present *v.t.* đưa ra
presentation *n.* sự trình diễn
presently *adv.* ngay sau đó
preservation *n.* sự gìn giữ
preservative *n.* thuốc phòng bệnh
preservative *a.* để phòng giữ
preserve *v.t.* giữ gìn

preserve *n.* khu vực cấm săn
preside *v.i.* chủ trì
president *n.* chủ tịch
presidential *a.* thuộc chủ tịch
press *v.t.* thúc ép
press *n.* sự thúc ép
pressure *n.* áp lực
pressurize *v.t.* điều áp
prestige *n.* uy tín
prestigious *a.* có uy tín
presume *v.t.* coi như là
presumption *n.* tính tự phụ
presuppose *v.t.* giả định trước
presupposition *n.* sự giả định trước
pretence *n.* sự giả vờ
prtend *v.t.* giả vờ
pretension *n.* ý muốn
pretentious *a.* kiêu căng
pretext *n.* lý do
prettiness *n.* vẻ xinh xắn
pretty *a.* xinh xắn
pretty *adv.* kha khá
prevail *v.i.* chiếm ưu thế
prevalance *n.* sự thịnh hành
prevalent *a.* thịnh hành
prevent *v.t.* ngăn ngừa
prevention *n.* sự ngăn cản
preventive *a.* ngăn ngừa
previous *a.* trước
prey *n.* mồi
prey *v.i.* bắt mồi
price *n.* giá cả
price *v.t.* định giá
prick *n.* mũi nhọn
prick *v.t.* chọc
pride *n.* sự hãnh diện
pride *v.t.* hãnh diện
priest *n.* thầy tu
priestess *n.* cô thầy cúng
priesthood *n.* chức thầy tu
prima facie *adv.* tiền trả thêm

cho chủ tàu
primarily *adv.* đầu tiên
primary *a.* đầu tiên
prime *a.* đầu tiên
prime *n.* thời kỳ đầu tiên
primer *n.* ngòi nổ
primeval *a.* nguyên thủy
primitive *a.* nguyên thuỷ
prince *n.* hoàng tử
princely *a.* hoàng thân
princess *n.* công chúa
principal *n.* chủ yếu
principal *a.* chủ yếu
principle *n.* giám đốc
print *v.t.* in xuất bản
print *n.* sự in ra
printer *n.* thợ in
prior *a.* trước
prior *n.* trưởng tu viện
prioress *n.* bà trưởng tu viện
priority *n.* sự ưu tiên
prison *n.* nhà tù
prisoner *n.* người bị giam giữ
privacy *n.* sự riêng tư
private *a.* cá nhân
privation *n.* sự thiếu thốn
privilege *n.* đặc quyền
prize *n.* giải thưởng
prize *v.t.* đánh giá cao
probability *n.* điều có thể xảy ra
probable *a.* có khả năng xảy ra
probably *adv.* hầu như chắc chắn
probation *n.* sự thử thách
probationer *n.* người đang tập sự
probe *v.t.* điều tra
probe *n.* sự điều tra
problem *n.* vấn đề
problematic *a.* mơ hồ
procedure *n.* thủ tục

proceed *v.i.* tiến lên
proceeding *n.* cách tiến hành
proceeds *n.* tiền lãi
process *n.* quá trình
procession *n.* cuộc diễu hành
proclaim *v.t.* tuyên bố
proclamation *n.* sự tuyên bố
proclivity *n.* khuynh hướng
procrastinate *v.i.* trì hoãn
procrastination *n.* sự trì hoãn
proctor *n.* giám thị
procure *v.t.* thu được
procurement *n.* sự thu được
prodigal *a.* hoang phí
prodigality *n.* tính hoang toàng
produce *v.t.* sản xuất
produce *n.* sản lượng
product *n.* sản phẩm
production *n.* sự sản xuất
productive *a.* sản xuất
productivity *n.* hiệu suất
profane *a.* báng bổ
profane *v.t.* coi thường
profess *v.t.* tuyên bố
profession *n.* nghề nghiệp
professional *a.* chuyên nghiệp
professor *n.* giáo sư
proficiency *n.* tài năng
proficient *a.* tài giỏi
profile *n.* sơ lược tiểu sử
profile *v.t.* chụp mặt nghiêng
profit *n.* lợi ích
profit *v.t.* làm lợi
profitable *a.* có ích
profiteer *n.* kẻ trục lợi
profiteer *v.i.* trục lợi
profligacy *n.* sự phóng đãng
profligate *a.* phóng đãng
profound *a.* sâu sắc
profundity *n.* bề dâu
profuse *a.* thừa thãi
profusion *n.* sự thừa thãi

progeny *n.* con cháu
programme *n.* chương trình
programme *v.t.* lập chương trình
progress *n.* sự tiến triển
progress *v.i.* tiến triển
progressive *a.* tiến tới
prohibit *v.t.* ngăn cấm
prohibition *n.* sự ngăn cấm
prohibitive *a.* cấm chỉ
prohibitory *a.* cấm
project *n.* dự án
project *v.t.* thảo kế hoạch
projectile *n.* đạn bắn ra
projectile *a.* có thể phóng ra
projection *n.* sự bắn ra
projector *n.* máy chiếu
proliferate *v.i.* nảy nở
proliferation *n.* sự nảy nở
prolific *a.* sản xuất nhiều
prologue *n.* đoạn mở đầu
prolong *v.t.* gia hạn
prolongation *n.* sự kéo dài
prominence *n.* sự xuất chúng
prominent *a.* xuất chúng
promise *n.* lời hứa
promise *v.t.* hứa hẹn
promising *a.* đầy triển vọng
promissory *a.* hứa hẹn
promote *v.t.* thăng chức
promotion *n.* sự thăng chức
prompt *a.* nhanh chóng
prompt *v.t.* thúc đẩy
prompter *n.* người nhắc vở
prone *a.* thiên về
pronoun *n.* đại từ
pronounce *v.t.* tuyên bố
pronunciation *n.* cách phát âm
proof *n.* bằng chứng
proof *a.* không ngấm
prop *n.* nạng chống
prop *v.t.* chống đỡ

propaganda *n.* sự tuyên truyền
propagandist *n.* người truyền giáo
propagate *v.t.* truyền bá
propagation *n.* sự truyền bá
propel *v.t.* đẩy đi
proper *a.* thích hợp
property *n.* tài sản
prophecy *n.* tài tiên tri
prophesy *v.t.* tiên đoán
prophet *n.* nhà tiên tri
prophetic *a.* tiên tri
proportion *n.* sự cân đối
proportion *v.t.* làm cân đối
proportional *a.* cân xứng
proportionate *a.* cân xứng
proposal *n.* sự đề xuất
propose *v.t.* đề nghị
proposition *n.* lời đề nghị
propound *v.t.* đề nghị
proprietary *a.* có tài sản
proprietor *n.* người sở hữu
propriety *n.* sự thích hợp
prorogue *v.t.* tạm ngừng
prosaic *a.* như văn xuôi
prose *n.* văn xuôi
prosecute *v.t.* theo đuổi
prosecution *n.* sự theo đuổi
prosecutor *n.* bên nguyên
prosody *n.* phép làm thơ
prospect *n.* viễn cảnh
prospective *a.* tương lai
prospsectus *n.* giấy quảng cáo
prosper *v.i.* thịnh vượng
prosperity *n.* sự thịnh vượng
prosperous *a.* thịnh vượng
prostitute *n.* gái mại dâm
prostitute *v.t.* mãi dâm
prostitution *n.* sự mãi dâm
prostrate *a.* nằm úp sấp
prostrate *v.t.* đặt nằm úp
prostration *n.* sự nằm úp

protagonist *n.* vai chính
protect *v.t.* bảo vệ
protection *n.* sự bảo vệ
protective *a.* bảo vệ
protector *n.* người bảo vệ
protein *n.* chất đạm
protest *n.* sự phản đối
protest *v.i.* phản đối
protestation *n.* sự cam đoan
prototype *n.* người đầu tiên
proud *a.* hãnh diện
prove *v.t.* chứng minh
proverb *n.* tục ngữ
proverbial *a.* diễn đạt bằng tục ngữ
provide *v.i.* chuẩn bị đầy đủ
providence *n.* sự dự phòng
provident *a.* lo xa
providential *a.* may mắn
province *n.* tỉnh
provincial *a.* có tính chất tỉnh lẻ
provincialism *n.* tác phong tỉnh lẻ
provision *n.* sự chuẩn bị
provisional *a.* tạm thời
proviso *n.* điều khoản
provocation *n.* sự khích động
provocative *a.* khiêu khích
provoke *v.t.* kích động
prowess *n.* lòng can đảm
proximate *a.* gần nhất
proximity *n.* sự lân cận
proxy *n.* sự uỷ nhiệm
prude *n.* người cả thẹn
prudence *n.* sự thận trọng
prudent *a.* thận trọng
prudential *a.* thận trọng
prune *v.t.* xén bớt
pry *v.i.* tịch thu
psalm *n.* bài thánh ca
pseudonym *n.* bút danh

psyche *n.* linh hồn
psychiatrist *n.* chuyên gia tâm thần học
psychiatry *n.* bệnh học tâm thần
psychic *a.* thuộc tâm linh
psychological *a.* thuộc tâm lý
psychologist *n.* nhà tâm lý học
psychology *n.* tâm lý học
psychopath *n.* người bị loạn thần kinh nhân cách
psychosis *n.* chứng loạn tinh thần
psychotherapy *n.* phép chữa bằng tâm lý
puberty *n.* tuổi dậy thì
public *a.* công cộng
public *n.* công chúng
publication *n.* sự xuất bản
publicity *n.* sự công khai
publicize *v.t.* đưa ra công khai
publish *v.t.* xuất bản
publisher *n.* người xuất bản
pudding *n.* món ăn tráng miệng
puddle *n.* vũng nước nhỏ
puddle *v.t.* làm đục ngầu
puerile *a.* có tính chất trẻ con
puff *n.* hơi thở phù
puff *v.i.* thở phù phù
pull *v.t.* kéo
pull *n.* sự kéo
pulley *n.* cái ròng rọc
pullover *n.* áo len chui đầu
pulp *n.* bột giấy
pulp *v.t.* nghiền nát
pulpit *a.* giảng kinh
pulpy *a.* mềm nhão
pulsate *v.i.* đập nhanh (tim...)
pulsation *n.* sự đập (tim)
pulse *n.* nhịp đập
pulse *v.i.* đập

pulse *n.* hột đậu
pump *n.* cái bơm
pump *v.t.* bơm
pumpkin *n.* quả bí ngô
pun *n.* sự chơi chữ
pun *v.i.* chơi chữ
punch *n.* cú đấm
punch *v.t.* đấm
punctual *a.* điểm
punctuality *n.* tính đúng giờ
punctuate *v.t.* chấm câu
punctuation *n.* sự chấm câu
puncture *n.* sự đâm
puncture *v.t.* đâm thủng
pungency *n.* vị hăng
pungent *a.* hăng
punish *v.t.* trừng phạt
punishment *n.* sự trừng phạt
punitive *a.* nhằm trừng phạt
puny *a.* nhỏ bé
pupil *n.* học sinh
puppet *n.* con rối
puppy *n.* chó con
purblind *n.* mắt mờ
purchase *n.* sự mua
purchase *v.t.* mua
pure *a.* tinh khiết
purgation *n.* sự trong sạch
purgative *n.* thuốc tẩy
purgative *a.* làm tinh khiết
purgatory *n.* sự chuộc tội
purge *v.t.* làm trong sạch
purification *n.* sự làm sạch
purify *v.t.* làm cho sạch
purist *n.* người theo chủ nghĩa thuần tuý
puritan *n.* người theo Thanh giáo
puritanical *a.* khắt khe
purity *n.* sự thanh khiết
purple *adj./n.* có màu tím/ màu tím

purport *n.* nội dung
purport *v.t.* có nội dung là
purpose *n.* mục đích
purpose *v.t.* có mục đích
purposely *adv.* có chủ định
purr *n.* tiếng vo vo
purr *v.i.* chạy vo vo
purse *n.* ví tiền
purse *v.t.* cau (mày)
pursuance *n.* sự đeo đuổi
pursue *v.t.* theo đuổi
pursuit *n.* sự đuổi theo
purview *n.* phạm vi có hiệu lực
pus *n.* mủ (của vết thương)
push *v.t.* xô đẩy
push *n.* sự xô đẩy
put *v.t.* đặt
puzzle *n.* câu đố
puzzle *v.t.* làm bối rối
pygmy *n.* người lùn tí hon
pyorrhoea *n.* sự chảy mủ
pyramid *n.* kim tự tháp
pyre *n.* giàn thiêu
python *n.* con trăn

quack *v.i.* quảng cáo khoác lác
quack *n.* tiếng kêu quàng quạc
quackery *n.* lời nói khoác
quadrangle *n.* hình tứ giác
quadrangular *a.* có bốn cạnh
quadrilateral *a.&n.* hình tứ giác
quadruped *n.* động vật có bốn chân
quadruple *a.* gấp bốn
quadruple *v.t.* bội bốn
quail *n.* chim cút
quaint *a.* là lạ
quake *v.i.* rung động

quake *n.* sự run rẩy
qualification *n.* năng lực
qualify *v.i.* có đủ khả năng
qualitative *a.* có chất lượng
quality *n.* chất lượng
quandary *n.* tình thế khó xử
quantitative *a.* số lượng
quantity *n.* số lượng
quantum *n.* phần
quarrel *n.* sự cãi nhau
quarrel *v.i.* cãi nhau
quarrelsome *a.* dễ cáu
quarry *n.* mỏ đá
quarry *v.i.* khai thác đá
quarter *n.* quý
quarter *v.t.* chia bốn
quarterly *a.* hàng quý
queen *n.* nữ hoàng
queer *a.* lạ lùng
quell *v.t.* đàn áp
quench *v.t.* dập tắt
query *n.* câu hỏi
query *v.t.* thắc mắc
quest *n.* sự truy tìm
quest *v.t.* đi tìm
question *n.* câu hỏi
question *v.t.* chất vấn
questionable *a.* đáng ngờ
questionnaire *n.* bản câu hỏi
queue *n.* tóc thắt đuôi sam
quibble *n.* ý kiến phản đối
quibble *v.i.* nói nước đôi
quick *a.* nhanh
quick *n.* tâm can
quicksand *n.* vùng cát lún
quicksilver *n.* thủy ngân
quiet *a.* yên tĩnh
quiet *n.* sự yên tĩnh
quiet *v.t.* trở lại yên tĩnh
quilt *n.* chăn
quinine *n.* quinin
quintessence *n.* tinh chất

quit *v.t.* từ bỏ
quite *adv.* khá
quiver *n.* tiếng rung
quiver *v.i.* rung
quixotic *a.* hào hiệp viển vông
quiz *n.* cuộc thi đố
quiz *v.t.* thi vấn đáp
quorum *n.* số đại biểu quy định
quota *n.* hạn ngạch
quotation *n.* sự trích dẫn
quote *v.t.* trích dẫn
quotient *n.* số thương

rabbit *n.* con thỏ
rabies *n.* bệnh dại
race *n.* loài
race *v.i.* đua
racial *a.* đặc trưng cho chủng tộc
racialism *n.* chủ nghĩa phân biệt chủng tộc
rack *v.t.* tra tấn
rack *n.* sự phá hủy
racket *n.* cái vợt
radiance *n.* sự lộng lẫy
radiant *a.* sáng chói
radiate *v.t.* chiếu sáng
radiation *n.* sự bức xạ
radical *a.* gốc
radio *n.* sóng vô tuyến
radio *v.t.* gửi bằng rađiô
radish *n.* củ cải
radium *n.* rađi
radius *n.* bán kính
rag *n.* giẻ
rag *v.t.* rầy la
rage *n.* sự thịnh nộ
rage *v.i.* nổi cơn thịnh nộ
raid *n.* cuộc đột kích

raid *v.t.* đột kích
rail *n.* đường ray
rail *v.t.* lắp đường ray
raling *n.* rào chắn
raillery *n.* sự chế giễu
railway *n.* đường ray
rain *v.i.* mưa
rain *n.* mưa
rainy *a.* có mưa
raise *v.t.* nâng lên
raisin *n.* nho khô
rally *v.t.* tập hợp lại
rally *n.* sự tập hợp lại
ram *n.* búa đóng cọc
ram *v.t.* nện (đất...)
ramble *v.t.* đi dạo chơi
ramble *n.* cuộc dạo chơi
rampage *v.i.* nổi cơn thịnh nộ
rampage *n.* cơn thịnh nộ
rampant *a.* hung hăng
rampart *n.* thành luỹ
rancour *n.* sự hiềm thù
random *a.* ngẫu nhiên
range *v.t.* xếp loại
range *n.* dãy
ranger *n.* người hay đi lang thang
rank *n.* hạng
rank *v.t.* xếp loại
rank *a.* rậm rạp
ransack *v.t.* lục soát
ransom *n.* tiền chuộc
ransom *v.t.* nộp tiền chuộc
rape *n.* sự hãm hiếp
rape *v.t.* cưỡng hiếp
rapid *a.* nhanh chóng
rapidity *n.* sự nhanh chổng
rapier *n.* thanh kiếm mỏng
rapport *n.* giao tiếp
rapt *a.* chăm chú
rapture *n.* trạng thái mê ly
rare *a.* hiếm có

rascal *n.* kẻ bất lương
rash *a.* hấp tấp
rat *n.* chuột
rate *v.t.* đánh giá
rate *n.* tỷ lệ
rather *adv.* thích... hơn
ratify *v.t.* phê chuẩn
ratio *n.* tỷ số
ration *n.* khẩu phần
rational *a.* có lý trí
rationale *n.* lý do căn bản
rationality *n.* sự hợp lý
rationalize *v.t.* hợp lý hoá
rattle *v.i.* kêu lách cách
rattle *n.* cái lúc lắc
ravage *n.* sự tàn phá
ravage *v.t.* tàn phá
rave *v.i.* nói say sưa
raven *n.* con quạ
ravine *n.* khe núi
raw *a.* sống (chưa nấu chín)
ray *n.* cá đuối
raze *v.t.* san bằng
razor *n.* dao cạo
reach *v.t.* chìa ra
react *v.i.* tác động trở lại
reaction *n.* sự phản tác dụng
reactinary *a.* phản động
read *v.t.* đọc
reader *n.* người đọc
readily *adv.* vui lòng
readiness *n.* sự sẵn sàng
ready *a.* sẵn sàng
real *a.* thực
realism *n.* chủ nghĩa hiện thực
realist *n.* người theo thuyết duy thực
realistic *a.* hiện thực
reality *n.* sự thực
realization *n.* sự thực hiện
realize *v.t.* thực hiện
really *adv.* thực

realm *a.* vương quốc	**reckless** *a.* thiếu thận trọng
ream *n.* ram giấy	**reckon** *v.t.* tính
reap *v.t.* thu về	**reclaim** *v.t.* giác ngộ
reaper *n.* người gặt	**reclamation** *n.* sự khai hoang
rear *n.* bộ phận đằng sau	**recluse** *n.* người ẩn dật
rear *v.t.* ngẩng lên	**recognition** *n.* sự công nhận
reason *n.* lý do	**recognize** *v.t.* công nhận
reason *v.i.* tranh luận	**recoil** *v.i.* dội lại
reasonable *a.* có lý	**recoil** *adv.* có ảnh hưởng ngược lại
reassure *v.t.* cam đoan	
rabate *n.* số tiền được hạ	**recollect** *v.t.* nhớ lại
rebel *v.i.* nổi loạn	**recollection** *n.* sự nhớ lại
rebel *n.* người nổi loạn	**recommend** *v.t.* giới thiệu
rebellion *n.* cuộc nổi loạn	**recommendation** *n.* sự giới thiệu
rebellious *a.* nổi loạn	
rebirth *n.* sự sinh lại	**recompense** *v.t.* thưởng
rebound *v.i.* bật lại	**recompense** *n.* sự thưởng
rebound *n.* sự bật lại	**reconcile** *v.t.* giải hoà
rebuff *n.* sự từ chối dứt khoát	**reconciliation** *n.* sự tái điều giải
rebuff *v.t.* từ chối dứt khoát	
rebuke *v.t.* khiển trách	**record** *v.t.* ghi âm
rebuke *n.* sự khiển trách	**record** *n.* kỷ lục
recall *v.t.* gọi về	**recorder** *n.* máy ghi âm
recall *n.* sự gọi về	**recount** *v.t.* thuật kỹ lại
recede *v.i.* lùi lại	**recoup** *v.t.* thu lại được
receipt *n.* công thức làm món ăn	**recourse** *n.* sự cầu viện
	recover *v.t.* lấy lại
receive *v.t.* nhận	**recovery** *n.* sự bình phục
receiver *n.* người nhận	**recreation** *n.* sự nghỉ ngơi
recent *a.* gần đây	**recruit** *n.* tân binh
recently *adv.* gần đây	**recruit** *v.t.* tuyển
reception *n.* sự nhận	**rectangle** *n.* hình chữ nhật
receptive *a.* dễ tiếp thu	**rectangular** *a.* vuông góc
recess *n.* thời gian ngừng họp	**rectification** *n.* sự sửa chữa
recession *n.* sự thụt lại	**rectify** *v.i.* sửa
recipe *n.* đơn thuốc	**rectum** *n.* trực tràng
recipient *n.* người nhận	**recur** *v.i.* lặp lại
reciprocal *a.* lẫn nhau	**recurrence** *n.* sự lặp lại
reciprocate *v.t.* đền đáp lại	**recurrent** *a.* tái diễn đều đặn
recital *n.* sự kể lại	**red** *a.* đỏ
recitation *n.* sự kể lại	**red** *n.* màu đỏ
recite *v.t.* kể lại	**redden** *v.t.* làm cho đỏ

reddish *a.* đỏ đỏ
redeem *v.t.* mua lại
redemption *n.* sự mua lại
redouble *v.t.* làm to gấp đôi
redress *v.t.* uốn nắn
redress *n.* sự sửa lại
reduce *v.t.* giảm
reduction *n.* sự sụt giảm
redundance *n.* sự thừa
redundant *a.* dư thừa
reel *n.* guồng
reel *v.i.* quay
refer *v.t.* quy cho
referee *n.* trọng tài
reference *n.* sự tham khảo
referendum *n.* cuộc trưng cầu dân ý
refine *v.t.* tinh chế
refinement *n.* sự tinh chế
refinery *n.* nhà máy luyện tinh
reflect *v.t.* phản ánh
reflection *n.* sự phản ánh
reflective *a.* phản chiếu
reflector *n.* gương phản xạ
reflex *n.* sự phản xạ
reflex *a.* nhìn sâu vào nội tâm
reflexive *a.* phản thân
reform *v.t.* sửa đổi
reform *n.* sự sửa đổi
reformation *n.* sự sửa đổi
reformatory *n.* trại cải tạo
reformatory *a.* có ý định cải tạo
reformer *n.* nhà cải cách
refrain *v.i.* kiềm chế
refrain *n.* điệp khúc
refresh *v.t.* làm tươi tỉnh
refreshment *n.* sự nghỉ ngơi
refrigerate *v.t.* ướp lạnh
refrigeration *n.* sự ướp lạnh
refrigerator *n.* tủ lạnh
refuge *n.* nơi trú ẩn

refugee *n.* người tị nạn
refulgence *n.* huy hoàng
refulgent *a.* rực rỡ
refund *v.t.* trả lại
refund *n.* trả lại
refusal *n.* sự từ chối
refuse *v.t.* từ chối
refuse *n.* đồ thừa
refutation *n.* sự bác bỏ
refute *v.t.* bác bỏ
regal *a.* như vua chúa
regard *v.t.* xem như
regard *n.* sự quan tâm
regenerate *v.t.* tái sinh
regeneration *n.* sự tái sinh
regicide *n.* người giết vua
regime *n.* chế độ
regiment *n.* trung đoàn
regiment *v.t.* tổ chức thành trung đoàn
region *n.* miền
regional *a.* thuộc vùng miền
register *n.* sổ sách
register *v.t.* ghi vào sổ
registrar *n.* hộ tịch viên
registration *n.* sự đăng ký
registry *n.* cơ quan đăng ký
regret *v.i.* hối tiếc
regret *n.* sự hối tiếc
regular *a.* không thay đổi
regularity *n.* tính đều đặn
regulate *v.t.* điều chỉnh
regulation *n.* sự điều chỉnh
regulator *n.* người điều chỉnh
rehabilitate *v.t.* phục hồi
rehabilitation *n.* sự phục hồi
rehearsal *n.* sự kể lại
rehearse *v.t.* nhắc lại
reign *v.i.* trị vì
reign *n.* triều đại
reimburse *v.t.* trả lại
rein *n.* dây cương

rein *v.t.* gò cương
reinforce *v.t.* tăng cường
reinforcement *n.* sự tăng cường
reinstate *v.t.* phục hồi
reinstatement *n.* sự phục hồi
reiterate *v.t.* lập lại
reiteration *n.* sự làm lại
reject *v.t.* bác bỏ
rejection *n.* sự bác bỏ
rejoice *v.i.* vui mừng
rejoin *v.t.* đáp lại
rejoinder *n.* lời đáp lại
rejuvenate *v.t.* làm trẻ lại
rejuvenation *n.* sự trẻ lại
relapse *v.i.* trở lại
relapse *n.* sự trở lại
relate *v.t.* có liên quan
relation *n.* mối liên hệ
relative *a.* có liên quan
relative *n.* bà con thân thuộc
relax *v.t.* làm bớt căng thẳng
relaxation *n.* sự nghỉ ngơi
relay *n.* ca (thợ)
relay *v.t.* làm theo kíp
release *v.t.* phóng thích
release *n.* sự giải thoát
relent *v.i.* bớt nghiêm khắc
relentless *a.* tàn nhẫn
relevance *n.* sự xác đáng
relevant *a.* thích hợp
reliable *a.* đáng tin cậy
reliance *n.* sự tin cậy
relic *n.* thành tích
relief *n.* sự cứu tế
relieve *v.t.* làm yên lòng
religion *n.* tôn giáo
religious *a.* sùng đạo
relinquish *v.t.* từ bỏ
relish *v.t.* thêm gia vị
relish *n.* đồ gia vị
reluctance *n.* sự miễn cưỡng

reluctant *a.* miễn cưỡng
rely *v.i.* tin cậy
remain *v.i.* còn lại
remainder *n.* phần còn lại
remains *n.* đồ thừa
remand *v.t.* sự tạm giam
remand *n.* tạm giam
remark *n.* sự chú ý
remark *v.t.* lưu ý
remarkable *a.* đáng chú ý
remedial *a.* để điều trị
remedy *n.* phương thuốc
remedy *v.t.* cứu chữa
remember *v.t.* ghi nhớ
remembrance *n.* trí nhớ
remind *v.t.* nhắc nhở
reminder *n.* cái làm nhớ lại
reminiscence *n.* sự hồi tưởng
reminiscent *a.* gợi lại
remission *n.* sự tha thứ
remit *v.t.* miễn thi hành
remittance *n.* sự gửi tiền
remorse *n.* sự ăn năn
remote *a.* xa xôi
removable *a.* có thể dời đi được
removal *n.* việc di chuyển
remove *v.t.* di chuyển
remunerate *v.t.* trả công
remuneration *n.* tiền thù lao
remunerative *a.* được trả hậu
renaissance *n.* sự phục hưng
render *v.t.* trả lại
rendezvous *n.* nơi hẹn gặp
renew *v.t.* hồi phục lại
renewal *n.* sự khôi phục
renounce *v.t.* từ bỏ
renovate *v.t.* hồi phục lại
renovation *n.* sự hồi phục
renown *n.* danh tiếng
renowned *a.* nổi tiếng
rent *n.* tiền thuê

rent *v.t.* cho thuê
renunciation *n.* sự từ bỏ
repair *v.t.* sửa chữa
repair *n.* sự sửa chữa
raparable *a.* có thể sửa chữa
repartee *n.* sự đối đáp
repatriate *v.t.* cho hồi hương
repatriate *n.* sự hồi hương
repatriation *n.* sự hồi hương
repay *v.t.* trả lại
repayment *n.* sự trả lại
repeal *v.t.* huỷ bỏ
repeal *n.* sự huỷ bỏ
repeat *v.t.* nhắc lại
repel *v.t.* khước từ
repellent *a.* có ý khước từ
repellent *n.* cái đẩy lùi
repent *v.i.* ân hận
repentance *n.* sự ân hận
repentant *a.* ân hận
repercussion *n.* tiếng vọng
repetition *n.* sự nhắc lại
replace *v.t.* thay thế
replacement *n.* sự thay thế
replenish *v.t.* bổ sung
replete *a.* đầy đủ
replica *n.* bản sao
reply *v.i.* trả lời
reply *n.* câu trả lời
report *v.t.* kể lại
report *n.* bản báo cáo
reporter *n.* phóng viên
repose *n.* sự nghỉ ngơi
repose *v.i.* nghỉ ngơi
repository *n.* kho
represent *v.t.* đại diện
representation *n.* sự đại diện
representative *n.* cái điển hình
representative *a.* tiêu biểu
repress *v.t.* trấn áp
repression *n.* sự kiềm chế
reprimand *n.* lời khiển trách

reprimand *v.t.* khiển trách
reprint *v.t.* tái bản
reprint *n.* sự tái bản
reproach *v.t.* trách mắng
reproach *n.* sự trách mắng
reproduce *v.t.* tái sản xuất
reproduction *n.* sự tái sản xuất
reproductive *a.* sinh sản
reproof *n.* sự khiển trách
reptile *n.* loài bò sát
republic *n.* nước cộng hoà
republican *a.* cộng hoà
republican *n.* người ủng hộ chế độ cộng hoà
repudiate *v.t.* từ chối
repudiation *n.* sự từ chối
repugnance *n.* sự ghê tởm
repugnant *a.* đáng ghét
repulse *v.t.* đẩy lùi
repulse *n.* sự đẩy lùi
repulsion *n.* sự ghê tởm
repulsive *a.* ghê tởm
reputation *n.* danh tiếng
repute *v.t.* nói về
repute *n.* tiếng tăm
request *v.t.* thỉnh cầu
request *n.* lời thỉnh cầu
requiem *n.* lễ cầu hồn
require *v.t.* yêu cầu
requirement *n.* sự đòi hỏi
requisite *a.* cần thiết
requiste *n.* điều kiện cần thiết
rquisition *n.* sự yêu cầu
requisition *v.t.* trưng dụng
requite *v.t.* đền bù
rescue *v.t.* cứu thoát
rescue *n.* sự cứu nguy
research *v.i.* nghiên cứu
research *n.* sự nghiên cứu
resemblance *n.* sự giống nhau
resemble *v.t.* giống với
resent *v.t.* không bằng lòng

resentment *n.* sự phẫn uất
reservation *n.* sự hạn chế
reserve *v.t.* sự dự trữ
rservoir *n.* bể chứa nước
reside *v.i.* cư trú
residence *n.* sự cư trú
resident *a.* cư trú
resident *n.* người trú ngụ
residual *a.* còn lại
residue *n.* phần còn lại
resign *v.t.* từ chức
resignation *n.* sự từ chức
resist *v.t.* kháng cự
resistance *n.* sự chống cự
resistant *a.* có sức kháng cự
resolute *a.* cương quyết
resolution *n.* nghị quyết
resolve *v.t.* kiên quyết
resonance *n.* tính chất vang vọng
resonant *a.* vang dội
resort *v.i.* phải sử dụng đến
resort *n.* phương kế
resound *v.i.* vang lên
resource *n.* tài nguyên
resourceful *a.* có tài xoay sở
respect *v.t.* kính trọng
respect *n.* sự kính trọng
respectful *a.* lễ phép
respective *a.* tương ứng
respiration *n.* sự thở
respire *v.i.* thở
resplendent *a.* rực rỡ
respond *v.i.* phản ứng lại
respondent *n.* bị đơn
response *n.* câu trả lời
responsibility *n.* trách nhiệm
responsible *a.* chịu trách nhiệm
rest *v.i.* nghỉ ngơi
rest *n.* sự nghỉ ngơi
restaurant *n.* nhà hàng ăn

restive *a.* không yên
restoration *n.* sự hoàn lại
restore *v.t.* hoàn lại
restrain *v.t.* cản trở
restrict *v.t.* hạn chế
restriction *n.* sự hạn chế
restrictive *a.* hạn chế
result *v.i.* do bởi
result *n.* kết quả
resume *v.t.* chiếm lại
resume *n.* bản tóm tắt
resumption *n.* sự bắt đầu lại
resurgence *n.* sự sống lại
resurgent *a.* sống lại
retail *v.t.* bán lẻ
retail *n.* sự bán lẻ
retail *adv.* bán lẻ
retail *a.* bán lẻ
retailer *n.* người bán lẻ
retain *v.t.* giữ lại
retaliate *v.i.* trả đũa
retaliation *n.* sự trả đũa
retard *v.t.* làm cho chậm lại
retardation *n.* sự chậm lại
retention *n.* sự có được
retentive *a.* lâu (trí nhớ)
reticence *n.* tính trầm lặng
reticent *a.* kín đáo
retina *n.* võng mạc
retinue *n.* đoàn tuỳ tùng
retire *v.i.* nghỉ hưu
retirement *n.* sự về hưu
retort *v.t.* trả miếng
retort *n.* sự trả miếng
retouch *v.t.* sửa lại
retrace *v.t.* vạch lại
retread *v.t.* đắp lại
retread *n.* lốp xe đắp lại
retreat *v.i.* rút lui
retrench *v.t.* hạn chế chi tiêu
retrenchment *n.* sự bớt
retrieve *v.t.* lấy lại

retrospect *n.* sự hồi tưởng
retrospection *n.* sự nhìn lại quá khứ
retrospective *a.* hồi tưởng quá khứ
return *v.i.* trở lại
return *n.* sự trở lại
revel *v.i.* ăn uống say sưa
revel *n.* cuộc ăn uống say sưa
revelation *n.* sự phát hiện
reveller *n.* người tham dự cuộc vui
revelry *n.* cuộc chè chén
revenge *v.t.* trả thù
revenge *n.* sự trả thù
revengeful *a.* hay thù hằn
revenue *n.* thu nhập
revere *v.t.* tôn sùng
reverence *n.* sự tôn kính
reverend *a.* đáng tôn kính
reverent *a.* tôn kính
reverential *a.* tỏ vẻ tôn kính
reverie *n.* sự mơ màng
reversal *n.* sự đảo ngược
reverse *a.* đảo
reverse *n.* điều trái ngược
reverse *v.t.* đảo ngược
reversible *a.* có thể đảo lộn
revert *v.i.* trở lại
review *v.t.* xem lại
review *n.* sự xem lại
revise *v.t.* đọc lại
revision *n.* sự xem lại
revival *n.* sự trở lại
revive *v.i.* sống lại
revocable *a.* có thể huỷ bỏ
revocation *n.* sự huỷ bỏ
revoke *v.t.* thu hồi
revolt *v.i.* nổi dậy
revolt *n.* cuộc nổi dậy
revolution *n.* sự xoay vòng
revolutionary *a.* nhà cách mạng
revolutionary *n.* cách mạng
revolve *v.i.* quay tròn
revolver *n.* súng lục ổ quay
reward *n.* sự thưởng
reward *v.t.* thưởng công
rhetoric *n.* thuật hùng biện
rhetorical *a.* tu từ học
rheumatic *a.* bệnh thấp khớp
rheumatism *n.* bệnh thấp khớp
rhinoceros *n.* con tê giác
rhyme *n.* vần
rhyme *v.i.* ăn vần
rhymester *n.* người làm thơ
rhythm *b.* nhịp điệu
rhythmic *a.* có nhịp điệu
rib *n.* xương sườn
ribbon *n.* dải ruy băng
rice *n.* thóc
rich *a.* giàu có
riches *n.* sự giàu có
richness *a.* sự giàu có
rick *n.* đống
rickets *n.* bệnh còi xương
rickety *a.* mắc bệnh còi xương
rickshaw *n.* xe kéo
rid *v.t.* giải thoát
riddle *n.* điều bí ẩn
riddle *v.i.* nói những điề bí ẩn
ride *v.t.* cưỡi ngựa
ride *n.* sự đi
rider *n.* người cưỡi ngựa
ridge *n.* chóp
ridicule *v.t.* nhạo báng
ridicule *n.* sự nhạo báng
ridiculous *a.* buồn cười
rifle *v.t.* cướp
rifle *n.* đường rãnh xoắn
rift *n.* đường nứt
right *a.* đúng
right *adv.* thẳng
right *n.* điều phải

right *v.t.* lấy lại cho ngay
righteous *a.* ngay thẳng
rigid *a.* cứng
rigorous *a.* nghiêm khắc
rigour *n.* tính nghiêm khắc
rim *n.* vành bánh xe
ring *n.* chiếc nhẫn
ring *v.t.* đeo nhẫn cho ai
ringlet *n.* món tóc quăn
ringworm *n.* bệnh ecpet màng tròn
rinse *v.t.* rửa nhẹ nhàng
riot *n.* sự náo động
riot *v.t.* phung phí
rip *v.t.* xé toạc
ripe *a.* chín (quả)
ripen *v.i.* chín muồi
ripple *n.* sự gợn sóng lăn tăn
ripple *v.t.* làm cho gợn sóng lăn tăn
rise *v.* làm nổi lên
rise *n.* sự vận động đi lên
risk *v.t.* liều
risk *n.* sự mạo hiểm
risky *a.* liều
rite *n.* lễ nghi
ritual *n.* sách dạy lễ nghi
ritual *a.* lễ nghi
rival *n.* đối thủ
rival *v.t.* cạnh tranh
rivalry *n.* sự kình địch
river *n.* dòng sông
rivet *n.* đinh tán
rivet *v.t.* tán đầu
rivulet *n.* dòng suối nhỏ
road *n.* con đường
roam *v.i.* đi chơi rong
roar *n.* tiếng gầm
roar *v.i.* gầm
roast *v.t.* quay
roast *a.* nướng trong lò
roast *n.* thịt quay

rob *v.t.* cướp
robber *n.* kẻ cướp
robbery *n.* vụ ăn cướp
robe *n.* áo choàng
robe *v.t.* mặc áo choàng
robot *n.* người máy
robust *a.* tráng kiện
rock *v.t.* đu đưa
rock *n.* khối đá
rocket *n.* cái lông
rod *n.* cái que
rodent *n.* loài gặm nhấm
roe *n.* bọc trứng cá
rogue *n.* thằng đểu
roguery *n.* tính xỏ lá
roguish *a.* xỏ lá
role *n.* vai (diễn)
roll *n.* sự lăn tròn
roll *v.i.* lăn
roll-call *n.* sự gọi tên
roller *n.* trục lăn
romance *n.* ngôn ngữ Rôman
romantic *a.* tiếng Roman
romp *v.i.* nô đùa
romp *n.* đứa trẻ thích nô đùa
rood *n.* mảnh đất nhỏ
roof *n.* mái (nhà)
roof *v.t.* lợp mái nhà
rook *n.* quân cờ tháp
rook *v.t.* chơi bạc bịp
room *n.* căn phòng
roomy *a.* rộng rãi
roost *n.* nơi chim đậu
roost *v.i.* đậu
root *n.* rễ cây
root *v.i.* bén rễ
rope *n.* dây cáp
rope *v.t.* trói bằng dây thừng
rosary *n.* chuỗi tràng hạt
rose *n.* hoa hồng
roseate *a.* màu hồng sẫm
rostrum *n.* diễn đàn

rosy *a.* hồng hào
rot *n.* sự mục nát
rot *v.i.* mục nát
rotary *a.* quay
rotate *v.i.* làm quay
rotation *n.* sự quay
rote *n.* thuộc lòng
rouble *n.* đồng rúp
rough *a.* ráp
round *a.* tròn
round *adv.* vòng quanh
round *n.* vật hình tròn
round *v.t.* làm tròn
rouse *v.i.* thức tỉnh
rout *v.t.* đánh tan tác
rout *n.* đám đông hỗ độn
route *n.* tuyến đường
routine *n.* lề thói hàng ngày
routine *a.* thông thường
rove *v.i.* đi rong chơi
rover *n.* người hay đi lang thang
row *n.* hàng
row *v.t.* chèo thuyền
row *n.* cuộc đi chơi bằng thuyền
row *n.* sự om sòm
rowdy *a.* om sòm
royal *a.* hoàng gia
royalist *n.* người bảo hoàng
royalty *n.* thành viên của hoàng gia
rub *v.t.* cọ xát
rub *n.* sự cọ xát
rubber *n.* cao su
rubbish *n.* vật bỏ đi
rubble *n.* gạch vụn
ruby *n.* hồng ngọc
rude *a.* bất lịch sự
rudiment *n.* nguyên lý cơ bản
rudimentary *a.* sơ bộ
rue *v.t.* ăn năn
rueful *a.* buồn bã
ruffian *n.* đứa côn đồ
ruffle *v.t.* làm rối
rug *n.* thảm dầy trải sàn
rugged *a.* gồ ghề
ruin *n.* sự đổ nát
ruin *v.t.* làm hỏng
rule *n.* phép tắc
rule *v.t.* cai trị
ruler *n.* quyền lực
ruling *n.* sự cai trị
rum *n.* kỳ quặc
rum *a.* rượu rom
rumble *v.i.* tạo ra tiếng động ầm ầm
rumble *n.* tiếng ấm ầm
ruminant *a.* loài nhai lại
ruminant *n.* động vật nhai lại
ruminate *v.i.* nhai lại
rumination *n.* sự nhai lại
rummage *v.i.* lục lọi
rummage *n.* sự lục lọi
rummy *n.* rượu mạnh
rumour *n.* tin đồn
rumour *v.t.* đồn đại
run *v.i.* chạy
run *n.* sự chạy
rung *n.* bậc thang
runner *n.* người đang chạy
rupee *n.* đồng rupi
rupture *n.* sự gẫy
rupture *v.t.* đoạn tuyệt
rural *a.* nông thôn
ruse *n.* mưu mẹo
rush *n.* cây bấc
rush *v.t.* xô đẩy
rush *n.* sự vội vàng
rust *n.* gỉ
rust *v.i.* làm gỉ
rustic *a.* quê mùa
rustic *n.* người quê mùa
rusticate *v.t.* tạm đuổi để trừng phạt
rustication *n.* cuộc sống ở

nông thôn
rusticity *n.* sự chất phác
rusty *a.* bị gỉ
rut *n.* sự động dục
ruthless *a.* tàn nhẫn
rye *n.* lúa mạch đen

sabbath *n.* ngày xaba
sabotage *n.* sự phá hoại
sabotage *v.t.* phá ngầm
sabre *n.* kiếm lưỡi cong
sabre *v.t.* đâm bằng kiếm
saccharin *n.* Sacarin
saccharine *a.* có chất đường
sack *n.* bao tải
sack *v.t.* bỏ vào vao
sacrament *n.* lễ ban phước
sacred *a.* thánh thần
sacrifice *n.* sự cúng thần
sacrifice *v.t.* cúng
sacrificial *a.* sự cúng thần
sacrilege *n.* tội báng bổ thần thánh
sacrilegious *a.* báng bổ thần thánh
sacrosanct *a.* bất khả xâm phạm
sad *a.* buồn rầu
sadden *v.t.* làm cho (ai) buồn
saddle *n.* yên ngựa
saddle *v.t.* thắng yên
sadism *n.* tính tàn bạo
sadist *n.* người tàn bạo
safe *a.* an toàn
safe *n.* chạn
safeguard *n.* cái để bảo vệ
safety *n.* sự an toàn
saffron *n.* cây nghệ tây
saffron *a.* có màu vàng nghệ

sagacious *a.* thông minh
sagacity *n.* sự thông minh
sage *n.* cây xô thơm
sage *a.* già dặn
sail *n.* cánh buồm
sail *v.i.* đi tàu thuỷ
sailor *n.* thuỷ thủ
saint *n.* vị thánh
saintly *a.* thánh thiện
sake *n.* mục đích
salable *a.* dễ bán
salad *n.* xà lách dầu giấm
salary *n.* tiền lượng
sale *n.* việc bán
salesman *n.* người bán hàng (nam)
salient *a.* hay nhảy
saline *a.* có muối
salinity *n.* tính mặn
saliva *n.* nước bọt
sally *n.* cuộc tấn công đột ngột
sally *v.i.* xông ra phá vây
saloon *n.* phòng khách lớn
salt *n.* muối
salt *v.t.* ớp muối
salty *a.* chứa vị muối
salutary *a.* bổ ích
salutation *n.* sự chào
salute *v.t.* chào hỏi
salute *n.* việc chào mừng
salvage *n.* sự cứu hộ
salvage *v.t.* cứu khỏi đắm
salvation *n.* sự cứu rỗi linh hồn
same *a.* giống nhau
sample *n.* mẫu
sample *v.t.* lấy mẫu
sanatorium *n.* viện điều dưỡng
sanctification *n.* sự thánh hoá
sanctify *v.t.* thánh hoá
sanction *n.* sự phê chuẩn
sanction *v.t.* phê chuẩn
sanctity *n.* tính thiêng liêng

sanctuary *n.* nơi tôn nghiêm
sand *n.* cát
sandal *n.* dép xăng đan
sandalwood *n.* gỗ tàn hương
sandwich *n.* bánh xăng-uých
sandwich *v.t.* để vào giữa
sandy *a.* có cát
sane *a.* có đầu óc lành mạnh
sanguine *a.* lạc quan
sanitary *a.* vệ sinh
sanity *n.* sự tỉnh táo
sap *n.* nhựa cây
sap *v.t.* làm cho hết nhựa
sapling *n.* cây non
sapphire *n.* ngọc bích
sarcasm *n.* lời chế nhạo
sarcastic *a.* chế nhạo
sardonic *a.* nhạo báng
satan *n.* ma vương
satchel *n.* túi đeo vai học sinh
satellite *n.* vệ tinh nhân tạo
satiable *a.* có thể làm thoả thích
satiate *v.t.* làm thoả mãn
satiety *n.* sự chán ngấy
satire *n.* sự trào phúng
satirical *a.* châm biếm
satirist *n.* nhà văn châm biếm
satirize *v.t.* châm biếm
satisfaction *n.* sự thoả mãn
satisfactory *a.* vừa ý
satisfy *v.t.* làm hài lòng
saturate *v.t.* làm bão hoà
saturation *n.* sự no
Saturday *n.* thứ Bảy
sauce *n.* nước chấm
saucer *n.* đĩa nhỏ
saunter *v.t.* đi tản bộ
savage *a.* hoang dã
savage *n.* người hoang dã
savagery *n.* sự tàn bạo
save *v.t.* cứu nguy
save *prep.* trừ ra

saviour *n.* vị cứu tinh
savour *n.* mùi vị
savour *v.t.* nếm
saw *n.* cái cưa
saw *v.t.* cưa
say *v.t.* nói
say *n.* lời nói
scabbard *n.* bao kiếm
scabies *n.* bệnh ghẻ
scaffold *n.* giàn giáo
scale *n.* vảy
scale *v.t.* đánh vảy
scalp *n.* da đầu trừ mặt
scamper *v.i.* chạy vụt
scamper *n.* sự chạy vụt
scan *v.t.* xem tỉ mỉ
scandal *n.* vụ bê bối
scandalize *v.t.* làm chướng tai gai mắt
scant *a.* hiếm
scanty *a.* ít ỏi
scapegoat *n.* người giơ đầu chịu báng
scar *n.* vết sẹo
scar *v.t.* để lại sẹo
scarce *a.* khan hiếm
scarcely *adv.* vừa vặn
scarcity *n.* sự khan hiếm
scare *n.* sự sợ hãi
scare *v.t.* làm kinh hãi
scarf *n.* khăn quàng cổ
scatter *v.t.* rắc
scavenger *n.* thú vật ăn xác thối
scene *n.* cảnh (của một bản kịch)
scenery *n.* phong cảnh
scenic *a.* sân khấu
scent *n.* mùi thơm
scent *v.t.* đánh hơi
sceptic *n.* người đa nghi
sceptical *a.* đa nghi

scepticism *n.* chủ nghĩa hoài nghi
sceptre *n.* vương trượng
schedule *n.* kế hoạch làm việc
schedule *v.t.* đưa vào chương trình
scheme *n.* sự phối hợp
scheme *v.i.* âm mưu
schism *n.* sự phân ly
scholar *n.* học giả
scholarly *a.* uyên thâm
scholarship *n.* học bổng
scholastic *a.* học tập
school *n.* trường học
science *n.* khoa học
scientific *a.* có tính khoa học
scientist *n.* nhà khoa học
scintillate *v.i.* nhấp nháy
scintillation *n.* sự nhấp nháy
scissors *n.* cái kéo
scoff *n.* lời đùa cợt
scoff *v.i.* chế giễu
scold *v.t.* rầy la
scooter *n.* xe scooter
scope *n.* phạm vi
scorch *v.t.* vết sém
score *n.* điểm số
score *v.t.* thành công
scorer *n.* người ghi điểm
scorn *n.* sự khinh bỉ
scorn *v.t.* khinh bỉ
scorpion *n.* con bọ cạp
Scot *n.* tiền thuế
scotch *a.* người Xcốtlen
scotch *n.* người Xcốt-len
scot-free *a.* không bị trừng phạt
scoundrel *n.* tên côn đồ
scourge *n.* người vật trừng phạt
scourge *v.t.* trừng phạt
scout *n.* người trinh sát
scout *v.i.* trinh sát

scowl *v.i.* cau có
scowl *n.* sự cau có
scramble *v.i.* bò trườn
scramble *n.* sự bò trườn
scrap *n.* mảnh nhỏ
scratch *n.* tiếng sột soạt
scratch *v.t.* cào xước
scrawl *v.t.* viết nguệch ngoạc
scrawl *n.* chữ viết nguệch ngoạc
scream *v.i.* la hét
scream *n.* tiếng thét
screen *n.* bình phong
screen *v.t.* che chắn
screw *n.* sự bắt vít
screw *v.t.* bắt vít
scribble *v.t.* chải len
scribble *n.* chữ viết nguệch ngoạc
script *n.* nguyên bản
scripture *n.* kinh thánh
scroll *n.* cuộn
scrutinize *v.t.* nhìn chăm chú
scrutiny *n.* sự nhìn chăm chú
scuffle *n.* trận ẩu đả
scuffle *v.i.* ẩu đả
sculptor *n.* nhà điêu khắc
sculptural *a.* điêu khắc
sculpture *n.* nghệ thuật điêu khắc
scythe *n.* cái hái cỏ
scythe *v.t.* cắt cỏ
sea *n.* biển
seal *n.* con hải cẩu
seal *n.* con dấu
seal *v.t.* đóng dấu
seam *n.* đường nối
seam *v.t.* nối
seamy *a.* đê tiện
search *n.* sự tìm kiếm
search *v.t.* tra cứu
season *n.* mùa

season *v.t.* làm cho thích hợp
seasonable *a.* hợp thời vụ
seasonal *a.* theo thời vụ
seat *n.* ghế
seat *v.t.* để ngồi
secede *v.i.* rút ra
secession *n.* sự ra khỏi tổ chức
secessionist *n.* người chủ trương rút khỏi
seclude *v.t.* tách biệt
secluded *a.* hẻo lánh
seclusion *n.* sự ẩn dật
second *a.* cộng thêm
second *n.* người ở vị trí thứ hai
second *v.t.* thứ hai
secondary *a.* phụ
seconder *n.* người tán thành
secrecy *n.* tính kín đáo
secret *a.* thầm kín
secret *n.* bí mật
secretariat (e) *n.* bộ phận hành chính
secretary *n.* thư ký
secrete *v.t.* cất giấu
secretion *n.* giấu giếm
secretive *a.* hay giấu giếm
sect *n.* phái
sectarian *a.* môn phái
section *n.* sự cắt
sector *n.* ngành
secure *a.* không lo âu
secure *v.t.* làm cho an toàn
security *n.* an ninh
sedan *n.* ghế kiệu
sedate *a.* điềm tĩnh
sedate *v.t.* làm bình tĩnh
sedative *a.* tĩnh tại
sedative *n.* thuốc giảm đau
sedentary *a.* ở một chỗ
sediment *n.* cặn lắng
sedition *n.* sự gây ra sự nổi loạn

seditious *a.* gây ra sự nổi loạn
seduce *n.* sự cám dỗ
seduction *n.* sự quyến rũ
seductive *a.* có sức quyến rũ
see *v.t.* nhìn
seed *n.* hạt giống
seed *v.t.* sinh hạt
seek *v.t.* tìm kiếm
seem *v.i.* có vẻ như
seemly *a.* chỉnh tề
seep *v.i.* rỉ ra
seer *n.* nhà tiên tri
seethe *v.i.* sôi lên
segment *n.* hình cầu phân
segment *v.t.* đoạn
segregate *v.t.* cách ly
segregation *n.* sự chia tách
seismic *a.* thuộc động đất
seize *v.t.* bắt chộp
seizure *n.* sự chiếm đoạt
seldom *adv.* ít khi
select *v.t.* lựa chọn
select *a.* được lựa chọn
selection *n.* sự chọn lựa
selective *a.* có tuyển chọn
self *n.* bản chất
selfish *a.* ích kỷ
selfless *a.* không ích kỷ
sell *v.t.* bán
seller *n.* người bán
semblance *n.* vẻ bề ngoài
semen *n.* tinh dịch
semester *n.* học kỳ
seminal *a.* sự sinh sản
seminar *n.* hội nghị
senate *n.* thượng nghị viện
senator *n.* thượng nghị sĩ
senatorial *a.* thuộc thượng nghị sĩ
senatorial *a.* thuộc thượng nghị viện
send *v.t.* gửi

senile *a.* suy yếu về cơ thể
senility *n.* tình trạng suy yếu về cơ thể
senior *a.* có thâm niên
senior *n.* sự nhiều tuổi hơn
seniority *n.* sự nhiều tuổi hơn
sensation *n.* cảm giác
sensational *a.* gây xúc động
sense *n.* giác quan
sense *v.t.* cảm thấy
senseless *a.* không có cảm giác
sensibility *n.* tri giác
sensible *a.* dễ nhận biết
sensitive *a.* nhạy cảm
sensual *a.* khoái lạc
sensualist *n.* người theo thuyết duy cảm
sensuality *n.* sự yêu thích
sensuous *a.* thuộc giác quan
sentence *n.* câu
sentence *v.t.* kết án
sentience *n.* khả năng cảm giác
sentient *a.* có cảm giác
sentiment *n.* tình cảm
sentimental *a.* thuộc về tình cảm
sentinel *n.* lính canh
sentry *n.* lính gác
separable *a.* có thể tách rời
separate *v.t.* phân chia
separate *a.* riêng biệt
separation *n.* sự chia cắt
sepsis *n.* sự nhiễm trùng
September *n.* tháng 9
septic *a.* nhiễm khuẩn
sepulchre *n.* mộ cổ
sepulture *n.* sự chôn cất
sequel *n.* đoạn tiếp
sequence *n.* chuỗi
sequester *v.t.* để riêng
serene *a.* sáng sủa

serenity *n.* cảnh trời quang mây tạnh
serf *n.* nông nô
serge *n.* vải xéc
sergeant *n.* hạ sĩ quan
serial *a.* theo hàng
serial *n.* kỳ
series *n.* chuỗi
serious *a.* nghiêm trọng
sermon *n.* bài thuyết giảng
sermonize *v.i.* đưa ra lời khuyên về phẩm hạnh
serpent *n.* con rắn
serpentine *n.* ống xoắn
servant *n.* người hầu
serve *v.t.* phục vụ
serve *n.* cú giao bóng
service *n.* dịch vụ
service *v.t.* phục vụ
serviceable *a.* có ích
servile *a.* thuộc người nô lệ
servility *n.* thân phận nô lệ
session *n.* phiên họp
set *v.t.* se lại
set *a.* trang nghiêm
set *n.* bộ
settle *v.i.* định cư
settlement *n.* sự giải quyết
settler *n.* người giải quyết vấn đề
seven *n.* số bảy
seven *a.* bảy
seventeen *n., a.* mười bảy
seventeenth *a.* thứ mười bảy
seventh *a.* thứ bảy
seventieth *a.* thứ bảy mươi
seventy *n., a.* bảy mươi
sever *v.t.* cắt rời
several *a.* vài
severance *n.* sự cắt rời
severe *a.* khắt khe
severity *n.* tính nghiêm khắc

sew *v.t.* khâu
sewage *n.* nước cống
sewer *n.* người khâu
sewerage *n.* hệ thống cống rãnh
sex *n.* giới tính
sexual *a.* thuộc về tình dục
sexuality *n.* bản năng giới tính
sexy *n.* gợi tình
shabby *a.* mòn sờn
shackle *n.* cái còng
shackle *v.t.* xích lại
shade *n.* bóng mát
shade *v.t.* che bóng
shadow *n.* bóng râm
shadow *v.t.* che bóng
shadowy *a.* đầy bóng râm
shaft *n.* tay cầm
shake *v.i.* rung
shake *n.* sự rung
shaky *a.* rung
shallow *a.* nông cạn
sham *v.i.* giả vờ
sham *n.* sự giả vờ
sham *a.* giả vờ
shame *n.* sự xấu hổ
shame *v.t.* xấu hổ
shameful *a.* đáng hổ thẹn
shameless *a.* không biết hổ thẹn
shampoo *n.* dầu gội đầu
shampoo *v.t.* gội đầu
shanty *a.* chòi
shape *n.* hình dạng
shape *v.t.* tạo hình
shapely *a.* có hình dáng đẹp
share *n.* cổ phiếu
share *v.t.* chia phần
share *n.* một phần
shark *n.* cá mập
sharp *a.* sắc cạnh
sharp *adv.* sắc

sharpen *v.t.* mài
sharpener *n.* thợ mài dao kéo
sharper *n.* người lừa đảo
shatter *v.t.* đập vỡ
shave *v.t.* cạo râu
shave *n.* sự cạo râu
shawl *n.* khăn choàng
she *pron.* cô ấy
sheaf *n.* bó
shear *v.t.* xén
shears *n.pl.* dụng cụ xén
shed *v.t.* rụng
shed *n.* nhà một tầng
sheep *n.* con cừu
sheepish *a.* bẽn lẽn
sheer *a.* đúng là
sheet *n.* khăn trải giường
sheet *v.t.* đậy phủ
shelf *n.* giá
shell *n.* vỏ
shell *v.t.* bó vỏ
shelter *n.* sự nương tựa
shelter *v.t.* nương tựa
shelve *v.t.* xếp vào ngăn
shepherd *n.* người chăn cừu
shield *n.* cái khiên
shield *v.t.* che chở
shift *v.t.* đổi chỗ
shift *n.* sự thay đổi
shifty *a.* quỷ quyệt
shilling *n.* đồng silling
shilly-shally *v.i.* hay do dự
shilly-shally *n.* người hay bù trừ
shin *n.* cẳng chân
shine *v.i.* chiếu sáng
shine *n.* ánh sáng
shiny *a.* sáng chói
ship *n.* tàu thủy
ship *v.t.* chuyển hàng
shipment *n.* việc gửi hàng
shire *n.* quận huyện

shirk *v.t.* né tránh việc
shirker *n.* người trốn việc
shirt *n.* váy
shiver *v.i.* rùng mình
shoal *n.* bãi cát ngầm
shoal *n.* chỗ nông
shock *n.* đống lúa
shock *v.t.* xếp lúa
shoe *n.* giày
shoe *v.t.* đi giày
shoot *v.t.* vụt qua
shoot *n.* cành non
shop *n.* cửa hàng
shop *v.i.* đi mua sắm
shore *n.* bờ biển
short *a.* ngắn
short *adv.* đột nhiên
shortage *n.* sự thiếu
shortcoming *n.* sự thiếu sót
shorten *v.t.* làm cho ngắn
shortly *adv.* ngắn
shorts *n.pl.* quần sóc
shot *n.* sự trả tiền
shoulder *n.* vai
shoulder *v.t.* đặt lên vai
shout *n.* sự la hét
shout *v.i.* hét
shove *v.t.* xô đẩy
shove *n.* sự xô đẩy
shovel *n.* cái xẻng
shovel *v.t.* nhấc dịch
show *v.t.* biểu diễn
show *n.* buổi biểu diễn
shower *n.* vòi hoa sen
shower *v.t.* đổ trút
shrew *n.* người đàn bà đanh đá
shrewd *a.* khôn ngoan
shriek *n.* tiếng la
shriek *v.i.* la hét
shrill *a.* rít lên
shrine *n.* lăng mộ
shrink *v.i.* co lại

shrinkage *n.* sự co
shroud *n.* vải liệm
shroud *v.t.* khâm liệm
shrub *n.* cây bụi
shrug *v.t.* nhún vai
shrug *n.* sự nhún vai
shudder *v.i.* rùng mình
shudder *n.* sự rùng mình
shuffle *v.i.* lê chân
shuffle *n.* sự lê chân
shun *v.t.* tránh xa
shunt *v.t.* chuyển hướng
shut *v.t.* đóng
shutter *n.* cửa chớp
shuttle *n.* con thoi
shuttle *v.t.* thoi đưa
shuttlecock *n.* quả cầu lông
shy *n.* sự xấu hổ
shy *v.i.* xấu hổ
sick *a.* ốm
sickle *n.* cái liềm
sickly *a.* hay ốm yếu
sickness *n.* sự ốm yếu
side *n.* phía
side *v.i.* đứng về phía
siege *n.* sự bao vây
siesta *n.* giấc ngủ trưa
sieve *n.* cái sàng
sieve *v.t.* sàng
sift *v.t.* sàng
sigh *n.* sự thở dài
sigh *v.i.* thở dài
sight *n.* thị lực
sight *v.t.* làm cho đập mắt
sightly *a.* đẹp mắt
sign *n.* ký tên
sign *v.t.* ký hiệu
signal *n.* dấu hiệu
signal *a.* có dấu hiệu
signal *v.t.* ra dấu hiệu
signatory *n.* bên ký kết
signature *n.* chữ ký

significance *n.* ý nghĩa
significant *a.* có ý nghĩa
signification *n.* ý nghĩa
signify *v.t.* biểu hiện
silence *n.* sự im lặng
silence *v.t.* im lặng
silencer *n.* bộ giảm thanh
silent *a.* im lặng
silhouette *n.* hình bóng
silk *n.* lụa
silken *a.* làm mềm
silky *a.* mềm mịn
silly *a.* ngu ngốc
silt *n.* bùn
silt *v.t.* làm nghẽn bùn
silver *n.* bạc
silver *a.* làm bằng bạc
silver *v.t.* mạ bạc
similar *a.* giống nhau
similarity *n.* sự giống nhau
simile *n.* sự so sánh
similitude *n.* sự giống
simmer *v.i.* sắp sôi
simple *a.* đơn giản
simpleton *n.* người ngốc
simplicity *n.* sự đơn giản
simplification *n.* sự đơn giản hóa
simplify *v.t.* làm cho đơn giản
simultaneous *a.* đồng thời
sin *n.* tội lỗi
sin *v.i.* phạm tội
since *prep.* từ một thời điểm
since *conj.* từ một thời điểm
since *adv.* từ đó
sincere *a.* thành thật
sincerity *n.* thật thà
sinful *a.* sai trái
sing *v.i.* hát
singe *v.t.* cháy xém
singe *n.* sự cháy xém
singer *n.* ca sĩ

single *a.* đơn độc
single *n.* sự đơn độc
single *v.t.* lựa chọn
singular *a.* số ít
singularity *n.* sự khác thường
singularly *adv.* khác thường
sinister *a.* mang điều xấu
sink *v.i.* chìm
sink *n.* sự chìm
sinner *n.* người phạm tội
sinuous *a.* ngoằn nghèo
sip *v.t.* nhấm nháp
sip *n.* sự nhấm nháp
sir *n.* ngài
siren *n.* còi báo động
sister *n.* chị em
sisterhood *n.* tình chị em
sisterly *a.* như chị em
sit *v.i.* ngồi
site *n.* phía
situation *n.* tình huống
six *n., a.* sáu
sixteen *n., a.* mười sáu
sixteenth *a.* thứ mười ba
sixth *a.* thứ sáu
sixtieth *a.* thứ sáu mươi
sixty *n., a.* sáu mươi
sizable *a.* có cỡ
size *n.* kích thước
size *v.t.* sắp xếp theo cỡ
sizzle *v.i.* xèo xèo
sizzle *n.* tiếng kêu xèo
skate *n.* giầy trượt băng
skate *v.t.* trượt băng
skein *n.* cuộn chỉ
skeleton *n.* bộ xương
sketch *n.* bản phác họa
sketch *v.t.* phác họa
sketchy *a.* sơ sài
skid *v.i.* chèn
skid *n.* má phanh
skilful *a.* khéo

skill *n.* kỹ năng
skin *n.* da
skin *v.t.* lột da
skip *v.i.* nhảy
skip *n.* sự nhảy
skipper *n.* người nhảy dây
skirmish *n.* cuộc chạm trán nhỏ
skirmish *v.t.* đánh lẻ
skirt *n.* váy
skirt *v.t.* di men bờ
skit *n.* thơ trào phúng
skull *n.* đầu lâu
sky *n.* bầu trời
sky *v.t.* đánh bóng lên cao
slab *n.* tấm
slack *a.* uể oải
slacken *v.t.* trở nên uể oải
slacks *n.* đoạn trùng
slake *v.t.* làm dịu nhẹ
slam *v.t.* đóng sầm
slam *n.* tiếng đóng cửa sầm
slander *n.* sự vu khống
slander *v.t.* vu khống
slanderous *a.* vu khống
slang *n.* tiếng lóng
slant *v.t.* xiên nghiêng
slant *n.* sự xiên nghiêng
slap *n.* cái tát
slap *v.t.* tát
slash *v.t.* chém
slash *n.* sự chém
slate *n.* đá phiến
slattern *n.* người phụ nữ bẩn thỉu
slatternly *a.* bẩn thỉu nhếch nhác
slaughter *n.* sự giết mổ
slaughter *v.t.* giết mổ
slave *n.* người nô lệ
slave *v.i.* làm nô lệ
slavery *n.* cảnh nô lệ
slavish *a.* nô lệ

slay *v.t.* giết chết
sleek *a.* bóng mượt
sleep *v.i.* ngủ
sleep *n.* giấc ngủ
sleeper *n.* người ngủ
sleepy *a.* buồn ngủ
sleeve *n.* tay áo
sleight *n.* trò lộn sòng
slender *n.* sự mảnh khảnh
slice *n.* miếng mỏng
slice *v.t.* cắt
slick *a.* bóng mượt
slide *v.i.* trượt
slide *n.* sự trượt
slight *a.* mỏng mảnh
slight *n.* sự coi thường
slight *v.t.* coi thường
slim *a.* mảnh khảnh
slim *v.i.* trở thành thon nhỏ
slime *n.* chất lỏng
slimy *a.* nhầy nhụa
sling *n.* rượu mạnh
slip *v.i.* trượt
slip *n.* sự trượt chân
slipper *n.* sự trơn
slippery *a.* trơn
slipshod *a.* cẩu thả
slit *n.* toạc
slit *v.t.* kẽ hở
slogan *n.* khẩu hiệu
slope *n.* dốc
slope *v.i.* nghiêng dốc
sloth *n.* sự lười biếng
slothful *n.* lười biếng
slough *n.* vũng bùn
slough *n.* vảy
slough *v.t.* lột
slovenly *a.* nhếch nhác
slow *a.* chậm chạp
slow *v.i.* chậm chạp
slowly *adv.* chậm
slowness *n.* sự chậm chạp

sluggard *n.* người chậm chạp
sluggish *a.* chậm chạp
sluice *n.* cửa cống
slum *n.* phàn không nhờn
slumber *v.i.* ngủ
slumber *n.* giấc ngủ
slump *n.* sự hạ nhanh
slump *v.i.* hạ nhanh
slur *n.* điều nhục nhã
slush *n.* bùn loãng
slushy *a.* lấm bùn
slut *n.* người đàn bà dâm đãng
sly *a.* ranh mãnh
smack *n.* cú đánh
smack *v.i.* thoáng mùi
smack *n.* mẩu
smack *n.* mùi thoang thoảng
smack *v.t.* đánh ai
small *a.* nhỏ
small *n.* đồ lặt vặt
smallness *adv.* sự hẹp hòi
smallpox *n.* bệnh đậu mùa
smart *a.* ác liệt
smart *v.i.* đau khổ
smart *n.* sự đau đớn
smash *v.t.* đập ra từng mảnh
smash *n.* sự vỡ ra từng mảnh
smear *v.t.* làm bẩn
smear *n.* đốm bẩn
smell *n.* khứu giác
smell *v.t.* ngửi
smelt *v.t.* nấu chảy
smile *n.* nụ cười
smile *v.i.* mỉm cười
smith *n.* thợ rèn
smock *n.* áo bờ lu
smog *n.* sương khói
smoke *n.* khói
smoke *v.i.* bốc khói
smoky *a.* tỏa khói
smooth *a.* nhẵn
smooth *v.t.* làm cho nhẵn

smother *v.t.* làm ngạt thở
smoulder *v.i.* cháy âm ỉ
smug *a.* thiển cận
smuggle *v.t.* buôn lậu
smuggler *n.* người buôn lậu
snack *n.* bữa ăn qua loa
snag *n.* chân răng gãy
snail *n.* con ốc sên
snake *n.* con rắn
snake *v.i.* ngoằn nghèo
snap *v.t.* đớp
snap *n.* sự đớp (chó cắn)
snap *a.* đột xuất
snare *n.* cái bẫy
snare *v.t.* gài bẫy
snarl *n.* tiếng gầm gừ
snarl *v.i.* gầm gừ
snatch *v.t.* vồ
snatch *n.* sự vồ lấy
sneak *v.i.* mách lẻo
sneak *n.* kẻ hớt lẻo
sneer *v.i.* cười chế nhạo
sneer *n.* nụ cười khinh bỉ
sneeze *v.i.* hắt hơi
sneeze *n.* sự hắt hơi
sniff *v.i.* khụt khịt
sniff *n.* tiếng khụt khịt
snob *n.* kẻ hợm mình
snobbery *n.* sự hợm mình
snobbish *v* hợm mình
snore *v.i.* ngáy
snore *n.* sự ngáy
snort *v.i.* thở phì phì
snort *n.* ống thông hơi
snout *n.* mũi
snow *n.* tuyết
snow *v.i.* tuyết rơi
snowy *a.* nhiều tuyết
snub *v.t.* làm mất mặt
snub *n.* mũi hếch
snuff *n.* hoa đèn
snug *n.* phòng nhỏ ấm cúng

so *adv.* cho nên
so *conj.* vì vậy
soak *v.t.* ngâm
soak *n.* sự thấm nước
soap *n.* xà phòng
soap *v.t.* xát xà phòng
soapy *a.* xà phòng
soar *v.i.* bay vọt
sob *v.i.* nức nở
sob *n.* sự nức nở
sober *a.* đúng mực
sobriety *n.* sự điềm tĩnh
sociability *n.* tính hòa đồng
sociable *a.* dễ gần
social *n.* buổi họp mặt thân mật
socialism *n.* chủ nghĩa xã hội
socialist *n., a.* người theo xã hội chủ nghĩa
society *n.* xã hội
sociology *n.* xã hội học
sock *n.* vớ
socket *n.* lỗ
sod *n.* đám cỏ
sodomite *n.* người kê dâm
sodomy *n.* sự giao hợp của đàn ông
sofa *n.* ghế so fa
soft *n.* chỗ mềm
soften *v.t.* làm cho mềm
soil *n.* đất trồng
soil *v.t.* làm bẩn
sojourn *v.i.* tạm trú
sojourn *n.* sự tạm trú
solace *v.t.* an ủi
solace *n.* sự an ủi
solar *a.* thuộc mặt trời
solder *n.* hợp kim
solder *v.t.* hàn gắn
soldier *n.* người lính
soldier *v.i.* đi lính
sole *n.* cá bơn
sole *v.t.* làm đế

sole *a.* duy nhất
solemn *a.* trọng thể
solemnity *n.* sự long trọng
solemnize *v.t.* cử hành theo nghi thức
solicit *v.t.* nài xin
solicitation *n.* sự khẩn khoản
solicitor *n.* luật sư
solicitious *a.* quan tâm
solicitude *n.* sự ham muốn
solid *a.* rắn chắc
solid *n.* vậ thể rắn
solidarity *n.* sự đoàn kết
soliloquy *n.* sự độc thoại
solitary *a.* cô đơn một mình
solitude *n.* cô độc
solo *n.* độc tấu
solo *a.* tự mình thực hiện
solo *adv.* tự mình thực hiện
soloist *n.* nghệ sĩ độc tấu
solubility *n.* tính tan được
soluble *a.* có thể hòa tan được
solution *n.* sự hòa tan
solve *v.t.* giải quyết
solvency *n.* tình trạng trả được nợ
solvent *a.* có khả năng hòa tan
solvent *n.* dung môi
sombre *a.* u sầu
some *a.* một vài
some *pron.* khoảng
somebody *pron.* người nào đó
somebody *n.* một người quan trọng
somehow *adv.* không biết làm sao
someone *pron.* người nào đó
somersault *n.* động tác nhào lộn
somersault *v.i.* biểu diễn nhào lộn
something *pron.* điều gì đó

something *adv.* mới thật là
sometime *adv.* trước kia
sometimes *adv.* thỉnh thoảng
somewhat *adv.* đến mức độ nào đó
somewhere *adv.* nơi nào đó
somnambulism *n.* chứng mộng du
somnambulist *n.* người bị mộng du
somnolence *n.* sự buồn ngủ
somnolent *n.* buồn ngủ
son *n.* con trai
song *n.* bài hát
songster *n.* người hát
sonic *a.* âm thanh
sonnet *n.* bài thơ mười bốn câu
sonority *n.* độ kêu vang
soon *adv.* sớm
soot *n.* nhọ nồi
soot *v.t.* phủ nhọ nồi
soothe *v.t.* làm dịu
sophism *n.* sự ngụy biện
sophist *n.* nhà ngụy biện
sophisticate *v.t.* dùng phép ngụy biện
sophisticated *a.* phức tạp
sophistication *n.* sự ngụy biện
sorcerer *n.* phù thủy
sorcery *n.* phép phù thủy
sordid *a.* bẩn thỉu
sore *a.* làm đau
sore *n.* vết thương
sorrow *n.* sự đau khổ
sorrow *v.i.* cảm thấy buồn bã
sorry *a.* xin lỗi
sort *n.* loại
sort *v.t.* sắp xếp
soul *n.* tâm hồn
sound *a.* khỏe mạnh
sound *v.i.* nghe như
sound *n.* âm thanh

soup *n.* cháo
sour *a.* chua
sour *v.t.* làm lên men
source *n.* nguồn
south *n.* hướng nam
south *n.* miền nam
south *adv.* về hướng nam
southerly *a.* về phía nam
southern *a.* ở phía nam
souvenir *n.* vật kỷ niệm
sovereign *n.* hoàng thượng
sovereign *a.* tối cao
sovereignty *n.* quyền của nhà vua
sow *v.t.* gieo
sow *n.* lợn nái
space *n.* không gian
space *v.t.* đặt cách nhau
spacious *a.* rộng rãi
spade *n.* cái mai
spade *v.t.* đào bằng mai
span *n.* nhịp cầu
span *v.t.* kéo dài qua
Spaniard *n.* người Tây Ban Nha
spaniel *n.* giống chó Tây Ban Nha
Spanish *a.* thuộc về Tây Ban Nha
Spanish *n.* người Tây Ban Nha
spanner *n.* chìa vặn đai ốc
spare *v.t.* để dành
spare *a.* dự phòng
spare *n.* đồ dự phòng
spark *n.* tia lửa
spark *v.i.* phát tia lửa
spark *n.* người vui tính
sparkle *v.i.* nhấp nháy
sparkle *n.* sự nhấp nháy
sparrow *n.* chim sẻ
sparse *a.* thưa thớt
spasm *n.* cơn (đau)

spasmodic *a.* không đều đặn	**sperm** *n.* tinh trùng
spate *n.* mưa lũ	**sphere** *n.* hình cầu
spatial *a.* không gian	**spherical** *a.* có hình cầu
spawn *n.* trứng (cá)	**spice** *n.* gia vị
spawn *v.i.* xuất hiện	**spice** *v.t.* cho gia vị (vào thức ăn)
speak *v.i.* nói	**spicy** *a.* có gia vị
speaker *n.* người nói	**spider** *n.* con nhện
spear *n.* cái giáo	**spike** *n.* đầu nhọn
spear *v.t.* đâm bằng giáo	**spike** *v.t.* cắm que nhọn
spearhead *n.* mũi nhọn (của giáo)	**spill** *v.i.* chảy ra
spearhead *v.t.* làm mũi nhọn dẫn đầu	**spill** *n.* sự làm tràn
special *a.* đặc biệt	**spin** *v.i.* quay tròn
specialist *n.* chuyên gia	**spin** *n.* sự quay tròn
speciality *n.* chuyên ngành	**spinach** *n.* rau chân vịt
specialization *n.* sự chuyên môn hóa	**spinal** *a.* xương sống
specialize *v.i.* chuyên về	**spindle** *n.* trục quay
species *n.* loài	**spine** *n.* xương sống
specific *a.* cụ thể	**spinner** *n.* mũ cánh quạt
specification *n.* sự ghi rõ	**spinster** *n.* người phụ nữ không chồng
specify *v.t.* định rõ	**spiral** *n.* đường xoắn ốc
specimen *n.* mẫu vật	**spiral** *a.* có dạng xoắn
speck *n.* thịt mỡ	**spirit** *n.* linh hồn
spectacle *n.* cảnh tượng	**spirited** *a.* sinh động
spectacular *a.* đẹp mắt	**spiritual** *a.* tinh thần
spectator *n.* khán giả	**spiritualism** *n.* thuyết duy linh
spectre *n.* bóng ma	**spiritualist** *n.* nhà duy linh
speculate *v.i.* nghiên cứu	**spirituality** *n.* sự duy linh
speculation *n.* sự nghiên cứu	**spit** *v.i.* khạc nhổ
speech *n.* lời nói	**spit** *n.* nước bọt
speed *n.* tốc độ	**spite** *n.* sự giận
speed *v.i.* chạy nhanh	**spittle** *n.* nước bọt
speedily *adv.* ngay lập tức	**spittoon** *n.* ống nhổ
speedy *a.* nhanh	**splash** *v.i.* bắn tóe
spell *n.* bùa mê	**splash** *n.* sự bắn tóe
spell *v.t.* đánh vần	**spleen** *n.* lá lách
spell *n.* đợt	**splendid** *a.* tráng lệ
spend *v.t.* chi tiêu	**splendour** *n.* sự tráng lệ
spendthrift *n.* người tiêu hoang phí	**splinter** *n.* mảnh vụn
	splinter *v.t.* làm vỡ vụn
	split *v.i.* nứt

split *n.* sự chia rẽ
spoil *v.t.* làm hư hỏng
spoil *n.* lợi lộc
spoke *n.* cái nan hoa
spokesman *n.* người phát ngôn
sponge *n.* bọt biển
sponge *v.t.* lau chùi
sponsor *n.* cha mẹ đỡ đầu
sponsor *v.t.* đỡ đầu
spontaneity *n.* tính tự động
spontaneous *a.* tự phát
spoon *n.* cái thìa
spoon *v.t.* múc bằng thìa
spoonful *n.* lượng chứa trong thìa
sporadic *a.* không thường xuyên
sport *n.* thể thao
sport *v.i.* vui đùa
sportive *a.* sôi nổi
sportsman *n.* người tham gia thể thao
spot *n.* vết
spot *v.t.* làm bẩn
spotless *a.* sạch sẽ
spousal *n.* hôn nhân
spouse *n.* chồng / vợ
spout *n.* vòi nước
spout *v.i.* phun ra
sprain *n.* sự bong gân
sprain *v.t.* làm bong gân
spray *n.* bình phun xịt
spray *n.* cành (của cây)
spray *v.t.* phun xịt
spread *v.i.* trải ra
spread *n.* sự phổ biến
spree *n.* cuộc đi chơi sôi nổi
sprig *n.* chồi
sprightly *a.* hoạt bát
spring *v.i.* nhảy
spring *n.* mùa xuân
sprinkle *v.t.* rắc

sprint *v.i.* chạy hết tốc lực
sprint *n.* sự chạy nhanh
sprout *v.i.* nảy mầm
sprout *n.* mầm
spur *n.* đinh thúc ngựa
spur *v.t.* thúc (ngựa)
spurious *a.* giả mạo
spurn *v.t.* bác bỏ
spurt *v.i.* bất ngờ tăng tốc
spurt *n.* sự bộc phát
sputnik *n.* vệ tinh nhân tạo của Nga
sputum *n.* nước dãi
spy *n.* điệp viên
spy *v.i.* kiểm soát kỹ lưỡng
squad *n.* đội
squadron *n.* phi đội
squalid *a.* bẩn thỉu
squalor *n.* sự bẩn thỉu
squander *v.t.* lãng phí
square *n.* quảng trường
square *a.* vuông
square *v.t.* điều chỉnh cho hợp
squash *v.t.* ép
squash *n.* quả bí
squat *v.i.* ngồi xổm
squeak *v.i.* kêu the thé
squeak *n.* âm thanh ngắn có âm vực cao
squeeze *v.t.* siết chặt
squint *v.i.* có tật lác mắt
squint *n.* tật lác mắt
squire *n.* người hộ vệ
squirrel *n.* con sóc
stab *v.t.* đâm bằng dao
stab *n.* nhát đâm
stability *n.* sự ổn định
stabilization *n.* sự làm cho ổn định
stabilize *v.t.* làm ổn định
stable *a.* vững chắc
stable *n.* chuồng ngựa

stable *v.t.* cho (ngựa) vào chuồng	**standard** *a.* tiêu chuẩn
stadium *n.* sân vận động	**standardization** *n.* sự tiêu chuẩn hóa
staff *n.* nhân viên	**standardize** *v.t.* tiêu chuẩn hóa
staff *v.t.* bố trí nhân viên cho	**standing** *n.* địa vị
stag *n.* hươu đực	**standpoint** *n.* quan điểm
stage *n.* sân khấu	**standstill** *n.* sự dừng lại
stage *v.t.* trình diễn	**stanza** *n.* đoạn thơ
stagger *v.i.* lảo đảo	**staple** *n.* ghim dập
stagger *n.* sự lảo đảo	**staple** *a.* chính
stagnant *a.* đọng (nước)	**star** *n.* ngôi sao
stagnate *v.i.* đọng lại (nước)	**star** *v.t.* trang trí bằng hình ngôi sao
stagnation *n.* sự đình trệ	
staid *a.* trầm tính	**starch** *n.* tinh bột
stain *n.* vết bẩn	**starch** *v.t.* làm cứng (quần áo) bằng hồ bột
stain *v.t.* gây vết	
stainless *a.* trong sạch	**stare** *v.i.* rõ ràng
stair *n.* bậc thang	**stare** *n.* sự nhìn chằm chằm
stake *n.* cọc	**stark** *n.* ảm đạm
stake *v.t.* đóng cọc	**stark** *adv.* toàn bộ
stale *a.* cũ	**starry** *a.* giống hình sao
stale *v.t.* làm cho cũ	**start** *v.t.* bắt đầu
stalemate *n.* sự bế tắc	**start** *n.* sự bắt đầu
stalk *n.* thân cây	**startle** *v.t.* làm giật mình
stalk *v.i.* đi đứng oai vệ	**starvation** *n.* sự chết đói
stalk *n.* sự đi lén theo	**starve** *v.i.* chết vì đói
stall *n.* chuồng	**state** *n.* tình trạng
stall *v.t.* nhốt (súc vật) trong chuồng	**state** *v.t.* phát biểu
	stateliness *n.* sự oai vệ
stallion *n.* ngựa giống	**stately** *a.* oai vệ
stalwart *a.* khỏe mạnh	**statement** *n.* sự trình bày
stalwart *n.* người khỏe mạnh	**statesman** *n.* chính khách
stamina *n.* sức chịu đựng	**static** *n.* sự tĩnh điện
stammer *v.i.* nói lắp	**statics** *n.* tĩnh học
stammer *n.* sự nói lắp	**station** *n.* nhà ga
stamp *n.* tem	**station** *v.t.* đặt vào vị trí
stamp *v.i.* giậm chân	**stationary** *a.* đứng ở một chỗ
stampede *n.* sự chạy tán loạn	**stationer** *n.* người bán đồ dùng văn phòng
stampede *v.i.* chạy tán loạn	
stand *v.i.* đứng	**stationery** *n.* đồ dùng văn phòng
stand *n.* sự đứng yên	
standard *n.* tiêu chuẩn	**statistical** *a.* thống kê

statistician *n.* nhà thống kê
statistics *n.* số liệu thống kê
statue *n.* tượng
stature *n.* vóc người
status *n.* tình trạng
statute *n.* quy chế
statutory *a.* do luật pháp quy định
staunch *a.* đáng tin cậy
stay *v.i.* ở lại
stay *n.* sự ở lại
steadfast *a.* kiên định
steadiness *n.* tính kiên định
steady *a.* kiên định
steady *v.t.* làm cho kiên định
steal *v.i.* đi lén
stealthily *adv.* lén lút
steam *n.* hơi nước
steam *v.i.* bốc hơi
steamer *n.* nồi đun hơi
steed *n.* con ngựa chiến
steel *n.* thép
steep *a.* dốc
steep *v.t.* ngâm vào nước
steeple *n.* tháp chuông
steer *v.t.* lái (ô tô)
stellar *a.* sao
stem *n.* thân cây
stem *v.i.* bắt nguồn từ
stench *n.* mùi hôi thối
stencil *n.* hình tô
stencil *v.i.* đánh dấu bằng mẫu tô
stenographer *n.* người viết tốc ký
stenography *n.* phép tốc ký
step *n.* bước đi
step *v.i.* bước
steppe *n.* thảo nguyên
stereotype *n.* mẫu sẵn
stereotype *v.t.* rập khuôn
stereotyped *a.* rập khuôn

sterile *a.* vô sinh
sterility *n.* sự vô sinh
sterilization *n.* sự triệt sản
sterilize *v.t.* triệt sản
sterling *a.* thật (tiền, kim loại quý)
sterling *n.* đồng bảng Anh
stern *a.* nghiêm nghị
stern *n.* phần sau
stethoscope *n.* ống nghe
stew *n.* món hầm
stew *v.t.* hầm (nấu ăn)
steward *n.* người quản lý
stick *n.* gậy
stick *v.t.* thọc
sticker *n.* nhãn dính có hình
stickler *n.* người khắt khe
sticky *n.* dính
stiff *n.* người không thể sửa đổi được
stiffen *v.t.* làm cứng thêm
stifle *v.t.* làm khó thở
stigma *n.* đầu nhụy
still *a.* yên lặng
still *adv.* vẫn
still *v.t.* làm cho yên lặng
still *n.* sự yên lặng
stillness *n.* sự yên lặng
stilt *n.* cà kheo
stimulant *n.* chất kích thích
stimulate *v.t.* kích thích
stimulus *n.* sự kích thích
sting *v.t.* đốt (ong, muỗi)
sting *n.* sự đốt (ong, muỗi)
stingy *a.* keo kiệt
stink *v.i.* có mùi hôi thối
stink *n.* mùi hôi thối
stipend *n.* lương
stipulate *v.t.* quy định
stipulation *n.* sự quy định
stir *v.i.* động đậy
stirrup *n.* bàn đạp ngựa

stitch *n.* mũi khâu
stitch *v.t.* khâu
stock *n.* cổ phần
stock *v.t.* cất (hàng) vào kho
stock *a.* có sẵn trong kho
stocking *n.* vớ dài
stoic *n.* người khắc kỷ
stoke *v.t.* cho (than) vào đốt
stoker *n.* người đốt lò
stomach *n.* dạ dày
stomach *v.t.* chịu đựng
stone *n.* đá
stone *v.t.* ném đá vào
stony *a.* phủ đá
stool *n.* ghế đẩu
stoop *v.i.* cúi xuống
stoop *n.* tư thế khom
stop *v.t.* ngừng
stop *n.* sự ngừng lại
stoppage *n.* sự ngừng làm việc
storage *n.* kho
store *n.* cửa hàng
store *v.t.* tích trữ
storey *n.* tầng
stork *n.* con cò
storm *n.* cơn bão
storm *v.i.* xông vào
stormy *a.* mãnh liệt như bão
story *n.* câu chuyện
stout *a.* bền
stove *n.* lò sưởi
stow *v.t.* xếp gọn ghẽ
straggle *v.i.* đi lộn xộn
straggler *n.* người đi không theo hàng lối
straight *a.* thẳng
straight *adv.* thẳng
straighten *v.t.* làm cho thẳng
straightforward *a.* thẳng thắn
straightway *adv.* ngay lập tức
strain *v.t.* kéo căng
strain *n.* sự căng

strait *n.* eo biển
straiten *v.t.* làm hẹp lại
strand *v.i.* mắc cạn
strand *n.* bờ (biển)
strange *a.* lạ
stranger *n.* người lạ
strangle *v.t.* siết cổ
strangulation *n.* sự bị kẹp (mạch máu)
strap *n.* quai
strap *v.t.* đeo bằng dây da
stratagem *n.* mưu mẹo
strategic *a.* chiến lược
strategist *n.* nhà chiến lược
strategy *n.* chiến lược
stratum *n.* địa tầng
straw *n.* rơm
strawberry *n.* quả dâu tây
stray *v.i.* đi lạc
stray *a.* lạc
stray *n.* gia súc bị lạc
stream *n.* dòng (chất lỏng, người)
stream *v.i.* chảy
streamer *n.* băng giấy màu
streamlet *n.* suối nhỏ
street *n.* phố
strength *n.* sức mạnh
strengthen *v.t.* củng cố
strenuous *a.* tích cực
stress *n.* sự căng thẳng
stress *v.t.* làm căng thẳng
stretch *v.t.* căng ra
stretch *n.* sự căng ra
stretcher *n.* cái cáng
strew *v.t.* rải
strict *a.* nghiêm khắc
stricture *n.* sự thắt mạch
stride *v.i.* đi dài bước
stride *n.* bước dài
strident *a.* đinh tai
strife *n.* sự xung đột

strike *v.t.* tấn công
strike *n.* sự xuất kích
striker *n.* người tấn công
string *n.* dây
string *v.t.* buộc bằng dây
stringency *n.* tính chính xác
stringent *a.* nghiêm ngặt
strip *n.* sự cởi quần áo
strip *v.t.* cởi (quần áo)
stripe *n.* sọc
stripe *v.t.* vẽ kẻ sọc
strive *v.i.* phấn đấu
stroke *n.* cơn đột quỵ
stroke *v.t.* vuốt ve
stroke *n.* cú đánh
stroll *v.i.* đi dạo
stroll *n.* sự đi dạo
strong *a.* mạnh
stronghold *n.* pháo đài
structural *a.* cấu trúc
structure *n.* cấu trúc
struggle *v.i.* đánh nhau với ai
struggle *n.* cuộc đấu tranh
strumpet *n.* gái điếm
strut *v.i.* đi khệnh khạng
strut *n.* thanh chống
stub *n.* gốc (cây)
stubble *n.* râu mọc lởm chởm
stubborn *a.* bướng bỉnh
stud *n.* đinh tán
stud *v.t.* đóng đinh
student *n.* sinh viên
studio *n.* xưởng phim
studious *a.* chăm chỉ
study *v.i.* học
study *n.* sự học tập
stuff *n.* đồ đạc
stuff *2v.t.* nhồi
stuffy *a.* bị nghẹt mũi
stumble *v.i.* trượt chân
stumble *n.* sự trượt chân
stump *n.* gốc cây (còn lại sau khi đốn)
stump *v.t.* đốn (cây) còn để gốc
stun *v.t.* đánh bất tỉnh
stunt *v.t.* biểu diễn nhào lộn
stunt *n.* cuộc biểu diễn nhào lộn
stupefy *v.t.* làm kinh ngạc
stupendous *a.* lạ lùng
stupid *a.* ngốc nghếch
stupidity *n.* sự ngớ ngẩn
sturdy *a.* vững chắc
sty *n.* cái chắp
stye *n.* cái chắp
style *n.* kiểu
subdue *v.t.* khuất phục
subject *n.* đề tài
subject *a.* lệ thuộc
subject *v.t.* chinh phục
subjection *n.* sự chinh phục
subjective *a.* chủ quan
subjudice *a.* chưa quyết định
subjugate *v.t.* chinh phục
subjugation *n.* sự chinh phục
sublet *v.t.* cho thuê lại
sublimate *v.t.* lý tưởng hóa
sublime *a.* siêu phàm
sublime *n.* cái siêu phàm
sublimity *n.* tính siêu phàm
submarine *n.* tàu ngầm
submarine *a.* dưới mặt biển
submerge *v.i.* lặn
submission *n.* sự phục tùng
submissive *a.* dễ quy phục
submit *v.t.* đệ trình
subordinate *a.* cấp dưới
subordinate *n.* người cấp dưới
subordinate *v.t.* đặt xuống bậc dưới
subordination *n.* sự hạ thấp tầm quan trọng
subscribe *v.t.* ký vào dưới
subscription *n.* sự ký tên
subsequent *a.* xảy ra sau

subservience *n.* sự phục vụ	**suck** *n.* sự mút
subservient *a.* có ích	**suckle** *v.t.* cho bú sữa
subside *v.i.* rút xuống (nước lụt)	**sudden** *n.* đột ngột
	suddenly *adv.* bất ngờ
subsidiary *a.* phụ thuộc	**sue** *v.t.* kiện ai ra tòa
subsidize *v.t.* trợ cấp	**suffer** *v.t.* chịu đựng
subsidy *n.* tiền trợ cấp	**suffice** *v.i.* đáp ứng
subsist *v.i.* sống	**sufficiency** *n.* sự đầy đủ
subsistence *n.* sự sống	**sufficient** *a.* đủ
substance *n.* chất	**suffix** *n.* hậu tố
substantial *a.* đáng kể	**suffix** *v.t.* thêm hậu tố
substantially *adv.* về thực chất	**suffocate** *v.t.* làm nghẹt thở
substantiate *v.t.* chứng minh	**suffocation** *n.* sự nghẹt thở
substantiation *n.* sự chứng minh	**suffrage** *n.* sự bỏ phiếu
	sugar *n.* đường (một loại gia vị)
substitute *n.* người thay thế	**sugar** *v.t.* rắc đường
substitute *v.t.* thay thế	**suggest** *v.t.* đề xuất
substitution *n.* sự thay thế	**suggestion** *n.* sự đề xuất
subterranean *a.* ở dưới mặt đất	**suggestive** *a.* có tính gợi ý
	suicidal *a.* tự tử
subtle *n.* tinh tế	**suicide** *n.* sự tự tử
subtlety *n.* sự xảo quyệt	**suit** *n.* bộ quần áo
subtract *v.t.* trừ	**suit** *v.t.* thích hợp với
subtraction *n.* phép trừ	**suitability** *n.* sự thích hợp
suburb *n.* ngoại ô	**suitable** *a.* phù hợp
suburban *a.* khu ngoại ô	**suite** *n.* dãy phòng
subversion *n.* sự lật đổ	**suitor** *n.* người cầu hôn (phụ nữ)
subversive *a.* có tính chất lật đổ	
	sullen *a.* buồn
subvert *v.t.* lật đổ	**sulphur** *n.* lưu huỳnh
succeed *v.i.* kế vị	**sulphuric** *a.* chứa lưu huỳnh hóa trị cao
success *n.* sự thành công	
successful *a.* thành công	**sultry** *a.* ngột ngạt
succession *n.* sự kế vị	**sum** *n.* tổng số
successive *a.* liên tiếp	**sum** *v.t.* cộng
successor *n.* người kế vị	**summarily** *adv.* ngay tức khắc
succour *n.* sự cứu trợ	**summarize** *v.t.* tóm tắt
succour *v.t.* cứu trợ	**summary** *n.* bản tóm tắt
succumb *v.i.* không chống nổi	**summary** *a.* giản lược
such *a.* như vậy	**summer** *n.* mùa hè
such *pron.* cái đó	**summit** *n.* đỉnh
suck *v.t.* mút	**summon** *v.t.* triệu đến

summons *n.* lệnh triệu tập
sumptuous *a.* xa hoa
sun *n.* mặt trời
sun *v.t.* phơi nắng
Sunday *n.* ngày chủ nhật
sunder *v.t.* tách ra
sundary *a.* vào chủ nhật
sunny *a.* có nhiều ánh nắng
sup *v.i.* ăn tối
superabundance *n.* sự thừa thãi
superabundant *a.* thừa thãi
superb *a.* tráng lệ
superficial *a.* nông cạn
superficiality *n.* sự nông cạn
superfine *a.* siêu hạng
superfluity *n.* vật thừa
superfluous *a.* không cần thiết
susperhuman *a.* siêu nhân
superintend *v.t.* quản lý
superintendence *n.* sự quản lý
superintendent *n.* người quản lý
superior *a.* tốt hơn
superiority *n.* sự tốt hơn
superlative *a.* tột bậc
superlative *n.* mức tuyệt đối
superman *n.* siêu nhân
supernatural *a.* dị thường
supersede *v.t.* thay thế
supersonic *a.* nhanh hơn tiếng động
superstition *n.* sự mê tín
superstitious *a.* mê tín
supertax *n.* thuế siêu lợi tức
supervise *v.t.* giám sát
supervision *n.* sự giám sát
supervisor *n.* người giám sát
supper *n.* bữa ăn tối
supple *a.* mềm mỏng
supplement *n.* phần bổ sung

supplement *v.t.* bổ sung
supplementary *a.* bổ sung
supplier *n.* người cung cấp
supply *v.t.* cung cấp
supply *n.* sự cung cấp
support *v.t.* ủng hộ
support *n.* người ủng hộ
suppose *v.t.* giả định
supposition *n.* sự giả định
suppress *v.t.* đàn áp
suppression *n.* sự đàn áp
supremacy *n.* quyền tối cao
supreme *a.* tối cao
surcharge *n.* sự quá tải
surcharge *v.t.* chất quá nặng
sure *a.* chắc chắn
surely *adv.* chắc chắn
surety *n.* người bảo đảm
surf *n.* sóng vỗ
surface *n.* bề mặt
surface *v.i.* nổi lên trên mặt nước
surfeit *n.* sự ăn uống quá độ
surge *n.* sự dâng lên
surge *v.i.* đang
surgeon *n.* bác sĩ phẫu thuật
surgery *n.* sự phẫu thuật
surmise *n.* sự phỏng đoán
surmise *v.t.* phỏng đoán
surmount *v.t.* khắn phục
surname *n.* họ
surpass *v.t.* vượt trội hơn
surplus *n.* số dư
surprise *n.* sự ngạc nhiên
surprise *v.t.* làm ngạc nhiên
surrender *v.t.* đầu hàng
surrender *n.* sự đầu hàng
surround *v.t.* bao quanh
surroundings *n.* vùng xung quanh
surtax *n.* thuế lợi tức lũy tiến
surveillance *n.* sự giám sát

survey *n.* sự khảo sát	**swift** *a.* nhanh
survey *v.t.* khảo sát	**swim** *v.i.* bơi
survival *n.* sự sống sót	**swim** *n.* sự bơi lội
survive *v.i.* tiếp tục tồn tại	**swimmer** *n.* người bơi
suspect *v.t.* nghi ngờ	**swindle** *v.t.* lừa đảo
suspect *a.* đáng ngờ	**swindle** *n.* sự giả mạo
suspect *n.* người bị tình nghi	**swindler** *n.* kẻ lừa đảo
suspend *v.t.* đình chỉ	**swine** *n.* con lợn
suspense *n.* tình trạng hồi hộp	**swing** *v.i.* lúc lắc
suspension *n.* hệ thống giảm xóc	**swing** *n.* cái đu
suspicion *n.* sự nghi ngờ	**swiss** *n.* người Thụy Sĩ
suspicious *a.* khả nghi	**swiss** *a.* thuộc về Thụy Sĩ
sustain *v.t.* duy trì	**switch** *n.* phần chuyển đảo
sustenance *n.* chất bổ	**switch** *v.t.* chuyển đổi
swagger *v.i.* vênh váo	**swoon** *n.* sự bất tỉnh
swagger *n.* vẻ vênh váo	**swoon** *v.i.* bất tỉnh
swallow *v.t.* nuốt	**swoop** *v.i.* nhào xuống
swallow *n.* chim nhạn	**swoop** *n.* sự nhào xuống
swallow *n.* sự nuốt	**sword** *n.* gươm
swamp *n.* đầm lầy	**sycamore** *n.* cây sung dâu
swamp *v.t.* làm ướt đẫm	**sycophancy** *n.* thói nịnh hót
swan *n.* thiên nga	**sycophant** *n.* kẻ nịnh hót
swarm *n.* đàn (động vật)	**syllabic** *n.* âm tiết
swarm *v.i.* họp lại thành đàn	**syllable** *n.* âm tiết
swarthy *a.* ngăm đen (da)	**syllabus** *n.* chương trình học
sway *v.i.* đu đưa	**sylph** *n.* nữ thiên thần
sway *n.* sự đu đưa	**sylvan** *a.* rừng
swear *v.t.* thề	**symbol** *n.* biểu tượng
sweat *n.* mồ hôi	**symbolic** *a.* tượng trưng
sweat *v.i.* đổ mồ hôi	**symbolism** *n.* chủ nghĩa tượng trưng
sweater *n.* áo len dài tay	**symbolize** *v.t.* tượng trưng cho
sweep *v.i.* lan ra	**symmetrical** *a.* đối xứng
sweep *n.* sự quét	**symmetry** *n.* sự đối xứng
sweeper *n.* người dọn dẹp	**sympathetic** *a.* thông cảm
sweet *a.* ngọt	**sympathize** *v.i.* thông cảm
sweet *n.* sự ngọt	**sympathy** *n.* sự thông cảm
sweeten *v.t.* làm cho ngọt	**symphony** *n.* bản nhạc giao hưởng
sweetmeat *n.* kẹo	
sweetness *n.* sự ngọt ngào	**symposium** *n.* hội nghị chuyên đề
swell *v.i.* sưng lên	
swell *n.* chỗ sưng lên	**symptom** *n.* triệu chứng

symptomatic *a.* có tính chất triệu chứng
synonym *n.* từ đồng nghĩa
synonymous *a.* đồng nghĩa
synopsis *n.* bản tóm tắt
syntax *n.* cú pháp
synthesis *n.* sự tổng hợp
synthetic *a.* nhân tạo
synthetic *n.* chất tổng hợp
syringe *n.* ống tiêm
syringe *v.t.* tiêm
syrup *n.* xi-rô
system *n.* hệ thống
systematic *a.* có hệ thống
systematize *v.t.* sắp xếp theo hệ thống

T

table *n.* cái bàn
table *v.t.* đặt lên bàn
tablet *n.* viên (thuốc)
taboo *n.* điều cấm kỵ
taboo *a.* bị cấm kỵ
taboo *v.t.* cấm kỵ
tabular *a.* được trình bày thành bảng
tabulate *v.t.* trình bày thành bảng
tabulation *n.* sự trình bày thành bảng
tabulator *n.* người lập bảng
tacit *a.* ngầm (không nói ra)
taciturn *a.* không cởi mở
tackle *n.* sự chặn (đối phương đang dắt bóng)
tackle *v.t.* giải quyết (một vấn đề)
tact *n.* sự tế nhị
tactful *a.* lịch thiệp
tactician *n.* nhà chiến thuật

tactics *n.* kế sách
tactile *a.* xúc giác
tag *n.* thẻ ghi
tag *v.t.* buộc thẻ vào
tail *n.* đuôi
tailor *n.* thợ may
tailor *v.t.* may (quần áo)
taint *n.* sự làm hư hỏng
taint *v.t.* làm hư hỏng
take *v.t.* cầm
tale *n.* truyện
talent *n.* tài năng
talisman *n.* bùa
talk *v.i.* nói chuyện
talk *n.* cuộc nói chuyện
talkative *a.* hay nói
tall *a.* cao
tallow *n.* mỡ động vật
tally *n.* sự tính toán (tiền nợ nần)
tally *v.t.* kiểm (tên, hàng hóa)
tamarind *n.* trái me
tame *a.* đã thuần hóa
tame *v.t.* thuần hóa
tamper *v.i.* làm giả mạo
tan *v.i.* rám nắng
tan *n., a.* màu rám nắng
tangent *n.* tiếp tuyến
tangible *a.* rối rắm
tangle *n.* mớ lộn xộn
tangle *v.t.* làm rối tung
tank *n.* xe tăng
tanker *n.* xe bồn
tanner *n.* thợ thuộc da
tannery *n.* xưởng thuộc da
tantalize *v.t.* nhử
tantamount *a.* tương đương với
tap *n.* vòi nước
tap *v.t.* mở vòi
tape *n.* băng
tape *v.t.* đo

taper *v.i.* vuốt thon
taper *n.* dây nến
tapestry *n.* thảm thêu
tar *n.* hắc ín
tar *v.t.* bôi hắc ín
target *n.* mục tiêu
tariff *n.* thuế biểu
tarnish *v.t.* làm cho mờ
task *n.* nhiệm vụ
task *v.t.* giao nhiệm vụ
taste *n.* vị giác
taste *v.t.* nếm
tasteful *a.* có vẻ thẩm mỹ
tasty *a.* ngon
tatter *n.* quần áo rách
tatter *v.t.* xé rách
tattoo *n.* hình xăm
tattoo *v.i.* đánh trống dồn
taunt *v.t.* chế nhạo
taunt *n.* lời chế nhạo
tavern *n.* quán rượu
tax *n.* thuế
tax *v.t.* đánh thuế
taxable *a.* có thể đánh thuế được
taxation *n.* hệ thống thuế
taxi *n.* xe tắc-xi
taxi *v.i.* đi xe tắc-xi
tea *n.* trà
teach *v.t.* dạy
teacher *n.* giáo viên
teak *n.* gỗ tếch
team *n.* đội
tear *v.t.* làm rách
tear *n.* nước mắt
tear *n.* chỗ rách
tearful *a.* đang khóc
tease *v.t.* trêu chọc
teat *n.* đầu vú cao su
technical *n.* lỗi kỹ thuật
technicality *n.* tính chất kỹ thuật

technician *n.* nhà kỹ thuật
technique *n.* kỹ thuật
technological *a.* công nghệ
technologist *n.* kỹ sư công nghệ
technology *n.* công nghệ học
tedious *a.* buồn tẻ
tedium *n.* sự chán ngắt
teem *v.i.* có rất nhiều
teenager *n.* thanh thiếu niên
teens *n.pl.* tuổi thanh thiếu niên
teethe *v.i.* mọc răng
teetotal *a.* chống uống rượu
teetotaller *n.* người chống uống rượu
telecast *n.* sự phát chương trình truyền hình
telecast *v.t.* phát đi bằng truyền hình
telecommunications *n.* viễn thông
telegram *n.* bức điện
telegraph *n.* máy điện báo
telegraph *v.t.* gửi bằng điện báo
telegraphic *a.* điện báo
telegraphist *n.* nhân viên điện báo
telegraphy *n.* sự thông tin liên lạc bằng điện báo
telepathic *a.* ngoại cảm
telepathist *n.* nhà ngoại cảm
telepathy *n.* thần giao cách cảm
telephone *n.* máy điện thoại
telephone *v.t.* nói chuyện điện thoại
telescope *n.* kính thiên văn
telescopic *a.* kính thiên văn
televise *v.t.* phát (tin tức) bằng truyền hình
television *n.* vô tuyến truyền

hình
tell *v.t.* nói
teller *n.* người kể chuyện
temper *n.* tính tình
temper *v.t.* tôi (thép)
temperament *n.* tính khí
temperamental *a.* thất thường
temperance *n.* thái độ ôn hòa
temperate *a.* có nhiệt độ ôn hòa
temperature *n.* nhiệt độ
tempest *n.* cơn bão lớn
tempestuous *a.* giông bão
temple *n.* ngôi đền
temple *n.* thái dương
temporal *a.* thời gian
temporary *a.* tạm thời
tempt *v.t.* xúi giục
temptation *n.* sự cám dỗ
tempter *n.* người xúi giục
ten *n., a.* số mười
tenable *a.* có thể giữ được
tenacious *a.* kiên trì
tenacity *n.* sự kiên trì
tenancy *n.* sự thuê
tenant *n.* người thuê
tend *v.i.* có khuynh hướng
tendency *n.* xu hướng
tender *n.* người chăm sóc
tender *v.t.* đệ trình
tender *n.* tàu liên lạc
tender *a.* mềm yếu
tenet *n.* nguyên lý
tennis *n.* quần vợt
tense *n.* thời (của động từ)
tense *a.* căng thẳng
tension *n.* tình trạng căng thẳng
tent *n.* lều
tentative *a.* không dứt khoát
tenure *n.* sự chiếm giữ
term *n.* nhiệm kỳ
term *v.t.* gọi là

terminable *a.* có thể hoàn thành
terminal *a.* ở vào cuối
terminal *n.* nhà đón khách
terminate *v.t.* vạch giới hạn
termination *n.* sự kết thúc
terminological *a.* thuật ngữ
terminology *n.* thuật ngữ
terminus *n.* ga cuối cùng
terrace *n.* sân thượng
terrible *a.* khủng khiếp
terrier *n.* chó sục
terrific *a.* xuất sắc
terrify *v.t.* làm cho khiếp sợ
territorial *a.* lãnh thổ một nước
territory *n.* lãnh thổ
terror *n.* sự khủng bố
terrarism *n.* khu bảo tồn động vật
terrorist *n.* kẻ khủng bố
terrorize *v.t.* khủng bố
terse *a.* ít từ ngữ
test *v.t.* thử
test *n.* sự thử
testament *n.* di chúc
testicle *n.* tinh hoàn
testify *v.i.* chứng tỏ
testimonial *n.* giấy chứng nhận
testimony *n.* sự chứng nhận
tete-a-tete *n.* cuộc nói chuyện giữa hai người
tether *n.* phạm vi
tether *v.t.* buộc bằng dây
text *n.* bản văn
textile *a.* dệt
textile *n.* vải dệt
textual *n.* theo đúng nguyên văn
texture *n.* kết cấu
thank *v.t.* cám ơn
thanks *n.* lời cảm ơn
thankful *a.* biết ơn

thankless *a.* vô ơn	**thermos(flask)** *n.* bình thủy
that *a.* đó	**thesis** *n.* luận văn
that *dem.pron.* người đó	**thick** *a.* dày
that *rel.pron.* mà	**thick** *n.* chỗ dày nhất
that *adv.* tới mức đó	**thick** *adv.* dày đặc
that *conj.* rằng	**thicken** *v.i.* dày thêm
thatch *n.* mái che	**thicket** *n.* bụi cây
thatch *v.t.* lợp mái	**thief** *n.* kẻ trộm
thaw *v.i.* tan	**thigh** *n.* đùi
thaw *n.* sự tan	**thimble** *n.* cái đê
theatre *n.* nhà hát	**thin** *a.* mỏng
theatrical *a.* sân khấu	**thin** *v.t.* làm cho mỏng
theft *n.* hành vi ăn trộm	**thing** *n.* thứ
their *a.* của họ	**think** *v.t.* suy nghĩ
theirs *pron.* cái của họ	**thinker** *n.* nhà tư tưởng
theism *n.* thuyết hữu thần	**third** *a.* thứ ba
theist *n.* người theo thuyết hữu thần	**third** *n.* người thứ ba
	thirdly *adv.* thứ ba
them *pron.* họ	**thirst** *n.* sự khát nước
thematic *a.* chủ đề	**thirst** *v.i.* khát nước
theme *n.* chủ đề	**thirsty** *a.* khát
then *adv.* khi ấy	**thirteen** *n.* số mười ba
then *a.* khi đó	**thirteen** *a.* mười ba
thence *adv.* từ đó	**thirteenth** *a.* thứ mười ba
theocracy *n.* chính trị thần quyền	**thirtieth** *a.* thứ ba mươi
	thirtieth *n.* người thứ ba mươi
theologian *n.* nhà thần học	**thirty** *n.* số ba mươi
theological *a.* thần học	**thirty** *a.* ba mươi
theology *n.* thuyết thần học	**thistle** *n.* cây kế
theorem *n.* định lý	**thither** *adv.* theo hướng đó
theoretical *a.* lý thuyết	**thorn** *n.* gai
theorist *n.* nhà lý luận	**thorny** *a.* có gai
theorize *v.i.* lý thuyết hóa	**thorough** *a.* hoàn toàn
theory *n.* lý thuyết	**thoroughfare** *n.* đường lớn
therapy *n.* liệu pháp	**though** *conj.* mặc dù
there *adv.* ở đó	**though** *adv.* mặc dù
thereabouts *adv.* quanh đó	**thought** *n.* suy nghĩ
thereafter *adv.* sau đó	**thoughtful** *a.* trầm tư
thereby *adv.* bằng cách đó	**thousand** *n.* số một nghìn
therefore *adv.* vì thế	**thousand** *a.* một nghìn
thermal *a.* nhiệt	**thrall** *n.* nô lệ
thermometer *n.* nhiệt kế	**thralldom** *n.* cảnh nô lệ

thrash *v.t.* đánh đòn
thread *n.* sợi chỉ
thread *v.t.* xâu
threadbare *a.* xác xơ
threat *n.* mối đe dọa
threaten *v.t.* đe dọa
three *n.* số ba
three *a.* ba
thresh *v.t.* đập lúa
thresher *n.* máy đập lúa
threshold *n.* ngưỡng cửa
thrice *adv.* ba lần
thrift *n.* tính tiết kiệm
thrifty *a.* tiết kiệm
thrill *n.* sự rùng mình
thrill *v.t.* làm rùng mình
thrive *v.i.* thịnh vượng
throat *n.* họng
throaty *a.* khàn khàn
throb *v.i.* đập mạnh
throb *n.* sự đập mạnh
throe *n.* cơn đau dữ dội
throne *n.* ngai vàng
throne *v.t.* tôn làm vua
throng *n.* đám đông
throng *v.t.* xúm lại
throttle *n.* họng
throttle *v.t.* bóp cổ
through *prep.* qua
through *adv.* qua
through *a.* kết thúc
throughout *adv.* trong suốt
throughout *prep.* suốt
throw *v.t.* ném
throw *n.* sự ném
thrust *v.t.* xô đẩy
thrust *n.* sự xô đẩy
thud *n.* tiếng uỵch
thud *v.i.* ngã uỵch
thug *n.* kẻ sát nhân
thumb *n.* ngón tay cái
thumb *v.t.* lật

thump *n.* quả đấm
thump *v.t.* đấm
thunder *n.* sấm
thunder *v.i.* nổi sấm
thunderous *a.* ầm ầm
Thursday *n.* ngày thứ Năm
thus *adv.* vì thế
thwart *v.t.* cản trở
tiara *n.* mũ tiara
tick *n.* tiếng tích tắc
tick *v.i.* kêu tích tắc
ticket *n.* vé
tickle *v.t.* cù
ticklish *a.* có máu buồn
tidal *a.* thủy triều
tide *n.* thủy triều
tidings *n.pl.* tin tức
tidiness *n.* sự sạch sẽ
tidy *a.* sạch sẽ
tidy *v.t.* dọn dẹp
tie *v.t.* buộc
tie *n.* sự ràng buộc
tier *n.* tầng
tiger *n.* hổ
tight *a.* chặt
tighten *v.t.* siết chặt
tigress *n.* hổ cái
tile *n.* ngói
tile *v.t.* lợp ngói
till *prep.* cho đến khi
till *n.conj.* cho đến khi
till *v.t.* canh tác
tilt *v.i.* nghiêng
tilt *n.* trạng thái nghiêng
timber *n.* gỗ
time *n.* thời gian
time *v.t.* hẹn giờ
timely *a.* đúng lúc
timid *a.* nhút nhát
timidity *n.* sự nhút nhát
timorous *a.* sợ sệt
tin *n.* thiếc

tin *v.t.* mạ thiếc	**tolerance** *n.* sự chịu đựng
tincture *n.* màu nhẹ	**tolerant** *a.* khoan dung
tincture *v.t.* tô màu	**tolerate** *v.t.* khoan dung
tinge *n.* màu nhẹ	**toleration** *n.* sự khoan dung
tinge *v.t.* nhuốm màu	**toll** *n.* lệ phí đường
tinker *n.* thợ hàn nồi	**toll** *n.* tiếng chuông rung
tinsel *n.* kim tuyến	**toll** *v.t.* thu phí
tint *n.* sắc màu	**tomato** *n.* cà chua
tint *v.t.* nhuộm màu	**tomb** *n.* mộ
tiny *a.* nhỏ bé	**tomboy** *n.* cô gái tinh nghịch
tip *n.* đỉnh	**tomcat** *n.* mèo đực
tip *v.t.* bịt đầu	**tome** *n.* bộ sách
tip *n.* mánh lới	**tomorrow** *n.* ngày mai
tip *v.t.* mách nước	**tomorrow** *adv.* vào ngày mai
tip *n.* cái đánh nhẹ	**ton** *n.* tấn
tip *v.t.* đánh nhẹ	**tone** *n.* giọng
tipsy *a.* chếnh choáng	**tone** *v.t.* làm cho có giọng riêng
tirade *n.* tràng đả kích	**tongs** *n.pl.* cái kẹp
tire *v.t.* làm mệt mỏi	**tongue** *n.* lưỡi
tiresome *a.* mệt nhọc	**tonic** *a.* tốt lành
tissue *n.* mô	**tonic** *n.* thuốc bổ
titanic *a.* to lớn	**to-night** *n.* đêm nay
tithe *n.* một phần nhỏ	**tonight** *adv.* vào đêm nay
title *n.* tiêu đề	**tonne** *n.* tấn
titular *a.* về danh nghĩa	**tonsil** *n.* amiđan
toad *n.* con cóc	**tonsure** *n.* sự xuống tóc
toast *n.* bánh mỳ nướng	**too** *adv.* cũng
toast *v.t.* nướng	**tool** *n.* dụng cụ
tobacco *n.* thuốc lá	**tooth** *n.* răng
today *adv.* hôm nay	**toothache** *n.* bệnh đau răng
today *n.* ngày hôm nay	**toothsome** *a.* có vị ngon
toe *n.* ngón chân	**top** *n.* đỉnh
toe *v.t.* đặt ngón chân vào	**top** *v.t.* đứng đầu
toffee *n.* kẹo bơ cứng	**top** *n.* con quay
toga *n.* áo choàng rộng	**topaz** *n.* topaz
together *adv.* cùng nhau	**topic** *n.* chủ đề
toil *n.* công việc vất vả	**topical** *a.* thời sự
toil *v.i.* làm việc quần quật	**topographer** *n.* người trắc địa
toilet *n.* nhà vệ sinh	**topographical** *a.* trắc địa
toils *n.pl.* cạm bẫy	**topography** *n.* phép trắc địa
token *n.* biểu hiện	**topple** *v.i.* ngã
tolerable *a.* có thể chịu được	**topsy turvy** *a.* đảo lộn

topsy turvy *adv.* đảo lộn
torch *n.* ngọn đuốc
torment *n.* sự dày vò
torment *v.t.* dày vò
tornado *n.* bão táp
torpedo *n.* ngư lôi
torpedo *v.t.* phóng ngư lôi
torrent *n.* dòng nước
torrential *a.* xối xả
torrid *a.* cuồng nhiệt
tortoise *n.* con rùa
tortuous *a.* ngoằn ngoèo
torture *n.* sự tra tấn
torture *v.t.* tra tấn
toss *v.t.* quăng
toss *n.* sự quăng
total *a.* toàn bộ
total *n.* tổng số
total *v.t.* tính tổng
totality *n.* tổng số
touch *v.t.* chạm
touch *n.* cái chạm
touchy *a.* hay tự ái
tough *a.* dai
toughen *v.t.* làm dai
tour *n.* chuyến du lịch
tour *v.i.* đi du lịch
tourism *n.* ngành du lịch
tourist *n.* khách du lịch
tournament *n.* giải đấu
towards *prep.* hướng về
towel *n.* khăn lau
towel *v.t.* lau bằng khăn
tower *n.* tháp
tower *v.i.* vượt hẳn lên
town *n.* thị trấn
township *a.* thành phố nhỏ
toy *n.* đồ chơi
toy *v.i.* nghịch
trace *n.* vết tích
trace *v.t.* lần theo
traceable *a.* có thể lần ra

track *n.* vết
track *v.t.* theo dõi
tract *n.* dải
tract *n.* bộ máy
traction *n.* lực kéo
tractor *n.* máy kéo
trade *n.* thương mại
trade *v.i.* kinh doanh
trader *n.* thương nhân
tradesman *n.* người đưa hàng
tradition *n.* truyền thống
traditional *a.* truyền thống
traffic *n.* giao thông
traffic *v.i.* buôn lậu
tragedian *n.* diễn viên bi kịch
tragedy *n.* bi kịch
tragic *a.* bi kịch
trail *n.* vệt
trail *v.t.* theo dấu
trailer *n.* người theo dõi
train *n.* tàu hỏa
train *v.t.* huấn luyện
trainee *n.* thực tập sinh
training *n.* sự huấn luyện
trait *n.* đặc điểm
traitor *n.* kẻ phản bội
tram *n.* xe điện
trample *v.t.* tiếng giậm chân
trance *n.* trạng thái hôn mê
tranquil *a.* yên bình
tranquility *n.* sự yên bình
tranquillize *v.t.* gây mê
transact *v.t.* giao dịch
transaction *n.* sự giao dịch
transcend *v.t.* vượt qua
transcendent *a.* hơn hẳn
transcribe *v.t.* chép lại
transcription *n.* sự chép lại
transfer *n.* sự di chuyển
transfer *v.t.* di chuyển
transferable *a.* có thể di chuyển

transfiguration *n.* sự biến hình	**treaty** *n.* hiệp định
transfigure *v.t.* tôn lên	**tree** *n.* cây
transform *v.* biến đổi	**trek** *v.i.* đi bộ
transformation *n.* sự biến đổi	**trek** *n.* chuyến đi vất vả
transgress *v.t.* vượt quá	**tremble** *v.i.* run
transgression *n.* sự vượt quá	**tremendous** *a.* dữ dội
transit *n.* sự đi qua	**tremor** *n.* sự rùng mình
transition *n.* sự chuyển tiếp	**trench** *n.* mương
transitive *n.* ngoại động	**trench** *v.t.* đào mương
transitory *n.* phù du	**trend** *n.* xu thế
translate *v.t.* dịch	**trespass** *v.i.* xâm lấn
translation *n.* sự dịch	**trespass** *n.* sự xâm lấn
transmigration *n.* sự di trú	**trial** *n.* sự thử nghiệm
transmission *n.* sự phát thanh	**triangle** *n.* hình tam giác
transmit *v.t.* phát	**triangular** *a.* có hình tam giác
transmitter *n.* máy phát	**tribal** *a.* bộ tộc
transparent *a.* trong suốt	**tribe** *n.* bộ tộc
transplant *v.t.* ghép	**tribulation** *n.* nỗi đau khổ
transport *v.t.* vận chuyển	**tribunal** *n.* tòa án
transport *n.* sự chuyên chở	**tributary** *n.* phụ lưu
transportation *n.* sự chuyên chở	**tributary** *a.* phụ
trap *n.* bẫy	**trick** *n.* thủ thuật
trap *v.t.* bẫy	**trick** *v.t.* lừa gạt
trash *n.* bã	**trickery** *n.* trò lừa gạt
travel *v.i.* đi du lịch	**trickle** *v.i.* chảy nhỏ giọt
travel *n.* chuyến đi	**trickster** *n.* kẻ lừa đảo
traveller *n.* lữ khách	**tricky** *a.* tế nhị
tray *n.* cái khay	**tricolour** *a.* có ba màu
treacherous *a.* bội bạc	**tricolour** *n.* cờ tam tài
treachery *n.* sự phản bội	**tricycle** *n.* xe đạp ba bánh
tread *v.t.* đi	**trifle** *n.* chuyện vặt
tread *n.* bước đi	**trifle** *v.i.* coi nhẹ
treason *n.* tội phản quốc	**trigger** *n.* gây ra
treasure *n.* kho báu	**trim** *a.* ngăn nắp
treasure *v.t.* trân trọng	**trim** *n.* sự cắt tỉa
treasurer *n.* thủ quỹ	**trim** *v.t.* cắt tỉa
treasury *n.* ngân khố	**trinity** *n.* bộ ba
treat *v.t.* đối xử	**trio** *n.* bộ ba
treat *n.* sự thết đãi	**trip** *v.t.* ngáng chân
treatise *n.* chuyên luận	**trip** *n.* chuyến đi
treatment *n.* sự đối xử	**tripartite** *a.* tay ba
	triple *a.* gấp ba

triple *v.t.* nhân ba	**try** *v.i.* cố gắng
triplicate *a.* ba lần	**try** *n.* sự cố gắng
triplicate *n.* bản sao ba	**trying** *a.* gay go
triplicate *v.t.* nhân ba	**tryst** *n.* hẹn gặp
triplication *n.* sự tăng gấp ba	**tub** *n.* chậu
tripod *n.* giá ba chân	**tube** *n.* ống
triumph *n.* chiến thắng	**tuberculosis** *n.* bệnh lao
triumph *v.i.* chiến thắng	**tubular** *a.* có hình ống
triumphal *a.* khải hoàn	**tug** *v.t.* kéo mạnh
triumphant *a.* đắc thắng	**tuition** *n.* học phí
trivial *a.* không đáng kể	**tumble** *v.i.* ngã
troop *n.* quân đội	**tumble** *n.* cái ngã
troop *v.i.* xúm lại	**tumbler** *n.* cốc vại
trooper *n.* lính thiết giáp	**tumour** *n.* khối u
trophy *n.* chiến tích	**tumult** *n.* sự lộn xộn
tropic *n.* vùng nhiệt đới	**tumultuous** *a.* lộn xộn
tropical *a.* nhiệt đới	**tune** *n.* giai điệu
trot *v.i.* chạy nước kiệu	**tune** *v.t.* lên dây
trot *n.* sự chạy nước kiệu	**tunnel** *n.* đường hầm
trouble *n.* rắc rối	**tunnel** *v.i.* đào đường hầm
trouble *v.t.* làm phiền	**turban** *n.* khăn xếp
troublesome *a.* phiền phức	**turbine** *n.* tua bin
troupe *n.* đoàn	**turbulence** *n.* sự hỗn loạn
trousers *n.pl* quần	**turbulent** *a.* hỗn loạn
trowel *n.* cái bay	**turf** *n.* lớp đất mặt
truce *n.* sự ngừng bắn	**turkey** *n.* gà tây
truck *n.* xe tải	**turmeric** *n.* cây nghệ
true *a.* đúng	**turmoil** *n.* sự rối loạn
trump *n.* lá bài chủ	**turn** *v.i.* quay tròn
trump *v.t.* chặt bằng quân bài chủ	**turn** *n.* vòng quay
trumpet *n.* kèn trompet	**turner** *n.* thợ tiện
trumpet *v.i.* thổi kèn trompet	**turnip** *n.* cây củ cải
trunk *n.* thân cây	**turpentine** *n.* nhựa thông
trust *n.* lòng tin	**turtle** *n.* con rùa
trust *v.t.* tin tưởng	**tusk** *n.* ngà
trustee *n.* ủy viên quản trị	**tussle** *n.* cuộc ẩu đả
trustful *a.* hay tin người	**tussle** *v.i.* ẩu đả
trustworthy *a.* đáng tin	**tutor** *n.* gia sư
trusty *a.* từ nhân được đặc ân	**tutorial** *a.* phụ đạo
truth *n.* sự thật	**tutorial** *n.* buổi phụ đạo
truthful *a.* thật thà	**twelfth** *a.* thứ mười hai
	twelfth *n.* một phần mười hai

twelve *a.* mười hai
twelve *n.* số mười hai
twentieth *a.* thứ hai mươi
twentieth *n.* một phần hai mươi
twenty *a.* hai mươi
twenty *n.* số hai mươi
twice *adv.* gấp đôi
twig *n.* cành con
twilight *n.* chạng vạng
twin *n.* cặp sinh đôi
twin *a.* sinh đôi
twinkle *v.i.* nháy mắt
twinkle *n.* cái nháy mắt
twist *v.t.* xoắn
twist *n.* vòng xoắn
twitter *n.* tiếng hót líu lo
twitter *v.i.* hót líu lo
two *n.* số hai
two *a.* số hai
twofold *a.* gấp hai
type *n.* loại
type *v.t.* phân loại
typhoid *n.* bệnh thương hàn
typhoon *n.* bão to
typhus *n.* bệnh sốt Rickettsia
typical *a.* điển hình
typify *v.t.* tiêu biểu cho
typist *n.* người đánh máy
tyranny *n.* sự bạo ngược
tyrant *n.* bạo chúa
tyre *n.* lốp

udder *n.* vú động vật
uglify *v.t.* làm xấu đi
ugliness *n.* điểm xấu xí
ugly *a.* xấu
ulcer *n.* chỗ loét
ulcerous *a.* loét
ulterior *a.* về sau

ultimate *a.* cuối cùng
ultimately *adv.* cuối cùng
ultimatum *n.* tối hậu thư
umbrella *n.* cái ô
umpire *n.* trọng tài
umpire *v.t.* làm trọng tài
unable *a.* không thể
unanimity *n.* sự nhất trí
unanimous *a.* nhất trí
unaware *a.* không biết
unawares *adv.* bất ngờ
unburden *v.t.* cất gánh nặng
uncanny *a.* kỳ lạ
uncertain *a.* không chắc chắn
uncle *n.* chú
uncouth *a.* thô lỗ
under *prep.* dưới
under *adv.* dưới
under *a.* dưới
undercurrent *n.* hải lưu ngầm
underdog *n.* bên thua
undergo *v.t.* trải qua
undergraduate *n.* sinh viên chưa tốt nghiệp
underhand *a.* lừa lọc
underline *v.t.* gạch chân
undermine *v.t.* đào dưới chân
underneath *adv.* ở dưới
underneath *prep.* ở dưới
understand *v.t.* hiểu
undertake *v.t.* đảm nhận
undertone *n.* giọng nhỏ
underwear *n.* đồ lót
underworld *n.* địa ngục
undo *v.t.* xóa bỏ
undue *a.* thái quá
undulate *v.i.* gợn sóng
undulation *n.* sự gợn sóng
unearth *v.t.* đào lên
uneasy *a.* băn khoăn
unfair *a.* bất công
unfold *v.t.* trải ra

unfortunate *a.* bất hạnh
ungainly *a.* vụng về
unhappy *a.* buồn rầu
unification *n.* sự thống nhất
union *n.* sự hợp nhất
unionist *n.* thành viên công đoàn
unique *a.* duy nhất
unison *n.* hợp xướng
unit *n.* đơn vị
unite *v.t.* đoàn kết
unity *n.* sự đoàn kết
universal *a.* phổ biến
universality *n.* tính chất toàn bộ
universe *n.* vũ trụ
university *n.* đại học
unjust *a.* bất công
unless *conj.* trừ phi
unlike *a.* không giống
unlike *prep.* không giống
unlikely *a.* không chắc
unmanned *a.* tự động
unmannerly *a.* vô lễ
unprincipled *a.* vô lương tâm
unreliable *a.* không đáng tin
unrest *n.* sự bồn chồn
unruly *a.* ngỗ ngược
unsettle *v.t.* làm đảo lộn
unsheathe *v.t.* rút ra khỏi vỏ
until *prep.* cho đến khi
until *conj.* cho đến khi
untoward *a.* khiếm nhã
unwell *a.* không khỏe
unwittingly *adv.* không cố ý
up *adv.* ở trên
up *prep.* ở trên
upbraid *v.t.* trách mắng
upheaval *n.* cuộc biến động
uphold *v.t.* ủng hộ
upkeep *n.* sự bảo dưỡng
uplift *v.t.* nâng lên

uplift *n.* sự nâng lên
upon *prep.* ở trên
upper *a.* cao hơn
upright *a.* thẳng đứng
uprising *n.* sự thức dậy
uproar *n.* tiếng ồn ào
uproarious *a.* ồn ào
uproot *v.t.* nhổ bật rễ
upset *v.t.* đánh đổ
upshot *n.* đại tiệc
upstart *n.* kẻ mới phất
up-to-date *a.* cập nhật
upward *a.* đi lên
upwards *adv.* đi lên
urban *a.* thành thị
urbane *a.* tao nhã
urbanity *n.* tính tao nhã
urchin *n.* thằng nhóc
urge *v.t.* hối thúc
urge *n.* thôi thúc
urgency *n.* tính cấp bách
urgent *a.* cấp bách
urinal *n.* bô
urinary *a.* tiết niệu
urinate *v.i.* đi tiểu
urination *n.* sự tiểu tiện
urine *n.* nước tiểu
urn *n.* bình đựng hài cốt
usage *n.* cách sử dụng
use *n.* sự sử dụng
use *v.t.* sử dụng
useful *a.* hữu ích
usher *n.* người dẫn chỗ
usher *v.t.* dẫn
usual *a.* thông thường
usually *adv.* thông thường
usurer *n.* người cho vay nặng lãi
usurp *v.t.* chiếm đoạt
usurpation *n.* sự chiếm đoạt
usury *n.* sự cho vay nặng lãi
utensil *n.* dụng cụ

uterus *n.* tử cung
utilitarian *a.* thiết thực
utility *n.* tính thiết thực
utilization *n.* sự tận dụng
utilize *v.t.* tận dụng
utmost *a.* vô cùng
utmost *n.* cực điểm
utopia *n.* điều không tưởng
utopian *a.* không tưởng
utter *v.t.* thốt ra
utter *a.* hoàn toàn
utterance *n.* lời nói ra
utterly *adv.* hoàn toàn

vacancy *n.* khoảng trống
vacant *a.* trống
vacate *v.t.* bỏ trống
vacation *n.* kỳ nghỉ
vaccinate *v.t.* tiêm chủng
vaccination *n.* sự tiêm chủng
vaccinator *n.* dụng cụ tiêm chủng
vaccine *n.* vắcxin
vacillate *v.i.* lắc lư
vacuum *n.* chân không
vagabond *n.* kẻ lang thang
vagabond *a.* lang thang
vagary *n.* tính đồng bóng
vagina *n.* âm đạo
vague *a.* mơ hồ
vagueness *n.* tính mơ hồ
vain *a.* vô ích
vainglorious *a.* tự phụ
vainglory *n.* tính tự phụ
vainly *adv.* một cách vô ích
vale *n.* rãnh nước
valiant *a.* anh dũng
valid *a.* có giá trị
validate *v.t.* phê chuẩn

validity *n.* giá trị
valley *n.* thung lũng
valour *n.* sự dũng cảm
valuable *a.* quý giá
valuation *n.* sự định giá
value *n.* giá trị
value *v.t.* định giá
valve *n.* van
van *n.* xe tải
vanish *v.i.* biến mất
vanity *n.* sự hão huyền
vanquish *v.t.* đánh bại
vaporize *v.t.* làm bốc hơi
vaporous *a.* hư ảo
vapour *n.* hơi nước
variable *a.* hay thay đổi
variance *n.* sự khác biệt
variation *n.* sự biến đổi
varied *a.* đa dạng
variety *n.* sự đa dạng
various *a.* khác nhau
varnish *n.* vécni
varnish *v.t.* đánh vécni
vary *v.t.* thay đổi
vasectomy *n.* phẫu thuật cắt ống dẫn tinh
vaseline *n.* vazolin
vast *a.* rộng lớn
vault *n.* mái vòm
vault *n.* hầm
vault *v.i.* nhảy qua
vegetable *n.* rau
vegetable *a.* thực vật
vegetarian *n.* người ăn chay
vegetarian *a.* ăn chay
vegetation *n.* thực vật
vehemence *n.* sự mãnh liệt
vehement *a.* mãnh liệt
vehicle *n.* xe cộ
vehicular *a.* dành cho xe cộ
veil *n.* màn
veil *v.t.* che

vein *n.* tĩnh mạch
velocity *n.* vận tốc
velvet *n.* nhung
velvety *a.* mềm như nhung
venal *a.* vụ lợi
venality *n.* tính vụ lợi
vendor *n.* người bán dạo
venerable *a.* đáng kính
venerate *v.t.* tôn kính
veneration *n.* sự tôn kính
vengeance *n.* sự trả thù
venial *a.* không nghiêm trọng
venom *n.* nọc độc
venomous *a.* độc
vent *n.* lỗ thông
ventilate *v.t.* thông gió
ventilation *n.* sự thông gió
ventilator *n.* quạt thông gió
venture *n.* dự án mạo hiểm
venture *v.t.* mạo hiểm
venturesome *a.* liều lĩnh
venturous *a.* thích mạo hiểm
venue *n.* nơi gặp mặt
veracity *n.* sự thật
verendah *n.* ban công
verb *n.* động từ
verbal *a.* bằng miệng
verbally *adv.* bằng miệng
verbatim *a.* đúng nguyên văn
verbatim *adv.* đúng nguyên văn
verbose *a.* dài dòng
verbosity *n.* sự dài dòng
verdant *a.* xanh tươi
verdict *n.* phán quyết
verge *n.* ven
verification *n.* sự xác minh
verify *v.t.* xác minh
verisimilitude *n.* vẻ thật
veritable *a.* thực sự
vermillion *n.* màu đỏ son
vermillion *a.* đỏ son
vernacular *n.* thổ ngữ

vernacular *a.* bản địa
vernal *a.* mùa xuân
versatile *a.* đa năng
versatility *n.* tính đa năng
verse *n.* thơ
versed *a.* giỏi
versification *n.* nghệ thuật thơ
versify *v.t.* chuyển thành thơ
version *n.* phiên bản
versus *prep.* đấu với
vertical *a.* dọc
verve *n.* sinh lực
very *a.* thật sự
vessel *n.* bình
vest *n.* áo gilê
vest *v.t.* ban cho
vestige *n.* di tích
vestment *n.* lễ phục
veteran *n.* người kỳ cựu
veteran *a.* kỳ cựu
veterinary *a.* thú y
veto *n.* quyền phủ quyết
veto *v.t.* bác bỏ
vex *v.t.* chọc tức
vexation *n.* sự phật ý
via *prep.* qua
viable *a.* khả thi
vial *n.* lọ nhỏ
vibrate *v.i.* rung
vibration *n.* sự rung động
vicar *n.* cha sở
vicarious *a.* lây
vice *n.* sự đồi bại
viceroy *n.* phó vương
vice-versa *adv.* ngược lại
vicinity *n.* vùng lân cận
vicious *a.* xấu xa
vicissitude *n.* sự thăng trầm
victim *n.* nạn nhân
victimize *v.t.* trù dập
victor *n.* kẻ chiến thắng
victorious *a.* chiến thắng

victory *n.* chiến thắng
victuals *n.pl* thức ăn
vie *v.i.* giành giật
view *n.* tầm nhìn
view *v.t.* nhìn
vigil *n.* sự thức đêm
vigilance *n.* sự cảnh giác
vigilant *a.* cảnh giác
vigorous *a.* mạnh mẽ
vile *a.* đê tiện
vilify *v.t.* lăng mạ
villa *n.* biệt thự
village *n.* làng
villager *n.* người làng
villain *n.* côn đồ
vindicate *v.t.* minh oan
vindication *n.* sự minh oan
vine *n.* cây nho
vinegar *n.* giấm
vintage *n.* loại cũ
violate *v.t.* xâm phạm
violation *n.* sự xâm phạm
violence *n.* bạo lực
violent *a.* hung dữ
violet *n.* màu tím
violin *n.* đàn viôlông
violinist *n.* người chơi đàn viôlông
virgin *n.* trinh nữ
virgin *n.* bà sơ đồng trinh
virginity *n.* sự trong trắng
virile *a.* cường tráng
virility *n.* sự cường tráng
virtual *a.* ảo
virtue *n.* phẩm chất
virtuous *a.* tiết hạnh
virulence *n.* tính độc hại
virulent *a.* độc hại
virus *n.* virút
visage *n.* bộ mặt
visibility *n.* tính hữu hình
visible *a.* hữu hình

vision *n.* thị lực
visionary *a.* nhìn xa trông rộng
visionary *n.* người nhìn xa trông rộng
visit *n.* chuyến thăm
visit *v.t.* thăm
visitor *n.* khách
vista *n.* khung cảnh
visual *a.* thị giác
visualize *v.t.* hình dung
vital *a.* thiết yếu
vitality *n.* sức sống
vitalize *v.t.* tiếp sức sống cho
vitamin *n.* vitamin
vitiate *v.t.* tính chất thủy tinh
vivacious *a.* hoạt bát
vivacity *n.* tính hoạt bát
viva-voce *adv.* vấn đáp
viva-voce *a.* vấn đáp
viva-voce *n.* thi vấn đáp
vivid *a.* sinh động
vixen *n.* cái cào
vocabulary *n.* từ vựng
vocal *a.* phát âm
vocalist *n.* ca sĩ
vocation *n.* nghề nghiệp
vogue *n.* mốt
voice *n.* giọng nói
voice *v.t.* lên tiếng
void *a.* trống
void *v.t.* làm mất hiệu lực
void *n.* chỗ trống
volcanic *a.* núi lửa
volcano *n.* núi lửa
volition *n.* ý muốn
volley *n.* tràng
volley *v.t.* tuôn ra hàng tràng
volt *n.* vôn
voltage *n.* điện áp
volume *n.* âm lượng
voluminous *a.* đồ sộ
voluntarily *adv.* tự nguyện

voluntary *a.* tự nguyện
volunteer *n.* người tình nguyện
volunteer *v.t.* tình nguyện làm
voluptuary *n.* người thích khoái lạc
voluptuous *a.* khêu gợi
vomit *v.t.* nôn
vomit *n.* chất nôn ra
voracious *a.* tham ăn
votary *n.* người ham thích
vote *n.* sự bỏ phiếu
vote *v.i.* bỏ phiếu
voter *n.* người bỏ phiếu
vouch *v.i.* xác nhận
voucher *n.* phiếu
vouchsafe *v.t.* chiếu cố
vow *n.* lời thề
vow *v.t.* thề
vowel *n.* nguyên âm
voyage *n.* cuộc hành trình dài
voyage *v.i.* đi một chuyến đi xa
voyager *n.* người đi du lịch xa
vulgar *a.* thô bỉ
vulgarity *n.* hành động thô bỉ
vulnerable *a.* dễ bị tổn thương
vulture *n.* chim kền kền

wade *v.i.* lội
waddle *v.i.* đi lắc lư
waft *v.t.* thoảng đưa
waft *n.* mùi
wag *v.i.* lúc lắc
wag *n.* người vui tính
wage *v.t.* tiến hành
wage *n.* tiền lương
wager *n.* sự đặt cược
wager *v.i.* đặt cược
wagon *n.* xe ngựa
wail *v.i.* than khóc

wail *n.* tiếng la khóc
wain *n.* xe ngựa
waist *n.* eo
waistband *n.* cạp
waistcoat *n.* áo gi-lê
wait *v.i.* chờ
wait *n.* sự chờ đợi
waiter *n.* bồi bàn
waitress *n.* cô hầu bàn
waive *v.t.* từ bỏ
wake *v.t.* đánh thức ai
wake *n.* đường rẽ nước
wake *n.* sự thức canh người chết
wakeful *a.* không thể ngủ được
walk *v.i.* đi bộ
walk *n.* sự đi bộ
wall *n.* bức tường
wall *v.t.* xây tường bao quanh
wallet *n.* cái ví
wallop *v.t.* đánh đòn
wallow *v.i.* đầm mình (trong bùn)
walnut *n.* cây hồ đào
walrus *n.* con moóc
wan *a.* uể oải
wand *n.* đũa thần
wander *v.i.* đi thơ thẩn
wane *v.i.* khuyết (trăng)
wane *n.* sự khuyết (trăng)
want *v.t.* muốn
want *n.* nhu cầu
wanton *a.* lố lăng
war *n.* chiến tranh
war *v.i.* gây chiến
warble *v.i.* hát líu lo
warble *n.* con giòi
warbler *n.* chim chích
ward *n.* khu vực
ward *v.t.* né tránh
warden *n.* hiệu trưởng
warder *n.* cai ngục
wardrobe *n.* tủ quần áo

wardship *n.* sự giám hộ
ware *n.* hàng hóa
warehouse *v.t.* kho hàng
warfare *n.* chiến tranh
warlike *a.* hiếu chiến
warm1 *a.* ấm áp
warm *v.t.* làm ấm
warmth *n.* sự ấm áp
warn *v.t.* cảnh báo
warning *n.* sự báo trước
warrant *n.* giấy chứng nhận
warrant *v.t.* chứng nhận
warrantee *n.* người được phép làm gì
warrantor *n.* người bảo đảm
warranty *n.* giấy bảo hành
warren *n.* vùng có nhiều hang thỏ
warrior *n.* chiến binh
wart *n.* mụn cóc
wary *a.* thận trọng cảnh giác
wash *v.t.* rửa
wash *n.* sự tắm rửa
washable *a.* có thể giặt được
washer *n.* máy giặt
wasp *n.* ong vò vẽ
waspish *a.* gắt gỏng
wassail *n.* cuộc chè chén vui vẻ
wastage *n.* sự hao hụt
waste *a.* bị thải đi
waste *n.* chất thải
waste *v.t.* lãng phí
wasteful *a.* gây ra lãng phí
watch *v.t.* canh gác
watch *n.* đồng hồ
watchful *a.* đề phòng
watchword *n.* khẩu hiệu
water *n.* nước
water *v.t.* tưới
waterfall *n.* thác nước
water-melon *n.* quả dưa hấu
waterproof *a.* không thấm nước
waterproof *n.* áo mưa
waterproof *v.t.* làm cho không thấm nước
watertight *a.* kín nước
watery *a.* nước
watt *n.* oát
wave *n.* sóng
wave *v.t.* vẫy tay chào
waver *v.i.* nao núng
wax *n.* chất sáp
wax *v.t.* bôi sáp
way *n.* đường đi
wayfarer *n.* người đi du lịch
waylay *v.t.* mai phục
wayward *a.* bướng bỉnh
weak *a.* yếu
weaken *v.t.&i* làm cho yếu đi & trở nên yếu
weakling *n.* người yếu đuối
weakness *n.* nhược điểm
weal *n.* lằn roi
wealth *n.* số tiền lớn
wealthy *a.* giàu có
wean *v.t.* thôi cho bú
weapon *n.* vũ khí
wear *v.t.* mặc (quần áo)
weary *a.* rất mệt
weary *v.t.&i* làm cho mệt mỏi & trở nên mệt
weary *a.* chán
weary *v.t.* làm cho chán
weather *n.* thời tiết
weather *v.t.* vượt qua
weave *v.t.* dệt
weaver *n.* thợ dệt
web *n.* mạng nhện
webby *a.* giống mạng nhện
wed *v.t.* kết hôn
wedding *n.* lễ cưới
wedge *n.* giày có đế liền gót
wedge *v.t.* chẻ ra

wedlock *n.* tình trạng có vợ/chồng
Wednesday *n.* ngày thứ tư
weed *n.* cỏ dại
weed *v.t.* nhổ cỏ
week *n.* tuần
weekly *a.* hàng tuần
weekly *adv.* hàng tuần
weekly *n.* tuần báo
weep *v.i.* khóc
weevil *n.* bọ đầu dài
weigh *v.t.* cân
weight *n.* sức nặng
weightage *n.* sức nặng
weighty *a.* nặng
weir *n.* đập nước
weird *a.* khác thường
welcome *a.* được chào đón
welcome *n.* sự hoan nghênh
welcome *v.t.* chào đón
weld *v.t.* hàn
weld *n.* sự hàn
welfare *n.* sự thịnh vượng
well *a.* tốt
well *adv.* tốt
well *n.* giếng
well *v.i.* tuôn ra
wellington *n.* ủng cao su
well-known *a.* nổi tiếng
well-read *a.* hiểu biết
well-timed *a.* đúng lúc
well-to-do *a.* khá giả
welt *n.* đường viền
welter *n.* võ sĩ hạng bán trung
wen *n.* u lành tính
wench *n.* cô hầu gái
west *n.* hướng tây
west *a.* hướng về phía tây
west *adv.* về hướng tây
westerly *a.* hướng về phía tây
westerly *adv.* về phía tây
western *a.* ở phía tây

wet *a.* ướt
wet *v.t.* làm ướt
wetness *n.* tình trạng ướt
whack *v.t.* đánh mạnh
whale *n.* cá voi
wharfage *n.* thuế sử dụng cầu tàu
what *a.* gì
what *pron.* những thứ mà
what *interj.* cái gì
whatever *pron.* bất cứ thứ gì
wheat *n.* cây lúa mì
wheedle *v.t.* vòi vĩnh
wheel *a.* bánh xe
wheel *v.t.* đẩy (xe có bánh)
whelm *v.t.* làm chìm
whelp *n.* thú con
when *adv.* vào lúc nào
when *conj.* khi
whence *adv.* từ đâu
whenever *adv.conj.* khi nào
where *adv.* ở nơi nào
where *conj.* ở nơi mà
whereabout *adv.* ở nơi nào
whereas *conj.* nhưng ngược lại
whereat *conj.* và rồi thì
wherein *adv.* nơi mà
whereupon *conj.* và thế là
wherever *adv.* ở đâu
whet *v.t.* kích thích
whether *conj.* được hay không
which *pron.* người hoặc vật nào
which *a.* cái nào
whichever *pron.* nào
whiff *n.* sự ngửi
while *n.* thời gian
while *conj.* trong lúc
while *v.t.* bỏ ra (thời gian)
whim *n.* máy trục quặng
whimper *v.i.* rên rỉ
whimsical *a.* hay thay đổi
whine *v.i.* rên rỉ

whine *n.* sự rên rỉ	**whose** *pron.* của ai
whip *v.t.* đánh bằng roi	**why** *adv.* tại sao
whip *n.* roi	**wick** *n.* bấc (đèn)
whipcord *n.* sợi bện roi	**wicked** *a.* xấu xa
whir *n.* tiếng kêu vù vù	**wicker** *n.* đồ đan bằng liễu gai
whirl *n.i.* xoáy	**wicket** *n.* cửa bán vé
whirl *n.* sự xoáy	**wide** *a.* rộng lớn
whirligig *n.* con quay	**wide** *adv.* rộng khắp
whirlpool *n.* xoáy nước	**widen** *v.t.* làm cho rộng ra
whirlwind *n.* gió lốc	**widespread** *a.* phổ biến
whisk *v.t.* đánh (trứng)	**widow** *n.* người đàn bà góa
whisk *n.* cái đánh trứng	**widow** *v.t.* làm cho góa
whisker *n.* tinh thể dạng sợi	**widower** *n.* người góa vợ
whisky *n.* rượu uýt-xki	**width** *n.* bề rộng
whisper *v.t.* nói thầm	**wield** *v.t.* sử dụng
whisper *n.* tiếng nói thầm	**wife** *n.* vợ
whistle *v.i.* huýt sáo	**wig** *n.* bộ tóc giả
whistle *n.* cái còi	**wight** *n.* người
white *a.* trắng	**wigwam** *n.* lều của người da đỏ
white *n.* màu trắng	**wild** *a.* hoang
whiten *v.t.* làm trắng	**wilderness** *n.* vùng hoang dã
whitewash *n.* nước vôi	**wile** *n.* mưu mẹo
whitewash *v.t.* quét vôi trắng	**will** *n.* ý chí
whither *adv.* nơi mà	**will** *v.t.* có quyết chí
whitish *a.* hơi trắng	**willing** *a.* sẵn sàng
whittle *v.t.* gọt	**willingness** *n.* sự sẵn sàng
whiz *v.i.* đi nhanh	**willow** *n.* cây liễu
who *pron.* ai	**wily** *a.* xảo quyệt
whoever *pron.* bất cứ người nào	**wimble** *n.* cái khoan
	wimple *n.* khăn trùm đầu
whole *a.* toàn bộ	**win** *v.t.* thắng
whole *n.* tất cả	**win** *n.* sự thắng
whole-hearted *a.* bảo hiểm nhân thọ trọn đời	**wince** *v.i.* nhăn mặt
	winch *n.* tời
wholesale *n.* sự bán sỉ	**wind** *n.* gió
wholesale *a.* sỉ (buôn bán)	**wind** *v.t.* đánh hơi
wholesale *adv.* sỉ (buôn bán)	**wind** *v.t.* làm mệt đứt hơi
wholesaler *n.* người bán sỉ	**windbag** *n.* người ba hoa
wholesome *a.* không độc	**winder** *n.* máy cuốn chỉ (sợi)
wholly *adv.* hoàn toàn	**windlass** *v.t.* kéo bằng trục quay
whom *pron.* người nào	
whore *n.* gái điếm	**windmill** *n.* cối xay gió

window *n.* cửa sổ
windy *a.* có nhiều gió
wine *n.* rượu vang
wing *n.* cánh (chim)
wink *v.i.* nháy mắt
wink *n.* cái nháy mắt
winner *n.* người thắng
winnow *v.t.* quạt (thóc)
winsome *a.* quyến rũ
winter *n.* mùa đông
winter *v.i.* trú đông
wintry *a.* lạnh lẽo
wipe *v.t.* lau chùi
wipe *n.* sự lau sạch
wire *n.* dây (kim loại)
wire *v.t.* buộc bằng dây sắt
wireless *a.* không dây
wireless *n.* máy thu thanh
wiring *n.* hệ thống dây điện
wisdom *n.* sự hiểu biết
wisdom-tooth *n.* răng khôn
wise *a.* khôn ngoan
wish *n.* điều mong ước
wish *v.t.* ước
wishful *a.* ao ước
wisp *n.* nắm (tóc)
wistful *a.* bâng khuâng
wit *n.* sự hóm hỉnh
witch *n.* phù thủy
witchcraft *n.* phép phù thủy
witchery *n.* ma thuật
with *prep.* với
withal *adv.* và lại
withdraw *v.t.* rút lui
withdrawal *n.* sự rút lui
withe *n.* cành liễu gai
wither *v.i.* tàn đi
withhold *v.t.* ngăn cản
within *prep.* trong vòng
within *adv.* phía trong
within *n.* bên trong
without *prep.* không có

without *adv.* phía ngoài
without *n.* bên ngoài
withstand *v.t.* chịu đựng được
witless *a.* đần độn
witness *n.* nhân chứng
witness *v.i.* làm chứng
witticism *n.* nhận xét dí dỏm
witty *a.* dí dỏm
wizard *n.* thầy phù thủy
wobble *v.i.* lảo đảo
woe *n.* sự đau khổ
woebegone *a.* trông buồn rầu
woeful *n.* ủ rũ
wolf *n.* chó sói
woman *n.* người phụ nữ
womanhood *n.* trạng thái là phụ nữ
womanish *n.* như đàn bà
womanise *v.t.* quan hệ lăng nhăng
womb *n.* tử cung
wonder *n.* kỳ quan
wonder *v.i.* ngạc nhiên
wonderful *a.* tuyệt vời
wondrous *a.* kỳ lạ
wont *a.* có thói quen
wont *n.* thói quen
wonted *a.* thường lệ
woo *v.t.* tán tỉnh
wood *n.* gỗ
woods *n.* vùng rừng rậm
wooden *a.* làm bằng gỗ
woodland *n.* miền rừng
woof *n.* tiếng sủa
wool *n.* len
woollen *a.* làm bằng len
woollen *n.* quần áo len
word *n.* từ
word *v.t.* phát biểu
wordy *a.* dài dòng
work *n.* công việc
work *v.t.* làm việc

workable *a.* khả thi
workaday *a.* bình thường
worker *n.* công nhân
workman *n.* thợ
workmanship *n.* tài nghệ
workshop *n.* xưởng
world *n.* thế giới
worldling *n.* người trần tục
worldly *a.* trần tục
worm *n.* con giun
wormwood *n.* cây ngải tây
worn *a.* mòn
worry *n.* nỗi lo
worry *v.i.* lo lắng
worsen *v.t.* làm xấu đi
worship *n.* sự thờ phụng
worship *v.t.* thờ phụng
worshipper *n.* người thờ phụng
worst *n.* điều xấu nhất
worst *a.* xấu nhất
worst *v.t.* đánh bại
worsted *n.* sợi len xe
worth *n.* giá trị
worth *a.* đáng giá
worthless *a.* vô dụng
worthy *a.* xứng đáng
would-be *a.* tương lai
wound *n.* vết thương
wound *v.t.* làm bị thương
wrack *n.* tảo va-rếch
wraith *n.* hồn ma
wrangle *v.i.* cãi lộn
wrangle *n.* cuộc cãi lộn
wrap *v.t.* bao bọc
wrap *n.* đồ khoác ngoài
wrapper *n.* giấy gói
wrath *n.* sự phẫn nộ
wreath *n.* vòng hoa tang
wreathe *v.t.* bao quanh
wreck *n.* đống đổ nát
wreck *v.t.* làm hỏng
wreckage *n.* mảnh vụn

wrecker *n.* kẻ phá hoại
wren *n.* chim hồng tước
wrench *n.* sự vặn mạnh
wrench *v.t.* vặn mạnh
wrest *v.t.* giật mạnh
wrestle *v.i.* đấu vật
wrestler *n.* đô vật
wretch *n.* kẻ bất hạnh
wretched *a.* khốn khổ
wrick *n.* sự bong gân
wriggle *v.i.* vặn vẹo
wriggle *n.* sự vặn vẹo
wring *v.t.* vặn
wrinkle *n.* nếp nhăn
wrinkle *v.t.* làm nhăn
wrist *n.* cổ tay
writ *n.* lệnh
write *v.t.* viết
writer *n.* nhà văn
writhe *v.i.* quằn quại
wrong *a.* sai
wrong *adv.* sai
wrong *v.t.* làm điều xấu
wrongful *a.* bất công
wry *a.* gượng gạo

xerox *n.* kỹ thuật sao chụp
xerox *v.t.* sao chụp
Xmas *n.* lễ Giáng sinh
x-ray *n.* tia X
x-ray *a.* tia X
x-ray *v.t.* chụp X quang
xylophagous *a.* đục gỗ
xylophilous *a.* ưa gỗ
xylophone *n.* mộc cầm

yacht *n.* du thuyền
yacht *v.i.* đi du thuyền
yak *n.* bò Tây tạng
yap *v.i.* sủa ăng ẳng
yap *n.* tiếng chó sủa
yard *n.* thước Anh
yarn *n.* sợi
yawn *v.i.* ngáp
yawn *n.* cử chỉ ngáp
year *n.* năm
yearly *a.* hàng năm
yearly *adv.* hàng năm
yearn *v.i.* mong mỏi
yearning *n.* sự mong mỏi
yeast *n.* men bia
yell *v.i.* la hét
yell *n.* tiếng la hét
yellow *a.* có màu vàng
yellow *n.* màu vàng
yellow *v.t.* nhuộm vàng
yellowish *a.* hơi vàng
Yen *n.* đồng yên
yeoman *n.* tiểu điền chủ
yes *adv.* đúng thế
yesterday *n.* ngày hôm qua
yesterday *adv.* hôm qua
yet *adv.* chưa
yet *conj.* vậy mà
yield *v.t.* sinh ra
yield *n.* sản lượng
yoke *n.* ách
yoke *v.t.* thắng vào ách
yolk *n.* lòng đỏ
younder *a.* ở nơi đó
younder *adv.* ở nơi đó
young *a.* trẻ
young *n.* thanh niên
youngster *n.* thanh niên
youth *n.* tuổi trẻ
youthful *a.* trẻ trung

Z

zany *a.* người ngu
zeal *n.* nhiệt huyết
zealot *n.* người cuồng tín
zealous *a.* ghen ty
zebra *n.* ngựa vằn
zenith *n.* thiên đỉnh
zephyr *n.* gió tây
zero *n.* số không
zest *n.* điều thú vị
zigzag *n.* hình chữ chi
zigzag *a.* ngoằn ngoèo
zigzag *v.i.* chạy ngoằn ngoèo
zinc *n.* kẽm
zip *n.* phéc
zip *v.t.* cài phéc
zodiac *n.* hoàng đạo
zonal *a.* khu vực
zone *n.* khu vực
zoo *n.* vườn thú
zoological *a.* động vật học
zoologist *n.* nhà động vật học
zoology *n.* động vật học
zoom *n.* tiếng kêu vù vù
zoom *v.i.* kêu vù vù

VIETNAMESE-ENGLISH

A

ác cảm *n.* antipathy
ác cảm *n.* aversion
ác liệt *a.* smart
ách *n.* yoke
ai *pron.* who
alphonso *n.* alphonsion
ảm đạm *a.* gloomy
ảm đạm *n.* stark
ẩm ướt *adj.* dank
ám ảnh *v.t.* obsess
ám chỉ *v.i.* allude
ám hiệu *n.* cue
ám sát *v.t.* assassinate
Amen *interj.* amen
amiăng *n.* asbestos
amiđan *n.* tonsil
ampe *n.* ampere
an ninh *n.* security
an toàn *a.* safe
an ủi *v.t.* console
an ủi *v.t.* solace
anbum *n.* album
Anh *n.* English
anh ấy *pron.* he
anh ấy *pron.* him
anh dũng *a.* valiant
anh em *a.* fraternal
anh em trai *n.* brother
anh hề *n.* buffoon
anh hề *n.* clown
anh họ *n.* cousin
anh hùng *n.* hero
anh hùng *a.* heroic
anh lái ngựa *n.* coper
ảnh hưởng *v.t.* affect
ảnh hưởng *n.* influence
ánh hồng lúc bình minh *n.* aurora
ánh sáng *n.* shine
ánh sáng *n.* light
ánh sáng đèn *n.* limelight
ánh sáng lấp lánh *n.* glitter
ánh sáng lóe lên *n.* flash
ánh sáng lung linh *n.* flicker
ánh sáng rực rỡ *n.* glow
ao *n.* pond
ao ước *v.i.* hanker
ao ước *a.* wishful
ảo *a.* virtual
ảo ảnh *n.* mirage
ảo tưởng *n.* fallacy
áo bờ lu *n.* smock
áo cà sa *n.* frock
áo cánh (phụ nữ, trẻ con) *n.* blouse
áo chẽn bằng da *n.* jerkin
áo choàng *n.* robe
áo choàng không tay *n.* cape
áo choàng không tay *n.* cloak
áo choàng ngoài *n.* coat
áo choàng rộng *n.* toga
áo dài (của phụ nữ) *n.* gown
áo giáp *n.* armature
áo giáp *n.* armour
áo gilê *n.* vest
áo gi-lê *n.* waistcoat
áo khoác *n.* mantle
áo khoác *n.* overall
áo khoác ngoài *n.* overcoat
áo len chui đầu *n.* pullover
áo len dài tay *n.* sweater
áo lót phụ nữ *n.* chemise
áo mưa *n.* waterproof
áo nịt len *n.* jersey
áo quần *n.* garment
áo vét tông *n.* jacket
Aoxơ *n.* ounce
áp bức *v.t.* oppress
áp dụng *v.t.* apply
áp lực *n.* pressure

áp xe *n.* abscess
axít *a.* acid
axít *n.* acid
ăn *v.t.* eat
ăn cắp vặt *v.t.* pilfer
ăn chay *a.* vegetarian
ăn cướp *v.t.* pirate
ăn da (chất hóa học) *a.* caustic
ăn được *a.* edible
ăn hối lộ *a.* corrupt
ăn mặc chỉnh tề *v.t.* groom
ăn năn *v.t.* rue
ăn tối *v.t.* dine
ăn tối *v.i.* sup
ăn uống say sưa *v.i.* revel
ăn vần *v.i.* rhyme
ăn xin *v.t.* beg
âm *a.* minus
âm ấm *a.* lukewarm
âm đạo *n.* vagina
âm học *n.* acoustics
âm lượng *n.* volume
âm mũi *n.* nasal
âm mưu *n.* conspiracy
âm mưu *v.i.* conspire
âm mưu *v.i.* scheme
âm nhạc *n.* music
âm nhạc *a.* musical
âm thanh *a.* sonic
âm thanh *n.* sound
âm thanh ngắn có âm vực cao *n.* squeak
âm tiết *n.* syllabic
âm tiết *n.* syllable
ầm ầm *a.* thunderous
ầm ĩ *a.* loud
ẩm *a.* moist
ẩm ướt *a.* damp
ẩm ướt *a.* humid
ấm áp *a.* warm1
ấm cúng *a.* cosy

ấm cúng   cozy
ấm đun nước *n.* kettle
ân hận *v.i.* repent
ân hận *a.* repentant
ẩn nấp *v.i.* lurk
ẩn sĩ *n.* hermit
ẩn bừa *v.t.* intrude
ấp trứng *v.t.* inculcate
ấp ủ *v.* nuzzle
âu yếm *a.* affectionate
âu yếm *a.* loving
âu yếm *v.t.* cocker
ẩu đả *v.i.* scuffle
ẩu đả *v.i.* tussle
ấu trĩ *a.* infantile

ba *a.* three
ba lần *adv.* thrice
ba lần *a.* triplicate
ba mươi *a.* thirty
bà chủ *n.* mistress
bà con *a.* akin
bà con thân thuộc *n.* in-laws
bà con thân thuộc *n.* relative
bà mụ *n.* midwife
bà sơ đồng trinh *n.* virgin
bà trưởng tu viện *n.* prioress
bã *n.* trash
bác bỏ *v.t.* confute
bác bỏ *v.t.* disprove
bác bỏ *v.t.* refute
bác bỏ *v.t.* reject
bác bỏ *v.t.* spurn
bác bỏ *v.t.* veto
bác sĩ *n.* doctor
bác sĩ phẫu thuật *n.* surgeon
bác sỹ nhãn khoa *n.* oculist
bạc *n.* silver
bách khoa *a.* polytechnic

bách phân *a.* centigrade
bài báo *n.* article
bài bình luận *n.* commentary
bài diễn văn *n.* oration
bài giảng *n.* lecture
bài hát *n.* song
bài hát ca ngợi *n.* anthem
bài hát mừng *n.* carol
bài hát ru con *n.* lullaby
bài hát trữ tình *n.* ballad
bài học *n.* lesson
bài luận *n.* essay
bài tán tụng *n.* panegyric
bài tập *n.* exercise
bài thánh ca *n.* antiphony
bài thánh ca *n.* hymn
bài thánh ca *n.* psalm
bài thơ *n.* lay
bài thơ *n.* poem
bài thơ độc xướng *n.* monody
bài thơ mười bốn câu *n.* sonnet
bài thơ trữ tình *a.* lyric
bài thuyết giảng *n.* sermon
bài thuyết trình *n.* discourse
bài tường thuật *n.* narrative
bài văn đả kích *n.* lampoon
bài xã luận *n.* editorial
bãi biển *n.* beach
bãi bỏ *v.t.* abolish
bãi bỏ *v.t.* abrogate
bãi bỏ *v.t.* decontrol
bãi cát ngầm *n.* shoal
bãi cỏ *n.* lawn
bãi cỏ *n.* meadow
bãi lầy *n.* mire
bãi rào *n.* fold
bám vào *v.i.* cling
ban cho *v.t.* grant
ban cho *v.t.* vest
ban công *n.* balcony

ban công *n.* verendah
ban đầu *a.* initial
ban giám đốc *n.* directory
ban hành *v.t.* enact
ban nhạc *n.* orchestra
ban phúc *v.t.* bless
ban quyền bỏ phiếu *v.t.* enfranchise
ban thưởng *v.t.* crown
bàn bạc *v.i.* confer
bàn cãi *v.i.* dispute
bàn chải *n.* brush
bàn chân *n.* foot
bàn đạp *n.* pedal
bàn đạp ngựa *n.* stirrup
bàn tay *n.* hand
bàn thờ *n.* altar
bản báo cáo *n.* report
bản cáo trạng *n.* indictment
bản câu hỏi *n.* questionnaire
bản chất *a.* essential
bản chất *n.* self
bản chất thực *a.* intrinsic
bản địa *a.* vernacular
bản đồ *n.* map
bản đồ đi biển *n.* chart
bản khai có tuyên thệ *n.* affidavit
bản năng *n.* instinct
bản năng giới tính *n.* sexuality
bản nhạc giao hưởng *n.* symphony
bản phác họa *n.* sketch
bản sao *n.* copy
bản sao *n.* duplicate
bản sao *n.* fac-simile
bản sao *n.* replica
bản sao ba *n.* triplicate
bản thiết kế *n.* design
bản tin *n.* bulletin
bản tóm tắt *n.* resume

| bản tóm tắt *n.* summary
| bản tóm tắt *n.* synopsis
| bản trích yếu *n.* precis
| bản tuyên ngôn *n.* manifesto
| bản văn *n.* text
| bản viết tay *n.* manuscript
| bản xứ *a.* indigenous
| bán *v.t.* sell
| bán cầu *n.* hemisphere
| bán đấu giá *v.t.* auction
| bán kính *n.* radius
| bán lẻ *v.t.* retail
| bán lẻ *adv.* retail
| bán lẻ *a.* retail
| bạn *n.* companion
| bạn *n.* friend
| bạn *n.* pal
| bạn đời *n.* mate
| bạn đời *n.* mate
| bạn ở chung trong tù *n.* inmate
| bạn tâm tình *n.* confidant
| bạn thân *n.* chum
| bang *n.* canton
| bảng chú giải thuật ngữ *n.* glossary
| bảng chữ cái *n.* alphabet
| bảng chữ cái *a.* alphabetical
| bảng mục lục *n.* catalogue
| báng bổ *a.* profane
| báng bổ thần thánh *a.* sacrilegious
| bánh lái *n.* helm
| bánh mì *n.* bread
| bánh mỳ nướng *n.* toast
| bánh ngọt *n.* cake
| bánh quy *n.* biscuit
| bánh răng *n.* gear
| bánh xăng-uých *n.* sandwich
| bánh xe *a.* wheel
| bao *v.t.* envelop
| bao bọc *v.t.* wrap

bao gồm *v.t.* contain
bao gồm *v.t.* include
bao kiếm *n.* scabbard
bao quanh *adj.* ambient
bao quanh *v.t.* surround
bao quanh *v.t.* wreathe
bao tải *n.* sack
bao tay *n.* glove
bao tay dài *n.* gauntlet
bao vây *v.t.* besiege
bào chữa *v.i.* plead
bào chữa *v.t.* justify
bảo dưỡng *n.* maintenance
bảo đảm *v.t.* ensure
bảo đảm *v.t.* guarantee
bảo hiểm nhân thọ trọn đời *a.* whole-hearted
bảo thủ *a.* conservative
bảo trợ *v.t.* patronize
bảo vệ *v.t.* defend
bảo vệ *v.t.* protect
bảo vệ *a.* protective
bảo vệ *v.t.* champion
bão *n.* gale
bão *n.* hurricane
bão táp *n.* tornado
bão to *n.* typhoon
báo cho biết *v.t.* intimate
báo trước *v.t.* herald
báo trước *v.t.* portend
bạo chúa *n.* tyrant
bạo gan *a.* daring
bạo lực *n.* violence
bát đĩa bằng sành *n.* crockery
bát giác *a.* octangular
bạt tai *v.t.* cuff
bay *v.i.* fly
bay cao *adj.* altivalent
bay vọt *v.i.* soar
bảy *a.* seven
bảy mươi *n. a.* seventy
Bay-ard *n.* bayard

bắc *a.* north
bắc *a.* northerly
bắc *a.* northern
Bắc Cực *n.* Arctic
băm *v.t.* mince
băn khoăn *a.* anxious
băn khoăn *a.* uneasy
bắn phá *v.t.* bombard
bắn tóe *v.i.* splash
băng *n.* ice
băng *n.* tape
băng cát xét *n.* cassette
băng gạc ~*n.* bandage
băng giấy màu *n.* streamer
bằng *adv.* as
bằng *prep.* per
bằng bưu điện *adv.* post
bằng cách đó *adv.* thereby
bằng chân *n.* pedestrian
bằng chứng *n.* evidence
bằng chứng *n.* proof
bằng đất nung *a.* earthen
bằng hoặc thuộc ở miệng *a.* oral
bằng lòng *v.i.* consent
bằng lòng *v.t.* content
bằng lời nói *adv.* orally
bằng miệng *a.* verbal
bằng miệng *adv.* verbally
bằng nhau *a.* equal
bằng phẳng *a.* even
bằng phẳng *n.* flat
bằng phẳng *a.* plane
bằng sáng chế *n.* patent
bằng sáp *adj.* cerated
bằng số *a.* numerical
bằng vàng *a.* golden
bằng vũ lực *a.* forcible
bằng xương bằng thịt *a.* incarnate ·
bắp ngô *n.* maize
bắp thịt *a.* muscular

bắp thịt *n.* muscle
bắt *v.t.* apprehend
bắt buộc *a.* obligatory
bắt buộc *v.t.* oblige
bắt chịu *v.t.* impose
bắt chộp *v.t.* seize
bắt chước *v.t.* ape
bắt chước *v.t.* imitate
bắt chước *v.t.* mimic
bắt chước *adj.* mock
bắt cóc *v.t.* abduct
bắt cóc *v.t.* kidnap
bắt đầu *n.* begin
bắt đầu *v.t.* commence
bắt đầu *v.t.* originate
bắt đầu *v.t.* start
bắt đầu *v.t.* auspicate
bắt giữ *v.t.* arrest
bắt giữ *v.t.* capture
bắt kịp *v.t.* overtake
bắt làm nô lệ *v.t.* enslave
bắt làm quá sức *v.t.* overburden
bắt lấy *v.t.* catch
bắt lưới *v.t.* mesh
bắt mồi *v.i.* prey
bắt nguồn từ *v.i.* stem
bắt phạt ai *v.t.* fine
bắt quả tang *v.t.* nab
bắt thề *v.t.* adjure
bắt vít *v.t.* screw
bấc (đèn) *n.* wick
bậc thang *n.* rung
bậc thang *n.* stair
bậc thầy *a.* masterly
bậc trung *a.* middling
bẩm sinh *a.* inborn
bẩm sinh *a.* innate
bẩn *a.* dirty
bẩn thỉu *a.* filthy
bẩn thỉu *a.* nasty
bẩn thỉu *a.* sordid

bẩn thỉu *a.* squalid
bẩn thỉu nhếch nhác *a.* slatternly
bận *a.* busy
bâng khuâng *a.* wistful
bập bẹ *v.i.* babble
bất chấp *a.* irrespective
bất công *a.* unfair
bất công *a.* unjust
bất công *a.* wrongful
bất cứ *a.* any
bất cứ người nào *pron.* whoever
bất cứ thứ gì *pron.* whatever
bất động *a.* motionless
bất hạnh *a.* unfortunate
bất hợp pháp *a.* illegal
bất hủ *a.* imperishable
bất khả xâm phạm *a.* inviolable
bất khả xâm phạm *a.* sacrosanct
bất khuất *a.* indomitable
bất lịch sự *a.* rude
bất lợi *n.* disadvantage
bất lực *a.* helpless
bất lực *a.* impotent
bất mãn *a.* malcontent
bất ngờ *adv.* suddenly
bất ngờ *adv.* unawares
bất ngờ tăng tốc *v.i.* spurt
bất quy tắc *a.* irregular
bất thường *a.* abnormal
bất thường *a.* anomalous
bất tỉnh *a.* insensible
bất tỉnh *v.i.* swoon
bất tử *a.* immortal
bật lại *v.i.* rebound
bầu trời *n.* sky
bầu trời trong sáng *n.* ether
bây giờ *adv.* now
bầy *n.* herd

bầy người *n.* horde
bẩy lên *v.t.* lever
bẫy *n.* trap
bẫy *v.t.* trap
bè bạn *n.* kith
bè phái *n.* faction
bè phái *a.* factious
bẻ cong *v.t.* curve
bẻ gãy *v.t.* fracture
bẻ vụn *v.t.* crumble
bẽn lẽn *a.* sheepish
bén rễ *v.i.* root
béo *a.* fat
béo ngậy *a.* greasy
bê tông *n.* concrete
bề dâu *n.* profundity
bề mặt *n.* surface
bề ngang *n.* breadth
bề ngoài *n.* outside
bề rộng *n.* width
bể chứa nước *n.* rservoir
bể nuôi *n.* aquarium
bế tắc *n.* impasse
bệ *n.* pedestal
bệ *n.* dais
bên cạnh *prep.* beside
bên đối tác *n.* counterpart
bên ký kết *n.* signatory
bên ngoài *a.* outward
bên ngoài *n.* without
bên nguyên *n.* prosecutor
bên thua *n.* underdog
bên trái *n.* left
bên trong *a.* interior
bên trong *n.* within
bền *a.* stout
bền vững *a.* lasting
bến *n.* landing
bến cảng *n.* harbour
bến phà *n.* ferry
bến tàu *n.* haven
bện viện *n.* hospital

bệnh còi xương *n.* rickets
bệnh cúm *n.* influenza
bệnh dại *n.* rabies
bệnh dịch *n.* epidemic
bệnh dịch *n.* pestilence
bệnh đau răng *n.* toothache
bệnh đậu mùa *n.* smallpox
bệnh ecpet màng tròn *n.* ringworm
bệnh ghẻ *n.* scabies
bệnh gút *n.* gout
bệnh hen suyễn *n.* asthma
bệnh học tâm thần *n.* psychiatry
bệnh lao *n.* tuberculosis
bệnh ly *n.* dysentery
bệnh ngứa *n.* itch
bệnh nhân *n.* patient
bệnh nhân tiểu đường *n.* diabetes
bệnh phong *n.* leprosy
bệnh quai bị *n.* mumps
bệnh sốt rét *n.* malaria
bệnh sốt Rickettsia *n.* typhus
bệnh sởi *n.* measles
bệnh tả *n.* cholera
bệnh tàn rụi (cây cối) *n.* blight
bệnh tăng nhãn áp *n.* glaucoma
bệnh tật *n.* disease
bệnh thấp khớp *a.* rheumatic
bệnh thấp khớp *n.* rheumatism
bệnh thiếu máu *n.* anaemia
bệnh thương hàn *n.* typhoid
bệnh tiêu chảy *n.* diarrhoea
bệnh trĩ *n.* piles
bệnh u sầu *n.* melancholia
bệnh ung thư *n.* cancer
bệnh vàng da *n.* jaundice
bệnh viêm họng *n.* angina
bệnh viêm ruột thừa *n.* appendicitis
bệnh viện tư *n.* clinic
bếp *n.* cooker
bếp *n.* kitchen
bi kịch *n.* tragedy
bi kịch *a.* tragic
bi quan *a.* pessimistic
bí danh *n.* alias
bí danh là *adv.* alias
bí hiểm *a.* oracular
bí mật *a.* confidential
bí mật *n.* secret
bị bắt giữ *n.* captive
bị cáo *n.* accused
bị cấm kỵ *a.* taboo
bị chai (ở tay, chân) *a.* callous
bị động *a.* passive
bị đơn *n.* defendant
bị đơn *n.* respondent
bị gỉ *a.* rusty
bị hút về *v.i.* gravitate
bị liệt *a.* paralytic
bị mốc *a.* mouldy
bị mục *adj.* carious
bị nghẹt mũi *a.* stuffy
bị ruồng bỏ *a.* outcast
bị thải đi *a.* waste
bia *n.* beer
bìa cứng *n.* cardboard
bịa đặt *v.t.* fabricate
biên bản ghi nhớ *n.* memorandum
biên giới *n.* border
biên giới *n.* frontier
biên niên sử *n.pl.* annals
biên soạn *v.t.* compile
biên tập *v.t.* edit
biển *a.* marine
biển *a.* nautic(al)
biển *n.* sea

biển khơi *n.* offing
biến cố *n.* happening
biến đổi *v.t.* convert
biến đổi *v.* transform
biến mất *v.i.* disappear
biến mất *v.i.* vanish
biện pháp sơ bộ *n.* preliminary
biết *a.* aware
biết *v.t.* know
biết chắc *v.t.* ascertain
biết đọc *n.* literacy
biết nhiều thứ tiếng *a.* polyglot2
biết ơn *a.* grateful
biết ơn *a.* thankful
biết vâng lời *a.* dutiful
biệt ngữ *n.* jargon
biệt thự *n.* villa
biểu diễn *v.t.* show
biểu diễn nhào lộn *v.i.* somersault
biểu diễn nhào lộn *v.t.* stunt
biểu đồ *n.* diagram
biểu hiện *v.i.* denote
biểu hiện *v.t.* signify
biểu hiện *n.* token
biểu tượng *n.* symbol
bình *n.* vessel
bình đựng hài cốt *n.* urn
bình hương *n.* censer
bình luận *v.i.* comment
bình minh *n.* dawn
bình phong *n.* screen
bình phun xịt *n.* spray
bình rót *n.* pitcher
bình thủy *n.* thermos (flask)
bình thường *a.* workaday
bịp *v.t.* bluff
bít tất dài *n.* hose
bịt đầu *v.t.* tip
bịt mắt *v.t.* blindfold

bịt miệng *v.t.* gag
bịt mõm *v.t.* muzzle
bò cái *n.* cow
bò rừng bizon *n.* bison
bò Tây tạng *n.* yak
bò thiến *n.* bullock
bò trườn *v.i.* scramble
bỏ *v.t.* annul
bỏ (ai) trên đảo hoang *v.t.* maroon
bỏ bùa mê *v.t.* bewitch
bỏ bùa mê *v.t.* enchant
bỏ lại *v.t.* leave
bỏ neo *v.t.* moor
bỏ phiếu *v.i.* ballot
bỏ phiếu *v.i.* vote
bỏ ra (thời gian) *v.t.* while
bỏ rơi *v.t.* forsake
bỏ sót *v.t.* omit
bỏ trốn *v.i.* decamp
bỏ trống *v.t.* vacate
bỏ vào túi *v.t.* pocket
bỏ vào túi *v.i.* bag
bỏ vào vao *v.t.* sack
bó *n.* bundle
bó *n.* sheaf
bó chặt *v.* pinch
bó hoa *n.* bouquet
bó hoa thơm *n.* nosegay
bó vỏ *v.t.* shell
bọ đầu dài *n.* weevil
bóc vỏ *v.t.* peel
bọc *v.t.* muffle
bọc sắt *v.t.* iron
bọc sắt *v.t.* plate
bọc trứng cá *n.* roe
bón phân *v.t.* manure
bón vôi *v.t.* lime
bong bóng *n.* bladder
bong bóng *n.* bubble
bong tàu *n.* deck
bóng bảy *a.* figurative

bóng gió *v.i.* hint
bóng loáng *a.* glossy
bóng lờ mờ *n.* loom
bóng ma *n.* phantom
bóng ma *n.* spectre
bóng mát *n.* shade
bóng mượt *a.* sleek
bóng mượt *a.* slick
bóng râm *n.* shadow
bóng tối *n.* dark
bóng tối *n.* dusk
bóp *v.t.* manipulate
bóp cổ *v.t.* throttle
bóp méo *v.t.* distort
bọt *n.* foam
bọt *n.* lather
bọt biển *n.* sponge
bô *n.* urinal
bổ dưỡng *a.* nutritious
bổ ích *a.* salutary
bổ nhiệm *v.t.* appoint
bổ sung *adj.* adscititious
bổ sung *a.* complementary
bổ sung *v.t.* replenish
bổ sung *v.t.* supplement
bổ sung *a.* supplementary
bố *n.* dad, daddy
bố *n.* father
bố trí *v.t.* lay
bố trí nhân viên cho *v.t.* staff
bộ *n.* ministry
bộ *n.* set
bộ ba *n.* trinity
bộ ba *n.* trio
bộ binh *n.* infantry
bộ đồ giường *n.* bedding
bộ đồ nghề *n.* kit
bộ giảm thanh *n.* silencer
bộ lông *n.* fleece
bộ lông thú *n.* fur
bộ máy *n.* tract
bộ máy tư pháp *n.* judicature
bộ mặt *n.* visage
bộ não *n.* brain
bộ ngực của người *n.* bosom
bộ phận *n.* part
bộ phận đằng sau *n.* rear
bộ phận hành chính *n.* secretariat (e)
bộ phim *n.* film
bộ quần áo *n.* suit
bộ sách *n.* tome
bộ sách giáo khoa *n.* encyclopaedia
bộ sưu tập *n.* collection
bộ tóc giả *n.* wig
bộ tộc *a.* tribal
bộ tộc *n.* tribe
bộ trưởng *n.* minister
bộ xương *n.* skeleton
bộ yên cương *n.* harness
bốc cháy *v.i.* flame
bốc dỡ hàng *v.t.* discharge
bốc dỡ hàng hóa *v.t.* debar
bốc hơi *v.i.* steam
bốc khói *v.i.* smoke
bôi bùn *v.t.* bemire
bôi hắc ín *v.t.* tar
bôi mỡ *v.t.* grease
bôi sáp *v.t.* wax
bồi bàn *n.* waiter
bồi thường *v.t.* compensate
bội bạc *a.* treacherous
bội bốn *v.t.* quadruple
bội số *n.* multiple
bổn phận *n.* duty
bốn *n.* four
bốn mươi *n.* forty
bông *n.* cotton
bột *n.* powder
bột giấy *n.* pulp
bột nhào *n.* dough
bột nhồi *n.* paste
bơ *n.* butter

bơ phờ *a.* listless
bơ thực vật *n.* margarine
bờ (biển) *n.* strand
bờ biển *n.* coast
bờ biển *n.* shore
bờ miệng (vực) *n.* brink
bợ đỡ *v.t.* beslaver
bơi *v.i.* swim
bởi *a.* consequent
bởi vì *conj.* because
bởi vì *conj.* for
bơm *v.t.* pump
bờm *n.* mane
bớt giảm *v.t.* diminish
bớt nghiêm khắc *v.i.* relent
bùa *n.* talisman
bùa hộ mạng *n.* amulet
bùa mê *n.* spell
búa *n.* hammer
búa đóng cọc *n.* ram
búi *n.* bunch
bụi *n.* dust
bụi *n.* mote
bụi cây *n.* thicket
bụi cây *n.* bush
bùn *n.* mud
bùn *n.* silt
bùn loãng *n.* slush
bùn sông *n.* ooze
bủn xỉn *a.* mean
bụng *n.* abdomen
bụng *n.* belly
buộc *v.t.* bind
buộc *v.t.* fasten
buộc *v.t.* tie
buộc bằng dây *v.t.* string
buộc bằng dây *v.t.* tether
buộc bằng dây sắt *v.t.* wire
buộc quanh *v.t.* begird
buộc thẻ vào *v.t.* tag
buộc thòng lọng *v.t.* noose
buộc tội *v.t.* accuse
buộc tội *v.t.* impeach
buộc tội *v.t.* incriminate
buộc tội *v.* arraign
buổi biểu diễn *n.* show
buổi biểu diễn ban chiều *n.* matinee
buổi diễn ra mắt *n.* premiere
buổi hoà nhạc bình dân *n.* pop
buổi họp mặt thân mật *n.* social
buổi phụ đạo *n.* tutorial
buổi sáng *n.* morning
buổi sáng *n.* forenoon
buổi tối *n.* evening
buổi trưa *n.* noon
buôn lậu *v.t.* smuggle
buôn lậu *v.i.* traffic
buồn *a.* sullen
buồn bã *a.* rueful
buồn cười *a.* ridiculous
buồn ngủ *a.* sleepy
buồn ngủ *n.* somnolent
buồn rầu *a.* sad
buồn rầu *a.* unhappy
buồn rầu *a.* moody
buồn rầu *a.* morose
buồn tẻ *a.* monotonous
buồn tẻ *a.* tedious
buồn ủ rũ *a.* cheerless
buồng *n.* apartment
buồng lái (của phi công) *n.* cock-pit
buồng ngủ *n.* chamber
buồng nhỏ *n.* cabin
buồng nhỏ *n.* closet
buồng trứng *n.* ovary
búp bê *n.* doll
bút *n.* pen
bút chì *n.* pencil
bút danh *n.* pseudonym
bừa bãi *a.* haphazard

bừa bãi *a.* indiscriminate
bừa bãi *a.* licentious
bữa ăn *n.* meal
bữa ăn qua loa *n.* snack
bữa ăn sáng *n.* breakfast
bữa ăn tối *n.* supper
bữa tiệc *n.* feast
bữa tối *n.* dinner
bữa trưa *n.* lunch
bức ảnh *n.* photo
bức ảnh *n.* photograph
bức chân dung *n.* portrayal
bức điện *n.* telegram
bức thư *n.* letter
bức tranh *n.* painting
bức tranh *n.* picture
bức tranh tường *n.* mural
bức tường *n.* wall
bức tường thành *n.* bulwark
bừng cháy *a.* fiery
bước *v.i.* step
bước chân *n.* pace
bước dài *n.* stride
bước đi *n.* step
bước đi *n.* tread
bướm đêm *n.* moth
bướng bỉnh *a.* stubborn
bướng bỉnh *a.* wayward
bướng bỉnh *a.* mulish
bưu điện *n.* post
bưu kiện *n.* parcel
bưu phẩm *n.* mail
bưu phí *n.* postage

ca (thợ) *n.* relay
ca sĩ *n.* singer
ca sĩ *n.* vocalist
ca tụng *v.t.* extol
cà chua *n.* tomato

cà kheo *n.* stilt
cà phê *n.* coffee
cà tím *n.* brinjal
cả cái này *pron.* both
cả hai *a.* both
cả hai *conj.* both
cá bơn *n.* sole
cá đuối *n.* ray
cá mập *n.* shark
cá nhân *a.* personal
cá nhân *a.* private
cá sấu *n.* crocodile
cá sấu Mỹ *n.* alligator
cá thể *a.* individual
cá tính *n.* individuality
cá trích *n.* herring
cá voi *n.* whale
các ông *n.* Messrs
các vũ khí *n.* armament
cacbon *n.* carbon
cacbua *n.* carbide
cách ăn mặc *n.* garb
cách chức *v.t.* deprive
cách diễn đạt *n.* phraseology
cách đối xử *n.* behaviour
cách khác *pron.* other
cách khác *adv.* otherwise
cách kiếm sống *n.* livelihood
cách ly *v.t.* insulate
cách ly *v.t.* segregate
cách mạng *n.* revolutionary
cách nấu nướng *n.* cuisine
cách ngôn *n.* aphorism
cách nói *n.* parlance
cách phát âm *n.* diction
cách phát âm *n.* pronunciation
cách sử dụng *n.* usage
cách thức *n.* manner
cách thức *n.* mode
cách tiến hành *n.* proceeding
cách vẽ chân dung *n.* portraiture

cách viết mật mã *n.* cryptography	**cái chiêng** *n.* gong
cách xa *adv.* far	**cái chộp** *v.t.* grab
cai ngục *n.* jailer	**cái chốt** *n.* peg
cai ngục *n.* warder	**cái chốt chặn** *n.* fiddle
cai sữa *v.t.* ablactate	**cái chốt cửa** *n.* latch
cai trị *v.t.* govern	**cái chuông** *n.* bell
cai trị *v.t.* rule	**cái còi** *n.* whistle
cài khuy *v.t.* button	**cái còng** *n.* shackle
cài phéc *v.t.* zip	**cái còng tay** *n.* handcuff
cài then (cửa) *v.t.* bar	**cái của họ** *pron.* theirs
cài then (cửa) *v.t.* bolt	**cái cùm** *n.* fetter
cải bắp *n.* cabbage	**cái cung** *n.* bow
cải lông *n.* rocket	**cái cuốc chim** *n.* mattock
cải thiện *v.t.* improve	**cái cưa** *n.* saw
cải trang *v.t.* disguise	**cái cửa** *n.* door
cãi bướng *v.t.* cavil	**cái dù** *n.* parachute
cãi lộn *v.i.* wrangle	**cái đánh nhẹ** *n.* tip
cãi nhau *v.i.* quarrel	**cái đánh trứng** *n.* whisk
cãi nhau ầm ĩ *v.i.&n.* brawl	**cái đập** *n.* dam
cãi nhau vặt *v.t.* bicker	**cái đầu** *n.* head
cái bàn *n.* desk	**cái đẩy lùi** *n.* repellent
cái bàn *n.* table	**cái đe** *n.* anvil
cái bát *n.* bowl	**cái đê** *n.* thimble
cái bay *n.* trowel	**cái để bảo vệ** *n.* safeguard
cái bật lửa *n.* lighter	**cái đệm** *n.* cushion
cái bẫy *n.* snare	**cái điển hình** *n.* representative
cái bịt miệng *n.* gag	**cái đó** *pron.* such
cái bơm *n.* pump	**cái đòn bẩy** *n.* lever
cái bừa *n.* drag	**cái đu** *n.* swing
cái bướu *n.* hunch	**cái đục** *n.* chisel
cái cáng *n.* dandy	**cái gì** *n.* aught
cái cáng *n.* stretcher	**cái gì** *interj.* what
cái cào *n.* vixen	**cái giáo** *n.* spear
cái cày *n.* plough	**cái giầm** *n.* paddle
cái cầu *n.* bridge	**cái giũa** *n.* file
cái chạm *n.* touch	**cái hái cỏ** *n.* scythe
cái chày *n.* beetle	**cái hộp** *n.* box
cái chắp *n.* sty	**cái kéo** *n.* scissors
cái chắp *n.* stye	**cái kẹp** *v.t.* nip
cái chậu *n.* basin	**cái kẹp** *n.pl.* tongs
cái chêm bằng gỗ *n.* glut	**cái kê tay** *n.* maulstick
	cái khay *n.* tray

cái khiên *n.* shield
cái khóa (thắt lưng) *n.* buckle
cái khoan *n.* wimble
cái khoan *n.* auger
cái khuy *n.* button
cái kim *n.* needle
cái làm nhớ lại *n.* reminder
cái lao *n.* javelin
cái liếc mắt đưa tình *n.* ogle
cái liếc nhìn *n.* glance
cái liềm *n.* sickle
cái lúc lắc *n.* rattle
cái mai *n.* spade
cái móc *n.* crotchet
cái móc *n.* hook
cái móc *n.* clasp
cái móc *n.* loop
cái muôi *n.* ladle
cái nan hoa *n.* spoke
cái nạng *n.* crutch
cái nào *a.* which
cái ngã *n.* tumble
cái nháy mắt *n.* twinkle
cái nháy mắt *n.* wink
cái nhìn chằm chằm *n.* gaze
cái nhìn giận giữ *n.* glare
cái nhìn lướt qua *n.* glimpse
cái như trên *n.* ditto
cái nôi *n.* cradle
cái ô *n.* umbrella
cái phanh *n.* brake
cái quạt *n.* fan
cái que *n.* rod
cái rìu *n.* axe
cái rìu nhỏ *n.* hatchet
cái roi *n.* lash
cái ròng rọc *n.* pulley
cái rổ *n.* basket
cái sàng *n.* sieve
cái siêu phàm *n.* sublime
cái tạp dề *n.* apron
cái tát *n.* slap

cái thang *n.* ladder
cái then *n.* bolt
cái thìa *n.* spoon
cái thích *n.* like
cái thiếp *n.* card
cái thùng *n.* pail
cái trống *n.* drum
cái trước *pron.* former
cái ví *n.* wallet
cái vồ lớn *n.* maul
cái vỗ nhẹ *n.* pat
cái vợt *n.* racket
cái xà nhà *n.* girder
cái xẻng *n.* shovel
calo *n.* calorie
cam đoan *v.t.* reassure
cảm động *a.* emotional
cảm động *a.* pathetic
cảm giác *n.* feeling
cảm giác *n.* sensation
cảm hứng chủ đạo *n.* pathos
cảm thấy *v.t.* feel
cảm thấy *v.t.* sense
cảm thấy buồn bã *v.i.* sorrow
cảm tình *n.* affection
cảm xúc mạnh mẽ *n.* passion
cám *n.* mash
cám ơn *v.t.* thank
cạm bẫy *n.pl.* toils
can đảm *a.* courageous
can nhắc *v.i.* deliberate
can thiệp *v.i.* interfere
can thiệp vào *v.i.* maddle
can trường *a.* manful
cản trở *v.t.* hinder
cản trở *a.* obstructive
cản trở *v.t.* restrain
cản trở *v.t.* thwart
cản trở *v.t.* check
cán bộ kiểm lâm *n.* forester
cán mỏng *v.t.* laminate
cán ô *n.* panel

cảng *n.* port
canh gác *v.i.* guard
canh gác *v.t.* watch
canh tác *v.t.* till
cành (của cây) *n.* spray
cành cây *n.* bough
cành cây *n.* branch
cành cây tỉa *n.* lop
cành con *n.* twig
cành để chim đậu *n.* perch
cành ghép *n.* graft
cành liễu gai *n.* withe
cành non *n.* shoot
cành non *n.* browse
cảnh (của một bản kịch) *n.* scene
cảnh báo *v.t.* caution
cảnh báo *v.t.* warn
cảnh báo trước *v.t.* forewarn
cảnh giác *a.* alert
cảnh giác *a.* vigilant
cảnh lộng lẫy *n.* pageantry
cảnh nghèo nàn *n.* poverty
cảnh nô lệ *n.* bondage
cảnh nô lệ *n.* slavery
cảnh nô lệ *n.* thralldom
cảnh sát *n.* constable
cảnh sát *n.* police
cảnh sát *n.* policeman
cảnh trời quang mây tạnh *n.* serenity
cảnh tượng *n.* spectacle
cánh (chim) *n.* wing
cánh buồm *n.* sail
cánh đồng *n.* field
cánh hoa *n.* petal
cánh kiến đỏ *n.* lac, lakh
cánh tay *n.* arm
cạnh sắc *n.* edge
cạnh tranh *v.i.* compete
cạnh tranh *a.* competitive
cạnh tranh *v.t.* rival

canxi *n.* calcium
cao *adv.* aloft
cao *a.* high
cao *a.* tall
cao độ *a.* intensive
cao hơn *a.* upper
cao ngất *a.* lofty
cao nguyên *n.* plateau
cao quý *a.* grand
cao quý *a.* noble
cao su *n.* rubber
cao tuổi *a.* elderly
cào xước *v.t.* scratch
cạo râu *v.t.* shave
cạp *n.* waistband
cara *n.* carat
cát *n.* sand
catmi *n.* cadmium
cau (mày) *v.t.* purse
cau có *v.i.* scowl
cau mày *v.i.* frown
càu nhàu *v.i.* grumble
cay cay *a.* piquant
cày ruộng *v.i.* plough
căm ghét *a.* hostile
cằm *n.* chin
cắm que nhọn *v.t.* spike
cắm trại *v.i.* camp
căn phòng *a.* flat
căn phòng *n.* room
cắn *v.t.* bite
cặn kẽ *adv.* minutely
cặn lắng *n.* sediment
căng ra *v.t.* stretch
căng thẳng *a.* tense
căng tin *n.* canteen
cẳng chân *n.* shin
cẳng tay *n.* forearm
cặp câu *n.* couplet
cặp đôi *n.* couple
cặp sinh đôi *n.* twin
cắt *v.t.* curtail

cắt *v.t.* cut	cấp dưới *a.* subordinate
cắt *v.t.* slice	cấp giấy phép *v.t.* license
cắt cỏ *v.t.* scythe	cấp tiền cho *v.t.* finance
cắt ra từng mảnh *v.t.* dissect	cập nhật *a.* up-to-date
cắt rời *v.t.* sever	cất hạ khô *n.* bugle
cắt sửa móng tay *n.* manicure	cất (hàng) vào kho *v.t.* stock
cắt tỉa *v.t.* trim	cất đi *v.t.* consign
câm *a.* dumb	cất gánh nặng *v.t.* unburden
cầm *v.t.* handle	cất giấu *v.t.* secrete
cầm *v.t.* take	cất giữ *v.t.* enshrine
cầm cố *v.t.* pledge	câu *n.* sentence
cầm cố *v.t.* mortgage	câu cá *v.i.* fish
cầm lại *v.t.* bring	câu chuyện *n.* story
cầm nắm *v.t.* hold	câu đố *n.* conundrum
cẩm nang *n.* gospel	câu đố *n.* puzzle
cấm *v.t.* forbid	câu hỏi *n.* query
cấm *a.* prohibitory	câu hỏi *n.* question
cấm chỉ *a.* prohibitive	câu lạc bộ *n.* club
cấm kỵ *v.t.* taboo	câu nệ *a.* ceremonious
cân *v.t.* weigh	câu trả lời *n.* answer
cân bằng *v.t.* out-balance	câu trả lời *n.* reply
cân bằng đều *a.* level	câu trả lời *n.* response
cân nhắc *v.t.* consider	cầu khẩn *v.t.* crave
cân nhắc *v.t.* delibate	cầu khẩn *v.t.* implore
cân nhắc *v.t.* ponder	cầu khẩn *v.t.* invoke
cân xứng *a.* proportional	cầu mắt *n.* eyeball
cân xứng *a.* proportionate	cầu nguyện *v.i.* pray
cần *v.t.* need	cẩu thả *a.* negligent
cần cù *a.* painstaking	cẩu thả *a.* slipshod
cần cù *a.* laborious	cấu thành *v.t.* constitute
cần phải có *v.t.* necessitate	cấu trúc *a.* structural
cần thiết *a.* necessary	cấu trúc *n.* structure
cần thiết *a.* needful	cây *n.* tree
cần thiết *a.* requisite	cây a ngùy *n.* asafoetida
cẩn thận *a.* careful	cây atisô *n.* artichoke
cận thần *n.* courtier	cây bạc hà *n.* mint
cận thị *a.* myopic	cây bách *n.* cypress
cấp *n.* level	cây bạch dương *n.* poplar
cấp bách *a.* imperative	cây bạch đậu khấu *n.* cardamom
cấp bách *a.* urgent	
cấp bậc đại úy *n.* captaincy	cây bấc *n.* rush
cấp dưới *a.* junior	cây bầu *n.* gourd

cây bồ công anh *n.* dandelion
cây bông cải xanh *n.* broccoli
cây bụi *n.* shrub
cây cải âm *n.* lunatic
cây cau *n.* areca
cây chàm *n.* indigo
cây cỏ *n.* greenery
cây cọ *n.* palm
cây củ cải *n.* turnip
cây củ cải đường *n.* beet
cây cúc *n.* daisy
cây dâu tằm *n.* mulberry
cây dong *n.* arrowroot
cây đa *n.* banyan
cây đậu chổi *n.* broom
cây đinh hương *n.* clove
cây gai dầu *n.* hemp
cây giáo *n.* lance
cây gụ *n.* mahogany
cây hạt dẻ *n.* chestnut
cây hồ đào *n.* walnut
cây hublông *n.* hop
cây húng quế *n.* basil
cây kế *n.* thistle
cây lai *n.* hybrid
cây lâu năm *n.* perennial
cây liễu *n.* willow
cây linh sam *n.* fir
cây lúa mì *n.* wheat
cây lý gai *n.* gooseberry
cây mã đề *n.* plantain
cây mía *n.* myrtle
cây mù tạc *n.* mustard
cây ngải tây *n.* wormwood
cây nghệ *n.* curcuma
cây nghệ *n.* turmeric
cây nghệ tây *n.* saffron
cây nho *n.* vine
cây non *n.* sapling
cây oải hương *n.* lavender
cây ôliu *n.* olive
cây ớt *n.* capsicum

cây quế *n.* cinnamon
cây rau mùi *n.* coriander
cây sồi *n.* beech
cây sồi *n.* oak
cây sung dâu *n.* sycamore
cây táo gai *n.* hawthorn
cây tắc *n.* panic
cây tầm gửi *n.* mistletoe
cây tầm ma *n.* nettle
cây thông *n.* pine
cây thủy tiên *n.* daffodil
cây thường xanh *n.* evergreen
cây thường xuân *n.* ivy
cây trầu không *n.* betel
cây tre *n.* bamboo
cây trúc *n.* cane
cây tùng lam *n.* pastel
cây tuyết tùng *n.* cedar
cây tử đinh hương *n.* lilac
cây xanh trang trí *a.* evergreen
cây xô thơm *n.* sage
cây xương rồng *n.* cactus
cầy mangut *n.* mongoose
cha mẹ *a.* parental
cha mẹ đỡ đầu *n.* sponsor
cha sở *n.* vicar
cha xứ *n.* parson
chai *n.* bottle
chài len *v.t.* scribble
chạm *v.t.* touch
chán *a.* weary
chán nản *v.i.* mope
chán ngắt *a.* insipid
chán ngắt *n.* monostrous
chạn *n.* safe
chạn thức ăn *n.* ambry
chạng vạng *n.* twilight
chao ôi! *interj.* alas
chào đón *v.t.* welcome
chào hỏi *v.t.* greet

chào hỏi *v.t.* salute
chào tạm biệt *interj.* adieu
chào tạm biệt *interj.* bye-bye
cháo *n.* soup
cháo yến mạch *n.* porridge
cháu gái *n.* niece
cháu trai *n.* nephew
chảy *v.i.* flow
chảy *v.i.* stream
chảy chầm chậm *v.i.* ooze
chảy máu *v.i.* bleed
chảy nhỏ giọt *v.i.* drip
chảy nhỏ giọt *v.i.* trickle
chảy ra *v.i.* spill
chảy tràn *v.i.* pour
cháy *a.* ardent
cháy âm ỉ *v.i.* smoulder
cháy dữ dội *v.i.* blaze
cháy xém *v.t.* singe
chạy *v.i.* run
chạy hết tốc lực *v.i.* sprint
chạy lắt léo *v.t.* dodge
chạy ngoằn ngoèo *v.i.* zigzag
chạy nhanh *v.i.* speed
chạy nước kiệu *v.i.* trot
chạy tán loạn *v.i.* stampede
chạy trốn *v.i.* flee
chạy trốn người yêu *v.i.* elope
chạy vo vo *v.i.* purr
chạy vụt *v.i.* scamper
chạy vượt *v.t.* outrun
chắc *a.* firm
chắc chắn *a.* certain
chắc chắn *a.* confident
chắc chắn *a.* consistent
chắc chắn *adv.* fast
chắc chắn *a.* sure
chắc chắn *adv.* surely
chăm chỉ *a.* studious
chăm chú *a.* attentive
chăm chú *a.* intent

chăm chú *a.* rapt
chăm nom *v.i.* minister
chăm nom *v.i.* care
chăm sóc như một người mẹ *v.t.* mother
chăn *n.* quilt
chăn *n.* blanket
chăn thả (súc vật) *v.t.* pasture
chặn *v.t.* intercept
chặn trước *v.t.* forestall
chặt *a.* compact
chặt *a.* tight
chặt *v.t.* chop
chặt bằng quân bài chủ *v.t.* trump
chặt đầu *v.t.* behead
chặt đốn *v.t.* hew
chặt mạnh *v.t.* hack
châm *v.t.* light
châm biếm *a.* ironical
châm biếm *a.* satirical
châm biếm *v.t.* satirize
châm ngôn *n.* adage
châm ngôn *n.* dictum
châm ngôn *n.* maxim
châm ngôn *n.* precept
chấm câu *v.t.* punctuate
chậm *adv.* slowly
chậm chạp *a.* slow
chậm chạp *v.i.* slow
chậm chạp *a.* sluggish
chậm tiến *a.* backward
chân *n.* leg
chân (có vuốt của mèo, hổ...) *n.* paw
chân cột *n.* die
chân dung *n.* portrait
chân giá trị *n.* dignity
chân không *n.* vacuum
chân răng gãy *n.* snag
chân thật *a.* artless
chân trước *n.* foreleg

chần chừ *v.i.* linger
chẩn đoán *v.t.* diagnose
chấp hành viên ở tòa án *n.* bailiff
chấp lại thành khối *v.t.* piece
chấp nhận & accept
chấp nhận được *a.* acceptable
chấp nhận được *a.* permissible
chấp thuận *v.t.* accord
chấp thuận *v.t.* approve
chất *n.* substance
chất bổ *n.* sustenance
chất bôi trơn *n.* lubricant
chất diệt trùng *n.* germicide
chất dính *n.* adhesive
chất đạm *n.* protein
chất đống *adv.* aheap
chất đống *v.t.* amass
chất đống *v.t.* heap
chất hàng *v.t.* lade
chất hóa học *n.* chemical
chất khử trùng *n.* antiseptic
chất kích thích *n.* irritant
chất kích thích *n.* stimulant
chất kiềm *n.* alkali
chất làm say *n.* intoxicant
chất lỏng *n.* fluid
chất lỏng *n.* slime
chất lỏng *n.* liquid
chất lượng *n.* quality
chất nặng lên *v.t.* burden
chất nhầy *n.* mucilage
chất nhựa thơm *n.* myrrh
chất nổ *n.* explosive
chất nôn ra *n.* vomit
chất quá nặng *v.t.* overcharge
chất quá nặng *v.t.* overload
chất quá nặng *v.t.* surcharge
chất sáp *n.* wax
chất thải *n.* waste
chất tổng hợp *n.* synthetic

chất vấn *v.t.* question
chậu *n.* tub
chậu thủy tinh *n.* cuvette
che *v.t.* veil
che bóng *v.t.* overshadow
che bóng *v.t.* shade
che bóng *v.t.* shadow
che chắn *v.t.* screen
che chở *v.t.* shield
che dấu *v.t.* hide
che đậy *v.t.* bemask
che giấu *v.t.* mask
che phủ *v.t.* cover
chẻ ra *v.t.* wedge
chém *v.t.* slash
chèn *v.i.* skid
chén *n.* cup
chèo thuyền *v.t.* row
chèo thuyền bằng giầm *v.i.* paddle
chéo nhau *a.* cross
chép lại *v.t.* transcribe
chế (bia rượu) *v.t.* brew
chế độ *n.* regime
chế độ chuyên quyền *n.* autocracy
chế độ hôn nhân một vợ một chồng *n.* monogamy
chế độ nhiều vợ nhiều chồng *n.* polygamy
chế độ quân chủ *n.* monarchy
chế giễu *v.i.* jeer
chế giễu *v.i.* scoff
chế ngự *v.t.* overpower
chế nhạo *v.i.* gibe
chế nhạo *a.* sarcastic
chế nhạo *v.t.* taunt
chế phục *n.* livery
chế tạo *v.t.* make
chế tạo *v.t.* manufacture
chếnh choáng *a.* tipsy
chết *a.* dead

chết *v.i.* decease
chết *v.i.* die
chết *a.* mortal
chết đuối *v.i.* drown
chết vì đói *v.i.* starve
chi tiết *n.* detail
chi tiết *n.* particular
chi tiêu *v.t.* spend
chì *n.* lead
chỉ *adv.* only
chỉ dẫn *v.t.* instruct
chỉ dẫn sai *v.t.* misdirect
chỉ đạo *v.t.* conduct
chỉ định *v.t.* nominate
chỉ huy *v.t.* head
chỉ là *a.* mere
chỉ lấy một vợ *a.* monogynous
chỉ ra *v.t.* indicate
chỉ tiêu *n.* norm
chỉ trích *a.* critical
chị em *n.* sister
chị thợ giặt *n.* laundress
chia bài *v.i.* deal
chia bốn *v.t.* quarter
chia buồn *v.i.* condole
chia đôi *v.t.* halve
chia đôi *v.t.* bisect
chia loại *v.t.* assort
chia phần *v.t.* share
chia ra *v.t.* divide
chia ra *v.t.* partition
chia ra từng phần *v.t.* apportion
chia thành từng phần *v.t.* parcel
chia thành từng phần *v.t.* part
chia thành từng phần *v.t.* portion
chìa ra *v.t.* reach
chìa vặn đai ốc *n.* spanner
chiếc nhẫn *n.* ring

chiêm chiếp *v.i.* cheep
chiếm đoạt *v.t.* appropriate
chiếm đoạt *v.t.* conquer
chiếm đoạt *v.t.* usurp
chiếm được *v.t.* conciliate
chiếm hữu *v.t.* possess
chiếm lại *v.t.* resume
chiếm lĩnh *v.t.* occupy
chiếm ưu thế *a.* predominant
chiếm ưu thế *v.i.* predominate
chiếm ưu thế *v.i.* prevail
chiếm ưu thế hơn *v.t.* dominate
chiến binh *n.* combatant1
chiến binh *n.* warrior
chiến dịch *n.* campaign
chiến dịch *n.* crusade
chiến đấu *v.i.* battle
chiến đấu *v.t.* fight
chiến đấu *a.* militant
chiến đấu *v.i.* militate
chiến đấu với ai *v.t.* combat
chiến lợi phẩm *n.* booty
chiến lược *a.* strategic
chiến lược *n.* strategy
chiến sĩ *n.* militant
chiến sĩ du kích *n.* guerilla
chiến thắng *n.* triumph
chiến thắng *v.i.* triumph
chiến thắng *a.* victorious
chiến thắng *n.* victory
chiến tích *n.* trophy
chiến tranh *n.* war
chiến tranh *n.* warfare
chiêu bài *n.* guise
chiều cao *n.* height
chiều dài *n.* length
chiếu *n.* mat
chiếu cố *v.t.* vouchsafe
chiếu rọi *v.i.* beam
chiếu sáng *v.t.* outshine
chiếu sáng *v.t.* radiate

chiếu sáng *v.i.* shine
chiếu tướng *n.* checkmate
chim bồ câu *n.* dove
chim bồ câu *n.* pigeon
chim chích *n.* warbler
chim chiền chiện *n.* lark
chim cu cu *n.* cuckoo
chim cút *n.* quail
chim đại bàng *n.* eagle
chim giả *n.* lure
chim giẻ cùi *n.* jay
chim hồng tước *n.* wren
chim kền kền *n.* vulture
chim nhạn *n.* swallow
chim non *n.* nestling
chim nuôi *n.* poultry
chim sâm cầm *n.* coot
chim sẻ *n.* sparrow
chim sơn ca *n.* nightingale
chim ưng *adj.* accipitral
chim ưng *n.* falcon
chìm *v.i.* sink
chín *a.* mellow
chín *n.* nine
chín (quả) *a.* ripe
chín muồi *v.i.* ripen
chín mươi *n.* ninety
chinh phục *v.t.* subject
chinh phục *v.t.* subjugate
chỉnh tề *a.* seemly
chính *n.* main
chính *a.* staple
chính *adj.s* cardiacal
chính khách *n.* politician
chính khách *n.* statesman
chính phủ *n.* government
chính sách *n.* policy
chính sách không liên quan *n.* non-alignment
chính thể *n.* polity
chính thể đầu sỏ *n.* oligarchy
chính thống *a.* orthodox

chính thức *a.* formal
chính thức *a.* official
chính thức buộc tội *v.t.* indict
chính tôi *pron.* myself
chính trị *a.* political
chính trị thần quyền *n.* theocracy
chính xác *a.* accurate
chính xác *adv.* aright
chính xác *a.* exact
chính yếu *a.* capital
chịu đau đớn *v.t.* agonize
chịu đựng *v.t.* endure
chịu đựng *v.t.* stomach
chịu đựng *v.t.* suffer
chịu đựng được *v.t.* withstand
chịu trách nhiệm *a.* accountable
chịu trách nhiệm *a.* amenable
chịu trách nhiệm *a.* responsible
cho *v.t.* give
cho (ngựa) vào chuồng *v.t.* stable
cho (than) vào đốt *v.t.* stoke
cho ăn *v.t.* feed
cho biết *v.t.* apprise
cho bú sữa *v.t.* suckle
cho đầu đề *v.t.* entitle
cho đến khi *prep.* till
cho đến khi *n.conj.* till
cho đến khi *prep.* until
cho đến khi *conj.* until
cho đến nay *adv.* hitherto
cho gia vị (vào thức ăn) *v.t.* spice
cho hồi hương *v.t.* repatriate
cho la do *v.t.* attribute
cho lên tàu *v.t.* embark
cho nên *adv.* so
cho nhập tịch *v.t.* naturalize
cho ở *v.t.* lodge

cho phép *v.t.* allow	**chỗ lõm vào (ở bờ biển)** *n.* bight
cho phép *v.t.* consent3	
cho phép *v.t.* permit	**chỗ mềm** *n.* soft
cho phép ai *v.t.* indulge	**chỗ mưng mủ** *n.* boil
cho quá liều *v.t.* overdose	**chỗ nối** *n.* commissure
cho quyền *v.t.* authorize	**chỗ nông** *n.* shoal
cho sữa *v.t.* milk	**chỗ nuôi ong** *n.* apiary
cho thuê *v.t.* rent	**chỗ nứt** *n.* fissure
cho thuê lại *v.t.* sublet	**chỗ nứt** *n.* breakage
cho tiền *v.t.* endow	**chỗ ở** *n.* home
cho tới khi *prep.* pending	**chỗ rách** *n.* tear
cho uống no nê *v.t.* drench	**chỗ sông uốn khúc** *v.i.* meander
cho vào thùng *v.t.* encase	
cho vay *v.t.* lend	**chỗ sưng lên** *n.* swell
cho vay *v.t.* loan	**chỗ thắt lưng** *n.* loin
chõ nạc *n.* lean	**chỗ trống** *n.* blank
chó bun *n.* bulldog	**chỗ trống** *n.* gap
chó con *n.* puppy	**chỗ trống** *n.* void
chó rừng *n.* jackal	**chỗ uốn cong** *n.* bend
chó săn *n.* hound	**chốc** *n.* moment
chó săn thỏ *n.* greyhound	**chốc lát** *n.* instant
chó sói *n.* wolf	**chồi** *n.* sprig
chó sục *n.* terrier	**chồi cây** *n.* offset
choàng *v.t.* mantle	**chối cãi** *v.t.* gainsay
chọc *v.t.* poke	**chôn cất** *v.t.* bury
chọc *v.t.* prick	**chôn vùi** *v.t.* overwhelm
chọc giận *v.t.* nettle	**chồn macten** *n.* marten
chọc tức *v.t.* irritate	**chồn vizon** *n.* mink
chọc tức *v.t.* vex	**chồng** *n.* husband
chòi *a.* shanty	**chồng / vợ** *n.* spouse
chói ngời *a.* lustrous	**chồng hoặc vợ (của vua chúa)** *n.* consort
chòm sao *n.* asterism	
chòm sao *n.* constellation	**chống** *v.i.* lean
chọn *v.t.* choose	**chống chế** *adv.* defensive
chọn lựa *v.i.* opt	**chống đối** *v.t.* oppose
chóng mặt *a.* giddy	**chống đỡ** *v.t.* prop
chóp *n.* ridge	**chống lại** *pref.* contra
chỗ che *n.* lee	**chống lại** *v.t.* counteract
chỗ da bị xước *n.* graze	**chống uống rượu** *a.* teetotal
chỗ dày nhất *n.* thick	**chờ** *v.i.* wait
chỗ khúc khuỷu *v.t.* crankle	**chờ đợi** *v.t.* await
chỗ loét *n.* ulcer	**chờ một cơ hội tốt** *v.t.* bide

chở *v.t.* load
chơi bạc bịp *v.t.* rook
chơi chữ *v.i.* pun
chơi khăm *v.t.* hoax
chơi ném bóng rổ *v.i.* bowl
chơi viôlông *v.i.* fiddle
chợp mắt *v.i.* nap
chu kỳ *n.* cycle
chu vi *n.* circuit
chu vi *n.* periphery
chủ *n.* employer
chủ chứa *n.* bawd
chủ đề *a.* thematic
chủ đề *n.* theme
chủ đề *n.* topic
chủ ngân hàng *n.* banker
chủ nghĩa anh hùng *n.* heroism
chủ nghĩa bi quan *n.* pessimism
chủ nghĩa cá nhân *n.* individualism
chủ nghĩa cộng sản *n.* communism
chủ nghĩa cơ hội *n.* opportunism
chủ nghĩa dân tộc *n.* nationalism
chủ nghĩa duy vật *n.* materialism
chủ nghĩa đế quốc *n.* imperialism
chủ nghĩa hiện thực *n.* realism
chủ nghĩa hoài nghi *n.* scepticism
chủ nghĩa lý tưởng *n.* idealism
chủ nghĩa phân biệt chủng tộc *n.* racialism
chủ nghĩa thực dụng *n.* pragmatism

chủ nghĩa tự do *n.* liberalism
chủ nghĩa tượng trưng *n.* symbolism
chủ nghĩa vô chính phủ *n.* anarchism
chủ nghĩa xã hội *n.* socialism
chủ nghĩa yêu nước *n.* partiotism
chủ nhiệm khoa *n.* dean
chủ quan *a.* subjective
chủ tâm *v.t.* premeditate
chủ tịch *n.* president
chủ tọa *n.* chairman
chủ trì *v.i.* preside
chủ yếu *a.* main
chủ yếu *n.* principal
chủ yếu *a.* principal
chú *n.* uncle
chú bé *n.* lad
chú rể *n.* bridegroom
chú rể *n.* groom
chú ý *v.t.* heed
chú ý đến ai/cái gì *v.i.* beware
chua *a.* sour
chua sót *a.* poignant
chùa *n.* pagoda
chúa Giê-su *n.* Christ
chúa tể *n.* lord
chúa trời *n.* god
chuẩn bị *v.t.* prepare
chuẩn bị đầy đủ *v.i.* provide
chuẩn bị trước *v.t.* forearm
chúc mừng *v.t.* congratulate
chùm lông trán *n.* forelock
chung *a.* common
chung *a.* general
chung quy là *v.* amount
chung sống *v.i.* co-exist
chung thủy *a.* faithful
chuộc (lỗi) *v.i.* atone
chuỗi *n.* sequence
chuỗi *n.* series

chuỗi hạt *n.* necklace
chuỗi tràng hạt *n.* rosary
chuồng *n.* stall
chuồng bò *n.* byre
chuồng chim *n.* aviary
chuồng gia súc *n.* cote
chuồng ngựa *n.* stable
chuột *n.* mouse
chuột *n.* rat
chụp ảnh *v.t.* photograph
chụp mặt nghiêng *v.t.* profile
chụp X quang *v.t.* x-ray
chút *n.* jot
chuyên chế *n.* despot
chuyên chở *v.t.* convey
chuyên chở bằng phà *v.t.* ferry
chuyên gia *n.* expert
chuyên gia *n.* specialist
chuyên gia nhãn khoa *n.* optician
chuyên gia tài chính *n.* financier
chuyên gia tâm thần học *n.* psychiatrist
chuyên khảo *n.* monograph
chuyên luận *n.* treatise
chuyên ngành *n.* speciality
chuyên nghiệp *a.* professional
chuyên quyền *a.* arbitrary
chuyên quyền *a.* autocratic
chuyên về *v.i.* specialize
chuyên viên thể dục *n.* gymnast
chuyển *v.t.* forward
chuyển chỗ *v.t.* displace
chuyển đổi *v.t.* switch
chuyển hàng *v.t.* ship
chuyển hướng *v.t.* shunt
chuyển thành thơ *v.t.* versify
chuyến bay *n.* flight
chuyến dã ngoại *n.* picnic
chuyến du lịch *n.* tour
chuyến đi *n.* travel
chuyến đi *n.* trip
chuyến đi vất vả *n.* trek
chuyến phiêu lưu *n.* adventure
chuyến tham quan *n.* excursion
chuyến thăm *n.* visit
chuyện dớ dẩn trẻ con *n.* prattle
chuyện ngụ ngôn *n.* apologue
chuyện phiếm *n.* chat1
chuyện riêng *n.* confidence
chuyện tầm phào *n.* gossip
chuyện vặt *n.* anecdote
chuyện vặt *n.* trifle
chữ đầu (tên gọi) *n.* initial
chữ in nghiêng *n.* italics
chữ ký *n.* autograph
chữ ký *n.* signature
chữ viết lồng nhau *n.* monogram
chữ viết ngả về tay trái *n.* backhand
chữ viết nguệch ngoạc *n.* scrawl
chữ viết nguệch ngoạc *n.* scribble
chữ viết tắt *n.* abbreviation
chứ anfa *n.* alpha
chưa *adv.* yet
chưa đủ lông cánh *adj.* callow
chưa giải quyết *a.* pending
chưa hề giao hợp *a.* chaste
chưa quyết định *a.* subjudice
chữa bệnh *a.* curative
chữa bệnh *v.t.* cure
chứa lưu huỳnh hóa trị cao *a.* sulphuric
chứa vị muối *a.* salty

chức giáo hoàng *n.* papacy
chức năng *n.* function
chức năng làm mẹ *n.* motherhood
chức thầy tu *n.* priesthood
chứng có ngoại phạm *n.* alibi
chứng đau cơ *n.* myalgia
chứng đau nửa đầu *n.* migraine
chứng điên *n.* mania
chứng động kinh *n.* epilepsy
chứng ho *n.* cough
chứng khó tiêu *n.* indigestion
chứng liệt *n.* paralysis
chứng loạn thần kinh chức năng *n.* neurosis
chứng loạn tinh thần *n.* psychosis
chứng minh *v.t.* demonstrate
chứng minh *v.t.* manifest
chứng minh *v.t.* prove
chứng minh *v.t.* substantiate
chứng mộng du *n.* somnambulism
chứng mù *n.* ablepsy
chứng nhận *v.t.* certify
chứng nhận *v.t.* warrant
chứng nhận *v.t.* attest
chứng quên *n.* amnesia
chứng sợ chỗ đông người *n.* agoraphobia
chứng sưng viêm *n.* inflammation
chứng táo bón *n.* constipation
chứng thanh manh *n.* amauriosis
chứng thoát vị *n.* hernia
chứng thực *v.t.* corroborate
chứng tỏ *v.i.* testify
chứng viêm khớp *n.* arthritis
chương (sách) *n.* chapter

chương trình *n.* programme
chương trình giảng dạy *n.* curriculum
chương trình học *n.* syllabus
chương trình nghị sự *n.* agenda
chương trình phát thanh hoặc truyền hình *n.* broadcast
chướng ngại vật *n.* barrier
chướng ngại vật *n.* obstacle
clo *n.* chlorine
cloroform *n.* chloroform
co giãn *a.* elastic
co lại *v.i.* shrink
cò bạch *n.* aigrette
cỏ *n.* grass
cỏ dại *n.* weed
cỏ khô *n.* fodder
cỏ khô *n.* hay
cỏ linh lăng *n.* lucerne
có *v.t.* have
có *v.t.* own
có ảnh hưởng *a.* influential
có ảnh hưởng ngược lại *adv.* recoil
có ba màu *a.* tricolour
có bằng sáng chế *a.* patent
có bốn cạnh *a.* quadrangular
có cảm giác *a.* sentient
có cánh *adj.* aliferous
có cát *a.* sandy
có căn cứ đích xác *a.* authoritative
có chất bổ *a.* nutritive
có chất độc *a.* poisonous
có chất đường *a.* saccharine
có chất lượng *a.* qualitative
có chủ định *adv.* purposely
có chủ tâm *a.* intentional
có cỡ *a.* sizable
có dạng xoắn *a.* spiral
có dấu hiệu *a.* signal

có đầu óc lành mạnh *a.* sane
có điều kiện *a.* conditional
có đủ khả năng *v.i.* qualify
có được *v.t.* get
có gai *a.* thorny
có gia vị *a.* spicy
có giá trị *a.* valid
có giá trị trong một đêm *a.* overnight
có giới hạn *a.* limited
có hai góc *adj.* biangular
có hạn *a.* finite
có hệ thống *a.* systematic
có hiệu lực *n.* efficacy
có hiệu quả *a.* effective
có hiệu quả *a.* efficient
có hình cầu *a.* spherical
có hình dáng đẹp *a.* shapely
có hình ống *a.* tubular
có hình tam giác *a.* triangular
có hình thuôn *a.* oblong
có hình trái xoan *a.* oval
có học *a.* literate
có ích *a.* handy
có ích *a.* profitable
có ích *a.* serviceable
có ích *a.* subservient
có ích *a.* beneficial
có khả năng *a.* capable
có khả năng *a.* likely
có khả năng hòa tan *a.* solvent
có khả năng hùng biện *a.* eloquent
có khả năng xảy ra *n.* likelihood
có khả năng xảy ra *a.* probable
có khiếu *a.* gifted
có khớp *a.* articulate
có khuynh hướng *v.i.* tend
có khuynh hướng *a.* apt

có lẽ *adv.* perhaps
có liên quan *v.t.* relate
có liên quan *a.* relative
có liên quan đến đài kỷ niệm *a.* monumental
có lợi *a.* advantageous
có lý *a.* reasonable
có lý trí *a.* rational
có màu tím/ màu tím *adj./n.* purple
có màu vàng *a.* yellow
có màu vàng nghệ *a.* saffron
có máu buồn *a.* ticklish
có mặt ở khắp nơi *a.* omnipresent
có mây phủ *a.* cloudy
có mọi quyền lực *a.* almighty
có một chút *v.t.* jot
có một không hai *a.* peerless
có một mắt *a.* monocular
có mục đích *v.t.* purpose
có mùi *a.* odorous
có mùi hôi thối *v.i.* stink
có mùi mốc *a.* musty
có muối *a.* saline
có mưa *a.* rainy
có năng khiếu tự nhiên về mỹ thuật *a.* artistic
có ngạnh *a.* barbed
có nhiệt độ ôn hòa *a.* temperate
có nhiều ánh nắng *a.* sunny
có nhiều gió *a.* windy
có nhiều nước *a.* juicy
có nhiều tham vọng *a.* ambitious
có nhiều tranh ảnh *a.* pictorical
có nhịp điệu *a.* rhythmic
có nội dung là *v.t.* purport
có núi *a.* mountainous
có phương pháp *a.* methodi-

cal
có quyền thế *a.* potent
có quyết chí *v.t.* will
có rất nhiều *v.i.* teem
có sẵn trong kho *a.* stock
có sinh khí *a.* animate
có sự cần thiết *adv.* needs
có sữa *a.* milky
có sức kháng cự *a.* resistant
có sức quyến rũ *a.* seductive
có tác dụng *a.* operative
có tài sản *a.* proprietary
có tài xoay sở *a.* resourceful
có tật lác mắt *v.i.* squint
có thai *a.* pregnant
có thâm niên *a.* senior
có thể *a.* able
có thể *v.t.* afford
có thể *v.* can
có thể *v* may
có thể *n.* might
có thể ăn được *a.* eatable
có thể bào chữa *a.* justifiable
có thể bảo lãnh *a.* bailable
có thể bị diệt vong *a.* perishable
có thể bị phản đối *a.* objectionable
có thể chịu đựng được *a.* endurable
có thể chịu được *a.* tolerable
có thể chữa được *a.* curable
có thể di chuyển *a.* transferable
có thể di chuyển được *a.* movable
có thể di truyền *a.* heritable
có thể dời đi được *a.* removable
có thể dùng được *a.* applicable
có thể đánh giá được *a.* appreciable
có thể đánh thuế được *a.* taxable
có thể đảo lộn *a.* reversible
có thể đạt được *a.* obtainable
có thể đo đạc *a.* measurable
có thể giặt được *a.* washable
có thể giữ được *a.* tenable
có thể hòa tan được *a.* soluble
có thể hoàn thành *a.* terminable
có thể huỷ bỏ *a.* revocable
có thể làm được *a.* possible
có thể làm thoả thích *a.* satiable
có thể lần ra *a.* traceable
có thể mang theo *a.* portable
có thể nghe thấy *a.* audible
có thể nhận *a.* admissible
có thể nhận thức thấy *adj.* perceptible
có thể nổ được *adj.* crump
có thể ở *a.* inhabitable
có thể ở được *a.* habitable
có thể phóng ra *a.* projectile
có thể quản lý *a.* manageable
có thể sửa chữa *a.* raparable
có thể tách rời *a.* separable
có thể thương lượng được *a.* negotiable
có thể tiêu thụ được *a.* marketable
có thể trả *a.* payable
có thể trả lời được *a.* answerable
có thói quen *a.* wont
có thủy ngân *a.* mercurial
có thừa *v.i.* abound
có tiếng xấu *a.* notorious
có tính áp bức *a.* oppressive
có tính cách bắt buộc *a.*

mandatory
có tính chất đàn ông *a.* manly
có tính chất hiện tượng *a.* phenomenal
có tính chất lật đổ *a.* subversive
có tính chất thủ đô *a.* metropolitan
có tính chất tỉnh lẻ *a.* provincial
có tính chất trẻ con *a.* puerile
có tính chất triệu chứng *a.* symptomatic
có tính chất truyền giáo *n.* missionary
có tính giả thiết *a.* hypothetical
có tính gợi ý *a.* suggestive
có tính khoa học *a.* scientific
có tổ chức *a.* organic
có triển vọng *a.* auspicious
có tuổi là *a.* aged
có tuyển chọn *a.* selective
có từ tính *a.* magnetic
có uy tín *a.* magisterial
có uy tín *a.* prestigious
có ưu thế *v.i.* preponderate
có vần luật *a.* metrical
có vẻ hiệp sĩ *a.* chivalrous
có vẻ như *v.i.* seem
có vẻ thẩm mỹ *a.* tasteful
có vị ngon *a.* toothsome
có ý định *v.t.* mean
có ý định cải tạo *a.* reformatory
có ý khước từ *a.* repellent
có ý nghĩa *a.* expressive
có ý nghĩa *v.i.* matter
có ý nghĩa *a.* meaningful
có ý nghĩa *a.* significant
có ý nói bóng gió *a.* allusive

có ý tưởng *a.* ideal
cọ xát *v.t.* rub
coban *n.* cobalt
cọc *n.* pile
cọc *n.* stake
cọc *n.* picket
coi khinh *v.t.* disdain
coi là *v.t.* account
coi nhẹ *v.i.* trifle
coi như là *v.t.* presume
coi như ngang nhau *v.t.* equate
coi thường *v.t.* profane
coi thường *v.t.* slight
còi báo động *n.* siren
cõi trần *a.* mundane
compa *n.* compass
con báo *n.* panther
con bê *n.* calf
con bò *n.* ox
con bò đực *n.* bull
con bọ cạp *n.* scorpion
con bọ chét *n.* flea
con bướm *n.* butterfly
con cá *n.* fish
con cáo *n.* fox
con cháu *n.* progeny
con châu chấu *n.* locust
con chiên của chúa *n.* agnus
con chim *n.* bird
con chó *n.* dog
con chó sói cái *n.* bitch
con cò *n.* stork
con cóc *n.* toad
con công (mái) *n.* peahen
con công (trống) *n.* peacock
con cú *n.* owl
con cua *n.* crab
con cừu *n.* sheep
con cừu cái *n.* ewe
con dao *n.* knife
con dấu *n.* seal

con dê *n.* goat	con quay *n.* top
con dế *n.* cricket	con quay *n.* whirligig
con dơi *n.* bat	con rái cá *n.* otter
con đẻ *n.* offspring	con rắn *n.* serpent
con đỉa *n.* leech	con rắn *n.* snake
con đường *n.* road	con rệp *n.* bug
con ếch *n.* frog	con rết *n.* centipede
con gà trống *n.* cock	con rối *n.* marionette
con gái *n.* daughter	con rối *n.* puppet
con gái *n.* maid	con rồng *n.* dragon
con gấu *n.* bear	con rùa *n.* tortoise
con gián *n.* cockroach	con rùa *n.* turtle
con giòi *n.* warble	con ruồi *n.* fly
con giun *n.* worm	con sếu *n.* crane
con hải cẩu *n.* seal	con sóc *n.* squirrel
con hải ly *n.* beaver	con sư tử *n.* lion
con hàu *n.* barnacles	con tê giác *n.* rhinoceros
con hàu *n.* oyster	con thằn lằn *n.* lizard
con hoang *n.* bastard	con thỏ *n.* rabbit
con khỉ *n.* monkey	con thoi *n.* shuttle
con khỉ đột *n.* gorilla	con thú con *n.* cub
con kiến *n.* ant	con tin *a.* captive
con la *n.* mule	con tin *n.* hostage
con lạc đà *n.* camel	con tinh tinh *n.* chimpanzee
con lắc *n.* pendulum	con tôm *n.* crevet
con lợn *n.* swine	con tôm *n.* lobster
con lừa *n.* ass	con trai *n.* son
con lừa *n.* donkey	con trai út *n.* cadet
con mèo *n.* cat	con trăn *n.* python
con moóc *n.* walrus	con trâu *n.* buffalo
con muỗi *n.* mosquito	con vật yêu quý *n.* pet
con ngỗng đực *n.* gander	con vẹt *n.* parrot
con ngựa *n.* horse	con vịt *n.* duck
con ngựa chiến *n.* steed	con voi *n.* elephant
con ngựa nhỏ *n.* nag	con vượn *n.* gibbon
con người *n.* person	còn lại *v.i.* remain
con nhện *n.* spider	còn lại *a.* residual
con nhộng *n.* nymph	còn sống *a.* alive
con ong *n.* bee	cong *a.* crook
con ốc sên *n.* snail	còng tay *v.t.* handcuff
con quạ *n.* crow	cô ấy *pron.* her
con quạ *n.* raven	cô ấy *pron.* she

cô dâu *n.* bride
cô độc *a.* lone
cô độc *n.* solitude
cô đơn *a.* lonely
cô đơn một mình *a.* solitary
cô gái *n.* girl
cô gái tinh nghịch *n.* tomboy
cô gái tinh ranh *n.* minx
cô hầu bàn *n.* waitress
cô hầu gái *n.* wench
cô thầy cúng *n.* priestess
cổ *a.* antiquated
cổ *n.* neck
cổ áo *n.* collar
cổ phần *n.* stock
cổ phiếu *n.* share
cổ tay *n.* wrist
cổ xưa *a.* antique
cổ xưa *a.* archaic
cổ xưa *a.* medieval
cổ xưa *a.* obsolete
cố gắng *v.i.* endeavour
cố gắng *v.i.* try
cố gắng làm gì *v.t.* attempt
cố vấn *n.* counsellor
cốc *n.* chalice
cốc nhỏ có chân *n.* goblet
cốc vại *n.* beaker
cốc vại *n.* tumbler
cộc lốc *a.* curt
côcain *n.* cocaine
cối xay *n.* grinder
cối xay gió *n.* windmill
côn đồ *n.* villain
côn trùng học *n.* entomology
công báo *n.* gazette
công bằng *a.* equitable
công bằng *n.* impartiality
công bằng *a.* just
công chúa *n.* princess
công chúng *n.* public
công chức *n.* functionary

công chứng viên *n.* notary
công cộng *a.* public
công dân *n.* citizen
công dân *a.* civil
công khai *a.* open
công khai *adv.* openly
công khai *a.* overt
công nghệ *a.* technological
công nghệ học *n.* technology
công nghiệp *n.* industry
công nhân *n.* worker
công nhân khuân vác *n.* porter
công nhận *v.* acknowledge
công nhận *v.t.* admit
công nhận *v.t.* recognize
công thức *n.* formula
công thức hóa *v.t.* formulate
công thức làm món ăn *n.* receipt
công tước *n.* duke
công ty *n.* company
công văn *n.* missive
công việc *n.* employment
công việc *n.* work
công việc nặng nhọc *n.* labour
công việc thủ công *n.* handiwork
công việc thư ký *a.* clerical
công việc vất vả *n.* toil
công viên *n.* park
cổng *n.* gate
cổng *n.* portico
cổng chính *n.* portal
cổng vòm *n.* porch
cống *n.* culvert
cống dẫn nước *n.* aqueduct
cống hiến *v.t.* dedicate
cống hiến *v.t.* devote
cống mương *n.* drain
cộng *v.t.* sum

cộng đồng *a.* communal	cơn sốt *n.* fever
cộng đồng *n.* community	cơn sốt rét *n.* ague
cộng hoà *a.* republican	cơn thịnh nộ *n.* fury
cộng tác *v.i.* collaborate	cơn thịnh nộ *n.* rampage
cộng thêm *a.* second	crom *n.* chrome
cột *n.* column	cù *v.t.* tickle
cột *n.* pillar	củ (hành, tỏi) *n.* bulb
cột băng *n.* icicle	củ cà rốt *n.* carrot
cột bằng dây cáp *v.t.* cable	củ cải *n.* radish
cột buồm *n.* mast	củ gừng *n.* ginger
cột cây số *n.* milestone	củ hành *n.* onion
cột trụ *n.* post	cũ *a.* stale
cơ bản *a.* elementary	cú bạt tai *n.* cuff
cơ bản *a.* fundamental	cú chọc *n.* poke
cơ bản *adj.* basal	cú đánh *n.* beat
cơ bản *a.* basic	cú đánh *n.* smack
cơ chế *n.* mechanism	cú đánh *n.* stroke
cơ chủ vận *n.* agonist	cú đấm *n.* jolt
cơ hai đầu *n.* biceps	cú đấm *n.* punch
cơ hoành *n.* midriff	cú giao bóng *n.* serve
cơ học *n.* mechanics	cú pháp *n.* syntax
cơ hội *n.* chance	cú thúc mạnh *n.* jerk
cơ hội *n.* opportunity	cụ thể *a.* concrete
cơ quan *n.* organ	cụ thể *a.* specific
cơ quan đăng ký *n.* registry	cụ thể là *adv.* namely
cơ quan kiểm duyệt *n.* censorship	của ai *pron.* whose
	của ảnh ấy *pron.* his
cơ quan lập pháp *n.* legislature	của bố thí *n.* alms
	của bố thí *n.* largesse
cơ sở chính *n.* mainstay	của cải *n.* loot
cơ thể vóc người *n.* physique	của chính mình *a.* own
cờ *n.* chess	của chúng tôi *pron.* our
cờ tam tài *n.* tricolour	của cô ấy *a.* her
cởi (quần áo) *v.t.* strip	của đút lót *n.* bribe
cơn (đau) *n.* spasm	của họ *a.* their
cơn ác mộng *n.* nightmare	của hồi môn *n.* dot
cơn bão *n.* storm	của hồi môn *n.* dowry
cơn bão lớn *n.* tempest	của một bên *a.* ex-parte
cơn đau dữ dội *n.* throe	của nghị viện *a.* parliamentary
cơn đột quỵ *n.* stroke	của người hầu *a.* menial
cơn gió mạnh *n.* flaw	của người mẹ *a.* motherly
cơn gió mạnh *n.* gust	của tôi *pron.* mine

của tôi *n.* mine
của tôi *a.* my
của trời cho *n.* godsend
cúc vạn thọ *n.* marigold
cục *n.* bureau
cục *n.* junk
cục bộ *a.* partial
cục đất *n.* clod
cục tác (gà mái) *v.i.* cackle
cục u *n.* node
cùi (quả) *n.* flesh
cùi tay *n.* ancon
cũi chó *n.* kennel
cũi trẻ em *n.* cot
cúi (đầu) *v.t.* bow
cúi mình *v.i.* crouch
cúi xuống *v.t.* bend
cúi xuống *v.i.* duck
cúi xuống *v.i.* stoop
cùm *v.t.* fetter
cụm *n.* cluster
cụm từ *n.* locution
cùn *a.* obtuse
cùn *a.* blunt
cung Bạch Dương *n.* aries
cung Bảo Bình *n.* aquarius
cung cấp *v.t.* offer
cung cấp *v.t.* supply
cung cấp người *v.t.* man
cung cấp thực phẩm *v.i.* cater
cung Ma kết *n.* Capricorn
cung Sư tử *n.* Leo
cùng nguồn gốc *adj.* cognate
cùng nhau *adv.* jointly
cùng nhau *adv.* together
cùng phát triển *v.t.* accrete
cùng tham dự *v.i.* partake
cùng với *adv.* along
củng cố *v.t.* consolidate
củng cố *v.t.* fortify
củng cố *v.t.* strengthen

cũng *adv.* also
cũng *adv.* too
cũng không *conj.* nor
cúng *v.t.* sacrifice
cuốc *v.t.* pick
cuốc bộ *v.t.* pad
cuốc chim *n.* pick
cuộc ám sát *n.* assassination
cuộc ăn uống say sưa *n.* revel
cuộc ẩu đả *n.* tussle
cuộc bầy cử phụ *n.* by-election
cuộc biến động *n.* upheaval
cuộc biểu diễn nhào lộn *n.* stunt
cuộc biểu tình *n.* manifestation
cuộc bỏ phiếu toàn dân *n.* plebiscite
cuộc cãi lộn *n.* altercation
cuộc cãi lộn *n.* fray
cuộc cãi lộn *n.* wrangle
cuộc chạm trán nhỏ *n.* skirmish
cuộc chè chén *n.* revelry
cuộc chè chén vui vẻ *n.* wassail
cuộc chiến đấu *n.* fight
cuộc dạo chơi *n.* ramble
cuộc diễu hành *n.* parade
cuộc diễu hành *n.* procession
cuộc đàm phán *n.* parley
cuộc đấu tranh *n.* struggle
cuộc đi chơi *n.* outing
cuộc đi chơi bằng thuyền *n.* row
cuộc đi chơi bằng xe *n.* drive
cuộc đi chơi sôi nổi *n.* spree
cuộc đổ máu *n.* bloodshed
cuộc đối thoại *n.* dialogue
cuộc đột kích *n.* raid

cuộc hành hương *n.* pilgrimage
cuộc hành quân *n.* march
cuộc hành trình dài *n.* voyage
cuộc nói chuyện *n.* conversation
cuộc nói chuyện *n.* talk
cuộc nói chuyện giữa hai người *n.* tete-a-tete
cuộc nổi dậy *n.* revolt
cuộc nổi loạn *n.* mutiny
cuộc nổi loạn *n.* rebellion
cuộc phỏng vấn *n.* interview
cuộc phục kích *n.* ambush
cuộc sống *n.* life
cuộc sống ở nông thôn *n.* rustication
cuộc tấn công *n.* assault
cuộc tấn công đột ngột *n.* sally
cuộc thảm sát *n.* massacre
cuộc thẩm tra *n.* inquest
cuộc thi đấu *n.* match
cuộc thi đố *n.* quiz
cuộc thí nghiệm *n.* experiment
cuộc tiêu khiển *n.* entertainment
cuộc tình *n.* amour
cuộc tranh cãi *n.* argument
cuộc tranh chấp tay đôi *n.* duel
cuộc tranh luận *n.* contest
cuộc tranh luận *n.* debate
cuộc triển lãm *n.* exhibition
cuộc trưng cầu dân ý *n.* referendum
cuối cùng *a.* conclusive
cuối cùng *a.* final
cuối cùng *a.* ultimate
cuối cùng *adv.* ultimately
cuối cùng *a.* last1

cuối cùng *adv.* lastly
cuốn sách nhỏ *n.* booklet
cuốn sách nhỏ *n.* pamphlet
cuộn *v.t.* furl
cuộn *n.* scroll
cuộn chỉ *n.* clew
cuộn chỉ *n.* skein
cuộn thành bắp *v.i.* loaf
cuồng nhiệt *a.* torrid
cuồng tín *a.* fanatic
cư trú *v.t.* populate
cư trú *v.i.* reside
cư trú *a.* resident
cư xử sai *v.i.* misbehave
cư xử sai *n.* misbehaviour
cử chỉ ngáp *n.* yawn
cử hành theo nghi thức *v.t.* solemnize
cử làm đại biểu *v.t.* delegate
cử nhân *n.* bachelor
cử tri *n.* constituency
cứ khăng khăng *a.* insistent
cự thạch *n.* megalith
cự thạch *a.* megalithic
cưa *v.t.* saw
cửa bán vé *n.* wicket
cửa chớp *n.* shutter
cửa cống *n.* sluice
cửa hàng *n.* shop
cửa hàng *n.* store
cửa hàng bơ sữa *n.* dairy
cửa hàng tạp phẩm *n.* grocery
cửa sổ *n.* window
cửa sổ tròn (ở tàu thủy) *n.* bull's eye
cực *n.* pole
cực điểm *n.* utmost
cực khổ *a.* miserable
cực kỳ *a.* intense
cực kỳ tàn ác *a.* heinous
cực nhỏ *a.* microscopic

cứng *a.* hard
cứng *a.* rigid
cứng rắn *a.* adamant
cứng rắn *a.* obdurate
cước phí *n.* freight
cười *v.i.* laugh
cười chế nhạo *v.i.* sneer
cười lặng lẽ *v.i.* chuckle
cười rúc rích *v.i.* giggle
cưỡi ngựa *v.t.* ride
cưới *v.t.* marry
cương quyết *a.* resolute
cường điệu *a.* melodramatic
cường điệu *v.t.* overact
cường tráng *a.* virile
cường tráng *a.* lusty
cưỡng hiếp *v.t.* rape
cướp *v.t.* rifle
cướp *v.t.* rob
cướp bóc *v.t.* depredate
cướp bóc *v.i.* maraud
cướp bóc *v.t.* plunder
cướp bóc *v.i.* loot
cừu non *n.* lamb
cừu non *n.* lambkin
cứu chữa *v.t.* remedy
cứu khỏi đắm *v.t.* salvage
cứu nguy *v.t.* save
cứu thoát *v.t.* rescue
cứu trợ *v.t.* succour

da *n.* skin
da đầu trừ mặt *n.* scalp
da sống *n.* hide
da thuộc *n.* leather
da trâu hay bò *n.* buff
dã man *a.* barbarian
dã man *a.* barbarous
dạ dày *a.* gastric

dạ dày *n.* stomach
dai *a.* tough
dài *a.* long
dài dòng *a.* lengthy
dài dòng *a.* verbose
dài dòng *a.* wordy
dải *n.* tract
dải buộc *n.* lace
dải đất cằn cỗi *n.* barren
dải ruy băng *n.* ribbon
dại dột *a.* foolish
dám *v.i.* dare
dám chắc rằng *v.i.* contend
dàn hàng *v.t.* array
dàn hợp xướng *n.* chorus
dàn quân *v.t.* deploy
dán (bằng hồ) *v.t.* paste
dán nhãn *v.t.* label
dán thông cáo lên (tường) *v.t.* post
dáng đi *n.* gait
dáng điệu *n.* posture
dáng vẻ *n.* figure
dạng hơi *adj.* aeriform
dạng người *adj.* anthropoid
danh dự *a.* honorary
danh dự *n.* honour
danh mục *n.* index
danh pháp *n.* nomenclature
danh sách vốn đầu tư *n.* portfolio
danh tiếng *n.* glory
danh tiếng *n.* renown
danh tiếng *n.* reputation
danh từ *n.* noun
dành cho giàn nhạc *a.* orchestral
dành cho xe cộ *a.* vehicular
dao cạo *n.* razor
dao găm *n.* dagger
dao trang trí *n.* baslard
dày *a.* thick

dày đặc *adv.* thick
dày thêm *v.i.* thicken
dày vò *v.t.* torment
dãy *n.* range
dãy phòng *n.* suite
dạy *v.t.* teach
dặm *n.* mile
dâm dục *a.* lewd
dân chủ *a.* democratic
dân cư *n.* population
dân du cư *n.* nomad
dân sự hóa *v.t.* civilize
dân tộc *n.* people
dần dần *a.* gradual
dẫn *v.t.* usher
dẫn (tàu) *v.t.* pilot
dẫn dắt *v.i.* manoeuvre
dẫn dắt nhầm *v.t.* mislead
dẫn đường *v.t.* guide
dâng lên cuồn cuộn *v.i.* billow
dập bài *v.t.* discard
dập tắt *v.t.* quench
dầu *n.* oil
dầu gội đầu *n.* shampoo
dầu lửa *n.* kerosene
dầu mỏ *n.* petroleum
dầu thầu dầu *n.* castor oil
dầu xăng *n.* petrol
dẫu cho *conj.* although
dấu chữ thập *n.* cross
dấu cộng *n.* plus
dấu đặc biệt *n.* cachet
dấu hai chấm *n.* colon
dấu hiệu *n.* signal
dấu hiệu lờ mờ *n.* hint
dấu hoa thị *n.* asterisk
dấu kiểm tra vàng bạc *n.* hallmark
dấu ngoặc đơn *n.* parenthesis
dấu phẩy *n.* comma
dấu vết *n.* imprint

dây *n.* chord
dây *n.* string
dây *n.* chain
dây (kim loại) *n.* wire
dây anten *n.* aerial
dây cáp *n.* cable
dây cáp *n.* rope
dây cương *n.* rein
dây cương (ngựa) *n.* bridle
dây lưng *n.* belt
dây nến *n.* taper
dây thần kinh *n.* Nerve
dây thừng nhỏ *n.* cord
dép xăng đan *n.* sandal
dẹp mắt *a.* sightly
dẹp yên *v.t.* pacify
dễ bán *a.* salable
dễ bảo *a.* docile
dễ bị kích động *a.* inflammable
dễ bị tổn thương *a.* vulnerable
dễ cáu *a.* irritable
dễ cáu *a.* quarrelsome
dễ chịu *a.* easy
dễ dãi *adj.* compliant
dễ dãi *a.* facile
dễ gần *a.* sociable
dễ hiểu *a.* intelligible
dễ kích động *a.* inflammatory
dễ nhận biết *a.* sensible
dễ quy phục *a.* submissive
dễ thương *a.* lovable
dễ tiếp thu *a.* receptive
dễ tính *adj.* complaisant
dễ uốn *a.* malleable
dễ vỡ *a.* fragile
dễ vỡ *a.* frail
dệt *a.* textile
dệt *v.t.* weave
di chúc *n.* testament
di chuyển *v.t.* move

di chuyển *v.t.* remove
di chuyển *v.t.* transfer
di cư *v.i.* migrate
di cư *n.* migration
di dân *v.t.* people
di động *a.* mobile
di động *v.t.* mobilize
di men bờ *v.t.* skirt
di sản *n.* heritage
di tản *v.t.* evacuate
di tích *n.* vestige
dì *n.* aunt
dí dỏm *a.* witty
dị thường *a.* supernatural
dịch *v.t.* translate
dịch tần bì *n.* manna
dịch vụ *n.* service
diềm *n.* frill
diễn đàn *n.* forum
diễn đàn *n.* rostrum
diễn đạt *v.t.* phrase
diễn đạt bằng điệu bộ *v.i.* mime
diễn đạt bằng tục ngữ *a.* proverbial
diễn đạt lại *v.t.* paraphrase
diễn viên bi kịch *n.* tragedian
diễn viên hài *n.* comedian
diễn viên hài *n.* comic
diễn viên kịch câm *n.* mummer
diễn xuất *n.* acting
diện tích *n.* acreage
diệt vong *v.i.* perish
diều *n.* kite
diều của chim hoặc gà *n.* craw
diều hâu *n.* hawk
diễu hành *v.i.* march
diễu hành qua *v.t.* parade
dinh thự *n.* edifice
dính *v.i.* adhere

dính *a.* adhesive
dính *n.* sticky
dính lại *v.t.* conglutinat
dính líu *v.t.* involve
dịp *n.* occasion
dịu dàng *adj.* bland
do bởi *v.i.* result
do dự *a.* hesitant
do dự *v.i.* hesitate
do đó *adv.* hence
do luật pháp quy định *a.* statutory
dò dẫm *v.i.* fumble
dò dẫm *v.t.* grope
dọa nạt *v.t.* cow
doanh nghiệp *n.* enterprise
dọc *a.* vertical
dọc theo *prep.* along
dọn dẹp *v.t.* tidy
dòng (chất lỏng, người) *n.* stream
dòng (nước) *n.* current
dòng nước *n.* torrent
dòng sông *n.* river
dòng suối *n.* burn
dòng suối nhỏ *n.* rivulet
dỗ dành *v.t.* comfort
dỗ ngọt *v.t.* coax
dốc *n.* slope
dốc *a.* steep
dốc đi *v.t.* decline
dốc đứng *n.* bluff
dốc sức *v.i.* labour
dốc xuống *adj.* declivous
dội lại *v.i.* recoil
du côn *n.* hooligan
du cư *a.* nomadic
du dương *a.* melodious
du thuyền *n.* yacht
dù như thế nào *adv.* however
dù sao đi nữa *adv.* anyhow
dụ dỗ *v.t.* entice

dùi cui *n.* cudgel
dùi cui (cảnh sát) *n.* baton
dung môi *n.* solvent
dung nham *n.* lava
dùng để chữa bệnh *a.* medicinal
dùng như là mỹ phẩm *a.* cosmetic
dùng phép ngụy biện *v.t.* sophisticate
dùng võ nện *v.t.* maul
dũng cảm *a.* interpid
dũng cảm *a.* bold
dũng khí *n.* mettle
dụng cụ *n.* apparatus
dụng cụ *n.* implement
dụng cụ *n.* tool
dụng cụ *n.* utensil
dụng cụ đo *n.* meter
dụng cụ đo áp khí *n.* barometer
dụng cụ đo độ cao *n.* altimeter
dụng cụ đo sữa *n.* lactometer
dụng cụ rửa tai *n.* aurilave
dụng cụ tiêm chủng *n.* vaccinator
dụng cụ xén *n.pl.* shears
duy nhất *a.* only
duy nhất *a.* unique
duy nhất *a.* sole
duy tâm *a.* idealistic
duy trì *v.t.* maintain
duy trì *v.t.* sustain
duy vật hóa *v.t.* materialize
dư thừa *a.* redundant
dữ độ *a.* formidable
dữ dội *a.* tremendous
dữ tợn *a.* ferocious
dự án *n.* project
dự án mạo hiểm *n.* venture
dự báo *v.t.* forecast

dự báo trước *n.* forecast
dự định *v.t.* intend
dự đoán *v.t.* predict
dự phòng *a.* spare
dự tiệc *v.i.* feast
dưa chuột *n.* cucumber
dựa vào *v.t.* base
dừng *v.i.* cease
dựng đứng thẳng *v.t.* erect
dựng khung *v.t.* frame
dược khoa *n.* pharmacy
dược phẩm *n.* medicament
dược sĩ *n.* druggist
dưới *adv.* below
dưới *prep.* below
dưới *prep.* under
dưới *adv.* under
dưới *a.* under
dưới đây *adv.* hereafter
dưới mặt biển *a.* submarine
dương vật *n.* penis

đa dạng *a.* manifold
đa dạng *a.* varied
đa năng *a.* versatile
đa nghi *a.* sceptical
đa phương *a.* multilateral
đa số *a.* major
đa số *n.* major
đa số *n.* mass
đa số *n.* most
đa số *n.* plurality
đa thành phần *a.* multiplex
đà điểu Châu Phi *n.* ostrich
đả kích *v.t.* lampoon
đã *adv.* already
đã được khai tâm *v.t.* initiate
đã hoàn thành *a.* accomplished

đã qua *adv.* ago
đã qua *a.* past
đã thuần hóa *a.* tame
đá *v.t.* kick
đá *n.* stone
đá cuội *n.* pebble
đá hoa *n.* marble
đá nam châm *n.* loadstone
đá nguyên khối *n.* monolith
đá phiến *n.* slate
đá quý *n.* gem
đá quý *n.* jewel
đai *n.* band
đài kỷ niệm *n.* monument
đài thiên văn *n.* observatory
đãi ai ăn trưa *v.i.* lunch
đại chúng *a.* popular
đại cương *n.* conspectus
đại diện *v.t.* represent
đại dương *n.* ocean
đại dương *a.* oceanic
đại học *n.* university
đại hội *n.* congress
đại hội Olympic *n.* olympiad
đại lộ *n.* avenue
đại lý *n.* agency
đại lý *n.* agent
đại pháp quan *n.* chancellor
đại sảnh *n.* hall
đại sứ quán *n.* embassy
đại tá *n.* colonel
đại tiệc *n.* upshot
đại từ *n.* pronoun
đại úy hải quân *n.* lieutenant
đàm phán *v.i.* parley
đảm bảo *v.t.* insure
đảm nhận *v.t.* undertake
đám cỏ *n.* sod
đám đông *n.* crowd
đám đông *n.* flock
đám đông *n.* mob
đám đông *n.* throng

đám đông *n.* legion
đám đông hỗ độn *n.* rout
đám rước lộng lẫy *n.* pageant
đan (lưới) *v.t.* net
đàn (động vật) *n.* swarm
đàn áp *v.t.* quell
đàn áp *v.t.* suppress
đàn bà *a.* female
đàn bà *a.* feminine
đàn bà da đen *n.* negress
đàn banjô *n.* banjo
đàn đạp hơn *n.* harmonium
đàn ghita *n.* guitar
đàn hạc *n.* harp
đàn lia *n.* lyre
đàn ông *n.* man
đàn pianô *n.* piano
đàn viôlông *n.* violin
đạn *n.* bullet
đạn bắn ra *n.* projectile
đạn dược *n.* ammunition
đạn dược *n.* munitions
đang *v.i.* surge
đang khóc *a.* tearful
đang lưu hành *a.* current
đang nhìn đăm đăm *adv.* agaze
đảng *n.* party
đảng viên *n.* partisan
đáng ca ngợi *a.* creditable
đáng ca ngợi *a.* laudable
đáng chú ý *a.* conspicuous
đáng chú ý *a.* notable
đáng chú ý *a.* noteworthy
đáng chú ý *a.* remarkable
đáng ghét *a.* loathsome
đáng ghét *a.* obnoxious
đáng ghét *a.* repugnant
đáng giá *a.* worth
đáng hổ thẹn *a.* infamous
đáng hổ thẹn *a.* shameful
đáng kể *a.* aconsiderable

đáng kể *a.* substantial
đáng khen *a.* meritorious
đáng khen ngợi *a.* commendable
đáng khen ngợi *a.* praiseworthy
đáng khiển trách *a.* culpable
đáng khiển trách *a.* guilty
đáng kinh sợ *a.* awful
đáng kính *a.* venerable
đáng ngại *a.* ominous
đáng ngờ *a.* questionable
đáng ngờ *a.* suspect
đáng nguyền rủa *a.* accursed
đáng ngưỡng mộ *a.* admirable
đáng nhớ *a.* memorable
đáng thèm muốn *a.* enviable
đáng thương *a.* lamentable
đáng thương *a.* pitiable
đáng tin *a.* credible
đáng tin *a.* trustworthy
đáng tin cậy *a.* reliable
đáng tin cậy *a.* staunch
đáng tôn kính *a.* reverend
đáng trách *a.* deplorable
đáng yêu *a.* adorable
đáng yêu *a.* lovely
đánh *v.t.* hit
đánh (trứng) *v.t.* whisk
đánh ai *v.t.* smack
đánh bại *v.t.* vanquish
đánh bại *v.t.* worst
đánh bằng gậy *v.i.* bat
đánh bằng khuỷu tay *v.t.* nudge
đánh bằng roi *v.t.* whip
đánh bằng roi *v.t.* cane
đánh bất tỉnh *v.t.* stun
đánh bẫy *v.t.* entrap
đánh bóng *v.t.* polish
đánh bóng lên cao *v.t.* sky
đánh cuộc *v.i.* bet
đánh dấu *v.t.* mark
đánh dấu bằng mẫu tô *v.i.* stencil
đánh dấu chấm *v.t.* dot
đánh đập *v.t.* beat
đánh đòn *v.t.* thrash
đánh đòn *v.t.* wallop
đánh đổ *v.t.* demolish
đánh đổ *v.t.* upset
đánh giá *v.t.* appraise
đánh giá *v.t.* elevate
đánh giá *v.t.* rate
đánh giá cao *v.t.* prize
đánh giá đúng *v.t.* appreciate
đánh giá quá cao *v.t.* overrate
đánh hơi *v.t.* wind
đánh hơi *v.t.* scent
đánh lẻ *v.t.* skirmish
đánh lừa *v.t.* outwit
đánh lưới *v.t.* net
đánh mạnh *v.t.* bang
đánh mạnh *v.t.* whack
đánh ngã *v.t.* fell
đánh nhau với ai *v.i.* struggle
đánh nhẹ *v.t.* tip
đánh nhừ tử *v.t.* belabour
đánh quật *v.t.* lambaste
đánh số trang *v.t.* page
đánh sữa (lấy bơ) *v.t.&i.* churn
đánh tan tác *v.t.* rout
đánh thuế *v.t.* excite
đánh thuế *v.t.* tax
đánh thức *v.t.* arouse
đánh thức *v.t.* awake
đánh thức ai *v.t.* wake
đánh trống *v.i.* drum
đánh trống dồn *v.i.* tattoo
đánh vảy *v.t.* scale
đánh vần *v.t.* spell
đánh vécni *v.t.* varnish

đao phủ *n.* executioner
đào *v.t.* dig
đào *v.t.* excavate
đào bằng mai *v.t.* spade
đào dưới chân *v.t.* undermine
đào đường hầm *v.i.* tunnel
đào lên *v.t.* unearth
đào mương *v.t.* trench
đào tạo *v.t.* educate
đảo *a.* reverse
đảo lộn *a.* topsy turvy
đảo lộn *adv.* topsy turvy
đảo ngược *v.t.* invert
đảo ngược *v.t.* reverse
đảo nhỏ *n.* inch
đảo san hô vòng *n.* atoll
đạo Cơ-đốc *a.* Christian
đạo Cơ-đốc *n.* Christianity
đạo đức *a.* ethical
đạo đức *n.* ethics
đạo đức *a.* moral
đạo đức *n.* morality
đạo đức giả *n.* hypocrisy
đạo đức giả *a.* hypocritical
đạo nhiều thần *n.* polytheism
đáp lại *v.t.* rejoin
đáp ứng *v.i.* suffice
đạp ra từng mảnh *v.t.* smash
đạp xe đạp *v.t.* pedal
đạt được *v.t.* accomplish
đạt được *v.t.* achieve
đạt được *v.t.* acquire
đạt được *v.t.* obtain
đạt được *v.t.* attain
đau *v.i.* ache
đau buồn *a.* grievous
đau đầu *n.* headache
đau đớn *a.* painful
đau khổ *a.* forlorn
đau khổ *v.i.* smart
đầu máy *n.* locomotive
đày ải *v.t.* exile
đày đi *v.t.* banish
đắc cử *v.t.* elect
đắc thắng *a.* triumphant
đặc *adj.* crass
đặc biệt *a.* especial
đặc biệt *a.* particular
đặc biệt *a.* special
đặc điểm *n.* trait
đặc quyền *n.* prerogative
đặc quyền *n.* privilege
đặc trưng cho chủng tộc *a.* racial
đằng sau *adv.* after
đằng trước *adv.* before
đắng *a.* bitter
đắng cay *n.* poignacy
đắp lại *v.t.* retread
đắt tiền *a.* costly
đắt tiền *a.* expensive
đặt *v.t.* bestow
đặt *v.t.* place
đặt *v.t.* put
đặt cách nhau *v.t.* space
đặt cược *v.i.* wager
đặt lên bàn *v.t.* table
đặt lên trụ *v.t.* pivot
đặt lên vai *v.t.* shoulder
đặt nằm úp *v.t.* prostrate
đặt ngón chân vào *v.t.* toe
đặt ở hàng trước *v.t.* prefix
đặt ở trên cao *v.i.* perch
đặt ra ngoài vòng pháp luật *v.t.* outlaw
đặt song song với *v.t.* parallel
đặt tên *v.t.* name
đặt tên hiệu *v.t.* nickname
đặt vào ổ *v.t.* nest
đặt vào vị trí *v.t.* position
đặt vào vị trí *v.t.* station
đặt xuống *v.t.* down
đặt xuống bậc dưới *v.t.* subordinate

đâm bằng dao *v.t.* stab	đầu mối *n.* clue
đâm bằng giáo *v.t.* lance	đầu nhọn *n.* spike
đâm bằng giáo *v.t.* spear	đầu nhụy *n.* stigma
đâm bằng kiếm *v.t.* sabre	đầu tiên *a.* foremost
đâm đầu xuống *adv.* headlong	đầu tiên *adv.* primarily
đâm mạnh *v.t.* jab	đầu tiên *a.* primary
đâm sầm vào *v.i.* crash	đầu tiên *a.* prime
đâm sâu vào *v.t.* plunge	đầu tư *v.t.* invest
đâm thủng *v.t.* puncture	đầu vú cao su *n.* teat
đầm lầy *n.* marsh	đầu xe *n.* limber
đầm lầy *a.* marshy	đấu thủ *n.* player
đầm lầy *n.* swamp	đấu vật *v.i.* wrestle
đầm mình (trong bùn) *v.i.* wallow	đấu với *prep.* versus
đấm *v.t.* punch	đậu *n.* bean
đấm *v.t.* thump	đậu *v.i.* roost
đần độn *a.* witless	đậu Hà-lan *n.* pea
đập *v.i.* pulse	đậu lăng *n.* lentil
đập *v.t.* knock	đậu ở cảng *v.t.* harbour
đập gẫy *v.t.* disrupt	đây here
đập lúa *v.t.* thresh	đầy *a.* fraught
đập mạnh *v.i.* throb	đầy bóng râm *a.* shadowy
đập nhanh *v.i.* palpitate	đầy dục vọng *a.* lustful
đập nhanh (tim...) *v.i.* pulsate	đầy đủ *adv.* fully
đập nước *n.* barrage	đầy đủ *a.* replete
đập nước *n.* weir	đầy hoa *a.* flowery
đập vỡ *v.t.* shatter	đầy sáng tạo *a.* inventive
đất bỏ hoang *n.* fallow	đầy thi vị *a.* poetic
đất đai *n.* land	đầy thú tính *a.* brutal
đất nhiều mùn *n.* loafer	đầy tớ *n.* lackey
đất nước *n.* country	đầy triển vọng *a.* promising
đất sét *n.* clay	đẩy *v.t.* jostle
đất sét *n.* argil	đẩy (xe có bánh) *v.t.* wheel
đất tơi xốp *n.* mould	đẩy đi *v.t.* propel
đất trồng *n.* soil	đẩy lùi *v.t.* repulse
đầu bếp *n.* cook	đẩy vào chỗ nguy hiểm *v.t.* peril
đầu đề *n.* caption	đẩy vào tình trạng nguy hiểm *v.t.* imperil
đầu gối *n.* knee	đậy phủ *v.t.* sheet
đầu hàng *v.t.* capitulate	đe dọa *v.t.* daunt
đầu hàng *v.t.* surrender	đe dọa *v.t.* menace
đầu lâu *n.* skull	đe dọa *v.t.* threaten
đầu mối *n.* knot	

đẻ nhiều con *a.* multiparous
đem thi hành *v.t.* enforce
đen *a.* black
đen nhánh *n.* jet
đèn *n.* lamp
đèn hiệu *n.* beacon
đèn lồng *n.* lantern
đeo *v.t.* gird
đeo bằng dây da *v.t.* strap
đeo nhẫn cho ai *v.t.* ring
đẹp *a.* beautiful
đẹp *a.* nice
đẹp mắt *a.* spectacular
đẹp như tranh *a.* picturesque
đẹp trai *a.* handsome
đê tiện *a.* ignoble
đê tiện *a.* nefandous
đê tiện *a.* seamy
đê tiện *a.* vile
đề cao *v.t.* exalt
đề cập *n.* mention
đề cập tới *v.t.* mention
đề địa chỉ *v.t.* address
đề nghị *v.t.* propose
đề nghị *v.t.* propound
đề phòng *a.* watchful
đề tài *n.* subject
đề xuất *v.t.* suggest
để chảy nhỏ giọt *v.t.* distil
để cho *v.t.* let
để chuẩn bị *a.* preparatory
để dành *v.t.* spare
để điều trị *a.* remedial
để ghi nhớ *a.* memorial
để lại *v.t.* bequeath
để lại sẹo *v.t.* scar
để lộ ra *v.t.* divulge
để lùi ngày tháng về sau *v.t.* post-date
để ngồi *v.t.* seat
để phòng giữ *a.* preservative
để phòng ngừa *a.* precautionary
để riêng *v.t.* sequester
để tiêm chủng *a.* inoperative
để tìm ra *a.* detective
để trống *a.* blank
để vào giữa *v.t.* sandwich
để xuống hầm trữ lương thực *v.t.* pit
đế *n.* nadir
đế quốc *n.* empire
đệ trình *v.t.* submit
đệ trình *v.t.* tender
đêm *a.* nocturnal
đêm nay *n.* to-night
đêm tối *n.* night
đếm *v.t.* count
đền bù *v.t.* offset
đền bù *v.t.* requite
đền đáp lại *v.t.* reciprocate
đền thờ *n.* oracle
đến *v.i.* come
đến chết được *adj.* alamort
đến gần *v.t.* approach
đến muộn *adj.* belated
đến mức độ nào đó *adv.* somewhat
đều không *conj.* neither
đều nhau *a.* equilateral
đi *v.i.* go
đi *v.t.* tread
đi bộ *adv.* afoot
đi bộ *v.i.* trek
đi bộ *v.i.* walk
đi chơi *v.t.* excuse
đi chơi biển *v.i.* cruise
đi chơi rong *v.i.* roam
đi dã ngoại *v.i.* picnic
đi dài bước *v.i.* stride
đi dạo *v.t.* ambulate
đi dạo *v.i.* lounge
đi dạo *v.i.* stroll
đi dạo chơi *v.t.* ramble

đi du lịch *v.i.* tour
đi du lịch *v.i.* travel
đi du thuyền *v.i.* yacht
đi đứng oai vệ *v.i.* stalk
đi giày *v.t.* shoe
đi kèm *v.t.* accompany
đi khệnh khạng *v.i.* strut
đi lạc *v.i.* stray
đi lại được *adj.* ambulant
đi lang thang *v.i.* cadge
đi lảo đảo *v.i.* lurch
đi lắc lư *v.i.* waddle
đi lén *v.i.* steal
đi lên *a.* upward
đi lên *adv.* upwards
đi lính *v.i.* soldier
đi lộn xộn *v.i.* straggle
đi một chuyến đi xa *v.i.* voyage
đi mua sắm *v.i.* shop
đi ngang qua *v.t.* cross
đi nhanh *v.i.* whiz
đi ô tô *v.i.* motor
đi rong chơi *v.i.* rove
đi săn *v.t.* hunt
đi tản bộ *v.t.* saunter
đi tàu thuỷ *v.i.* sail
đi theo sau *v.t.* follow
đi thơ thẩn *v.i.* wander
đi thuyền *v.i.* boat
đi tiểu *v.i.* urinate
đi tìm *v.t.* quest
đi trước *v.* precede
đi tuần tra *v.i.* patrol
đi từng bước *v.i.* pace
đi vào *v.t.* enter
đi vắng *v.t.* absent
đi vận động *v.t.* canvass
đi xe tắc-xi *v.i.* taxi
đi xuống *v.i.* descend
đi xuống *v.i.* ebb
đĩa dẹt *n.* disc

đĩa đựng thức ăn *n.* dish
đĩa nhỏ *n.* saucer
địa cầu *n.* globe
địa chất *a.* geological
địa chỉ *n.* address
địa điểm *n.* place
địa lý *a.* geographical
địa ngục *a.* hell
địa ngục *n.* pandemonium
địa ngục *n.* underworld
địa phương *a.* local
địa tầng *n.* stratum
địa vị *n.* standing
địa vị người mẹ *n.* maternity
đích thực *a.* authentic
địch thủ *n.* antagonist
điếc *a.* deaf
điếc *n.* deal
điềm báo *n.* omen
điềm tĩnh *a.* placid
điềm tĩnh *a.* sedate
điểm *a.* punctual
điểm đến *n.* destination
điểm giao *n.* intersection
điểm giữa *a.* median
điểm số *n.* score
điểm xấu xí *n.* ugliness
điểm yếu *n.* blot
điên cuồng *a.* frantic
điên cuồng *a.* insane
điền kinh *n.* athletics
điền trang *n.* estate
điển hình *a.* typical
điện áp *n.* voltage
điện báo *a.* telegraphic
điện lực *n.* electricity
điện thoại *n.* phone
điệp khúc *n.* refrain
điệp viên *n.* spy
điêu khắc *a.* sculptural
điều ác *n.* mischief
điều áp *v.t.* pressurize

điều bí ẩn *n.* enigma
điều bí ẩn *n.* riddle
điều buồn bực *n.* botheration
điều cấm ky *n.* taboo
điều chắc chắn *n.* certainty
điều chỉnh *v.t.* adjust
điều chỉnh *v.t.* modulate
điều chỉnh *v.t.* regulate
điều chỉnh cho hợp *v.t.* square
điều có thể xảy ra *n.* probability
điều gì đó *pron.* something
điều hư cấu *n.* fiction
điều khoản *n.* proviso
điều không thể thực hiện được *n.* impossibility
điều không tưởng *n.* utopia
điều kiện *n.* condition
điều kiện cần thiết *n.* requiste
điều kiện thuận lợi *n.* facility
điều kiện tiên quyết *n.* prerequisite
điều kiện tốt nhất *n.* optimum
điều mong ước *n.* wish
điều ngớ ngẩn *n.* absurdity
điều nhục nhã *n.* slur
điều ô nhục *n.* infamy
điều phải *n.* right
điều sai lầm *n.* blunder
điều sai quấy *n.* guilt
điều sai trái *n.* evil
điều thần bí *n.* mystery
điều thú vị *n.* zest
điều tốt *n.* good
điều tra *v.t.* probe
điều trái ngược *n.* reverse
điều trở ngại *n.* drawback
điều tưởng tượng *n.* figment
điều xấu *n.* ill
điều xấu nhất *n.* worst
điếu thuốc lá *n.* cigarette

điếu xì gà *n.* cigar
điệu bộ *n.* gesture
đinamit *n.* dynamite
đinh ghim *n.* pin
đinh tai *a.* strident
đinh tán *n.* rivet
đinh tán *n.* stud
đinh thúc ngựa *n.* spur
đình chỉ *v.t.* suspend
đỉnh *n.* peak
đỉnh *n.* summit
đỉnh *n.* tip
đỉnh *n.* top
đỉnh điểm *n.* climax
định cư *v.i.* settle
định giá *v.t.* evaluate
định giá *v.t.* price
định giá *v.t.* value
định hướng *v.t.* orient
định hướng *v.t.* orientate
định kiến *n.* prejudice
định kỳ *a.* periodical
định lý *n.* theorem
định nghĩa *v.t.* define
định rõ *v.t.* specify
định trước *v.t.* predetermine
đo *v.t.* tape
đo bằng sải *v.t.* fathom
đo đạc *v.t.* measure
đo đỏ *a.* reddish
đo lường *v.t.* mete
đỏ *a.* red
đỏ dồn về *v.i.* accrue
đỏ mặt (vì cái gì) *v.i.* blush
đỏ rực *adv.* aglow
đỏ son *a.* vermillion
đỏ thắm *a.* cardinal
đó *a.* that
đó đây *prep.* around
đoàn *n.* gang
đoàn *n.* troupe
đoàn đại biểu *n.* delegation

đoàn kết *v.t.* unite	đọng lại (nước) *v.i.* stagnate
đoàn lữ hành *n.* caravan	đô đốc *n.* admiral
đoàn tuỳ tùng *n.* retinue	đô thị hoặc thành phố *a.* civic
đoán trước *v.t.* foresee	
đoán trước *v.t.* foretell	đô vật *n.* wrestler
đoạn *v.t.* segment	đồ ăn *n.* aliment
đoạn mở đầu *n.* prologue	đồ cá nhân *n.pl* paraphernalia
đoạn thơ *n.* stanza	đồ châu báu *n.* jewellery
đoạn tiếp *n.* sequel	đồ chơi *n.* toy
đoạn trích *n.* extract	đồ cúng *n.* oblation
đoạn trùng *n.* slacks	đồ dùng cá nhân *n.* belongings
đoạn tuyệt *v.t.* rupture	
đoạn văn *n.* paragraph	đồ dùng văn phòng *n.* stationery
đọc *v.t.* read	
đọc kỹ *v.t.* peruse	đồ dự phòng *n.* spare
đọc lại *v.t.* revise	đồ đạc *n.* furniture
đọc thành âm gió *v.* assibilate	đồ đạc *n.* stuff
đòi *v.t.* assert	đồ đan bằng liễu gai *n.* wicker
đòi hỏi *v.t.* demand	
đói *a.* hungry	đồ gia vị *n.* relish
đòn đám ma *n.* bier	đồ gốm *n.* pottery
đón tiếp ai ở nhà *v.t.* house	đồ khảm *n.* mosaic
đóng *v.t.* shut	đồ khoác ngoài *n.* wrap
đóng *v.t.* close	đồ lặt vặt *n.* small
đóng băng *v.i.* freeze	đồ lót *n.* underwear
đóng chốt *v.t.* peg	đồ sộ *a.* voluminous
đóng cọc *v.t.* pile	đồ sứ *n.* china
đóng cọc *v.t.* stake	đồ sứ *n.* porcelain
đóng dấu *v.t.* affix	đồ thêu trang trí *n.* apparel
đóng dấu *v.t.* seal	đồ thị *n.* graph
đóng đinh *v.t.* nail	đồ thị *a.* graphic
đóng đinh *v.t.* stud	đồ thừa *n.* refuse
đóng gói *v.t.* pack	đồ thừa *n.* remains
đóng góp *v.t.* contribute	đồ ti tiện *n.* cad
đóng hộp (thịt, cá, quả…) *v.t.* can	đồ trang bị *n.* outfit
	đồ trang phục nữ *n.* millinery
đóng sầm *v.t.* slam	đồ trang trí *n.* ornament
đóng thành kiện *v.t.* bale	đồ uống *n.* beverage
đóng tiền bảo lãnh *v.t.* bail	đồ uống *n.* drink
đóng ván ô *v.t.* panel	đồ vật *n.* object
đóng yên cương *v.t.* harness	đổ bê tông *v.t.* concrete
động (nước) *a.* stagnant	đổ chì *v.t.* lead

đổ hết ra *v* empty
đổ lỗi *v.t.* blame
đổ mồ hôi *v.i.* perspire
đổ mồ hôi *v.i.* sweat
đổ tại *v.t.* ascribe
đổ tội *v.t.* impute
đổ trút *v.t.* shower
đỗ xe *v.t.* park
đố kỵ *v.t.* envy
độ axít *n.* acidity
độ cao so với mặt biển *n.* altitude
độ kêu vang *n.* sonority
độ mạnh *n.* intensity
độ sâu *n.* depth
độ xiên *n.* bias
độc *a.* venomous
độc *a.* noxious
độc ác *a.* cruel
độc ác *a.* malign
độc hại *a.* virulent
độc tấu *n.* solo
đôi *n.* pair
đồi *n.* hill
đồi nhỏ *n.* hillock
đổi chác *v.t.* barter1
đổi chỗ *v.t.* shift
đổi màu *v.t.* colour
đổi mới *v.t.* innovate
đối chọi *v.i.* match
đối diện *a.* opposite
đối địch *a.* adverse
đối lập *pref.* anti
đối lập *v.i.* conflict
đối phó *v.i.* cope
đối tác *n.* partner
đối thủ *n.* opponent
đối thủ *n.* rival
đối xử *v.i.* behave
đối xử *v.t.* treat
đối xử tốt *v.t.* befriend
đối xứng *a.* symmetrical

đội *n.* crew
đội *n.* squad
đội *n.* team
đội hộ tống *n.* escort
đội hợp xướng *n.* choir
đội mũ cho ai *v.t.* cap
đội tiên phong *n.* pioneer
đội tuần tra *n.* patrol
đốm bẩn *n.* smear
đồn đại *v.t.* rumour
đốn (cây) còn để gốc *v.t.* stump
đông dân *a.* populous
đông đảo *a.* numerous
đông hơn *v.t.* outnumber
đồng *n.* copper
đồng bảng Anh *n.* pound
đồng bảng Anh *n.* sterling
đồng bằng *n.* plain
đồng chí *n.* comrade
đồng chí *n.* fellow
đồng cỏ *n.* mead
đồng cỏ *n.* pasture
đồng giáo dục *n.* co-education
đồng hoang *n.* moor
đồng hồ *n.* watch
đồng hồ treo tường *n.* clock
đồng nghĩa *a.* synonymous
đồng nghiệp *n.* colleague
đồng rúp *n.* rouble
đồng rupi *n.* rupee
đồng silling *n.* shilling
đồng thau *n.* brass
đồng thiếc *n.&adj.* bronze
đồng thời *a.* simultaneous
đồng tính nữ *n.* less
đồng xu *n.* cent
đồng xu penni *n.* penny
đồng ý *v.t.* accede
đồng ý *v.i.* agree
đồng ý *v.i.* assent
đồng yên *n.* Yen

đống *n.* heap
đống *n.* rick
đống (gạch để nung, đất, rơm) *n.* clamp
đống đổ nát *n.* wreck
đống lúa *n.* shock
động cơ *n.* engine
động cơ *n.* mover
động cơ không nổ *v.i.* misfire
động cơ mô tô *n.* motor
động danh từ *n.* gerund
động đậy *v.i.* stir
động lòng trắc ẩn *v.t.* pity
động lực học *n.* dynamics
động lượng *n.* momentum
động mạch *n.* artery
động sản *n.* movables
động tác chạy lắt léo *n.* dodge
động tác nhào lộn *n.* somersault
động tác nhảy lên *n.* bound
động tác nuốt *n.* gulp
động từ *n.* verb
động vật *n.* animal
động vật có bốn chân *n.* quadruped
động vật có vú *n.* mammal
động vật hai chân *n.* biped
động vật học *a.* zoological
động vật học *n.* zoology
động vật nhai lại *n.* ruminant
động vật nhiều chân *n.* millipede
đốt (ong, muỗi) *v.t.* sting
đốt cháy *v.t.* fire
đốt cháy *v.t.* burn
đốt nhang *v.t.* incense
đốt nóng *v.t.* heat
đột kích *v.t.* raid
đột ngột *a.* abrupt
đột ngột *n.* sudden

đột nhiên *adv.* short
đột xuất *a.* snap
đỡ *v.t.* parry
đỡ đầu *v.t.* sponsor
đời sống ở tu viện *n.* monasticism
đời sống vợ chồng *n.* matrimony
đơn âm *a.* monosyllabic
đơn độc *a.* single
đơn độc *a.* lonesome
đơn giản *a.* simple
đơn sắc *a.* monochromatic
đơn thuốc *n.* recipe
đơn vị *n.* unit
đơn vị đong chất lỏng bằng 1/6 dram *n.* minim
đớp *v.t.* snap
đợt *n.* spell
đu đưa *v.t.* dangle
đu đưa *v.t.* flicker
đu đưa *v.t.* rock
đu đưa *v.i.* sway
đủ *a.* adequate
đủ *a.* enough
đủ *adv.* enough
đủ *a.* sufficient
đủ tuổi kết hôn *a.* marriageable
đủ tư cách *a.* eligible
đua *v.i.* race
đua đường dài *n.* marathon
đùa giỡn *v.i.* joke
đùa giỡn *v.i.* play
đũa thần *n.* wand
đúc *v.t.* mint
đúc *v.t.* mould
đục *v.t.* chisel
đục gỗ *a.* xylophagous
đục lỗ *v.t.* hole
đui mù *a.* blind
đùi *n.* thigh

đúng *adv.* aright	**đứng đắn** *a.* earnest
đúng *a.* correct	**đứng đầu** *v.t.* top
đúng *adv.* due	**đứng ở một chỗ** *a.* stationary
đúng *adv.* justly	**đứng thẳng** *a.* erect
đúng *a.* right	**đứng về phía** *v.i.* side
đúng *a.* true	**được cấp bằng sáng chế** *v.t.* patent
đúng *adv.* just	
đúng đắn *a.* judicious	**được chào đón** *a.* welcome
đúng là *a.* sheer	**được giải thưởng** *a.* laureate
đúng luật *a.* legitimate	**được hay không** *conj.* whether
đúng lúc *adv.* pat	
đúng lúc *a.* timely	**được lựa chọn** *a.* select
đúng lúc *a.* well-timed	**được miễn (thuế)** exempt
đúng mực *a.* sober	**được nuôi để vắt sữa** *a.* milch
đúng nguyên văn *a.* verbatim	
đúng nguyên văn *adv.* verbatim	**được trả hậu** *a.* remunerative
đúng thế *adv.* yes	**được trang trí** *v.t.* bedight
đuôi *n.* tail	**được trình bày thành bảng** *a.* tabular
đuổi *v.t.* evict	
đút lót *v.t.* bribe	**được ưu tiên** *a.* preferential
đưa *v.t.* hand	**được yêu mến** *a.* beloved
đưa cái gì ra như một lý lẽ *v.t.* allege	**đương đầu** *v.t.* face
	đương đầu với *v.t.* front
đưa lên ngôi *v.t.* enthrone	**đương thời** *a.* contemporary
đưa ra *v.t.* present	**đường (một loại gia vị)** *n.* sugar
đưa ra công khai *v.t.* publicize	
đưa ra lời khuyên về phẩm hạnh *v.i.* sermonize	**đường biên giới** *n.* boundary
	đường cái *n.* pad
đưa vào chương trình *v.t.* schedule	**đường chân trời** *n.* horizon
	đường có mái vòm *n.* arcade
đứa bé còn ẵm ngửa *n.* infant	**đường cong** *n.* curve
	đường cực *n.* polar
đứa bé mới sinh *n.* baby	**đường đắp cao** *n.* causeway
đứa côn đồ *n.* ruffian	**đường đắp thẳng** *n.* isobar
đứa trẻ *n.* child	**đường đi** *n.* way
đứa trẻ *n.* bantling	**đường hầm** *n.* tunnel
đứa trẻ con *n.* kid	**đường kẻ** *n.* line
đứa trẻ thích nô đùa *n.* romp	**đường kính** *n.* diameter
đức tính đàn ông *n.* manliness	**đường lớn** *n.* thoroughfare
	đường mòn *n.* path
đứng *v.i.* stand	**đường nét** *n.* outline
	đường nhỏ *n.* lane

đường nối *n.* seam
đường nứt *n.* rift
đường nứt *n.* cleft
đường rãnh *n.* groove
đường rãnh xoắn *n.* rifle
đường ray *n.* rail
đường ray *n.* railway
đường rẽ nước *n.* wake
đường rò *n.* fistula
đường sữa *n.* lactose
đường tròn *n.* circumference
đường tròn *n.* circle
đường viền *n.* contour
đường viền *n.* welt
đường vòng *n.* bypass
đường vuông góc *n.* perpendicular
đường xoắn ốc *n.* spiral

eo *n.* waist
eo biển *n.* channel
eo biển *n.* strait
ép *v.t.* squash
ép buộc *a.* compulsory
ép buộc *v.t.* force
ép chặt *v.t.* jam

Fulông *n.* furlong

ga cuối cùng *n.* terminus
ga ra *n.* garage
gà bantam *n.* bantam
gà con *n.* chicken

gà đẻ trứng *n.* layer
gà mái *n.* hen
gà tây *n.* turkey
gác lửng *n.* mezzanine
gác xép *n.* loft
gạc (hươu và nai) *n.* antler
gạch *n.* brick
gạch chân *v.t.* underline
gạch sống *n.* adobe
gạch vụn *n.* rubble
gai *n.* thorn
gài bẫy *v.t.* snare
gái điếm *n.* strumpet
gái điếm *n.* whore
gái điếm hạng sang *n.* courtesan
gái mại dâm *n.* prostitute
Galông *n.* gallon
gam *n.* gramme
gan *n.* liver
gan dạ *a.* dauntless
gan dạ *a.* brave
gang *n.* cast-iron
gánh chịu *v.t.* incur
gánh nặng *n.* burden
gánh quá nặng *n.* overcharge
gàu *n.* dandruff
gay go *a.* trying
gáy *n.* nape
gặm *v.t.* nibble
gặm mòn *adj.* corrosive
gắn dán *v.t.* attach
găng tay hở ngón *n.* mitten
gặp mặt *n.* meet
gặp thình lình *v.t.* encounter
gắt gỏng *a.* waspish
gặt *v.t.* mow
gầm *v.i.* roar
gầm gừ *v.i.* growl
gầm gừ *v.i.* snarl
gầm vang *v.i.* bellow
gần *a.* adjacent

gần *adv.* anigh	**gây phản tác dụng** *v.t.* antagonize
gần *adv.* by	**gây ra** *v.t.* cause
gần *a.* near	**gây ra** *v.t.* occasion
gần *prep.* near	**gây ra** *n.* trigger
gần *adv.* nigh	**gây ra lãng phí** *a.* wasteful
gần *prep.* nigh	**gây ra sự nổi loạn** *a.* seditious
gần *prep.* by	
gần chết *a.* moribund	**gây tai hoạ cho** *v.t.* plague
gần đây *adv.* hereabouts	**gây thiệt hại** *v.t.* damage
gần đây *a.* latter	**gây tổn thương** *a.* injurious
gần đây *a.* recent	**gây trở ngại** *v.t.* impede
gần đây *adv.* recently	**gây uy tín cho** *v.t.* accredit
gần nhất *a.* proximate	**gây vết** *v.t.* stain
gần như *adv.* near	**gây xúc động** *a.* sensational
gần như *adv.* nearly	**gầy** *a.* lank
gấp ba *a.* triple	**gầy còm** *a.* meagre
gấp bốn *a.* quadruple	**gầy còm** *a.* learned
gấp đôi *a.* double	**gậy** *n.* stick
gấp đôi *adv.* twice	**gậy** *n.* bat
gấp đôi lên *v.t.* double	**gậy nhọn** *n.* goad
gấp hai *a.* twofold	**gậy phép (của giám mục)** *n.* cosier
gấp trăm lần *n.&adj.* centuple	
gập *v.t.* fold	**ghập ghềnh** *adj.* bumpy
gật đầu đồng ý *v.i.* nod	**ghen tị** *a.* envious
gật đầu ra hiệu *v.t.* beckon	**ghen tị** *a.* jealous
gây ảnh hưởng *v.t.* effect	**ghen ty** *a.* zealous
gây ảnh hưởng *v.t.* influence	**ghép** *v.t.* graft
gây ấn tượng *v.t.* impress	**ghép** *v.t.* transplant
gây ấn tượng *a.* impressive	**ghép** *v.t.* key
gây ấn tượng mạnh *a.* imposing	**ghép đôi** *v.t.* pair
	ghét *v.t.* hate
gây cản trở *v.t.* handicap	**ghê tởm** *v.t.* abhor
gây chết người *a.* lethal	**ghê tởm** *a.* abominable
gây chiến *v.i.* war	**ghê tởm** *a.* hideous
gây giống *v.t.* breed	**ghê tởm** *a.* odious
gây hấp dẫn *v.t.* intrigue	**ghê tởm** *a.* repulsive
gây mê *v.t.* tranquillize	**ghê tởm** *v.t.* loathe
gây miễn dịch *v.t.* immunize	**ghế** *n.* chair
gây nguy hiểm *v.t.* endanger	**ghế** *n.* chaise
gây nguy hiểm *v.t.* jeopardize	**ghế** *n.* seat
gây nhiễm *v.t.* infect	**ghế dài** *n.* bench
gây nổ *a.* explosive	

ghế dài có đệm *n.* ottoman	giá cả *n.* price
ghế đẩu *n.* stool	giá thấp *a.* cheap
ghế kiệu *n.* sedan	giá treo cổ *n.* gallows
ghế so fa *n.* sofa	giá trị *n.* validity
ghế trường kỳ *n.* couch	giá trị *n.* value
ghi âm *v.t.* record	giá trị *n.* worth
ghi chép *v.t.* note	giác mạc *n.* cornea
ghi nhớ *v.t.* remember	giác ngộ *v.t.* reclaim
ghi nợ *v.t.* debit	giác quan *n.* sense
ghi số đếm *v.t.* number	giai cấp *n.* class
ghi vào sổ *v.t.* register	giai cấp nông dân *n.* peasantry
ghim *v.t.* pin	
ghim dập *n.* staple	giai điệu *n.* melody
gì *a.* what	giai điệu *n.* tune
gỉ *n.* rust	giai thoại *n.* phase
gia đình *n.* family	giải đấu *n.* tournament
gia đình trị *n.* nepotism	giải hoà *v.t.* reconcile
gia hạn *v.t.* prolong	giải phóng *v.t.* free
gia nhập *v.t.* enlist	giải phóng *v.t.* manumit
gia nhập *v.t.* join	giải quyết *v.t.* solve
gia sản *n.* patrimony	giải quyết (một vấn đề) *v.t.* tackle
gia súc *n.* cattle	
gia súc bị lạc *n.* stray	giải thích *v.t.* explain
gia sư *n.* tutor	giải thoát *v.t.* rid
gia tăng *v.t.* accelerate	giải thưởng *n.* prize
gia vị *n.* spice	giam giữ *v.t.* confine
già *a.* old	giam giữ *v.t.* intern
già dặn *a.* sage	giảm *v.t.* reduce
giả *a.* counterfeit	giảm bớt *v.t.* lessen
giả *a.* mimic	giảm đi *v.t.* decrease
giả định *v.t.* assume	giảm đột ngột *v.t.* avale
giả định *v.t.* suppose	giảm nhẹ *v.t.* mitigate
giả định trước *v.t.* presuppose	giám đốc *n.* director
giả mạo *a.* spurious	giám đốc *n.* principle
giả thuyết *n.* hypothesis	giám đốc sở bưu điện *n.* postmaster
giả vờ *v.t.* feign	
giả vờ *v.t.* prtend	giám mục *n.* bishop
giả vờ *v.i.* sham	giám sát *v.t.* overlook
giả vờ *a.* sham	giám sát *v.t.* supervise
giá *n.* cost	giám thị *n.* overseer
giá *n.* shelf	giám thị *n.* proctor
giá ba chân *n.* tripod	giám thị phòng thi *n.* invigi-

lator
giàn giáo *n.* scaffold
giàn thiêu *n.* pyre
giản lược *a.* summary
gián đoạn *v.t.* discontinue
gián tiếp *a.* indirect
giảng *v* lecture
giảng đường *n.* amphitheatre
giảng kinh *a.* pulpit
giáng chức *v.t.* degrade
giáng một đòn *v.t.* inflict
giành giật *v.i.* vie
giao dịch *v.t.* transact
giao điểm *n.* interchange
giao hợp *v.t.&i.* conjugate
giao hợp *v.i.* copulate
giao kèo *n.* bond
giao nhầm *v.t.* misgive
giao nhiệm vụ *v.t.* task
giao phó *v.t.* commit
giao phó *v.t.* entrust
giao phối *v.t.* mate
giao phối *v.t.* mate
giao thông *n.* traffic
giao tiếp *n.* rapport
giao việc cho ai *v.t.* employ
giáo chủ *n.* prelate
giáo điều *n.* dogma
giáo điều *a.* dogmatic
giáo hoàng *a.* papal
giáo hoàng *n.* pope
giáo huấn *a.* didactic
giáo sĩ hồi giáo *n.* mullah
giáo sư *n.* professor
giáo viên *n.* teacher
giàu có *a.* affluent
giàu có *a.* rich
giàu có *a.* wealthy
giàu từ trong trứng *adj.* born rich
giàu tưởng tượng *a.* imaginative

giày *n.* shoe
giày có đế liền gót *n.* wedge
giày ống *n.* boot
giặt là *v.t.* launder
giấc chợp mắt *n.* nap
giấc mơ *n.* dream
giấc ngủ *n.* sleep
giấc ngủ *n.* slumber
giấc ngủ lim *n.* lethargy
giấc ngủ ngắn *n.* doze
giấc ngủ trưa *n.* siesta
giầm *v.t.* pickle
giấm *n.* vinegar
giậm chân *v.t.* conculcate
giậm chân *v.i.* stamp
giận *a.* angry
giận dữ *a.* furious
giật mạnh *v.t.* wrest
giấu giếm *v.t.* conceal
giấu giếm *n.* secretion
giấu giếm *adj.* clandestine
giấu tên *a.* anonymous
giày trượt băng *n.* skate
giấy *n.* paper
giấy bảo hành *n.* warranty
giấy chứng nhận *n.* testimonial
giấy chứng nhận *n.* warrant
giấy chứng nhận *n.* certificate
giấy gói *n.* wrapper
giấy mời *v.* invitation
giấy phép *n.* permit
giấy phép *n.* licence
giấy quảng cáo *n.* prospsectus
giẻ *n.* rag
giẻ lau sàn *n.* mop
gieo *v.t.* sow
giếng *n.* well
giết *v.t.* kill
giết *v.t.* murder
giết chết *v.t.* slay
giết mổ *v.t.* slaughter

giết mổ (lợn, bò) *v.t.* butcher	giới hạn *n.* limit
giết người *a.* murderous	giới hạn *v.t.* limit
gió *n.* wind	giới tăng lũ *n.* clergy
gió lốc *n.* whirlwind	giới thiệu *v.t.* introduce
gió mùa *n.* monsoon	giới thiệu *v.t.* recommend
gió tây *n.* zephyr	giới tính *n.* sex
giỏi *a.* versed	giới trí thức *n.* intelligentsia
giòn *a.* crisp	giới từ *n.* preposition
giòn *a.* brittle	giũa *v.t.* file
giọng *n.* accent	giúp đỡ *v.t.* aid
giọng *n.* tone	giúp đỡ *v.t.* help
giọng nam trầm *n.* bass	giúp ích *a.* helpful
giọng nhỏ *n.* undertone	giữ độc quyền *v.t.* monopolize
giọng nói *n.* voice	giữ gìn *v.t.* conserve
giọng nữ trầm *n.* alto	giữ gìn *v.t.* preserve
giọt *n.* drop	giữ lại *v.t.* retain
giông bão *a.* tempestuous	giữa *prep.* amid
giống *n.* gender	giữa *prep.* between
giống cái *n.* female	giữa *a.* mid
giống cây bulô *n.* birch	giữa *n.* middle
giống chó Tây Ban Nha *n.* spaniel	giữa midst
	giữa mùa hè *n.* midsummer
giống đực *a.* male	giữa ngày *n.* midday
giống đực *a.* masculine	giường *n.* bed
giống hệt *a.* duplicate	giường ngủ *n.* berth
giống hình sao *a.* starry	giường ngủ *n.* bunk
giống lừa *adj.* asinine	glucoza *n.* glucose
giống mạng nhện *a.* webby	Glyxerin *n.* glycerine
giống nhau *a.* alike	gò *n.* mound
giống nhau *a.* similar	gò cương *v.t.* rein
giống nhau *a.* like	góc *n.* angle
giống nhau *a.* same	góc *a.* angular
giống như *prep.* like	góc *n.* corner
giống sư tử *a.* leonine	gói *n.* pack
giống trung *a.* neuter	gói nhỏ *n.* packet
giống trung *n.* neuter	gọi *v.t.* call
giống với *v.t.* resemble	gọi *v.t.* hail
giơ lên *v.t.* lift	gọi là *v.t.* term
giờ giải lao *n.* interlude	gọi nhầm *v.t.* miscall
giờ làm thêm *n.* overtime	gọi về *v.t.* recall
giờ ngủ *n.* bed-time	gọn gàng *a.* neat
giới hạn *n.* end	gọn gàng *a.* orderly

gót chân *n.* heel
gọt *v.t.* whittle
gồ ghề *a.* rugged
gỗ *n.* timber
gỗ *n.* wood
gỗ mun *n.* ebony
gỗ tàn hương *n.* sandalwood
gỗ tếch *n.* teak
gốc *a.* radical
gốc (cây) *n.* stub
gốc cây (còn lại sau khi đốn) *n.* stump
gối lên *v.t.* overlap
gội đầu *v.t.* shampoo
gồm có *v.i.* consist
gộp lại *v.t.* lump
gợi lại *a.* reminiscent
gợi lên *v.t.* evoke
gợi tình *n.* sexy
gợi ý *v.t.* imply
gợn sóng *v.i.* undulate
guồng *n.* reel
gửi *v.t.* send
gửi bằng điện báo *v.t.* telegraph
gửi bằng rađiô *v.t.* radio
gửi kèm theo *v.t.* enclose
gửi qua bưu điện *v.t.* post
gửi thư *v.t.* mail
gửi tiền vào ngân hàng *v.t.* bank
gươm *n.* sword
gương *n.* mirror
gương phản xạ *n.* reflector
gượng gạo *a.* wry

hà tiện *a.* miserly
hà tiện *a.* niggardly
há hốc mồm *adv.* agape

hạ giá *v.t.* cheapen
hạ nhanh *v.i.* slump
hạ sĩ quan *n.* sergeant
hạ thấp *v.t.* debase
hạ thấp *v.t.* lower
hạ thủy *v.t.* launch
hai mươi *a.* twenty
hai năm một lần *adj.* biennial
hai trăm năm một lần *adj.* bicentenary
hai trục *adj.* biaxial
hai tuần lễ *n.* fort-night
hài hước *a.* comic
hài hước *n.* funny
hài hước *a.* humorous
hài kịch *n.* comedy
hài lòng *a.* content
hải lưu ngầm *n.* undercurrent
hải quân *a.* naval
hải quân *n.* navy
hái hublông *v.i.* hop
ham đọc sách *n.* bookish
hàm *n.* jaw
hàm trên *n.* maxilla
hám lợi *a.* mercenary
hạm đội *n.* armada
hạm đội *n.* fleet
hàn *v.t.* weld
hàn gắn *v.t.* solder
hạn chế *v.t.* inhibit
hạn chế *v.t.* restrict
hạn chế *a.* restrictive
hạn chế chỉ tiêu *v.t.* retrench
hạn ngạch *n.* quota
hang (cầy, thỏ) *n.* burrow
hang động *n.* cave
hang lớn *n.* cavern
hang ổ *n.* mew
hang ổ thú rừng *n.* lair
hang thú dữ *n.* den
hàng *n.* file
hàng *n.* row

hàng cha mẹ *n.* parentage
hàng dệt kim *n.* hosiery
hàng hóa *n.* cargo
hàng hóa *n.* commodity
hàng hóa *n.* merchandise
hàng hóa *n.* ware
hàng không *n.* aviation
hàng không học *n.pl.* aeronautics
hàng năm *a.* annual
hàng năm *a.* yearly
hàng năm *adv.* yearly
hàng quý *a.* quarterly
hàng rào *n.* fence
hàng rào *n.* hedge
hàng rào *n.* pale
hàng tháng *a.* monthly
hàng tháng *adv.* monthly
hàng tuần *a.* weekly
hàng tuần *adv.* weekly
hàng xóm *n.* neighbourhood
hàng xuất khẩu *n.* export
hãng *n.* firm
hãng bánh kẹo *n.* confectionery
hãng sản xuất *n.* manufacturer
hạng *n.* category
hạng *n.* kind
hạng *n.* rank
hạng người *n.* gentry
hành động *n.* act
hành động *v.i.* act
hành động *n.* action
hành động *n.* deed
hành động bất chính *n.* malpractice
hành động đánh giá *n.* assessment
hành động ngu ngốc *n.* ideocy
hành động phi thường *n.* coup

hành động thô bỉ *n.* vulgarity
hành động xấu *n.* misdeed
hành hạ *v.t.* bedevil
hành hình kiểu linsơ *v.t.* lynch
hành khách *n.* passenger
hành lang *n.* cloister
hành lang *n.* corridor
hành lang *n.* lobby
hành lý *n.* baggage
hành lý *n.* luggage
hành tinh *n.* planet
hành trình *n.* journey
hành vi ăn trộm *n.* theft
hành xác *v.t.* mortify
hãnh diện *v.t.* pride
hãnh diện *a.* proud
hạnh kiểm *n.* conduct
hạnh kiểm xấu *n.* misdemeanour
hạnh phúc *a.* happy
hạnh phúc *n.* bliss
hạnh phúc lớn *n.* felicity
hào *n.* moat
hào hiệp *a.* gallant
hào hiệp *a.* magnanimous
hào hiệp viển vông *a.* quixotic
hào mương *n.* ditch
hào phóng *a.* generous
hào phóng *a.* liberal
hào phóng *a.* munificent
hát *v.i.* sing
hát líu lo *v.i.* warble
hạt dẻ *n.* acorn
hạt giống *n.* seed
hạt hồi *n.* aniseed
hạt hột *n.* bead
hạt kê *n.* millet
hạt lanh *n.* linseed
hạt nhân *a.* nuclear
hạt nhân *n.* nucleus

hạt tiêu *n.* pepper
hay do dự *v.i.* shilly-shally
hay gây hấn *a.* aggressive
hay giấu giếm *a.* secretive
hay lảng tránh *a.* elusive
hay ngất *a.* faint
hay nhảy *a.* salient
hay nói *a.* talkative
hay ốm yếu *a.* sickly
hay quên *a.* forgetful
hay thay đổi *a.* fickle
hay thay đổi *a.* variable
hay thay đổi *a.* whimsical
hay thù hăn *a.* revengeful
hay tin người *a.* trustful
hay tự ái *a.* touchy
hắc ín *n.* pitch
hắc ín *n.* tar
hăm dọa *v.t.* intimidate
hăm dọa để tống tiền *v.t.* blackmail
hăm hở *a.* eager
hăng *a.* pungent
hăng hái *a.* enthusiastic
hằng ngày *a.* daily
hắt hơi *v.i.* sneeze
hầm *n.* vault
hầm (nấu ăn) *v.t.* stew
hầm bẫy *n.* pitfall
hầm chứa *n.* cellar
hầm chứa phân *n.* cesspool
hầm khai thác *n.* pit
hân hoan *v.i.* exult
hấp tấp *a.* impulsive
hấp tấp *a.* rash
hấp thụ *v.t.* absorb
hầu như *adv.* almost
hầu như chắc chắn *adv.* probably
hậu cảnh *n.* background
hậu duệ *n.* descendant
hậu môn *adj.* anal

hậu môn *n.* anus
hậu quả *n.* consequence
hậu thế *n.* posterity
hậu tố *n.* suffix
hẻm núi *n.* defile
hẻm núi *n.* notch
hèn hạ *n.* meanness
hèn hạ *a.* base
hẹn gặp *v.t.* meet
hẹn gặp *n.* tryst
hẹn giờ *v.t.* time
hẹn hò *v.t.* date
hẻo lánh *a.* secluded
héo *v.i.* fade
hẹp *a.* narrow
hét *v.i.* shout
hệ số *n.* coefficient
hệ thống *n.* system
hệ thống chữ Bray *n.* braille
hệ thống cống rãnh *n.* sewerage
hệ thống dây điện *n.* wiring
hệ thống giảm xóc *n.* suspension
hệ thống thuế *n.* taxation
hết hiệu lực *v.i.* expire
hệt nhau *a.* identical
hí (ngựa) *v.i.* neigh
hiểm ác *a.* maleficent
hiểm ác *a.* malignant
hiểm độc *a.* malicious
hiếm *a.* scant
hiếm có *a.* rare
hiền lành *a.* gentle
hiển nhiên *a.* evident
hiển nhiên *a.* manifest
hiến chương *n.* charter
hiến dâng *v.t.* consecrate
hiến pháp *n.* constitution
hiện diện *a.* present
hiện đại hoá *v.t.* modernize
hiện ra lờ mờ *v.i.* loom

hiện thân cho *v.t.* impersonate
hiện thân của *v.t.* embody
hiện thời *n.* present
hiện thực *a.* realistic
hiện tượng *n.* phenomenon
hiệp định *n.* treaty
hiệp sĩ *n.* knight
hiệp ước *n.* covenant
hiệp ước *n.* pact
hiểu *v.t.* comprehend
hiểu *v.t.* perceive
hiểu *v.t.* understand
hiểu biết *a.* well-read
hiểu nhanh *a.* comprehensive
hiểu nhầm *v.t.* misunderstand
hiểu sai *v.t.* misconstrue
hiếu chiến *a.* warlike
hiếu chiến *a.* bellicose
hiếu khách *a.* hospitable
hiệu bánh mì *n.* bakery
hiệu giặt *n.* laundry
hiệu suất *n.* productivity
hiệu trưởng *n.* warden
hình ảnh *n.* image
hình ảnh *n.* imagery
hình bát giác *n.* octagon
hình bình hành *n.* parallelogram
hình bóng *n.* silhouette
hình cầu *n.* sphere
hình cầu phân *n.* segment
hình chữ chi *n.* zigzag
hình chữ nhật *n.* rectangle
hình cung *n.* arc
hình dạng *n.* form
hình dạng *n.* shape
hình dung *v.t.* visualize
hình học *a.* geometrical
hình học *n.* geometry
hình khối *n.* dice
hình lập phương *n.* cube
hình lập phương *a.* cubical
hình lập phương *adj.* cubiform
hình nón *n.* cone
hình nổi *n.* effigy
hình phạt *a.* penal
hình phạt *n.* penalty
hình rập nổi *n.* density
hình sao *adj.* asteroid
hình tai *adj.* auriform
hình tam giác *n.* triangle
hình thái ngôn ngữ *n.* dialect
hình thuôn *n.* oblong
hình tim *adj.* cordate
hình tô *n.* stencil
hình trái xoan *n.* oval
hình trụ *n.* cylinder
hình tứ giác *n.* quadrangle
hình tứ giác *a.&n.* quadrilateral
hình xăm *n.* tattoo
hít vào *v.i.* inhale
ho *v.i.* cough
họ *n.* surname
họ *pron.* them
họ hàng *n.* kin
hoa *n.* bloom
hoa *n.* blossom
hoa *n.* flower
hoa đèn *n.* snuff
hoa hồng *n.* discount
hoa hồng *n.* rose
hoa huệ tây *n.* lily
hoa khôi *n.* belle
hoa nhài *n.* jasmine, jessamine
hoa sen *n.* lotus
hoa thuỷ tiên *n.* narcissus
hoa tiêu *n.* pilot
hoà bình *a.* pacific
hoà bình *n.* peace
hoà bình *a.* peaceful
hòa giải *n.* mediation
hòa hợp *a.* harmonious

hòa nhã *a.* gracious
hòa thuận với hàng xóm *a.* neighbourly
hỏa thiêu *v.t.* cremate
hóa đơn *n.* bill
hóa đơn *n.* invoice
hóa học *a.* chemical
hóa thạch *n.* fossil
hoá xương *v.t.* ossify
hoạ sĩ *n.* painter
hoan hô *interj.* hurrah
hoàn cảnh *n.* milieu
hoàn cảnh *n.* plight
hoàn cảnh *n.* circumstance
hoàn hảo *a.* perfect
hoàn lại *v.t.* restore
hoàn thành *v.t.* complete
hoàn thành *v.t.* perfect
hoàn toàn *adv.* absolutely
hoàn toàn *adv.* all
hoàn toàn *a.* outright
hoàn toàn *a.* thorough
hoàn toàn *a.* utter
hoàn toàn *adv.* utterly
hoàn toàn *adv.* wholly
hoàn toàn *adv.* altogether
hoãn lại *v.t.* adjourn
hoãn lại *v.t.* postpone
hoạn quan *n.* eunuch
hoang *a.* wild
hoang dã *a.* savage
hoang đảo *n.* desert
hoang phí *a.* prodigal
hoàng đạo *n.* zodiac
hoàng đế *n.* emperor
hoàng gia *a.* royal
hoàng thân *a.* princely
hoàng thượng *n.* sovereign
hoàng tử *n.* prince
hoạt bát *a.* sprightly
hoạt bát *a.* vivacious
hoạt động *a.* active

hoạt động *n.* activity
hoạt động *v.i.* function
hoạt động chính trị *n.* politics
hoạt động hoặc trạng thái đề phòng *n.* anticipation
hoạt động kỷ niệm *n.* celebration
học *v.i.* study
học *v.i.* learn
học bổng *n.* scholarship
học giả *n.* scholar
học kỳ *n.* semester
học phí *n.* tuition
học sinh *n.* pupil
học tập *a.* scholastic
học thuật *a.* academic
học thuyết *n.* doctrine
học trò *n.* disciple
học vị tiến sĩ *n.* doctorate
học viện *n.* academy
học viện *n.* institute
hỏi *v.t.* ask
hỏi thăm *v.t.* inquire
hói (đầu) *a.* bald
hòn đảo *n.* island
hòn đảo nhỏ *n.* isle
hòn đảo nhỏ *n.* key
họng *n.* throat
họng *n.* throttle
họp *n.* meeting
họp lại thành đàn *v.i.* swarm
hót líu lo *v.t.* chatter
hót líu lo *v.i.* twitter
hô ngữ *n.* apostrophe
hồ *n.* lake
hồ bột *n.* mush
hồ sơ *n.* file
hổ *n.* tiger
hổ cái *n.* tigress
hố ga *n.* manhole
hộ chiếu *n.* passport
hộ tịch viên *n.* registrar

hộ tống *v.t.* escort	**hồng** *a.* pink
hốc hác *a.* haggard	**hồng hào** *a.* rosy
hốc tường *n.* niche	**hồng ngọc** *n.* ruby
hôi hám *a.* foul	**hồng y giáo chủ** *n.* cardinal
hồi (trong truyện) *n.* episode	**hộp (bằng thiếc)** *n.* can
hồi phục lại *v.t.* renew	**hộp bìa cứng** *n.* carton
hồi phục lại *v.t.* renovate	**hộp nhỏ** *n.* canister
hồi tưởng quá khứ *a.* retrospective	**hộp tráp nhỏ** *n.* casket
hối hả *v.t.* bustle	**hột đậu** *n.* pulse
hối lộ *v.t.* corrupt	**hơi ẩm** *n.* moisture
hối thúc *v.t.* urge	**hơi đốt** *n.* gas
hối tiếc *v.i.* regret	**hơi hồng** *a.* pinkish
hội chợ *n.* fair	**hơi nóng** *n.* heat
hội đồng *n.* council	**hơi nước** *n.* steam
hội nghị *n.* conference	**hơi nước** *n.* vapour
hội nghị *n.* convention	**hơi thở** *n.* breath
hội nghị *n.* seminar	**hơi thở phù** *n.* puff
hội nghị chuyên đề *n.* symposium	**hơi trắng** *a.* whitish
hội thẩm đoàn *n.* jury	**hơi vàng** *a.* yellowish
hội viên hội đồng *n.* councillor	**hợm mình** *v* snobbish
hôm nay *adv.* today	**hơn hẳn** *v.t.* outdo
hôm qua *adv.* yesterday	**hơn hẳn** *a.* transcendent
hôn *v.t.* kiss	**hơn nữa** *adv.* moreover
hôn mê *a.* lethargic	**hơn thường lệ** *adv.* extra
hôn nhân *a.* conjugal	**hớp rượu nhỏ** *n.* dram
hôn nhân *n.* marriage	**hợp chất** *n.* compound
hôn nhân *a.* matrimonial	**hợp chất** *n.* compounder
hôn nhân *a.* nuptial	**hợp dòng (sông)** *adj.* confluent
hôn nhân *n.* spousal	**hợp đồng** *n.* contract
hôn nhân không môn đăng	**hợp đồng cho thuê** *n.* lease
hộ đối *n.* misalliance	**hợp kim** *n.* alloy
hồn ma *n.* wraith	**hợp kim** *n.* solder
hỗn chiến *n.* melee	**hợp lệ** *v.i.* lie
hỗn độn *adv.* chaotic	**hợp lý** *a.* fair
hỗn hợp *n.* mixture	**hợp lý** *a.* logical
hỗn hợp pha trộn *n.* blend	**hợp lý hoá** *v.t.* rationalize
hỗn loạn *adv.* pell-mell	**hợp nhau** *a.* congenial
hỗn loạn *a.* turbulent	**hợp nhất** *v.t.* merge
hông *n.* hip	**hợp pháp** *a.* lawful
	hợp pháp hóa *v.t.* legalize
	hợp tác *v.i.* co-operate

hợp thành *adj.* component
hợp thành *adj.* constituent
hợp thành nhóm *v.t.* group
hợp thời trang *a.* fashionable
hợp thời vụ *a.* seasonable
hợp tuyển *n.* anthology
hợp vệ sinh *a.* hygienic
hợp với khuôn phép *a.* decent
hợp xướng *n.* unison
hú lên *v.t.* howl
huân chương *n.* medal
huấn luyện viên *n.* instructor
huấn luyện *v.t.* train
hung ác *a.* nefarious
hung bạo *a.* atrocious
hung dữ *a.* fierce
hung dữ *a.* violent
hung hăng *a.* rampant
hùng mạnh *adj.* mighty
hùng mạnh *a.* powerful
huy hiệu *n.* badge
huy hoàng *a.* gorgeous
huy hoàng *n.* refulgence
huỷ bỏ *v.t.* repeal
hủy bỏ *v.i.* abort
hủy bỏ *v.t.* countermand
hủy bỏ *v.t.* nullify
hủy bỏ (1 loại tiền tệ) *v.t.* demonetize
huyền bí *a.* occult
huýt gió *v.i.* hiss
huýt sáo *v.i.* whistle
hư ảo *a.* vaporous
hư cấu *a.* fictitious
hứa hẹn *v.t.* promise
hứa hẹn *a.* promissory
hứa hôn *v.t.* betroth
hưng thịnh *v.i.* flourish
hương trầm *n.* incense
hướng *n.* direction
hướng bắc *n.* north

hướng dẫn nhầm *v.t.* misguide
hướng đông *n.* east
hướng nam *n.* south
hướng ra ngoài *adv.* outwards
hướng ra phía ngoài *adv.* outwardly
hướng tây *n.* west
hướng tới *adv.* onwards
hướng vào *v.t.* direct
hướng vào trong *a.* inward
hướng về *prep.* towards
hướng về bên ngoài *adv.* outward
hướng về phía tây *a.* west
hướng về phía tây *a.* westerly
hướng xuống *a.* downward
hướng xuống *adv.* downward
hươu cái *n.* doe
hươu cao cổ *n.* giraffe
hươu đực *n.* stag
hươu nai *n.* deer
hữu hình *a.* visible
hữu ích *a.* useful
hy vọng *v.t.* hope
hy vọng *a.* hopeful
hyđrô *n.* hydrogen
Hy-lạp *a.* Greek

ích kỷ *a.* selfish
im lặng *v.i.* hush
im lặng *v.t.* silence
im lặng *a.* silent
in dấu *v.t.* imprint
in nhầm *n.* misprint
in nhầm *v.t.* misprint
in rônêô *v.t.* cyclostyle
in xuất bản *v.t.* print

ít *a.* few
ít *adv.* little
ít hơn *a.* less
ít khi *adv.* seldom
ít nhất *n.* minimum
ít nhất *a.* minimum
ít nhất *adv.* least
ít ỏi *a.* scanty
ít từ ngữ *a.* terse

kali *n.* potassium
Kali cacbonat *n.* potash
kẻ ám sát *n.* assassin
kẻ áp bức *n.* oppressor
kẻ ăn bám *n.* parasite
kẻ ăn thịt người *n.* androphagi
kẻ ăn trộm gia súc *n.* abactor
kẻ bất hạnh *n.* wretch
kẻ bất lương *n.* malefactor
kẻ bất lương *n.* rascal
kẻ bi quan *n.* pessimist
kẻ chạy trốn *n.* fugitive
kẻ chiến thắng *n.* victor
kẻ cực đoan *n.* extremist
kẻ cướp *n.* gangster
kẻ cướp *n.* marauder
kẻ cướp *n.* robber
kẻ cướp *n.* bandit
kẻ cướp biển *n.* pirate
kẻ đạo đức giả *n.* hypocrite
kẻ đểu giả *n.* knave
kẻ độc tài *n.* dictator
kẻ ghét đời *n.* misanthrope
kẻ giết anh em *n.* cain
kẻ giết mẹ *n.* matricide
kẻ giết người *n.* homicide
kẻ giết người *n.* murderer
kẻ giết người thân thích *n.* parricide
kẻ giết người thân thích *n.* patricide
kẻ hay bắt nạt (ở trường học) *n.* bully
kẻ hợm mình *n.* snob
kẻ hớt lẻo *n.* sneak
kẻ khủng bố *n.* terrorist
kẻ làm giả *n.* counterfeiter
kẻ lang thang *n.* vagabond
kẻ lừa bịp *n.* juggler
kẻ lừa đảo *n.* impostor
kẻ lừa đảo *n.* swindler
kẻ lừa đảo *n.* trickster
kẻ mọt sách *n.* book-worm
kẻ mới phất *n.* upstart
kẻ nịnh hót *n.* sycophant
kẻ nói dối *n.* liar
kẻ phá hoại *n.* wrecker
kẻ phản bội *n.* traitor
kẻ sát nhân *n.* thug
kẻ thù *n.* adversary
kẻ thù *n.* enemy
kẻ thù *n.* foe
kẻ trộm *n.* thief
kẻ trộm đêm *n.* burglar
kẻ trục lợi *n.* profiteer
kẻ xâm lược *n.* aggressor
kẽ hở *n.* lacuna
kẽ hở *v.t.* slit
kem *n.* cream
kẽm *n.* zinc
kém dinh dưỡng *n.* malnutrition
kém hơn *a.* lesser
kèn *n.* clarion
kèn cócnê *n.* cornet
kèn trompet *n.* trumpet
kèn túi *n.* bagpipe
keo hồ *n.* glue
keo kiệt *a.* stingy
kéo *v.t.* draw
kéo *v.t.* pull

kéo bằng trục quay *v.t.* windlass
kéo căng *v.t.* strain
kéo dài *v.i.* last
kéo dài hai tháng *adj.* bimenasl
kéo dài qua *v.t.* span
kéo dài quanh năm *a.* perennial
kéo mạnh *v.t.* tug
kẹo *n.* sweetmeat
kẹo bơ cứng *n.* toffee
kẹo gôm *n.* gum
kẹo hạnh nhân *n.* comfit
kẹo mút *n.* lollipop
kẹo ngọt *n.* candy
kép *a.* dual
kẹp *v.t.* pinch
kê bằng gối *v.t.* pillow
kê đơn thuốc *v.t.* physic
kể cả *a.* inclusive
kể lại *v.t.* narrate
kể lại *v.t.* report
kể lại *v.t.* recite
kế hoạch làm việc *n.* schedule
kế sách *n.* tactics
kế vị *v.i.* succeed
kênh đào *n.* canal
kết án *v.t.* condemn
kết án *v.t.* convict
kết án *v.t.* sentence
kết cấu *n.* composition
kết cấu *n.* texture
kết giao *a.* associate
kết hôn *v.t.* wed
kết hợp *v.t.* combine
kết hợp *v.t.* couple
kết hợp *v.t.* associate
kết hợp chặt chẽ *a.* incorporate
kết luận *v.t.* conclude
kết nạp *v.t.* enrol

kết nối *adj.* annectant
kết nối *v.t.* connect
kết quả *n.* outcome
kết quả *n.* result
kết thúc *v.t.* end
kết thúc *v.t.* finish
kết thúc *a.* through
kết tội *v.t.* doom
kêu be be *v.i.* bleat
kêu chiêm chiếp *v.i.* chirp
kêu chít chít *v.i.* peep
kêu cọt kẹt *v.i.* creak
kêu inh tai *v.i.* bray
kêu lách cách *v.i.* rattle
kêu lên *v.i.* exclaim
kêu meo meo *v.i.* mew
kêu như quạ *v.i.* caw
kêu the thé *v.i.* squeak
kêu tích tắc *v.i.* tick
kêu to *a.* outcry
kêu vo vo *v.i.* buzz
kêu vù vù *v.i.* zoom
kha khá *adv.* pretty
khả năng *n.* ability
khả năng *n.* mind
khả năng *n.* possibility
khả năng *n.* pontentiality
khả năng *n.* capability
khả năng cảm giác *n.* sentience
khả nghi *a.* suspicious
khả thi *a.* feasible
khả thi *a.* viable
khả thi *a.* workable
khá *adv.* quite
khá giả *a.* well-to-do
khác *a.* alternative
khác *a.* another
khác *v.i.* differ
khác *a.* dissimilar
khác *a.* other
khác biệt *a.* different

khác nhau *a.* various
khác thường *adv.* singularly
khác thường *a.* weird
khạc nhổ *v.i.* spit
khách *n.* visitor
khách du lịch *n.* tourist
khách hàng *n.* client
khách hàng *n.* customer
khách mời *n.* guest
khách quan *a.* objective
khách sạn *n.* hotel
khai man trước toà *v.i.* perjure
khai sáng *v.t.* enlighten
khai thác *v.t.* exploit
khai thác đá *v.i.* quarry
khai trừ *v.t.* ostracize
khải hoàn *a.* triumphal
khái niệm *n.* concept
khái niệm *n.* notion
khám phá *v.t.* discover
khan hiếm *a.* scarce
khàn khàn *a.* hoarse
khàn khàn *a.* throaty
khán giả *n.* audience
khán giả *n.* spectator
kháng cự *v.t.* resist
khao khát *adj.* athirst
khao khát *v.t.* desire
khao khát *adj.* avid
khảo sát *v.t.* survey
khát *a.* thirsty
khát nước *v.i.* thirst
khắc *v.t.* engrave
khắc *v.t.* inscribe
khắc *v.t.* carve
khắc nghiệt *adv.* hardly
khăn ăn *n.* napkin
khăn choàng *n.* shawl
khăn choàng cổ *n.* muffler
khăn lau *n.* towel
khăn phủ giường *n.* coverlet
khăn quàng cổ *n.* scarf
khăn tay *n.* handkerchief
khăn tay *n.* kerchief
khăn trải giường *n.* sheet
khăn trùm đầu *n.* wimple
khăn xếp *n.* turban
khắn phục *v.t.* surmount
khăng khăng *v.t.* insist
khẳng định *v.t.* affirm
khẳng định *a.* affirmative
khắt khe *a.* severe
khắt khe *a.* puritanical
khâm liệm *v.t.* shroud
khẩn khoản *v.t.* entreat
khẩn khoản yêu cầu *v.t.* appeal
khâu *v.t.* sew
khâu *v.t.* stitch
khẩu đội pháo *n.* battery
khẩu hiệu *n.* motto
khẩu hiệu *n.* slogan
khẩu hiệu *n.* watchword
khẩu phần *n.* ration
khấu đuôi *n.* dock
khấu trừ *v.t.* deduct
khe hở *n.* opening
khe núi *n.* ravine
khe nứt *n.* fracture
khen ngợi *v.t.* commend
khen ngợi *v.t.* compliment
khen ngợi *v.t.* felicitate
khen ngợi *v.t.* praise
khéo *a.* skilful
khéo tay *adj.* deft
khêu gợi *a.* nubile
khêu gợi *a.* voluptuous
khi *conj.* as
khi *conj.* when
khi ấy *adv.* then
khi đó *a.* then
khi nào *adv.conj.* whenever
khỉ *a.* apish

khỉ đầu chó *n.* baboon
khỉ không đuôi *n.* ape
khí *a.* gassy
khí cầu *n.* balloon
khí hậu *n.* climate
khí hóa *v.t.* aerify
khí khái *a.* mettlesome
khí quyển *n.* atmosphere
khí tượng học *n.* meteorology
khía *n.* nick
khích lệ *v.t.* embolden
khiêm tốn *a.* humble
khiếm nhã *a.* discourteous
khiếm nhã *a.* immodest
khiếm nhã *a.* untoward
khiển trách *v.t.* admonish
khiển trách *v.t.* reprimand
khiển trách *v.t.* rebuke
khiêng *v.t.* manhandle
khiêu dâm *a.* lascivious
khiêu khích *a.* provocative
khinh bỉ *v.t.* scorn
khinh thường *v.t.* despise
kho *n.* repository
kho *n.* storage
kho báu *n.* treasure
kho hàng *v.t.* warehouse
kho than (trên tàu thủy) *n.* bunker
kho thóc *n.* barn
kho thóc *n.* grannary
kho thực phẩm *n.* buttermilk
kho vũ khí *n.* armoury
kho vũ khí *n.* arsenal
khó *a.* difficult
khó khăn *a.* arduous
khó nhọc *a.* onerous
khó tiêu hóa *a.* indigestible
khoa *n.* faculty
khoa địa chất *n.* geology
khoa địa lý *n.* geography
khoa giải phẫu *n.* anatomy
khoa học *n.* science
khoa học về nông nghiệp *n.* agronomy
khoa kiến trúc *n.* architecture
khoa nghiên cứu quyền lợi và bổn phận công dân *n.* civics
khoa sư phạm *n.* pedagogy
khoa thần kinh *n.* neurology
khóa *n.* lock
khóa *v.t.* lock
khóa học *n.* course
khoai tây *n.* potato
khoái lạc *a.* sensual
khoan *v.t.* drill
khoan *v.t.* perforate
khoan dung *a.* tolerant
khoan dung *v.t.* tolerate
khoản *n.* item
khoản tiền gửi ngân hàng *n.* deposit
khoang *n.* compartment
khoang tàu thủy *n.* hold
khoảng *pron.* some
khoảng cách *n.* distance
khoảng đất hoang *n.* lea
khoảng thời gian *n.* duration
khoảng trống *n.* vacancy
khoáng *n.* mineral
khoáng chất *a.* mineral
khoáng vật học *n.* mineralogy
khoanh vùng *v.t.* localize
khóc *v.i.* cry
khóc *v.i.* weep
khoe khoang *v.i.* boast
khoe khoang *v.i.* brag
khỏe mạnh *a.* hale
khỏe mạnh *adj.* hardy
khỏe mạnh *a.* healthy
khỏe mạnh *a.* sound
khỏe mạnh *a.* stalwart
khoét lỗ *v.t.* pierce

khói *n.* smoke
khô *a.* dry
khô cằn *adj.* arid
khổ hạnh *a.* ascetic
khổ hạnh *a.* austere
khổ sách *n.* format
khôi hài *a.* comical
khối *n.* bloc
khối *n.* block
khối *n.* clot
khối đá *n.* rock
khối liên minh *n.* alliance
khối u *n.* tumour
khối xương cổ tay *adj.* carpal
khôn ngoan *a.* politic
khôn ngoan *a.* shrewd
khôn ngoan *a.* wise
khốn khổ *a.* abject
khốn khổ *a.* wretched
không *adv.* nay
không *n.* nil
không *a.* no
không *adv.* not
không ai *pron.* none
không an toàn *a.* insecure
không bao giờ *adv.* never
không bao lâu nữa *adv.* anon
không bằng lòng *v.t.* dissatisfy
không bằng lòng *v.t.* resent
không bị sứt mẻ *a.* intact
không bị trừng phạt *a.* scotfree
không biết *a.* unaware
không biết hổ thẹn *a.* shameless
không biết làm sao *adv.* somehow
không bờ bến *a.* infinite
không cái gì *adv.* nothing
không cần bổ ngữ *a.(verb)* intransitive

không cần thiết *a.* superfluous
không chắc *a.* unlikely
không chắc chắn *a.* uncertain
không chính xác *a.* inaccurate
không chính xác *a.* inexact
không chịu phục tùng *a.* insubordinate
không chống nổi *v.i.* succumb
không chút nào *adv.* no
không chút nào *adv.* none
không chuyên môn *a.* lay
không có *prep.* without
không có cảm giác *a.* senseless
không có cơ sở *a.* baseless
không có dây thần kinh *a.* nerveless
không có đầu *adj.* acephalous
không có địch thủ *a.* matchless
không có gian dối *v.t.* invigilate
không có hiệu lực *n.* invalid
không có hiệu quả *a.* ineffective
không có luân lý *a.* amoral
không cố ý *adv.* unwittingly
không cởi mở *a.* taciturn
không dây *a.* wireless
không dứt khoát *a.* tentative
không đáng kể *a.* negligible
không đáng kể *a.* paltry
không đáng kể *a.* trivial
không đáng tin *a.* unreliable
không đắt *a.* inexpensive
không để ý *a.* careless
không đếm xỉa đến *v.t.* disregard
không đếm xuể *a.* incalculable
không đếm xuể *a.* innumerable

không đều đặn *a.* spasmodic
không đọc được *a.* illegible
không độc *a.* wholesome
không đồng ý *v.i.* disagree
không đủ *a.* insufficient
không đủ khả năng *a.* incapable
không đúng *a.* incorrect
không đứng đắn *a.* indecent
không gian *n.* space
không gian *a.* spatial
không gian dối *a.* bonafide
không giống *a.* unlike
không giống *prep.* unlike
không hiệu lực *a.* null
không hòa hợp *adj.* absonant
không hoàn hảo *a.* imperfect
không hoạt động *a.* inactive
không hợp pháp *a.* bastard
không hợp pháp *a.* illegitimate
không ích kỷ *a.* selfless
không kể *prep.* except
không kết nối *v.t.* disconnect
không khí *n.* air
không khỏe *a.* unwell
không lay chuyển được *a.* inexorable
không liên quan *a.* irrelevant
không lo âu *a.* secure
không lô gíc *a.* illogical
không lừa dối *adv.* bonafide
không lương thiện *a.* dishonest
không lưu tâm *a.* mindless
không mạch lạc *a.* incoherent
không may *n.* misfortune
không mến khách *a.* inhospitable
không môn đăng hộ đối *a.* morganatic
không một ai *pron.* nobody

không ngấm *a.* proof
không nghi ngờ *adv.* certainly
không nghiêm trọng *a.* venial
không ngừng ~*a.* ceaseless
không nhân đạo *a.* inhuman
không ổn định *a.* mutative
không ở đâu *adv.* nowhere
không phù hợp *n.* misapprehension
không phù hợp *v.t.* mismatch
không phụ thuộc *a.* independent
không quan trọng *a.* insignificant
không riêng ai *a.* impersonal
không sinh quả *adj.* acarpous
không so sánh được *a.* nonpareil
không tán thành *v.t.* disapprove
không thành thực *a.* insincere
không thay đổi *a.* regular
không thấm nước *a.* waterproof
không thận trọng *a.* imprudent
không thể *a.* impossible
không thể *a.* unable
không thể áp dụng được *a.* inapplicable
không thể bác được *a.* irrefutable
không thể bàn cãi *a.* indisputable
không thể bảo vệ được *a.* indefensible
không thể bắt chước được *a.* inimitable
không thể chấp nhận *a.* inadmissible

không thể chia được *a.* indivisible
không thể chịu được *a.* insupportable
không thể giải nghĩa được *a.* inexplicable
không thể hiểu *a.* integral
không thể hòa hợp được *a.* irreconcilable
không thể hoàn thành *a.* incomplete
không thể hỏng được *a.* incorruptible
không thể lấy lại được *a.* irrecoverable
không thể nghe thấy *a.* inaudible
không thể ngủ được *a.* wakeful
không thể qua được *a.* impenetrable
không thể sai *a.* infallible
không thể so sánh được *a.* incomparable
không thể sờ thấy được *a.* intangible
không thể sửa được *a.* incorrigible
không thể tả được *a.* indescribable
không thể tách rời *a.* inseparable
không thể thi hành *a.* impracticable
không thể thiếu được *a.* indispensable
không thể thỏa mãn *a.* insatiable
không thể tin được *a.* incredible
không thể tránh được *a.* inevitable
không thể vượt qua được *a.* impassable
không thích *a.* averse
không thích hợp *a.* improper
không thích hợp *a.* inopportune
không thuận tiện *a.* inconvenient
không thường xuyên *a.* sporadic
không tiền *a.* penniless
không tin *v.t.* distrust
không trả được nợ *a.* insolvent
không trung thành *a.* disloyal
không tưởng *a.* utopian
không uốn được *a.* inflexible
không ưa thích *v.t.* dislike
không vâng lời *v.t.* disobey
không vừa *n.* misfit
không vừa ý *a.* disagreeable
không vượt qua được *a.* insurmountable
không xê dịch được *a.* immovable
không yên *a.* restive
khổng lồ *a.* gigantic
khơi dậy *v.t.* kindle
khởi động *v.t.* limber
khởi hành *v.i.* depart
khớp vào nhau *v.t.* interlock
khu bảo tồn động vật *n.* terrarism
khu bầu cử *n.* electorate
khu đất có rào *n.* close
khu đất nhà thờ *n.* churchyard
khu liên hợp *n.* complex
khu ngoại ô *a.* suburban
khu vực *n.* ward
khu vực *a.* zonal
khu vực *n.* zone
khu vực cấm săn *n.* preserve

khuất phục *v.t.* subdue
khúc bi thương *n.* elegy
khúc côn cầu *n.* hockey
khúm núm *v.i.* cringe
khung ảnh *n.* frame
khung cảnh *n.* vista
khung thành *n.* goal
khung tò vò *n.* arch
khủng bố *v.t.* persecute
khủng bố *v.t.* terrorize
khủng khiếp *a.* ghastly
khủng khiếp *a.* terrible
khuôn *n.* mould
khuôn mặt *n.* face
khụt khịt *v.i.* sniff
khuyên *v.t.* advise
khuyên can *v.i.* dehort
khuyên can *v.t.* dissuade
khuyên giải *v.t.* appease
khuyên răn *v.t.* counsel
khuyến khích *v.t.* encourage
khuyến khích *v.t.* incite
khuyết (trăng) *v.i.* wane
khuyết điểm *n.* defect
khuynh hướng *n.* proclivity
khủyu tau *n.* elbow
khử trùng *a.* antiseptic
khước từ *v.t.* repel
khứu giác *n.* smell
kỉ cương *n.* adamant
kích động *v.t.* galvanize
kích động *v.t.* provoke
kích hoạt *v.t.* activate
kích thích *v.t.* goad
kích thích *a.* irritant
kích thích *v.t.* stimulate
kích thích *v.t.* whet
kích thước *n.* dimension
kích thước *n.* size
kích thước *n.* bulk
kịch *n.* drama
kịch câm *n.* mime

kịch câm *n.* pantomime
kịch một vai *n.* monologue
kiềm chế *v.t.* curb
kiềm chế *v.i.* refrain
kiểm (tên, hàng hóa) *v.t.* tally
kiểm duyệt *v.t.* censor
kiểm soát *v.t.* control
kiểm soát *v.t.* master
kiểm soát kỹ lưỡng *v.i.* spy
kiểm tra *v.t.* overhaul
kiểm tra sổ sách *v.t.* audit
kiếm lưỡi cong *n.* sabre
kiếm tiền *v.t.* earn
kiên định *a.* constant
kiên định *a.* steadfast
kiên định *a.* steady
kiên gan *v.i.* persist
kiên gan *a.* persistent
kiên nhẫn *a.* patient
kiên nhẫn *v.i.* persevere
kiên quyết *v.t.* resolve
kiên trì *a.* tenacious
kiến trúc sư *n.* architect
kiện *v.t.* litigate
kiện (hàng) *n.* bale
kiện ai ra tòa *v.t.* sue
kiện hàng *n.* package
kiêng *v.i.* abstain
kiêng *v.t.* forgo
kiệt tác *n.* masterpiece
kiêu căng *a.* haughty
kiêu căng *a.* pretentious
kiêu ngạo *a.* arrogant
kiểu *n.* style
kiểu hợp thời trang *n.* bonton
kiểu mẫu *n.* pattern
kiệu *n.* palanquin
kiính hiển vi *n.* microscope
kim cương *n.* diamond
kim loại *n.* metal
kim tuyến *n.* tinsel
kim tự tháp *n.* pyramid

kín đáo *a.* reticent
kín nước *a.* watertight
kinh doanh *v.i.* trade
kinh điển *a.* classic
kinh điển *a.* classical
kinh đọc hàng ngày *n.* breviary
kinh độ *n.* longitude
kinh khủng *a.* horrible
kinh ngạc *a.* aghast
kinh ngạc *v.i.* marvel
kinh nghiệm *n.* experience
kinh nguyệt *n.* menses
kinh nguyệt *a.* menstrual
kinh nguyệt *n.* menstruation
kinh sợ *v.t.* dread
kinh sợ *a.* dread
kinh tế học *n.* economics
kinh thánh *n.* bible
kinh thánh *n.* scripture
kinh tởm *a.* offensive
kính *n.* glass
kính bảo hộ *n.* goggles
kính mến *v.t.* esteem
kính một mắt *n.* monocle
kính thiên văn *n.* telescope
kính thiên văn *a.* telescopic
kính trọng *v.t.* respect
kỳ *n.* serial
kỳ công *n.* exploit
kỳ công *n.* feat
kỳ cục *a.* odd
kỳ cựu *a.* veteran
kỳ lạ *a.* uncanny
kỳ lạ *a.* wondrous
kỳ nghỉ *n.* holiday
kỳ nghỉ *n.* vacation
kỳ quái *a.* fantastic
kỳ quái *adj.* bizarre
kỳ quái *a.* monstrous
kỳ quan *n.* wonder
kỳ quặc *n.* rum

kỷ luật *n.* discipline
kỷ lục *n.* record
kỷ nguyên *n.* epoch
kỷ nguyên *n.* era
kỷ niệm *v.t.* commemorate
kỹ năng *n.* skill
kỹ sư *n.* engineer
kỹ sư công nghệ *n.* technologist
kỹ thuật *n.* technique
kỹ thuật sao chụp *n.* xerox
ký gửi *v.t.* deposit
ký hiệu *n.* notation
ký hiệu *v.t.* sign
ký kết *v.t.* contract
ký sự *n.* memoir
ký tắt *v.t.* initial
ký tên *n.* sign
ký vào *v.t.* adhibit
ký vào dưới *v.t.* subscribe
kỵ binh *n.* cavalry
kỵ binh đánh thương *n.* lancer
kỵ sĩ *n.* chevalier

L

la hét *v.i.* clamour
la hét *v.i.* hoot
la hét *v.i.* scream
la hét *v.i.* shriek
la hét *v.i.* yell
la rầy *v.t.* chide
là *pref.* be
là hiện thân *v.t.* incarnate
là lạ *a.* quaint
là phận sự của ai *a.* incumbent
lá bài chủ *n.* trump
lá cây *n.* leaf
lá cờ *n.* flag

lá lách *n.* spleen	**làm bị thương** *v.t.* wound
lạ *a.* strange	**làm bình tĩnh** *v.t.* sedate
lạ lùng *a.* stupendous	**làm bong gân** *v.t.* sprain
lạ lùng *a.* queer	**làm bốc hơi** *v.t.* vaporize
lạ thường *a.* extraordinary	**làm bối rối** *v.t.* abash
lạc *a.* stray	**làm bối rối** *v.t.* mystify
lạc đường *adv.* astray	**làm bối rối** *v.t.* nonplus
lạc quan *a.* optimistic	**làm bối rối** *v.t.* perplex
lạc quan *a.* sanguine	**làm bối rối** *v.t.* puzzle
lai *a.* hybrid	**làm bối rối** *v.t.* bewilder
lai giống *a.* mongrel	**làm bổn phận** *v.i.* officiate
lái *n.* monger	**làm bớt căng thẳng** *v.t.* relax
lái (ô tô) *v.t.* steer	**làm buồn** *v.t.* bore
lái (tàu thủy hay máy bay) *v.i.* navigate	**làm buồn bực** *v.t.* bother
lái xe *v.t.* drive	**làm buồn nản** *v.t.* deject
lại *adv.* again	**làm căng thẳng** *v.t.* stress
lại *adv.* anew	**làm cân bằng** *v.t.* equalize
lại lần nữa *adv.* afresh	**làm cân bằng** *v.t.* poise
lại sa ngã *v.i.* backslide	**làm cân đối** *v.t.* proportion
lam cho duyên dáng *v.t.* grace	**làm chết người** *a.* deadly
làm *v.t.* do	**làm chìm** *v.t.* whelm
làm ảo thuật *v.t.* conjure	**làm cho (ai) buồn** *v.t.* sadden
làm ầm lên *v.i.* fuss	**làm cho ai cười** *v.t.* amuse
làm ẩm *v.t.* moisten	**làm cho an toàn** *v.t.* secure
làm ẩm ướt *v.t.* damp	**làm cho bất lực** *v.t.* disable
làm ấm *v.t.* warm	**làm cho buồn phiền** *v.t.* aggrieve
làm ẩu *v.t.* mull	**làm cho chán** *v.t.* weary
làm bánh mì *v.t.&i* breaden	**làm cho chậm lại** *v.t.* retard
làm bão hoà *v.t.* saturate	**làm cho có giọng riêng** *v.t.* tone
làm bay hơi *v.i.* evaporate	**làm cho có sinh khí** *v.t.* animate
làm bằng bạc *a.* silver	**làm cho có thành kiến** *v.t.* bias
làm bằng gỗ *a.* wooden	**làm cho có thể** *v.t.* enable
làm bằng len *a.* woollen	**làm cho có vách ngăn** *v.t.* line
làm bằng ren *a.* lacy	**làm cho cũ** *v.t.* stale
làm bẩn *v.t.* smear	**làm cho cứng** *v.t.* harden
làm bẩn *v.t.* spot	**làm cho dễ dàng** *v.t.* facilitate
làm bẩn *v.t.* blot	**làm cho đáng giá** *v.t.* dignify
làm bẩn *v.t.* soil	
làm bận tâm *v.t.* preoccupy	
làm bẽ mặt *v.t.* humiliate	

làm cho đạp mắt *v.t.* sight
làm cho đỏ *v.t.* redden
làm cho đơn giản *v.t.* simplify
làm cho được mến *v.t.* endear
làm cho góa *v.t.* widow
làm cho gợn sóng lăn tăn *v.t.* ripple
làm cho hết nhựa *v.t.* sap
làm cho hoảng sợ *v.t.* alarm
làm cho khiếp sợ *v.t.* terrify
làm cho không thấm nước *v.t.* waterproof
làm cho kiên định *v.t.* steady
làm cho lờ mờ *v.t.* dim
làm cho màu mỡ *v.t.* fertilize
làm cho mềm *v.t.* soften
làm cho mệt mỏi *v.t.* fatigue
làm cho mệt mỏi & trở nên mệt *v.t.&i* weary
làm cho mỏng *v.t.* thin
làm cho mồ côi *v.t.* orphan
làm cho mờ *v.t.* tarnish
làm cho ngắn *v.t.* shorten
làm cho nghèo khổ *v.t.* impoverish
làm cho ngọt *v.t.* sweeten
làm cho nhẵn *v.t.* smooth
làm cho phải lòng *v.t.* enamour
làm cho què quặt *v.t.* lame
làm cho rộng ra *v.t.* widen
làm cho sạch *v.t.* purify
làm cho sạch sẽ *v.t.* cleanse
làm cho thăng bằng *v.t.* balance
làm cho thẳng *v.t.* straighten
làm cho thất vọng *v.t.* disappoint
làm cho thích hợp *v.t.* season
làm cho thích nghi *v.t.* accommodate
làm cho tốt hơn *v.t.* better

làm cho tốt hơn *v.t.* meliorate
làm cho xa lánh ai *v.t.* alienate
làm cho yên lặng *v.t.* still
làm cho yếu đi & trở nên yếu *v.t.&i* weaken
làm chứng *v.i.* witness
làm chướng tai gai mắt *v.t.* scandalize
làm cuồng dại *v.t.* infatuate
làm cứng (quần áo) bằng hồ bột *v.t.* starch
làm cứng thêm *v.t.* stiffen
làm dai *v.t.* toughen
làm dài ra *v.t.* lengthen
làm dịu *v.t.* depress
làm dịu *v.t.* ease
làm dịu *v.t.* soothe
làm dịu bớt *v.t.* assuage
làm dịu đi *v.t.* calm
làm dịu đi *adj.* calmative
làm dịu nhẹ *v.t.* slake
làm đảo lộn *v.t.* perturb
làm đảo lộn *v.t.* unsettle
làm đau *v.t.* hurt
làm đau *a.* sore
làm đau buồn *v.t.* distress
làm đau đớn *v.t.* afflict
làm đau đớn *v.t.* pain
làm đau khổ *v.t.* ail
làm đau lòng *v.t.* grieve
làm đặc lại *v.t.* condense
làm đắng *v.t.* embitter
làm đần độn *v.t.* dull
làm đầy *v.t.* fill
làm đen *v.t.* blacken
làm đẹp *v.t.* beautify
làm đế *v.t.* sole
làm điều xấu *v.t.* wrong
làm điệu bộ *v.i.* pose
làm đóng cục *v.t.* clot
làm đơn thỉnh cầu *v.t.* peti-

tion
làm đục ngàu *v.t.* puddle
làm gãy *v.t.* break
làm gỉ *v.i.* rust
làm giả mạo *v.i.* tamper
làm giảm *v.t.* allay
làm giảm độ axit trong dạ dày *adj.* antacid
làm giảm nhẹ *v.t.* moderate
làm giàu lên *v.t.* enrich
làm giận điên lên *v.t.* enrage
làm giập *v.t.* contuse
làm giật mình *v.t.* startle
làm hài lòng *v.t.* satisfy
làm hại *v.t.* harm
làm hại *v.t.* mar
làm hẹp lại *v.t.* straiten
làm hoảng sợ *v.t.* frighten
làm hoạt động *v.t.* enliven
làm hỏng *v.t.* ruin
làm hỏng *v.t.* wreck
làm hỏng *v.t.* botch
làm hư hỏng *v.t.* spoil
làm hư hỏng *v.t.* taint
làm kêu tanh tách *v.t.* brustle
làm khiếp sợ *v.t.* horrify
làm khó thở *v.t.* stifle
làm khô *v.i.* dry
làm khô héo *v.i.* blast
làm khuây đi *v.t.* beguile
làm kiệt sức *v.t.* exhaust
làm kinh hãi *v.t.* scare
làm kinh ngạc *v.t.* amaze
làm kinh ngạc *v.t.* stupefy
làm kinh ngạc *v.t.* astound
làm lễ kỷ niệm *v.t.&i.* celebrate
làm lễ nhậm chức *v.t.* induct
làm lên men *v.t.* ferment
làm lên men *v.t.* sour
làm lóa mắt *v.t.* dazzle
làm loạn *a.* mutinous

làm lóe lên *v.t.* flash
làm lộn xộn *v.t.* confuse
làm lộn xộn *v.t.* jumble
làm lộn xộn *v.t.* muddle
làm lợi *v.t.* profit
làm lợi cho *v.t.* benefit
làm luật *v.i.* legislate
làm lúng túng *v.t.* embarrass
làm lúng túng *v.t.* encumber
làm lụng vất vả *v.i.* moil
làm mát *v.i.* cool
làm mắc bệnh vàng da *v.t.* jaundice
làm mất danh dự *v.t.* dishonour
làm mất đi một phần mười *v.t.* decimate
làm mất hiệu lực *v.t.* invalidate
làm mất hiệu lực *v.t.* void
làm mất mặt *v.t.* snub
làm mất thể diện *v.t.* abase
làm mất yên tĩnh *v.t.* disturb
làm mê hoặc *v.t.* charm2
làm mềm *a.* silken
làm mệt đứt hơi *v.t.* wind
làm mệt mỏi *v.t.* tire
làm miệt mài *v.t.* ply
làm một cuộc hành trình *v.i.* journey
làm mờ (mắt) *v.t.* blear
làm mũi nhọn dẫn đầu *v.t.* spearhead
làm nản lòng *v.t.* discourage
làm ngạc nhiên *v.t.* astonish
làm ngạc nhiên *v.t.* surprise
làm ngạt thở *v.t.* smother
làm nghẽn bùn *v.t.* silt
làm nghèo đi *v.t.* depauperate
làm nghẹt thở *v.t.* suffocate
làm nhăn *v.t.* crimple
làm nhăn *v.t.* wrinkle

làm nhẹ bớt *v.t.* alleviate	**làm thất bại** *v.t.* defeat
làm nhợt nhạt *n.* palette	**làm thất bại** *v.t.* frustrate
làm nhụt chí *v.t.* dishearten	**làm theo kíp** *v.t.* relay
làm nô lệ *v.i.* slave	**làm thích nghi với khí hậu** *v.t.* acclimatise
làm nổ *v.t.* explode	**làm thích thú** *v.t.* enrapture
làm nổi lên *v.* rise	**làm thoả mãn** *v.t.* satiate
làm ổn định *v.t.* stabilize	**làm tỉ mỉ** *v.t.* elaborate
làm phát điên *v.t.* dement	**làm tiêu tan** *v.t.* extinguish
làm phật lòng *v.t.* displease	**làm tinh khiết** *a.* purgative
làm phiền *v.t.* trouble	**làm to gấp đôi** *v.t.* redouble
làm phức tạp *v.t.* complicate	**làm tối đi** *v.t.* obscure
làm quá *v.t.* overdo	**làm tôn lên** *v.t.* foil
làm quan tâm *a.* interesting	**làm tổn thương** *v.t.* injure
làm quay *v.i.* rotate	**làm tốt hơn** *v.t.* ameliorate
làm quen *v.t.* acquaint	**làm trắng** *v.t.* whiten
làm ra vẻ kín đáo *v.t.* demur	**làm trắng** *v.t.&i* blanch
làm rách *v.t.* tear	**làm trầm trọng thêm** *v.t.* aggravate
làm rối *v.i.* mess	**làm trật bánh** *v.t.* derail
làm rối *v.t.* ruffle	**làm trẻ lại** *v.t.* rejuvenate
làm rối tung *v.t.* tangle	**làm trệch hướng** *v.t.&i.* deflect
làm rỗng *v.t.* hollow	**làm trệch hướng** *v.t.* divert
làm rùng mình *v.t.* thrill	**làm tròn** *v.t.* round
làm sai *v.t.* pervert	**làm trong sạch** *v.t.* purge
làm sáng sủa *v.t.* brighten	**làm trong sạch** *v.t.* clear
làm sáng tỏ *v.t.* elucidate	**làm trọng tài** *v.t.* umpire
làm say đắm *v.t.* captivate	**làm trở ngại** *v.t.* baffle
làm say sưa *v.t.* intoxicate	**làm trụi** *v.t.* bare
làm sưng tấy *v.t.* inflame	**làm trung gian** *v.i.* mediate
làm sửng sốt *v.t.* bemuse	**làm tụ vào** *v.t.* focus
làm sửng sốt *v.t.* daze	**làm tức điên lên** *v.t.* infuriate
làm tắc nghẽn *v.t.* clutter	**làm tươi tỉnh** *v.t.* refresh
làm tắc nghẽn *v.t.* obstruct	**làm tương phản** *v.t.* contrast
làm tăng *v.t.* increase	**làm ướt** *v.t.* wet
làm tăng lên *v.t.* augment	**làm ướt đẫm** *v.t.* swamp
làm tê liệt *v.t.* paralyse	**làm việc** *v.t.* work
làm thành bất tử *v.t.* immortalize	**làm việc quá sức** *v.i.* overwork
làm thành đường phèn *v.t.* candy	**làm việc quần quật** *v.i.* toil
làm thành giấm *v.* acetify	**làm vỡ vụn** *v.t.* splinter
làm thành vĩnh viễn *v.t.* perpetuate	

làm vui lòng *v.t.* gladden
làm vui lòng *v.t.* please
làm vui mừng *v.t.* cheer
làm vui thích *v.t.* delight
làm vụng *v.t.* bungle
làm vướng vào *v.t.* entangle
làm xáo trộn *v.t.* commove
làm xấu đi *v.t.* uglify
làm xấu đi *v.t.* worsen
làm xúc động *v.t.* agitate
làm yên lòng *v.t.* relieve
làm yếu *v.t.* enfeeble
làm yếu đi *v.t.* abate
làm trở ngại *v.t.* block
lạm dụng *v.t.* abuse
lạm dụng *a.* abusive
lan ra *v.i.* sweep
lang thang *a.* vagabond
làng *n.* village
làng quên *a.* oblivious
lảng vảng *v.i.* loiter
lãng phí *v.t.* lavish
lãng phí *v.t.* squander
lãng phí *v.t.* waste
lanh lẹ *a.* nimble
lanh lợi *a.* clever
lành *adj.* benign
lành (vết thương) *v.i.* heal
lãnh địa *n.* domain
lãnh thổ *n.* territory
lãnh thổ một nước *a.* territorial
lãnh tụ *n.* leader
lạnh *a.* cold
lạnh lẽo *a.* wintry
lạnh lẽo *a.* chilly
lạnh nhạt *a.* frigid
lao động phổ thông *n.* labourer
lao tới *v.i.* dash
lảo đảo *v.i.* stagger
lảo đảo *v.i.* wobble

láo xược *a.* impertinent
lát *v.t.* pave
lát sàn *v.t.* floor
lát ván (sàn...) *v.t.* plank
lau *v.t.* mop
lau bằng khăn *v.t.* towel
lau chùi *v.t.* sponge
lau chùi *v.t.* wipe
lau chùi *v.t.* clean
lắc bật ra *v.t.* jolt
lắc lư *v.i.* vacillate
lắc nhẹ đẩy nhẹ *v.t.* jog
lắm mưu mẹo *a.* artful
lăn *v.i.* roll
lằn roi *n.* weal
lặn *v.i.* dive
lặn *v.i.* submerge
lăng mạ *v.t.* affront
lăng mạ *v.t.* vilify
lăng mạ *v.t.* insult
lăng mộ *n.* mausoleum
lăng mộ *n.* shrine
lặng thinh *a.* mute
lặng yên *a.* mum
lắp *v.t.* fix
lắp đặt *v.t.* install
lắp đường ray *v.t.* rail
lặp lại *v.i.* recur
lặp lại âm đầu *v.* alliterate
lâm nghiệp *n.* forestry
lẩm bẩm *v.t.* murmur
lấm bùn *a.* slushy
lần cuối *n.* last
lần theo *v.t.* trace
lẩn trốn *v.i.* abscond
lẫn nhau *a.* mutual
lẫn nhau *a.* reciprocal
lấp lánh *v.i.* glitter
lấp lánh *a.* brilliant
lập chương trình *v.t.* programme
lập lại *v.t.* reiterate

lập lờ *a.* equivocal	lễ phục *n.* vestment
lập pháp *a.* legislative	lễ phục sinh *n.* easter
lật *v.t.* thumb	lễ rửa tội *n.* ablution
lật đổ *v.t.* overthrow	lễ rửa tội *n.* baptism
lật đổ *v.t.* subvert	lễ tang *n.* funeral
lật úp *v.i.* capsize	lệ phí đường *n.* toll
lâu *adv.* long	lệ thuộc *a.* subject
lâu (trí nhớ) *a.* retentive	lên bờ *v.i.* land
lâu bền *a.* durable	lên cao *v.i.* climb
lâu dài *a.* permanent	lên dây *v.t.* tune
lâu đài *n.* castle	lên đến *v.i.* amount
lâu đài *n.* mansion	lên đến cực điểm *v.i.* culminate
lâu đài *n.* palace	
lây *a.* vicarious	lên mặt dạy đời *v.t.* moralize
lây nhiễm *a.* infectious	lên tiếng *v.t.* voice
lấy đi của ai *v.t.* bereave	lênh đênh *adv.* afloat
lấy lại *v.t.* retrieve	lệnh *n.* command
lấy lại *v.t.* recover	lệnh *n.* dictation
lấy lại cho ngay *v.t.* right	lệnh *n.* writ
lấy mẫu *v.t.* sample	lệnh cấm *n.* ban
len *n.* wool	lệnh đình quyền giam giữ *n.* habeas corpus
lén lút *adv.* stealthily	
leo *v.t.* mount	lệnh giới nghiêm *n.* curfew
leo trèo *v.i.* clamber	lệnh huấn thị *n.* injunction
lê bước khó nhọc *v.i.* plod	lệnh triệu tập *n.* summons
lê chân *v.i.* shuffle	lêu lổng *v.i.* dawdle
lề thói hàng ngày *n.* routine	lều *n.* crib
lễ ban phước *n.* sacrament	lều *n.* tent
lễ cầu hồn *n.* requiem	lều của người da đỏ *n.* wigwam
lễ cưới *n.* nuptials	
lễ cưới *n.* wedding	lều vải *n.* pavilion
lễ đăng quang *n.* coronation	li tâm *adj.* acentric
lễ Giáng sinh *n.* Xmas	lịch *n.* calendar
lễ hội *a.* festive	lịch sử *n.* history
lễ kỷ niệm *n.* anniversary	lịch sự *a.* affable
lễ kỷ niệm *n.* jubilee	lịch sự *a.* courteous
lễ nghi *n.* rite	lịch sự *a.* polite
lễ nghi *a.* ritual	lịch thiệp *a.* tactful
lễ nhậm chức *n.* inauguration	liên quan *a.* holy
lễ Nô-en *n.* Christmas	liếc nhìn *v.i.* glance
lễ phép *a.* mannerly	liếm *v.t.* lick
lễ phép *a.* respectful	liên bang *a.* federal

liên bang *n.* federation
liên đoàn *n.* league
liên hiệp công ty *adj.* corporate
liên kết *v.t.* ally
liên kết *adj.* cohesive
liên kết *adj.* conjunct
liên kết *v.t.* link
liên lạc *v.t.* contact
liên quan *v.t.* concern
liên quan đến tội phạm *a.* criminal
liên tiếp *adv.* consecutively
liên tiếp *a.* successive
liên tục *adj.* consecutive
liên tục *adj.* continual
liên tục *a.* continuous
liệt kê *v.t.* enumerate
liệt kê *v.t.* list
liệt sỹ *n.* martyr
liều *n.* dose
liều *v.t.* risk
liều *a.* risky
liều lĩnh *v.i.* gamble
liều lĩnh *a.* venturesome
liều mạng *a.* desperate
liều quá mức *n.* overdose
liệu pháp *n.* therapy
linh cảm *n.* premonition
linh cẩu *n.* hyaena, hyena
linh hồn *n.* psyche
linh hồn *n.* spirit
lính canh *n.* sentinel
lính gác *n.* sentry
lính liên lạc *n.* orderly
lính ngự lâm *n.* musketeer
lính thiết giáp *n.* trooper
lít *n.* litre
lo âu *a.* anxiety
lo lắng *a.* nervous
lo lắng *v.i.* worry
lo nhỏ *n.* vial

lo xa *a.* provident
lò *n.* oven
lò nung *n.* kiln
lò rèn *n.* forge
lò sưởi *n.* furnace
lò sưởi *n.* grate
lò sưởi *n.* stove
lọ *n.* pot
loa *n.* megaphone
loài *n.* species
loài *n.* race
loài bò sát *n.* reptile
loài gặm nhấm *n.* rodent
loài linh dương *n.* antelope
loài người *n.* humanity
loài người *n.* mankind
loài nhai lại *a.* ruminant
loài vật bò *n.* creeper
loại *n.* grade
loại *n.* sort
loại *n.* type
loại cũ *n.* vintage
loại rượu ngọt và mạnh *n.* malmsey
loại trừ *v.t.* eliminate
loại trừ *v.t.* exclude
loại trừ *a.* exclusive
loãng *a.* dilute
loạt súng đại bác *n.v.&t* cannonade
lọc *v.t.* filter
lọc *v.t.* clarify
lọc qua *v.t.* leach
lòe loẹt *a.* gaudy
loét *a.* ulcerous
loga *n.* logarithim
lõi *n.* core
lõi rau atisô *v.t.* choke
lõm *adj.* concave
long não *n.* camphor
lòng bàn tay *n.* palm
lòng biết ơn *n.* gratitude

lòng can đảm *n.* prowess	lố lăng *a.* wanton
lòng dũng cảm *n.* gallantry	lộ ra *v.i.* dawn
lòng đỏ *n.* yolk	lộ ra *v.i.* leak
lòng ghen tị *n.* jealousy	lốc *n.* cyclone
lòng ham muốn *n.* appetence	lôi kéo *v.t.* drag
lòng hăng hái *n.* animation	lôi kéo vào *v.t.* implicate
lòng mong muốn *n.* aspiration	lỗi *n.* mistake
lòng mộ đạo *n.* piety	lỗi kỹ thuật *n.* technical
lòng nhân đức *n.* philanthropy	lỗi lầm *n.* fault
lòng nhân hậu *n.* charity	lỗi lầm *a.* faulty
lòng nhân từ *n.* benevolence	lỗi thờ *a.* outmoded
lòng rộng rãi *n.* bounty	lỗi thời *a.* outdated
lòng thương *n.* compassion	lối thoát *n.* escape
lòng tin *n.* credit	lối tránh *n.* elusion
lòng tin *n.* trust	lối vào *n.* access
lòng tốt *n.* goodness	lội *v.i.* wade
lòng tốt *n.* mercy	lộn xộn *n.* mess
lòng trắc ẩn *n.* pity	lộn xộn *a.* tumultuous
lòng trắng trứng *n.* albumen	lông cứng *n.* bristle
lòng trung thành *n.* allegiance	lông mày *n.* brow
lòng trung thành *n.* fidelity	lông mi *n.* eyelash
lòng trung thành *n.* loyalty	lông vũ *n.* feather
lòng tự trọng *n.* ego	lồng *n.* cage
lỏng *a.* fluid	lồng vào *v.t.* insert
lỏng *a.* liquid	lốp *n.* tyre
lỏng *a.* loose	lốp xe đắp lại *n.* retread
lỏng lẻo *a.* lax	lột *v.t.* slough
lót nệm *v.t.* cushion	lột da *v.t.* skin
lót ván *v.t.* board	lột trần *v.t.* denude
lô *n.* lot	lơ đễnh *a.* inattentive
lỗ *n.* socket	lờ đi *v.t.* ignore
lỗ chân lông *n.* pore	lờ đờ *a.* lacklustre
lỗ châu mai *n.* loop-hole	lờ mờ *a.* dim
lỗ đạn *n.* breach	lỡ cơ hội *n.* mischance
lỗ hổng *n.* aperture	lỡ đường *v.t.* benight
lỗ hổng *n.* cavity	lời phàn nàn *n.* grievance
lỗ mũi *n.* nostril	lời bình luận *n.* comment
lỗ thông *n.* vent	lời cảm ơn *n.* thanks
lỗ thủng *n.* hole	lời cáo phó *a.* obituary
lỗ thủng *n.* leak	lời chào tạm biệt *n.* adieu
lỗ xâu *n.* eyelet	lời chào tạm biệt *n.* farewell
lố bịch *a.* grotesque	lời chào trân trọng *n.* conge

lời chế nhạo *n.* jest	lời thỉnh cầu *n.* request
lời chế nhạo *n.* sarcasm	lời tuyên thệ *n.* adjuration
lời chế nhạo *n.* taunt	lời từ chối *n.* negative
lời chỉ dẫn *n.* instruction	lời từ chối *n.* no
lời chia buồn *n.* condolence	lời tựa *n.* foreword
lời công kích dữ dội *n.* invective	lợi *n.* lucre
lời đáp lại *n.* rejoinder	lợi hại *n.* minus
lời đề nghị *n.* offer	lợi ích *n.* benefit
lời đề nghị *n.* proposition	lợi ích *n.* gain
lời đùa cợt *n.* scoff	lợi ích *n.* interest
lời ghi chép *n.* note	lợi ích *n.* profit
lời gợi ý xa xôi *n.* inkling	lợi lộc *n.* mileage
lời hứa *n.* promise	lợi lộc *n.* spoil
lời hứa danh dự *n.* parole	lợi thế *n.* odds
lời khen *n.* compliment	lớn nhất *a.* most
lời khen ngợi *n.* laud	lợn heo *n.* pig
lời khiển trách *n.* reprimand	lợn lòi đực *n.* boar
lời khuyên *n.* advice	lợn nái *n.* sow
lời lăng mạ *n.* insult	lớp *n.* ply
lời nguyền rủa *v.t.* damn	lớp da trong *n.* cutis
lời nguyền rủa *n.* malediction	lớp đất mặt *n.* turf
lời nói *n.* say	lớp men *n.* enamel
lời nói *n.* speech	lớp phủ ngoài *n.* coating
lời nói bóng *n.* allegory	lớp trưởng *n.* monitor
lời nói dí dỏm *n.* motel	lớp vải áo *n.* lining
lời nói dối *n.* lie	lớp vữa *n.* daub
lời nói đầu *n.* preamble	lợp mái *v.t.* thatch
lời nói đầu *n.* preface	lợp mái nhà *v.t.* roof
lời nói khoác *n.* boast	lợp ngói *v.t.* tile
lời nói khoác *n.* quackery	lũ lụt *n.* flood
lời nói một mình *n.* aside	lúa mạch *n.* barley
lời nói quá đáng *n.* melodrama	lúa mạch đen *n.* rye
	lụa *n.* silk
lời nói ra *n.* utterance	luận ra *v.t.* infer
lời nói vô nghĩa *n.* nonsense	luận văn *n.* thesis
lời nói xấu *n.* defamation	luật gia *n.* jurist
lời răn dạy *n.* moral	luật học *n.* jurisprudence
lời tạ lỗi *n.* apology	luật lệ của địa phương *n.* bylaw, bye-law
lời than vãn *n.* lament	
lời thề *n.* oath	luật pháp *a.* legal
lời thề *n.* vow	luật sư *n.* barrister
	luật sư *n.* lawyer

luật sư *n.* pleader
luật sư *n.* solicitor
luật sư đang hành nghề *n.* practitioner
lúc lắc *v.i.* swing
lúc lắc *v.i.* wag
lục địa *n.* continent
lục địa *a.* continental
lục lọi *v.i.* rummage
lục soát *v.t.* ransack
lùi lại *adv.* aback
lùi lại *adv.* back
lùi lại *v.i.* recede
lùm cây *n.* bower
lung lay *v.i.* oscillate
luôn luôn *adv.* always
luồn cúi *v.t.* crawl
luồng gió *n.* blast
luống cày *n.* furrow
lũy chán công sự *n.* blindage
luyện thành than cốc *v.t.* coke
lữ đoàn *n.* brigade
lữ khách *n.* traveller
lừa *v.t.* gull
lừa ai để lấy cái gì *v.t.* cheat
lừa bịp *v.t.* hoodwink
lừa bịp *v.t.* juggle
lừa dối *v.t.* deceive
lừa dối *n.t.* delude
lừa dối *a.* fraudulent
lừa đảo *v.t.* swindle
lừa gạt *v.t.* trick
lừa lọc *a.* underhand
lửa *n.* fire
lửa mừng *n.* bonfire
lứa *n.* brood
lựa chọn *n.* alternative
lựa chọn *v.t.* select
lựa chọn *v.t.* single
lực kéo *n.* traction
lực lưỡng *a.* hefty

lực lượng *n.* potency
lực lượng dân quân *n.* militia
lưng (người, vật) *n.* back
lược *n.* comb
lười *n.* lazy
lười biếng *a.* indolent
lười biếng *v.i.* laze
lười biếng *n.* slothful
lưỡi *n.* tongue
lưỡi (dao, kiếm) *n.* blade
lưỡi cày *n.* colter
lưỡi lê *n.* bayonet
lưỡi trích *a.* lancet
lưới *n.* net
lưới *n.* lattice
lương *n.* emolument
lương *n.* stipend
lương hưu *n.* pension
lương tâm *n.* conscience
lưỡng cư *adj.* amphibious
lưỡng tính *adj.* bisexual
lượng chứa trong thìa *n.* spoonful
lượng gấp đôi *n.* double
lượng quá tải *n.* overload
lượng tối đa *n.* maximum
lướt *v.t.* glide
lượt *n.* bout
lượt chơi *n.* innings
lưu đạn *n.* grenade
lưu huỳnh *n.* sulphur
lưu niệm *n.* memorial
lưu tâm *a.* mindful
lưu thông *v.i.* circulate
lưu ý *v.t.* mind
lưu ý *v.t.* remark
ly dị *v.t.* divorce
ly tâm *adj.* centrifugal
lý do *n.* pretext
lý do *n.* reason
lý do căn bản *n.* rationale

lý do chính *n.* gist
lý luận học *n.* logic
lý thuyết *a.* theoretical
lý thuyết *n.* theory
lý thuyết hóa *v.i.* theorize
lý thuyết và thực hành biên soạn từ điển *n.* lexicography
lý tưởng hóa *v.t.* idealize
lý tưởng hóa *v.t.* sublimate
lý tưởng thuần khiết *a.* platonic

ma *n.* ghost
ma giả *a.* bogus
ma quỷ *n.* devil
ma quỷ *n.* fiend
ma quỷ *n.* bogle
ma thuật *a.* magical
ma thuật *n.* witchery
ma vương *n.* satan
mà *rel.pron.* that
mã *n.* code
má *n.* cheek
má phanh *n.* skid
mạ bạc *v.t.* silver
mạ thiếc *v.t.* tin
mạ vàng *v.t.* gild
mạ vàng *a.* gilt
mách lẻo *v.i.* sneak
mách nước *v.t.* tip
mạch lạc *a.* coherent
mạch nha *n.* malt
macnơ *n.* marl
mai phục *v.t.* waylay
mài *v.t.* grate
mài *v.t.* sharpen
mãi dâm *v.t.* prostitute
mái (nhà) *n.* roof
mái che *n.* thatch

mái chèo *n.* oar
mái vòm *n.* dome
mái vòm *n.* vault
màn *n.* veil
mảnh vỡ *n.* debris
mạn *a.* chronic
mang *v.t.* bear
mang *v.t.* carry
mang điều gở *a.* inauspicious
mang điều xấu *a.* sinister
mang nhầm *v.i.* miscarry
mang tính kịch *a.* dramatic
màng kết *n.* conjunctiva
màng nhầy *n.* membrane
màng trạch *n.* choroid
máng ăn *n.* manger
máng nước *n.* gutter
mạng che mặt *n.* mask
mạng lưới *n.* network
mạng nhện *n.* cobweb
mạng nhện *n.* web
mangan *n.* manganese
mảnh đất nhỏ *n.* rood
mảnh khảnh *a.* slim
mảnh nhỏ *n.* scrap
mảnh vỡ *n.* fragment
mảnh vụn *n.* splinter
mảnh vụn *n.* wreckage
mảnh vụn rất nhỏ *n.* crumb
mãnh liệt *a.* vehement
mãnh liệt như bão *a.* stormy
mánh lới *n.* tip
mạnh *a.* strong
mạnh mẽ *a.* energetic
mạnh mẽ *a.* forceful
mạnh mẽ *a.* impetuous
mạnh mẽ *a.* vigorous
mào (gà) *n.* crest
mạo hiểm *v.i.* game
mạo hiểm *v.t.* hazard
mạo hiểm *v.t.* venture
mát mẻ *a.* cool

màu da cam *a.* orange
màu đỏ *n.* red
màu đỏ son *n.* vermillion
màu đỏ thẫm *n.* crimson
màu hồng *n.* pink
màu hồng sẫm *a.* roseate
màu mỡ *a.* fertile
màu nâu *n.* brown
màu nâu sẫm *n.* nigger
màu nhẹ *n.* tincture
màu nhẹ *n.* tinge
màu rám nắng *n. a.* tan
màu sắc *n.* colour
màu tím *n.* violet
màu trắng *n.* white
màu vàng *n.* yellow
màu vàng chanh *n.* lime
màu xám *a.* grey
màu xanh *n.* blue
màu xanh lá cây *n.* green
máu *n.* blood
may (quần áo) *v.t.* tailor
may mắn *a.* fortunate
may mắn *n.* luck
may mắn *a.* lucky
may mắn *a.* providential
may mắn thay *adv.* luckily
mày nâu sẫm *n.* maroon
máy bay *n.* aeroplane
máy bay *n.* aircraft
máy bay *n.* plane
máy bay ném bom *n.* bomber
máy chiếu *n.* projector
máy cuốn chỉ (sợi) *n.* winder
máy đập lúa *n.* thresher
máy điện báo *n.* telegraph
máy điện thoại *n.* telephone
máy đo *n.* gauge
máy đo tốc độ *n.* log
máy ghi âm *n.* recorder
máy ghi thời gian *n.* chronograph
máy giặt *n.* washer
máy hát *n.* gramophone
máy hút bụi *n.* duster
máy in rônêô *n.* cyclostyle
máy kéo *n.* tractor
máy khoan *n.* drill
máy khuếch đại *n.* amplifier
máy lọc *n.* filter
máy móc *a.* mechanical
máy phát *n.* transmitter
máy phát điện *n.* dynamo
máy phay *n.* miller
máy quay phim *n.* camera
máy thu thanh *n.* wireless
máy tiện *n.* lathe
máy tính *n.* calculator
máy trục quặng *n.* whim
máy xay *n.* mill
mắc bệnh còi xương *a.* rickety
mắc cạn *v.i.* strand
mắc lỗi *v.t.* mistake
mắc mồi *v.t.* bait
mắc nợ *a.* indebted
mặc *v.t.* dress
mặc (quần áo) *v.t.* wear
mặc áo choàng *v.t.* robe
mặc cả *v.t.* bargain
mặc dù *conj.* albeit
mặc dù *prep.* notwithstanding
mặc dù *conj.* though
mặc dù *adv.* though
mặc quần áo *v.t.* apparel
mặc quần áo *v.t.* garb
mặc quần áo cho *v.t.* attire
mặc quần áo cho *v.t.* clothe
mắt *n.* eye
mắt cá chân *n.* ankle
mắt lưới *n.* mesh
mắt mờ *n.* purblind
mắt xích *n.* link
mặt *a.* facial

mặt *n.* facet	**men bia** *n.* yeast
mặt cả *v.i.* haggle	**mèo con** *n.* kitten
mặt của đồng hồ *n.* dial	**mèo đực** *n.* tomcat
mặt đất *n.* ground	**mép tranh** *n.* mount
mặt lò sưởi *n.* mantel	**mét** *n.* metre
mặt nghiêng *n.* list	**mê cung** *n.* maze
mặt nghiêng *n.* lists	**mê cung** *n.* labyrinth
mặt phẳng *n.* plane	**mê tín** *a.* superstitious
mặt tiền *n.* facade	**mề đay** *n.* locket
mặt trăng *n.* luminary	**mềm dẻo** *a.* flexible
mặt trăng *n.* moon	**mềm mịn** *a.* silky
mặt trận *n.* front	**mềm mỏng** *a.* supple
mặt trời *n.* sun	**mềm nhão** *a.* pulpy
mầm *n.* sprout	**mềm như nhung** *a.* velvety
mầm *n.* chit	**mềm yếu** *a.* tender
mập mờ *a.* indefinite	**mênh mông** *a.* immeasurable
mất *v.t.* lose	**mênh mông** *a.* immense
mất quyền *v.t.* forfeit	**mệnh đề** *n.* clause
mật *n.* bile	**mệnh phụ** *n.* matron
mật đường *n.* molasses	**mệt nhọc** *a.* tiresome
mật ong *n.* honey	**mi ca** *n.* mica
mật thám *n.* informer	**mi crô** *n.* microphone
mâu thuẫn trong luật pháp *n.* antinomy	**miền** *n.* region
	miền nam *n.* south
mâu thuẫn với *v.t.* contradict	**miền rừng** *n.* woodland
mẩu *n.* piece	**miễn (thuế) cho ai** *v.t.* exempt
mẩu *n.* smack	**miễn cưỡng** *a.* indisposed
mẫu *n.* sample	**miễn cưỡng** *a.* loath
mẫu Anh *n.* acre	**miễn cưỡng** *a.* reluctant
mẫu mực *n.* paragon	**miễn dịch** *a.* immune
mẫu sẵn *n.* stereotype	**miễn phí** *adv.* gratis
mẫu vật *n.* specimen	**miễn thi hành** *v.t.* remit
mây *n.* cloud	**miếng** *n.* morsel
mây mưa *n.* nimbus	**miếng** *n.* bit
mẻ (bánh) *n.* batch	**miếng (đầy mồm)** *n.* mouthful
mẹ *n.* mamma	**miếng đệm** *n.* gasket
mẹ *a.* maternal	**miếng đỡ** *n.* parry
mẹ *n.* mother	**miếng mỏng** *n.* slice
mẹ *n.* mum	**miếng vá** *n.* patch
mẹ *n.* mummy	**miệng (bát, chén, cốc)** *n.* brim
men *n.* ferment	**miệng vòi** *n.* nozzle
men *n.* glaze	

miêu tả *v.t.* describe
miêu tả *a.* descriptive
mỉm cười *v.i.* smile
minh họa *v.t.* illustrate
minh oan *v.t.* vindicate
mỏ chim *n.* beak
mỏ đá *n.* quarry
mỏ neo *n.* anchor
mọc răng *v.i.* teethe
mọc thành đám *v.i.* cluster
mọc trên thứ khác *adj.* adnascent
Mocfin *n.* morphia
mõm *n.* muzzle
mòn *a.* worn
mòn sờn *a.* shabby
món ăn tráng miệng *n.* pudding
món hầm *n.* stew
món hổ lốn *n.* hotchpotch
món quà *n.* gift
món sữa trứng *n.* custard
món tóc quăn *n.* ringlet
mong chờ *v.t.* expect
mong mỏi *v.i.* yearn
mong muốn *v.t.* aspire
mòng biển *n.* gull
mỏng *a.* thin
mỏng mảnh *a.* slight
móng (tay) *n.* nail
móng guốc *n.* hoof
mô *n.* tissue
mô đất *n.* eminance
mô hình *n.* model
mô tả *v.t.* depict
mồ hôi *n.* perspiration
mồ hôi *n.* sweat
mổ vào *v.i.* peck
mộ *n.* tomb
mộ *n.* cist
mộ cổ *n.* sepulchre
mốc *n.* mildew
mốc *n.* mould
mộc cầm *n.* xylophone
môi *n.* lip
môi trường *n.* environment
môi trường sống *n.* habitat
mồi *n.* prey
mồi *n.* bait
mỗi *a.* each
mỗi *a.* every
mỗi ngày *adv.* adays
mỗi tháng hai lần *adj.* bi-monthly
mỗi thành viên *pron.* each
mối đe dọa *n.* menace
mối đe dọa *n.* threat
mối ghép *n.* joint
mối hận thù *n.* feud
mối làm phiền *n.* nuisance
mối liên hệ *n.* relation
mối lợi *n.* boon
mối nguy hiểm *n.* hazard
mối quan hệ họ hàng *n.* kinship
mối ưu tư *n.* preoccupation
mồm *n.* mouth
môn cầu lông *n.* badminton
môn đánh gôn *n.* golf
môn ngữ văn *n.* philology
môn phái *a.* sectarian
môn pôlô *n.* polo
môn quyền anh *n.* boxing
môn toán học *n.* mathematics
mông đít *n.* buttock
mốt *n.* vogue
một *a.* a
một *a.rt* an
một *a.* one
một *pron.* one
một bên *adv.* ex-parte
một cách độc ác *n.* cruelty
một cách thình thức *adv.* officially

một cách vô ích *adv.* vainly
một chút nào *adv.* any
một lúc *adv.* awhile
một mình *a.* alone
một nghìn *a.* thousand
một người quan trọng *n.* somebody
một nửa *a.* half
một phần *n.* share
một phần hai mươi *n.* twentieth
một phần mười hai *n.* twelfth
một phần nhỏ *n.* tithe
một tá *n.* dozen
một tỉ *n.* billion
một trăm *n.* hundred
một trong hai *adv.* either
một trong hai cái *a.* either
một tuần hai lần *adj.* bi-weekly
một vài *a.* some
mơ hồ *a.* ambiguous
mơ hồ *a.* indistinct
mơ hồ *a.* problematic
mơ hồ *a.* vague
mơ ước *v.i.* dream
mờ đục *a.* opaque
mở *v.t.* open
mở đầu *n.* incentive
mở đầu *a.* introductory
mở đầu *v.t.* prelude
mở hé *adv.* ajar
mở ra *v.t.* evolve
mở rộng *v.t.* amplify
mở rộng *v.t.* enlarge
mở rộng *v.t.* expand
mở rộng *v.t.* extend
mở vòi *v.t.* tap
mỡ *n.* fat
mỡ (súc vật) *n.* grease
mỡ động vật *n.* tallow
mỡ lợn *n.* lard

mớ lộn xộn *n.* jumble
mớ lộn xộn *n.* tangle
mời *v.t.* invite
mới *a.* new
mới đây lately
mới lạ *a.* novel
mới sinh *a.* nascent
mới thật là *adv.* something
mù sương *a.* hazy
mù sương *a.* misty
mủ (của vết thương) *n.* pus
mũ *n.* hat
mũ *n.* hut
mũ bảo hiểm *n.* helmet
mũ cánh quạt *n.* spinner
mũ cho trẻ sơ sinh *n.* bonnet
mũ của anh hề *n.* foolscap
mũ lưỡi trai *n.* cap
mũ miện *n.* crown
mũ miện nhỏ *n.* coronet
mũ ni *n.* coif
mũ rơm lêchho *n.* leghorn
mũ tế *n.* mitre
mũ tiara *n.* tiara
mũ trùm đầu *n.* hood
mụ phù thủy *n.* hag
mua *v.t.* buy
mua *v.t.* purchase
mua bán ở chợ *v.t.* market
mua lại *v.t.* redeem
mùa *n.* season
mùa đông *n.* winter
mùa hè *n.* summer
mùa thu *n.* autumn
mùa xuân *n.* spring
mùa xuân *a.* vernal
múa ba lê *sn.* ballet
múc bằng muôi *v.t.* ladle
múc bằng thìa *v.t.* spoon
mục đích *n.* aim
mục đích *n.* purpose
mục đích *n.* sake

mục nát *v.i.* rot
mục tiêu *n.* objective
mục tiêu *n.* target
mùi *n.* waft
mùi hôi thối *n.* stench
mùi hôi thối *n.* stink
mùi thoang thoảng *n.* smack
mùi thơm *n.* flavour
mùi thơm *n.* odour
mùi thơm *n.* scent
mùi thơm ngát *n.* fragrance
mùi vị *n.* savour
mũi *a.* nasal
mũi *n.* nose
mũi *n.* snout
mũi hếch *n.* snub
mũi khâu *n.* stitch
mũi nhọn(của giáo) *n.* spearhead
mũi nhọn *n.* point
mũi nhọn *n.* prick
mũi tên *n.* arrow
mũi tên *n.* dart
mụn cóc *n.* wart
mụn mủ *n.* blain
mụn nhọt *n.* pimple
mụn nước *n.* bleb
mụn trứng cá *n.* acne
muối *n.* salt
muốn *v.t.* want
muộn *a.* late
muộn *adv.* late
mút *v.t.* suck
mưa *v.i.* rain
mưa *n.* rain
mưa đá *v.i.* hail
mưa lũ *n.* spate
mưa phùn *n.* drizzle
mưa phùn *v.i.* drizzle
mức cao *n.* Highness
mức độ cao *adv.* highly
mức tuyệt đối *n.* superlative

mực *n.* ink
mười ba *a.* thirteen
mười bảy *n. a.* seventeen
mười bốn *n.* fourteen
mười chín *n.* nineteen
mười hai *a.* twelve
mười hai tá *n.* gross
mười lăm *n.* fifteen
mười lũy thừa sáu mươi *n.* decillion
mười một *n.* eleven
mười nghìn *n.* myriad
mười sáu *n. a.* sixteen
mười tám *a.* eighteen
mương *n.* trench
mứt *n.* jam
mứt cam *n.* marmalade
mưu đồ *n.* intrigue
mưu mẹo *n.* artifice
mưu mẹo *n.* ruse
mưu mẹo *n.* stratagem
mưu mẹo *n.* wile
mỹ học *n.pl.* aesthetics
mỹ phẩm *n.* cosmetic
mỹ phẩm cho da *n.* lotion

N

nài xin *v.t.* solicit
nam châm *n.* magnet
Nam Cực *a.* antarctic
nam diễn viên *n.* actor
nam giới *n.* male
nạm đá quý *v.t.* jewel
nan y *a.* incurable
nản chí *v.i.* falter
nạn ăn trộm *n.* burglary
nạn đói kém *n.* famine
nạn mù chữ *n.* illiteracy
nạn nhân *n.* victim
nang *adj.* capsular

nàng tiên *n.* fairy
nạng chống *n.* prop
nao núng *v.i.* waver
nào *pron.* whichever
nạp đạn *v.t.* charge
nảy mầm *v.i.* germinate
nảy mầm *v.i.* sprout
nảy nở *v.i.* proliferate
năm *n.* year
năm mươi *n.* fifty
nằm *v.i.* lie
nằm co ro *v.i.* cower
nằm úp sấp *a.* prostrate
nắm (tóc) *n.* wisp
nắm chặt *v.t.* grasp
nắm chặt *v.t.* grip
năng động *a.* dynamic
năng khiếu *n.* aptitude
năng lực *n.* competence
năng lực *n.* qualification
năng lượng *n.* energy
năng suất *n.* efficiency
nặng *a.* weighty
nặng hơn *v.t.* outweigh
nặng nề *a.* burdensome
nặng nhọc *a.* laboured
nặng như chì *a.* leaden
nắp *n.* lid
nấc *n.* hiccup
nấm *n.* fungus
nấm *n.* mushroom
nâng cao *v.t.* advance
nâng lên *v.t.* raise
nâng lên *v.t.* uplift
nâng lên *v.t.* boost
nâu *a.* brown
nâu sẫm *a.* maroon
nấu ăn *v.t.* cook
nấu chảy *v.t.* fuse
nấu chảy *v.t.* smelt
nấu chảy *a.* molten
né *v.t.* fend

né tránh *v.t.* ward
né tránh việc *v.t.* shirk
ném *v.t.* fling
ném *v.t.* throw
ném bom *v.t.* bomb
ném đá vào *v.t.* stone
ném mạnh *v.t.* hurl
nén *v.t.* compress
neo cố định *n.* moorings
nét đặc biệt *n.* feature
nếm *v.t.* savour
nếm *v.t.* taste
nệm *n.* mattress
nên làm *a.* advisable
nền *n.* platform
nền dân chủ *n.* democracy
nền lò sưởi *n.* hearth
nền móng *n.* basement
nền tảng *n.* base
nền tảng *n.* basis
nện *v.t.* hammer
nện (đất...) *v.t.* ram
nê-ông *n.* neon
nếp gấp *n.* crease
nếp nhăn *n.* wrinkle
nếu *conj.* if
nếu không thì *conj.* otherwise
ngà *n.* ivory
ngà *n.* tusk
ngã *v.i.* topple
ngã *v.i.* tumble
ngã ba *n.* confluence
ngã tư *v.t.* intersect
ngã uỵch *v.i.* thud
ngạc nhiên *v.i.* wonder
ngai vàng *n.* throne
ngài *n.* sir
ngài (xưng hô) *n.* excellency
ngang bằng *v.t.* equal
ngang hàng *adv.* abreast
ngang hàng *a.* co-ordinate
ngang ngạnh *a.* perverse

ngang qua *prep.* athwart	**ngăn ngừa** *a.* preventive
ngáng chân *v.t.* trip	**ngắn** *a.* short
ngành *n.* sector	**ngắn** *adv.* shortly
ngành du lịch *n.* tourism	**ngắn** *a.* little
ngành điện ảnh *n.* movies	**ngắn gọn** *a.* concise
ngành hóa học *n.* chemistry	**ngắt lời** *v.t.* interrupt
ngạnh (lưỡi câu) *n.* barb	**ngâm** *v.t.* soak
ngáp *v.i.* gape	**ngâm giấm** *v.t.* condite
ngáp *v.i.* yawn	**ngâm kiềm** *v.t.* mercerise
ngay lập tức *adv.* forthwith	**ngâm vào nước** *v.t.* steep
ngay lập tức *a.* immediate	**ngầm (không nói ra)** *a.* tacit
ngay lập tức *a.* instant	**ngấm ngầm** *a.* implicit
ngay lập tức *adv.* outright	**ngấm ngầm** *a.* latent
ngay lập tức *adv.* speedily	**ngân hàng** *n.* bank
ngay lập tức *adv.* straightway	**ngân khố** *n.* treasury
ngay sau đó *adv.* presently	**ngẩng lên** *v.t.* rear
ngay thẳng *adv.* fairly	**ngất** *v.i.* faint
ngay thẳng *a.* righteous	**ngẫu nhiên** *a.* incidental
ngay tức khắc *adv.* instantly	**ngẫu nhiên** *a.* random
ngay tức khắc *adv.* summarily	**nghe** *adj.* auditive
ngày *n.* date	**nghe** *v.t.* hear
ngày *n.* day	**nghe** *v.i.* listen
ngày chủ nhật *n.* Sunday	**nghe như** *v.i.* sound
ngày hội *n.* carnival	**nghe trộm** *v.t.* overhear
ngày hội *n.* festival	**nghèo** *a.* poor
ngày hôm nay *n.* today	**nghèo túng** *a.* needy
ngày hôm qua *n.* yesterday	**nghề báo** *n.* journalism
ngày hôm sau *n.* morrow	**nghề cướp biển** *n.* piracy
ngày mai *n.* tomorrow	**nghề hàng hải** *n.* navigation
ngày ngày *adv.* daily	**nghề kế toán** *n.* accountancy
ngày tháng lùi về trước *n.* antedate	**nghề làm ruộng** *n.* husbandry
	nghề nghiệp *n.* profession
ngày thứ Năm *n.* Thursday	**nghề nghiệp** *n.* vocation
ngày thứ tư *n.* Wednesday	**nghề nuôi ong** *n.* apiculture
ngày xaba *n.* sabbath	**nghề thợ mộc** *n.* carpentry
ngáy *v.i.* snore	**nghề thợ nề** *n.* masonry
ngăm đen (da) *a.* swarthy	**nghề thủ công** *n.* craft
ngăn cản *v.t.* detain	**nghề thủ công** *n.* handicraft
ngăn cản *v.t.* withhold	**nghề xây dựng** *n.* building
ngăn cấm *v.t.* prohibit	**nghề y** *n.* physic
ngăn nắp *a.* trim	**nghệ sĩ** *n.* artist
ngăn ngừa *v.t.* prevent	**nghệ sĩ độc tấu** *n.* soloist

nghệ thuật *n.* art
nghệ thuật điêu khắc *n.* sculpture
nghệ thuật thơ *n.* poetry
nghệ thuật thơ *n.* versification
nghệ thuật trồng hoa *n.* horticulture
nghệ thuật viết chữ đẹp *n.* calligraphy
nghi lễ *n.* ceremony
nghi ngờ *v.i.* doubt
nghi ngờ *a.* malafide
nghi ngờ *adv.* malafide
nghi ngờ *n.* mistrust
nghi ngờ *v.t.* mistrust
nghi ngờ *v.t.* suspect
nghi thức *n.* etiquette
nghi thức *a.* informal
nghi thức tế lễ *a.* liturgical
nghi vấn *a.* interrogative
nghỉ hưu *v.i.* retire
nghỉ ngơi *v.i.* repose
nghỉ ngơi *v.i.* rest
nghĩ rằng *v.t.* fancy
nghị quyết *n.* resolution
nghị sĩ hùng biện *n.* parliamentarian
nghị viện *n.* parliament
nghĩa địa *n.* necropolis
nghĩa trang *n.* cemetery
nghĩa vụ *n.* obligation
nghĩa vụ về pháp lý *a.* liable
nghịch *v.i.* toy
nghịch ngợm *a.* naughty
nghiêm khắc *a.* rigorous
nghiêm khắc *a.* strict
nghiêm ngặt *a.* stringent
nghiêm nghị *a.* stern
nghiêm trang *n.* demur
nghiêm trọng *a.* serious
nghiên cứu *v.t.* examine
nghiên cứu *v.i.* research
nghiên cứu *v.i.* speculate
nghiên cứu tỷ mỉ *v.t.* investigate
nghiền *v.t.* mash
nghiền nát *v.t.* pulp
nghiến *v.t.* crush
nghiện *v.t.* addict
nghiêng *a.* italic
nghiêng *v.i.* tilt
nghiêng dốc *v.i.* incline
nghiêng dốc *v.i.* slope
nghìn *n.* chiliad
ngõ *n.* alley
ngoài ra *prep.* besides
ngòai ra *prep.* but
ngoài trời *a.* outdoor
ngoại cảm *a.* telepathic
ngoại cỡ *a.* outsize
ngoại động *n.* transitive
ngoại hình *a.* look
ngoại ô *n.pl.* outskirts
ngoại ô *n.* suburb
ngoan cố *a.* obstinate
ngoan đạo *a.* pious
ngoằn nghèo *a.* sinuous
ngoằn nghèo *v.i.* snake
ngoằn ngoèo *a.* tortuous
ngoằn ngoèo *a.* zigzag
ngọc bích *n.* jade
ngọc bích *n.* sapphire
ngọc lục bảo *n.* emerald
ngọc mắt mèo *n.* opal
ngọc trai *n.* pearl
ngòi bút *n.* nib
ngòi nổ *n.* fuse
ngòi nổ *n.* primer
ngói *n.* tile
ngon *a.* dainty
ngon *a.* delicious
ngon *a.* palatable
ngon *a.* tasty
ngón *n.* digit

ngón chân *n.* toe	**ngũ cốc** *n.* cereal
ngón tay *n.* finger	**ngũ cốc** *a.* cereal
ngón tay cái *n.* thumb	**ngũ cốc** *n.* corn
ngón tay trỏ *n.* forefinger	**ngũ cốc** *n.* grain
ngọn *n.* apex	**ngũ giác** *n.* pentagon
ngọn cờ *n.* banner	**ngụ tại** *v.i.* dwell
ngọn đuốc *n.* torch	**nguồn** *n.* source
ngọn lửa *n.* blaze	**nguồn gốc** *n.* origin
ngọn lửa *n.* flame	**nguồn vào** *n.* input
ngọn lửa bừng sáng *n.* flare	**nguy cơ** *n.* jeopardy
ngọn nến *n.* candle	**nguy hiểm** *a.* dangerous
ngọn núi *n.* alp	**nguy hiểm** *a.* perilous
ngọt *a.* sweet	**nguy hiểm** *a.* pernicious
ngọt ngào *a.* luscious	**nguy hiểm** *n.* breakneck
ngỗ ngược *a.* unruly	**nguy nga** *a.* palatial
ngốc nghếch *a.* stupid	**nguyên âm** *n.* vowel
ngôi đền *n.* temple	**nguyên bản** *n.* original
ngôi nhà *n.* house	**nguyên bản** *n.* script
ngôi sao *n.* star	**nguyên đơn** *n.* plaintiff
ngồi *v.i.* sit	**nguyên kháng** *n.* appellant
ngồi xổm *v.i.* squat	**nguyên liệu** *n.* material
ngôn ngữ *n.* language	**nguyên lý** *n.* tenet
ngôn ngữ chung *n.* lingua franca	**nguyên lý cơ bản** *n.* rudiment
ngôn ngữ học *a.* linguistic	**nguyên nhân** *n.* causality
ngôn ngữ học *n.* linguistics	**nguyên nhân** *n.* cause
ngôn ngữ Rôman *n.* romance	**nguyên soái** *n.* marshal
ngỗng cái *n.* goose	**nguyên thuỷ** *a.* primitive
ngột ngạt *a.* sultry	**nguyên thủy** *a.* primeval
ngờ nghệch *a.* naive	**nguyên tử** *n.* atom
ngớ ngẩn *a.* absurd	**nguyên tử** *a.* atomic
ngớ ngẩn *adj.* daft	**nguyền rủa** *v.t.* curse
ngớ ngẩn *a.* jerky	**nguyệt san** *n.* monthly
ngu dốt *a.* ignorant	**ngư lôi** *n.* torpedo
ngu đần *a.* dull	**ngữ âm** *a.* phonetic
ngu đần *adv.* duly	**ngữ âm học** *n.* phonetics
ngu độn *n.* idiot	**ngữ cảnh** *n.* context
ngu ngốc *a.* silly	**ngữ cảnh sai** *n.* misconception
ngủ *v.i.* sleep	**ngữ giải thích** *n.* paraphrase
ngủ *v.i.* slumber	**ngữ pháp** *n.* grammar
ngủ *adv.* asleep	**ngữ văn** *a.* philological
ngủ gà gật *v.i.* doze	**ngứa** *v.i.* itch

ngựa cái *n.* mare
ngựa giống *n.* stallion
ngựa gỗ *n.* hobby-horse
ngựa nhỏ *n.* pony
ngựa thảo nguyên *n.* mustang
ngựa vằn *n.* zebra
ngực *n.* breast
ngửi *v.t.* smell
ngừng *v.t.* stop
ngược đãi *d* mistreat
ngược đời *a.* paradoxical
ngược lại *prep.* against
ngược lại *adv.* vice-versa
người *n.* wight
người (vật) ngang bằng *n.* equal
người ăn chay *n.* vegetarian
người ăn xin *n.* beggar
người âm mưu *n.* conspirator
người ẩn dật *n.* recluse
người Ấn Độ *a.* Indian
người ba hoa *n.* magpie
người ba hoa *n.* windbag
người bán *n.* seller
người bán dạo *n.* vendor
người bán đồ dùng văn phòng *n.* stationer
người bán hàng (nam) *n.* salesman
người bán hàng rong *n.* badger
người bán hoa *n.* florist
người bán lẻ *n.* retailer
người bán sách *n.* book-seller
người bán sỉ *n.* wholesaler
người bán tạp phẩm *n.* grocer
người bán thịt *n.* butcher
người bán vải *n.* draper
người bảo đảm *n.* surety
người bảo đảm *n.* warrantor
người bảo hoàng *n.* royalist
người bảo quản *n.* keeper
người bảo thủ *n.* conservative
người bảo trợ *n.* patron
người bảo vệ *n.* protector
người báo trước *n.* precursor
người bắn chim *n.* fowler
người bắn cung *n.* archer
người bất mãn *n.* malcontent
người bệnh ngoại trú *n.* outpatient
người bệnh tật *a.* invalid
người bị cắm sừng *n.* cuckold
người bị giam giữ *n.* prisoner
người bị giết *n.* casualty
người bị loạn thần kinh nhân cách *n.* psychopath
người bị mộng du *n.* somnambulist
người bị thẩm tra *n.* examinee
người bị tình nghi *n.* suspect
người biên tập *n.* editor
người biết nhiều thứ tiếng *n.* polyglot1
người biểu diễn *n.* acrobat
người biểu diễn *n.* performer
người biểu diễn pianô *n.* pianist
người bình dân *n.* commoner
người bỏ phiếu *n.* voter
người bơi *n.* swimmer
người buôn bán *n.* dealer
người buôn lậu *n.* smuggler
người cả thẹn *n.* prude
người cả tin *n.* gull
người cá *n.* mermaid
người cá *n.* merman
người cải đạo *n.* convert
người canh gác *n.* guardian
người câm *n.* mute
người cấp dưới *n.* subordi-

nate
người cầu hôn (phụ nữ) *n.* suitor
người chăm sóc *n.* custodian
người chăm sóc *n.* tender
người chăn cừu *n.* shepherd
người chăn đàn gia súc *n.* herdsman
người chăn súc vật *a.* pastoral
người chặn bóng (trong môn crickê) *n.* mid-off
người chặn bóng (trong môn crickê) *n.* mid-on
người chấm thi *n.* examiner
người chậm chạp *n.* sluggard
người chất phát *n.* mug
người chèo thuyền *n.* oarsman
người chép sử biên niên *n.* annalist
người chế tạo *n.* maker
người chết *n.* mortal
người chỉ *n.* indicator
người chỉ đạo *n.* conductor
người chỉ huy *n.* commander
người chiếm giữ *n.* occupier
người cho vay *n.* creditor
người cho vay nặng lãi *n.* usurer
người chống uống rượu *n.* teetotaller
người chơi đàn violông *n.* violinist
người chơi nghiệp dư *n.* amateur
người chủ *n.* owner
người chủ trương rút khỏi *n.* secessionist
người chung cổ phần *n.* co-partner
người chuyên quyền *n.* autocrat
người chữa theo phép vi lượng đồng căn *n.* homoeopath
người có bằng cấp *n.* graduate
người có một không ai *n.* nonpareil
người có tài bắt chước *n.* mimic
người có trợ cấp hàng năm *n.* annuitant
người cô lập *n.* insulator
người cộng tác *n.* helpmate
người cục mịch *n.* boor
người cung cấp *n.* supplier
người cùng cộng tác *n.* associate
người cùng địa vị xã hội *n.* peer
người cuồng tín *n.* fanatic
người cuồng tín *n.* zealot
người cư trú *n.* inhabitant
người cưỡi ngựa *n.* rider
người da đen *n.* negro
người da trắng lai đen *n.* mulatto
người dã man *n.* barbarian
người dân thủ đô *n.* metropolitan
người dẫn chỗ *n.* usher
người di cư *n.* migrant
người Do thái *n.* Jew
người dọn dẹp *n.* sweeper
người duy tâm *n.* idealist
người đa nghi *n.* sceptic
người đàn bà dâm đãng *n.* slut
người đàn bà đanh đá *n.* shrew
người đàn bà góa *n.* widow
người đang chạy *n.* runner

người đang tập sự *n.* probationer
người đánh bạc *n.* gambler
người đánh cá *n.* fisherman
người đánh máy *n.* typist
người đánh xe ngựa *n.* coachman
người đầu tiên *n.* first
người đầu tiên *n.* prototype
người đấu bò *n.* matador
người đấu giá *n.* bidder
người đếm *n.* numerator
người đến thăm *n.* caller
người đi du lịch *n.* wayfarer
người đi du lịch xa *n.* voyager
người đi không theo hàng lối *n.* straggler
người đi săn *n.* hunter
người đi săn *n.* huntsman
người đi trước *n.* predecessor
người đi xe đạp *n.* cyclist
người địa phương *n.* native
người điên *n.* maniac
người điều chỉnh *n.* regulator
người đó *dem.pron.* that
người đọc *n.* reader
người độc quyền *n.* monopolist
người đổi mới *n.* innovator
người đồng dâm nam *n.* faggot
người đốt lò *n.* stoker
người đun *n.* boiler
người đưa hàng *n.* tradesman
người đưa thư *n.* courier
người đưa thư *n.* postman
người đưa thư hỏa tốc *n.* express
người được bổ nhiệm *n.* nominee
người được cấp giấy phép *n.* licensee
người được hưởng lương hưu *n.* pensioner
người được phép làm gì *n.* warrantee
người được tặng huân chương *n.* medallist
người được trả tiền *n.* payee
người được ủy nhiệm *n.* assignee
người được ủy nhiệm *n.* deputy
người được ủy quyền *n.* attorney
người được ưa thích hơn *n.* favourite
người gặt *n.* reaper
người ghi *n.* marker
người ghi điểm *n.* scorer
người giả dối *n.* canter
người giải phóng *n.* liberator
người giải quyết vấn đề *n.* settler
người giám sát *n.* supervisor
người giảng dạy *n.* lecturer
người giết vua *n.* regicide
người giơ đầu chịu báng *n.* scapegoat
người giúp đỡ *n.* auxiliary
người giữ một chức vụ *n.* incumbent
người góa vợ *n.* widower
người hà tiện *n.* niggard
người hạ đẳng *n.* churl
người hài hước *n.* humorist
người ham thích *n.* votary
người hàng xóm *n.* neighbour
người hành hương *n.* pilgrim
người hát *n.* songster
người hay bắt chước *n.* imitator

người hay bù trừ *n.* shilly-shally
người hay chỉ trích *n.* cynic
người hay đi lang thang *n.* ranger
người hay đi lang thang *n.* rover
người hay gây sự *n.s.* barrator
người hay nói ba hoa *v.t.&i* blab
người hầu *n.* domestic
người hầu *n.* menial
người hầu *n.* servant
người hòa giải *n.* mediator
người hoang dã *n.* savage
người hoặc vật chở cái gì *n.* carrier
người hoặc vật nào *pron.* which
người học *n.* learner
người học việc *n.* apprentice
người hộ vệ *n.* squire
người hủi *n.* leper
người hướng dẫn *n.* guide
người ít tuổi hơn *n.* junior
người keo kiệt *n.* miser
người kéo *n.* drawer
người kê dâm *n.* sodomite
người kể chuyện *n.* teller
người kế vị *n.* successor
người khao khát muốn được nổi tiếng *n.* aspirant
người khắc kỷ *n.* stoic
người khắt khe *n.* stickler
người khâu *n.* sewer
người khó chịu *n.* handful
người khóa *n.* locker
người khỏe mạnh *n.* stalwart
người không thể sửa đổi được *n.* stiff
người khổng lồ *n.* giant

người khờ dại *n.* fool
người khờ dại *n.* moron
người khởi đầu *n.* originator
người khởi xướng *n.* generator
người kiểm soát *n.* controller
người kiểm soát *n.* master
người kiểm tra kế toán *n.* auditor
người kiến nghị *n.* petitioner
người kiện *n.* litigant
người kiệt xuất *n.* magnate
người kỳ cựu *n.* veteran
người lạ *n.* stranger
người lạc hậu *n.* laggard
người lạc quan *n.* optimist
người lái (tàu thủy hay máy bay) *n.* navigator
người lái xe *n.* driver
người lái xe *n.* chauffeur
người lái xe ô tô *n.* motorist
người làm bánh mì *n.* baker
người làm công *n.* employee
người làm hại *n.* pest
người làm khoán *n.* jobber
người làm luật *n.* legislator
người làm mũ và trang phục phụ nữ *n.* milliner
người làm mũ và trang phục phụ nữ *n.* milliner
người làm mứt *n.* confectioner
người làm nghề xoa bóp *n.* masseur
người làm thơ *n.* rhymester
người làm vườn *n.* gardener
người làng *n.* villager
người lập bảng *n.* tabulator
người leo núi *n.* alpinist
người leo núi *n.* mountaineer
người liên lạc *n.* peon
người lính *n.* soldier

người lớn *n.* adult
người lùn *n.* dwarf
người lùn *n.* midget
người lùn tí hon *n.* pygmy
người lùn tịt *n.* pigmy
người lừa đảo *n.* sharper
người lười nhác *n.* idler
người Mát-xcơ-va *n.* muscovite
người máy *n.* robot
người mộc mạc *n.* carl
người môi giới *n.* broker
người mua *n.* buyer
người nào *pron.* whom
người nào đó *pron.* somebody
người nào đó *pron.* someone
người nắm quyền tối cao *n.* paramount
người nghe *n.* listener
người nghèo túng *n.* pauper
người nghiện *n.* addict
người nghiện rượu *n.* bibber
người ngoài cuộc *n.* outsider
người ngoại quốc *n.* foreigner
người ngốc *n.* simpleton
người ngu *a.* zany
người ngu ngốc *v.t.* burk
người ngu xuẩn *n.* loggerhead
người ngủ *n.* sleeper
người nhát gan *n.* coward
người nhảy dây *n.* skipper
người nhảy dù *n.* parachutist
người nhắc vở *n.* prompter
người nhắn tin *n.* messenger
người nhân đức *n.* philanthropist
người nhận *n.* addressee
người nhận *n.* receiver
người nhận *n.* recipient
người nhận thế chấp *n.* mortagagee
người nhập cư *n.* immigrant
người nhiều tuổi hơn *n.* elder
người nhìn xa trông rộng *n.* visionary
người nói *n.* speaker
người nô lệ *n.* slave
người nổi dậy *n.* insurgent
người nổi loạn *n.* rebel
người nộp đơn xin *n.* applicant
người ở vị trí thứ hai *n.* second
người pha trò *n.* joker
người phác thảo *a.* draftsman
người phải thế chấp *n.* mortgator
người phạm tội *n.* offender
người phạm tội *n.* sinner
người phát minh *n.* inventor
người phát ngôn *n.* spokesman
người phân tích *n.* analyst
người phân xử *n.* arbiter
người Phần Lan *n.* fin
người phóng đãng *n.* libertine
người phụ nữ *n.* woman
người phụ nữ bẩn thỉu *n.* slattern
người phụ nữ không chồng *n.* spinster
người phụ thuộc *n.* dependant
người phương đông *n.* oriental
người quản lý *n.* manager
người quản lý *n.* steward
người quản lý *n.* superintendent
người quấn băng *n.* deligate1
người quen *n.* acquaintance

người quê mùa *n.* rustic
người quý tộc *n.* aristocrat
người quý tộc *n.* noble
người quý tộc *n.* nobleman
người sang trọng *n.* gallant
người sáng lập *n.* founder
người sáng tạo *n.* creator
người say rượu *n.* drunkard
người săn chim ưng *n.* hawker
người sống ngoài vòng pháp luật *n.* outlaw
người sống trăm tuổi *n.* centenarian
người sở hữu *n.* proprietor
người sùng bái thần tượng *n.* idolater
người sùng đạo *n.* devotee
người sưu tầm *n.* collector
người sưu tầm thư mục *n.* bibliographer
người tàn bạo *n.* sadist
người tàn tật *n.* cripple
người tán thành *n.* seconder
người tán tỉnh *n.* flirt
người tặng *n.* donor
người tấn công *n.* striker
người tập việc *n.* novice
người Tây Ban Nha *n.* Spaniard
người Tây Ban Nha *n.* Spanish
người tham ăn *n.* glutton
người tham chiến *n.* belligerent
người tham dự *n.* attendant
người tham dự cuộc vui *n.* reveller
người tham gia *n.* participant
người tham gia thể thao *n.* sportsman
người tham lam *n.* cormorant
người than khóc *n.* mourner
người thay thế *n.* substitute
người thắng *n.* winner
người thân yêu *n.* darling
người thần bí *n.* mystic
người thầy thông thái *n.* mentor
người theo chủ nghĩa dân tộc *n.* nationalist
người theo chủ nghĩa độc thân *n.* agamist
người theo chủ nghĩa thuần tuý *n.* purist
người theo chủ nghĩa vô chính phủ *n.* anarchist
người theo dõi *n.* follower
người theo dõi *n.* trailer
người theo đạo Cơ-đốc *n.* Christian
người theo đạo nhiều thần *n.* polytheist
người theo Thanh giáo *n.* puritan
người theo thuyết duy cảm *n.* sensualist
người theo thuyết duy thực *n.* realist
người theo thuyết hữu thần *n.* theist
người theo thuyết một thần *n.* monotheist
người theo thuyết phiếm thần *n.* pantheist
người theo thuyết vô thần *n.* atheist
người theo xã hội chủ nghĩa *n. a.* socialist
người thích khoái lạc *n.* voluptuary
người thông thái rởm *n.* pedant
người thờ phụng *n.* worship-

per
người thợ máy *n.* operator
người thu hoạch *n.* haverster
người thuê *n.* tenant
người thuê theo hợp đồng *n.* lessee
người Thụy Sĩ *n.* swiss
người thuyết giáo *n.* preacher
người thư ký *n.* clerk
người thứ ba *n.* third
người thứ ba mươi *n.* thirtieth
người thứ nhất *n.* fist
người thừa kế *n.* heir
người thương lượng *n.* negotiator
người tị nạn *n.* refugee
người tiếp đón *n.* host
người tiêu hoang phí *n.* spendthrift
người tin mù quáng *n.* bigot
người tinh thông *n.* adept
người tình nguyện *n.* volunteer
người tối dạ *n.* dunce
người trác táng *n.* debauchee
người trắc địa *n.* topographer
người trần tục *n.* worldling
người trí tuệ *n.* intellectual
người triệp tập *n.* convener
người trinh sát *n.* scout
người trình bày *n.* exponent
người trốn việc *n.* shirker
người trồng *n.* grower
người trợ tế *n.* deacon
người trợ tế *a.* ministrant
người trú ngụ *n.* resident
người trung gian *n.* middleman
người trung thành *n.* loyalist
người trúng giải *n.* laureate
người truyền giáo *n.* propagandist
người tu khổ hạnh *n.* ascetic
người tù *n.* convict
người tù khổ sai *v.i.* lag
người từ chối *n.* denial
người tường thuật *n.* narrator
người ủng hộ *n.* advocate
người ủng hộ *n.* support
người ủng hộ chế độ cộng hoà *n.* republican
người va mạnh *n.* bumper
người vay nợ *n.* debtor
người vật trừng phạt *n.* scourge
người viết pam-fơ-lê *n.* pamphleteer
người viết tiểu luận *n.* essayist
người viết tiểu sử *n.* biographer
người viết tốc ký *n.* stenographer
người vô dụng *n.* nothing
người vô gia cư *n.* outcast
người vô giá trị *n.* nonentity
người vô thần *n.* antitheist
người vỡ nợ *n.* bankrupt
người vui tính *n.* spark
người vui tính *n.* wag
người Xcốtlen *a.* scotch
người Xcốt-len *n.* scotch
người xem *n.* on-looker
người xem tướng tay *n.* palmist
người xin việc *n.* candidate
người xuất bản *n.* publisher
người xúi giục *n.* tempter
người yêu *n.* lover
người yêu dấu *n.* beloved
người yêu nước *n.* patriot
người yêu sách *n.* claimant

người yếu đuối *n.* weakling
ngưỡng cửa *n.* threshold
ngưỡng mộ *v.t.* admire
nha sĩ *n.* dentist
nhà bảo tàng *n.* museum
nhà báo *n.* journalist
nhà bình luận *n.* commentator
nhà cách mạng *a.* revolutionary
nhà cải cách *n.* reformer
nhà chiêm tinh *n.* astrologer
nhà chiến lược *n.* strategist
nhà chiến thuật *n.* tactician
nhà chứa *n.* brothel
nhà duy linh *n.* spiritualist
nhà đạo đức học *n.* moralist
nhà địa chất *n.* geologist
nhà địa lý *n.* geographer
nhà điêu khắc *n.* sculptor
nhà đón khách *n.* terminal
nhà động vật học *n.* zoologist
nhà ga *n.* station
nhà gỗ một tầng *n.* bungalow
nhà hàng ăn *n.* restaurant
nhà hát *n.* theatre
nhà hóa học *n.* chemist
nhà hùng biện *n.* orator
nhà khảo cổ *n.* antiquarian
nhà khảo cổ *n.* antiquary
nhà khí tượng học *n.* meteorologist
nhà kho *n.* godown
nhà khoa học *n.* scientist
nhà khoáng vật học *n.* mineralogist
nhà kinh doanh *n.* businessman
nhà kỹ thuật *n.* technician
nhà lôgic *n.* logician
nhà lý luận *n.* theorist
nhà máy *n.* factory
nhà máy bia *n.* brewery
nhà máy chưng cất *n.* distillery
nhà máy luyện tinh *n.* refinery
nhà một tầng *n.* shed
nhà nghỉ *n.* lodge
nhà ngoại cảm *n.* telepathist
nhà ngoại giao *n.* diplomat
nhà ngôn ngữ học *n.* linguist
nhà ngụy biện *n.* sophist
nhà nguyện *n.* oratory
nhà ngữ pháp *n.* grammarian
nhà ngữ văn *n.* philologist
nhà nhiếp ảnh *n.* photographer
nhà nông học *n.* agriculturist
nhà phê bình *n.* critic
nhà phụ *n.* outhouse
nhà quán quân *n.* champion
nhà rỗi *a.* idle
nhà rộng lớn *n.* bawn
nhà sinh vật học *n.* biologist
nhà soạn kịch *n.* dramatist
nhà sư phạm *n.* pedagogue
nhà tâm lý học *n.* psychologist
nhà tập thể *n.* hostel
nhà thần học *n.* theologian
nhà thần kinh học *n.* neurologist
nhà thần luận *n.* deist
nhà thầu *n.* contractor
nhà thiên văn học *n.* astronomer
nhà thiện xạ *n.* marksman
nhà thống kê *n.* statistician
nhà thơ *n.* poet
nhà thơ hài hước người A-ten *adj.* aristophanic
nhà thơ trữ tình *n.* lyricist
nhà thơ xoàng *n.* poetaster
nhà thờ *n.* church

nhà thờ Hồi giáo *n.* mosque	nhanh *a.* quick
nhà thờ lớn *n.* cathedral	nhanh *a.* speedy
nhà thờ nhỏ *n.* chapel	nhanh *a.* swift
nhà tiên tri *n.* prophet	nhanh chóng *adv.* apace
nhà tiên tri *n.* seer	nhanh chóng *a.* prompt
nhà toán học *n.* mathematician	nhanh chóng *a.* rapid
nhà tranh *n.* cottage	nhanh hơn tiếng động *a.* supersonic
nhà trẻ *n.* nursery	
nhà triết học *n.* philosopher	nhanh nhẩu *adj.* brisk
nhà triệu phú *n.* croesus	nhanh nhẹn *a.* agile
nhà tù *n.* jail	nhánh *n.* offshoot
nhà tù *n.* jug	nhào xuống *v.i.* swoop
nhà tù *n.* prison	nhạo báng *v.t.* ridicule
nhà tư bản *n.* capitalist	nhạo báng *a.* sardonic
nhà tư tưởng *n.* thinker	nháp *n.* draft
nhà tự nhiên học *n.* naturalist	nhát đâm *n.* stab
nhà văn *n.* writer	nhảy *v.i.* jump
nhà văn châm biếm *n.* satirist	nhảy *v.i.* skip
nhà văn học *n.* litterateur	nhảy *v.i.* spring
nhà vật lý học *n.* physicist	nhảy múa *v.t.* dance
nhà vệ sinh *n.* toilet	nhảy qua *v.i.* vault
nhà xác *n.* morgue	nhảy qua *v.i.* leap
nhà xí *n.* latrine	nháy mắt *v.i.* twinkle
nhạc công *n.* instrumentalist	nháy mắt *v.i.* wink
nhạc cụ *n.* instrument	nháy mắt *v.t.&i* blink
nhạc kịch *n.* opera	nhạy bén *a.* acute
nhạc sĩ *n.* musician	nhạy cảm *a.* sensitive
nhạc tố *n.* motif	nhắc lại *v.t.* rehearse
nhai *v.t.* chew	nhắc lại *v.t.* repeat
nhai *v.t.* masticate	nhắc nhở *v.t.* remind
nhai lại *v.i.* ruminate	nhằm trừng phạt *a.* punitive
nhai tóp tép *v.t.* munch	nhắm mục đích *v.i.* aim
nhại lại *v.t.* parody	nhăn mặt *v.i.* wince
nhàm chán *a.* humdrum	nhẵn *a.* smooth
nhàn nhã *a.* leisure	nhấc dịch *v.t.* shovel
nhàn nhã *a.* leisurely	nhầm chỗ *v.t.* misplace
nhàn nhã *adv.* leisurely	nhầm tên *n.* misnomer
nhãn (hàng hóa) *n.* brand	nhấm nháp *v.t.* sip
nhãn dính có hình *n.* sticker	nhân *n.* kernel
nhãn hiệu *n.* label	nhân *v.t.* multiply
nhãn hiệu *n.* mark	nhân ba *v.t.* triple
nhanh *a.* fast	nhân ba *v.t.* triplicate

nhân cách *n.* manhood
nhân cách *n.* personality
nhân cách hoá *v.t.* personify
nhân chứng *n.* witness
nhân đạo *a.* humanitarian
nhân đức *a.* charitable
nhân hậu *a.* lenient
nhân quả *adj.* causal
nhân tạo *a.* artificial
nhân tạo *a.* synthetic
nhân tình *n.* paramour
nhân tính hóa *v.t.* humanize
nhân tố *n.* factor
nhân từ *a.* merciful
nhân từ *adv.* benignly
nhân văn *a.* humane
nhân vật quan trọng *n.* personage
nhân viên *n.* staff
nhân viên điện báo *n.* telegraphist
nhân viên kế toán *n.* accountant
nhân viên kế tóan *n.* bookkeeper
nhân viên kiểm duyệt *n.* censor
nhẫn tâm *adj.* merciless
nhấn chìm *v.t.* engulf
nhấn mạnh *v.t.* accent
nhấn mạnh *v.t.* emphasize
nhấn mạnh *a.* emphatic
nhận *v.t.* receive
nhận cho vật nuôi vào ăn cỏ *v.t.* agist
nhận dạng *n.* identity
nhận được từ *v.t.* derive
nhận làm con nuôi *v.t.* adopt
nhận ra *adj.* borne
nhận ra *v.t.* identify
nhận thức được *a.* perceptive
nhận thức sai *v.t.* misconceive
nhận vào học đại học *v.t.* matriculate
nhận xét dí dỏm *n.* witticism
nhấp nháy *v.i.* scintillate
nhấp nháy *v.i.* sparkle
nhập cư *v.i.* immigrate
nhập khẩu *v.t.* import
nhất *a.* premier
nhất *adv.* most
nhất thời *a.* fugitive
nhất thời *a.* momentary
nhất trí *a.* unanimous
nhật báo *n.* daily
nhật ký *n.* diary
nhầy *a.* mucous
nhầy nhụa *a.* slimy
nhẹ dạ *adj.* credulity
nhẹ dạ *n.* levity
nhẹ nhàng *a.* light
nhẹ nhàng *a.* mild
nhẹ nhàng *adv.* lightly
nhẹ và mỏng *a.* flimsy
nhếch nhác *a.* slovenly
nhị *pref.* bi
nhị nguyên *adj.* binary
nhiễm điện *v.t.* electrify
nhiễm khuẩn *a.* septic
nhiệm kỳ *n.* term
nhiệm vụ *n.* commission
nhiệm vụ *n.* mission
nhiệm vụ *n.* onus
nhiệm vụ *n.* task
nhiên liệu *n.* fuel
nhiệt *a.* thermal
nhiệt độ *n.* temperature
nhiệt đới *a.* tropical
nhiệt huyết *n.* zeal
nhiệt kế *n.* thermometer
nhiều *a.* many
nhiều *a.* much
nhiều *adv.* much
nhiều *a.* multiple

nhiều dạng *n.* multiform
nhiều hơn *a.* more
nhiều hơn *adv.* more
nhiều tuổi hơn *a.* elder
nhiều tuyết *a.* snowy
nhiều vợ nhiều chồng *a.* polygamous
nhiễu sự *a.* officious
nhìn *v.t.* see
nhìn *v.t.* view
nhìn *v.i.* look
nhìn chăm chú *v.t.* scrutinize
nhìn chằm chằm *v.t.* gaze
nhìn chằm chằm *v.t.* ogle
nhìn ngắm *v.t.* behold
nhìn sâu vào nội tâm *a.* reflex
nhìn trừng trừng *v.i.* glare
nhìn xa trông rộng *a.* visionary
nhịn đói *v.i.* fast
nhịp cầu *n.* span
nhịp đập *n.* pulse
nhịp điệu *b.* rhythm
nho khô *n.* raisin
nhỏ *n.* minor
nhỏ *a.* small
nhỏ *n.* little
nhỏ bé *a.* puny
nhỏ bé *a.* tiny
nhỏ giọt *v.i.* drop
nhỏ mọn *a.* petty
nhỏ xíu *a.* minuscule
nhọ nồi *n.* soot
nhóm *n.* group
nhổ bật rễ *v.t.* uproot
nhổ cỏ *v.t.* weed
nhổ rễ *v.t.* eradicate
nhồi *v.t.* cram
nhồi *2v.t.* stuff
nhồi nhét *v.t.* glut
nhôm *n.* aluminium

nhốt (súc vật) trong chuồng *v.t.* stall
nhốt vào trại giam *v.t.* pound
nhỡ *n.* miss
nhớ *v.t.* miss
nhớ lại *v.t.* recollect
nhợt nhạt *a.* pale
nhu cầu *n.* demand
nhu cầu *n.* need
nhu cầu *n.* want
nhu mì *a.* meek
nhuận tràng *a.* laxative
nhúc nhích *v.i.&n.* budge
nhūn *a.* flabby
nhún vai *v.t.* shrug
nhung *n.* velvet
nhúng *v.t.* dip
nhúng *v.i.* dabble
nhúng ngâm *v.t.* immerse
nhuốm màu *v.t.* tinge
nhuộm *v.t.* dye
nhuộm màu *v.t.* tint
nhuộm vàng *v.t.* yellow
nhút nhát *a.* timid
như *pron.* as
như chị em *a.* sisterly
như chụp ảnh *a.* photographic
như con gái *a.* girlish
như của mẹ *a.* motherlike
như đàn bà *n.* womanish
như một người điên *adv.* amuck
như súc vật *a.* beastly
như thế nào *adv.* how
như trẻ con *a.* childish
như văn xuôi *a.* prosaic
như vậy *a.* such
như vua chúa *a.* regal
nhử *v.t.* tantalize
nhử mồi *v.t.* lure
nhựa bẫy chim *n.* birdlime
nhựa cây *n.* sap

nhựa gắn *n.* lute
nhựa thông *n.* turpentine
nhựa thơm *n.* balm
nhựa thơm *n.* balsam
nhưng *conj.* only
nhưng mà *conj.* but
nhưng ngược lại *conj.* whereas
những điều bất lợi *n.* adversity
những nước phương Tây *n.* occident
những thứ mà *pron.* what
nhược điểm *n.* weakness
nhược điểm *n.* blemish
ni lông *n.* nylon
nicotin *n.* nicotine
niềm hạnh phúc *n.* happiness
niềm hân hoan *n.* glee
niềm khát khao *n.* longing
niềm tin *n.* belief
niềm vui thích *n.* pleasure
niên đại học *n.* chronology
niên lịch *n.* almanac
niken *n.* nickel
nịt bít tất *n.* garter
nitơ *n.* nitrogen
no *a.* full
nó *pron.* it
nọc độc *n.* venom
nòi giống *n.* breed
nòi giống *n.* lineage
nói *v.t.* say
nói *v.i.* speak
nói *v.t.* tell
nói bậy bạ *v.i.* blether
nói bi bô (trẻ con) *v.i.* crow
nói bóng *a.* allegorical
nói bóng gió *v.t.* insinuate
nói cái gì trước cái gì *v.t.* antecede
nói cho ai biết cái gì *v.t.* inform
nói chung *adv.* generally
nói chuyện *v.t.* converse
nói chuyện *v.i.* talk
nói chuyện điện thoại *v.t.* telephone
nói chuyện phiếm *v.i.* chat2
nói đùa *v.t.* banter
nói đùa *v.i.* jest
nói lắp *v.i.* stammer
nói lắp bắp *v.i.* gabble
nói lầm bầm *v.i.* mumble
nói liếng thoắng *v.t.* jabber
nói ngọn *v.t.* lisp
nói nhảm *v.t.* maunder
nói như trẻ con *v.i.* prattle
nói những điề bí ẩn *v.i.* riddle
nói nước đôi *v.i.* quibble
nói say sưa *v.i.* rave
nói thầm *v.i.* mutter
nói thầm *v.t.* whisper
nói thì thầm *v.i.* coo
nói to *v.t.* mouth
nói về *v.t.* repute
nói xấu *v.t.* defame
nói xấu sau lưng *v.t.* backbite
non nớt *a.* immature
non yếu *adv.* abortive
nóng *a.* hot
nóng lòng *v.i.* long
nóng nảy *a.* petulant
nô đùa *v.i.* romp
nô lệ *a.* slavish
nô lệ *n.* thrall
nổ bốp *v.i.* pop
nổ tung *v.i.* burst
nỗ lực *n.* effort
nồi đun hơi *n.* steamer
nổi *v.i.* float
nổi bật *a.* outstanding
nổi cơn thịnh nộ *v.i.* rage
nổi cơn thịnh nộ *v.i.* rampage

nổi dậy *a.* insurgent
nổi dậy *v.i.* revolt
nổi lên *v.i.* emerge
nổi lên trên mặt nước *v.i.* surface
nổi lềnh bềnh *a.* natant
nổi loạn *v.i.* mutiny
nổi loạn *v.i.* rebel
nổi loạn *a.* rebellious
nổi sấm *v.i.* thunder
nổi tiếng *a.* famous
nổi tiếng *a.* renowned
nổi tiếng *a.* well-known
nỗi đau *n.* agony
nỗi đau buồn *n.* distress
nỗi đau đớn *n.* affliction
nỗi đau đớn *n.* anguish
nỗi đau khổ *n.* tribulation
nỗi lo *n.* worry
nỗi lo âu *n.* misgiving
nỗi nhớ nhà *n.* nostalgia
nỗi thương tiếc *n.* grief
nối *v.t.* seam
nối liền *v.t.* adjoin
nội dung *n.* content
nội dung *n.* purport
nội địa *a.* inland
nôn *v.t.* vomit
nông cạn *a.* shallow
nông cạn *a.* superficial
nông dân *n.* farmer
nông dân *n.* peasant
nông nghiệp *a.* agricultural
nông nghiệp *n.* agriculture
nông nô *n.* serf
nông thôn *a.* rural
nồng nhiệt *a.* fervent
nộp tiền chuộc *v.t.* ransom
nốt ruồi *n.* mole
nở hoa *v.i.* blow
nợ *v.t.* owe
nợ còn khất lại *n.pl.* arrears

nơi *n.* locus
nơi an toàn *n.* asylum
nơi ăn ở tạm thời *n.* lodging
nơi chim đậu *n.* roost
nơi gặp mặt *n.* venue
nơi giấu *n.* cache
nơi hẹn gặp *n.* rendezvous
nơi mà *adv.* wherein
nơi mà *adv.* whither
nơi nào đó *adv.* somewhere
nơi ở *n.* abode
nơi ở *n.* domicile
nơi thường hay lui tới *n.* haunt
nơi tôn nghiêm *n.* sanctuary
nơi trú ẩn *n.* refuge
nơi xa *n.* far
nơi xảy ra *n.* locale
nơi yên tĩnh *n.* nook
nới lỏng *v.t.* loosen
Notron *n.* neutron
nụ *n.* bud
nụ cười *n.* smile
nụ cười khinh bỉ *n.* sneer
nụ hôn *n.* kiss
núi *n.* mount
núi *n.* mountain
núi băng trôi *n.* iceberg
núi lửa *a.* volcanic
núi lửa *n.* volcano
núm vú *n.* nipple
nuôi dưỡng *v.t.* nurse
nuôi nấng *v.t.* nourish
nuôi nấng *v.t.* nurture
nuông chiều *a.* indulgent
nuông chiều *v.t.* pamper
nuốt *v.t.* swallow
nút *n.* plug
nút bần *n.* cork
nút lại *v.t.* plug
nữ bá tước *n.* countess
nữ chúa *n.* matriarch

nữ diễn viên *n.* actress
nữ gia sư *n.* governess
nữ hoàng *n.* empress
nữ hoàng *n.* queen
nữ sinh *n.* alumna
nữ thần *n.* goddess
nữ thi sĩ *n.* poetess
nữ thiên thần *n.* sylph
nữ tu sĩ *n.* nun
nữ tu viện *n.* convent
nữ tu viện *n.* nunnery
nửa đêm *n.* midnight
nức nở *v.i.* sob
nước *n.* water
nước *a.* watery
nước Ai Len *n.* Irish
nước Anh *n.* albion
nước biển *n.* brine
nước bóng *n.* gloss
nước bóng *n.* polish
nước bọt *n.* saliva
nước bọt *n.* spit
nước bọt *n.* spittle
nước chanh *n.* lemonade
nước chấm *n.* sauce
nước cống *n.* sewage
nước cộng hoà *n.* republic
nước da *n.* complexion
nước dãi *n.* sputum
nước đồng minh *n.* ally
nước ép *n.* juice
nước giầm *n.* pickle
nước hoa *n.* perfume
nước luộc thịt *n.* broth
nước mắt *n.* tear
nước ngoài *a.* foreign
nước nhầy *n.* mucus
nước nho ép *n.* must
nước phi *n.* gallop
nước tiểu *n.* urine
nước vôi *n.* whitewash
nước xốt cà chua *n.* ketchup

nương tựa *v.t.* shelter
nướng *v.t.* toast
nướng bằng lò *v.t.* bake
nướng trong lò *a.* roast
nứt *v.i.* crack
nứt *v.i.* split

oai vệ *n.* majesty
oai vệ *a.* stately
oang oang *adv.* aloud
oát *n.* watt
óc sáng tạo *adj.* creative
oi bức *a.* muggy
om sòm *a.* rowdy
omega *n.* omega
ong bắp cày *n.* hornet
ong vò vẽ *n.* wasp
Oxy *n.* oxygen
ô chặt *v.t.* embrace
ô cửa kính *n.* pane
ô nhiễm *v.t.* contaminate
ô nhiễm *v.t.* pollute
ồ ạt *a.* massive
ổ bánh mỳ *n.* loaf
ổ mắt *n.* orbit
ổ trứng ấp *n.* clutch
ốc đảo *n.* oasis
ốc xà cừ *n.* conch
ôm chặt *v.i.* nestle
ốm *a.* ill
ốm *n.* illness
ốm *a.* sick
ốm yếu *a.* morbid
ốm yếu *v.i.* languish
ồn ào *a.* noisy
ồn ào *a.* uproarious
ông *n.* mister
ông bà *n.* ancestor
ông cha *n.* parent

ông chủ *n.* boss
ống *n.* tube
ống bễ *n.* bellows
ống dẫn *n.* pipe
ống đựng thuốc *n.* phial
ống khói *n.* chimney
ống mực *n.* fountain
ống nghe *n.* stethoscope
ống nhòm *n.* binocular
ống nhổ *n.* spittoon
ống sáo *n.* flute
ống thông hơi *n.* snort
ống tiêm *n.* syringe
ống xoắn *n.* serpentine
ở bên kia *adv.* across
ở bên kia *prep.* across
ở bụng *a.* abdominal
ở dưới *adv.* beneath
ở dưới *a.* nether
ở dưới *adv.* underneath
ở dưới *prep.* underneath
ở dưới mặt đất *a.* subterranean
ở đằng sau *prep.* behind
ở đâu *adv.* wherever
ở đây *adv.* hither
ở đó *adv.* there
ở giữa *a.* central
ở giữa *a.* middle
ở hướng đông *a.* eastern
ở lại *v.i.* stay
ở mặt sau *adv.* overleaf
ở một chỗ *a.* sedentary
ở ngoài *a.* external
ở ngoài *adv.* out
ở ngoài *a.* outside
ở ngoài đồng *adv.* afield
ở nơi đó *a.* younder
ở nơi đó *adv.* younder
ở nơi mà *conj.* where
ở nơi nào *adv.* where
ở nơi nào *adv.* whereabout

ở nước ngoài *adv.* abroad
ở phía nam *a.* southern
ở phía ngoài *a.* outer
ở phía ngoài *adv.* outside
ở phía tây *a.* western
ở phía trước *prep.* afore
ở phía trước *adv.* ahead
ở phía trước *a.* forward
ở phía trước *a.* front
ở phương đông *a.* oriental
ở rìa *a.* marginal
ở sâu trong lãnh thổ *adv.* inland
ở tại *prep.* at
ở tận cùng *a.* inmost
ở thiên đường *a.* heavenly
ở trên *adv.* above
ở trên *prep.* above
ở trên *adv.* over
ở trên *n.* over
ở trên *adv.* up
ở trên *prep.* up
ở trên *prep.* upon
ở trên cao *a.* airy
ở trên giường *adv.* abed
ở trong *a.* inside
ở trong *adv.* inside
ở trong *a.* internal
ở trong nhà *adv.* indoors
ở trong tận cùng *a.* innermost
ở vào cuối *a.* terminal
ở xa *adv.* afar
ở xa *adv.* aloof
ợ *v.t.* belch
ời tự biện hộ *n.* plea
ớp muối *v.t.* salt
ớt khô *n.* chilli

Parafin *n.* paraffin

pha *v.t.* concoct	**phao cứu sinh** *n.* buoy
pha lê *n.* crystal	**pháo** *n.* artillery
pha loãng *v.t.* dilute	**pháo** *n.* ordnance
pha tạp *a.* miscellaneous	**pháo đài** *n.* fort
pha trộn *v.t.* adulterate	**pháo đài** *n.* fortress
pha trộn *v.t.* amalgamate	**pháo đài** *n.* muniment
pha trộn *v.i.* compound	**pháo đài** *n.* stronghold
phả hệ *n.* pedigree	**Pháp** *a.* French
phá *n.* lagoon	**pháp luật** *a.* judicial
phá hoại đạo đức *v.t.* demoralize	**pháp luật** *n.* legislation
phá hủy *v.t.* destroy	**phát** *v.t.* transmit
phá hủy *v.t.* obliterate	**phát (tin tức) bằng truyền hình** *v.t.* televise
phá ngầm *v.t.* sabotage	**phát âm** *a.* vocal
phác họa *v.t.* sketch	**phát biểu** *v.t.* opine
phác thảo *v.t.* draft	**phát biểu** *v.t.* state
phác thảo *v.t.* outline	**phát biểu** *v.t.* word
phải *v.* must	**phát đi bằng truyền hình** *v.t.* telecast
phải sử dụng đến *v.i.* resort	**phát hành** *v.i.* issue
phái *n.* sect	**phát minh** *v.t.* invent
phái viên *n.* emissary	**phát ra** *v.t.* emit
phạm tội *v.i.* sin	**phát thanh** *v.t.* broadcast
phạm vi *n.* scope	**phát tia lửa** *v.i.* spark
phạm vi *n.* tether	**phát triển** *v.t.* develop
phạm vi có hiệu lực *n.* purview	**phát triển nhanh hơn** *v.t.* outgrow
phàn không nhờn *n.* slum	**phẩm chất** *n.* virtue
phàn nàn *v.i.* complain	**phân biệt** *v.t.* discriminate
phản ánh *v.t.* reflect	**phân biệt** *v.i.* distinguish
phản bội *v.t.* betray	**phân bón** *n.* dung
phản chiếu *v.t.* mirror	**phân bón** *n.* fertilizer
phản chiếu *a.* reflective	**phân bón** *n.* manure
phản đề *n.* antithesis	**phân bổ** *v.t.* allocate
phản đối *v.t.* counter	**phân chia** *v.t.* separate
phản đối *v.t.* object	**phân chuồng** *n.* muck
phản đối *v.i.* protest	**phân công** *v.t.* allot
phản động *a.* reactinary	**phân công** *v.t.* assign
phản thân *a.* reflexive	**phân loại** *v.t.* classify
phản ứng lại *v.i.* respond	**phân loại** *v.t.* type
phán đoán nhầm *v.t.* misjudge	**phân loại có hệ thống** *v.t.* digest
phán quyết *n.* verdict	
phanh lại *v.t.* brake	

phân ly *v.t.* decompose	**phấn than** *n.* pounce
phân phát *v.t.* deliver	**phẫu thuật cắt ống dẫn tinh** *n.* vasectomy
phân phát *v.t.* distribute	
phân số *n.* fraction	**phe tả** *n.* leftist
phân tán *v.t.* disperse	**phéc** *n.* zip
phân tích *v.t.* analyse	**phép ẩn dụ** *n.* metaphor
phân tích *a.* analytical	**phép chữa bằng tâm lý** *n.* psychotherapy
phân trộn *n.* compost	
phân tử *a.* molecular	**phép làm thơ** *n.* prosody
phân tử *n.* molecule	**phép mầu** *n.* miracle
phân xử *v.t.* arbitrate	**phép ngoa dụ** *n.* hyperbole
phân xử *v.t.* decide	**phép phù thủy** *n.* sorcery
phần *n.* quantum	**phép phù thủy** *n.* witchcraft
phần bên trong *n.* interior	**phép tắc** *n.* rule
phần bổ sung *n.* complement	**phép tốc ký** *n.* stenography
phần bổ sung *n.* supplement	**phép trắc địa** *n.* topography
phần chia *n.* portion	**phép trừ** *n.* subtraction
phần chuyển đảo *n.* switch	**phép vi lượng đồng căn** *n.* homeopathy
phần còn lại *n.* remainder	
phần còn lại *n.* residue	**phê bình** *v.t.* criticize
phần cung cấp mỗi lần *n.* instalment	**phê bình** *adj.* censorious
	phê bình *v.t.* censure
phần cuối *n.* finish	**phê chuẩn** *v.t.* countersign
phần dưới cùng *n.* bottom	**phê chuẩn** *v.t.* ratify
phần đầu *n.* beginning	**phê chuẩn** *v.t.* sanction
phần gần gốc *n.* basial	**phê chuẩn** *v.t.* validate
phần kết lời *n.* epilogue	**phết bơ vào** *v.t.* butter
phần lớn *adv.* mainly	**phi công** *n.* aviator
phần lớn *n.* majority	**phi đội** *n.* squadron
phần mộ *n.* grave	**phi hành gia** *n.* astronaut
phần nam tính *n.* animus	**phi lý** *a.* irrational
phần nhỏ *n.* mite	**phi nước đại** *v.t.* gallop
phần nhỏ *n.* mite	**phi thường** *n.* fabric
phần nửa *n.* half	**phi thường** *a.* marvellous
phần sau *n.* stern	**phi trưởng** *n.* captain
phần thưởng *n.* award	**phi vật chất** *a.* immaterial
phần thưởng *n.* premium	**phỉ báng** *v.t.* libel
phần trăm *adv.* percent	**phí tổn** *n.* expense
phẫn nộ *a.* indignant	**phía** *n.* side
phẫn uất *v.t.* grudge	**phía** *n.* site
phấn đấu *v.i.* strive	**phía ngoài** *adv.* without
phấn hoa *n.* pollen	**phía trên** *prep.* over

phía trong *n.* inside	phỏng đoán *v.t.* surmise
phía trong *adv.* inwards	phỏng theo *v.t.* adapt
phía trong *adv.* within	phỏng vấn *v.t.* interview
phiếm định *adj.* astatic	phóng đại *v.t.* exaggerate
phiên bản *n.* version	phóng đại *v.t.* magnify
phiên dịch *v.t.* interpret	phóng đãng *a.* profligate
phiên dịch viên *n.* interpreter	phóng ngư lôi *v.t.* torpedo
phiên họp *n.* session	phóng thích *v.t.* liberate
phiền phức *a.* troublesome	phóng thích *v.t.* release
phiếu *n.* voucher	phóng viên *n.* reporter
phiếu bầu *n.* ballot	photphat *n.* phosphate
phím đàn *n.* fret	photpho *n.* phosphorus
phó mát *n.* cheese	phô *n.* germ
phó vương *n.* viceroy	phổ biến *a.* catholic
phong bì *n.* envelope	phổ biến *v.t.* popularize
phong cách hiệp sĩ *n.* chivalry	phổ biến *a.* universal
	phổ biến *a.* widespread
phong cảnh *n.* landscape	phố *n.* street
phong cảnh *n.* scenery	phôi *n.* embryo
phong kiến *a.* feudal	phổi *n.* lung
phong phú *adv.* galore	phối cảnh *n.* perspective
phong phú *a.* lavish	phối hợp *v.t.* concert2
phong phú *a.* multifarious	phối hợp *v.t.* co-ordinate
phong phú *a.* luxuriant	phơi nắng *v.t.* sun
phong quý tộc *v.t.* ennoble	phơi nắng *v.i.* bask
phong tục *n.* custom	phơi ra *v.t.* expose
phong tước hầu *v.t.* knight	phu *n.* coolie
phòng ban *n.* department	phu nhân *n.* dame
phòng để thức ăn *n.* pantry	phù du *n.* transitory
phòng khách *n.* drawing-room	phù hợp *n.* consonant
phòng khách *n.* parlour	phù hợp *v.i.* correspond
phòng khách lớn *n.* saloon	phù hợp *n.* match
phòng không *a.* anti-aircraft	phù hợp *a.* suitable
phòng nhỏ ấm cúng *n.* snug	phù phiếm *a.* frivolous
phòng rửa mặt *n.* lavatory	phù thủy *n.* sorcerer
phòng tập thể dục *n.* gymnasium	phù thủy *n.* witch
	phủ *v.t.* fleece
phòng thí nghiệm *n.* laboratory	phủ băng *a.* icy
	phủ đá *a.* stony
phòng trưng bày *n.* gallery	phủ định *a.* negative
phỏng đoán *v.t.* conjecture	phủ nhận *v.t.* negative
phỏng đoán *v.i.* guess	phủ nhọ nồi *v.t.* soot

phụ *a.* secondary	qua *prep.* via
phụ *a.* tributary	qua đêm *adv.* overnight
phụ *a.* auxiliary	qua mạn tàu *adv.* overboard
phụ đạo *a.* tutorial	quả *n.* fruit
phụ lục *n.* appendix	quả bí *n.* squash
phụ lưu *n.* tributary	quả bí ngô *n.* pumpkin
phụ tá *n.* adjunct	quả bom *n.* bomb
phụ thuộc *v.i.* depend	quả bóng *n.* ball
phụ thuộc *a.* subsidiary	quả cam *n.* orange
phụ thuộc lẫn nhau *a.* inter- dependent	quả cật *n.* kidney
	quả cầu lông *n.* shuttlecock
phụ tùng *n.* accessory	quả chanh *n.* lemon
phụ vào *v.t.* annex	quả chuối *n.* banana
phục hồi *v.t.* rehabilitate	quả dâu tây *n.* strawberry
phục hồi *v.t.* reinstate	quả dưa *n.* melon
phục vụ *v.t.* serve	quả dưa hấu *n.* water-melon
phục vụ *v.t.* service	quả dừa *n.* coconut
phun (núi lửa) *v.i.* erupt	quả dứa *n.* pineapple
phun ra *v.i.* spout	quả đào *n.* peach
phun xịt *v.t.* spray	quả đấm *n.* thump
phung phí *v.t.* riot	quả hạch *n.* nut
phút *n.* minute	quả hạnh *n.* almond
phức hợp *a.* compound	quả lê *n.* pear
phức tạp *a.* complex	quả lý chua *n.* currant
phức tạp *a.* elaborate	quả mâm xôi *n.* dew
phức tạp *a.* intricate	quả mận *n.* plum
phức tạp *a.* sophisticated	quả mít *n.* jack
phương đông *n.* orient	quả mơ *n.* apricot
phương kế *n.* resort	quả nho *n.* grape
phương pháp *n.* method	quả ổi *n.* guava
phương sách *n.* device	quả quyết *v.t.* assure
phương Tây *a.* occidental	quả sung *n.* fig
phương thuốc *n.* remedy	quả táo *n.* apple
phương thức *n.* modality	quả thực *adv.* indeed
phường hội *n.* guild	quả trứng *n.* egg
Pittông *n.* piston	quả xoài *n.* mango
	quá *prep.* past
	quá giờ *adv.* overtime
	quá hạn *a.* overdue
	quá khứ *n.* past
	quá kích động *a.* hysterical
qua *prep.* through	quá kính nể *v.t.* overawe
qua *adv.* through	

quá mức *a.* excess
quá mức *a.* extravagant
quá quắt *a.* intolerable
quá say mê *a.* crazy
quá trình *n.* process
quai *n.* strap
quái thai không đầu *n.* acephalus
quái vật *n.* monster
quan chức *n.* bureaucrat
quan điểm *n.* angle
quan điểm *n.* standpoint
quan hệ bất chính *n.* liaison
quan hệ lăng nhăng *v.t.* womanise
quan hệ thành viên *n.* membership
quan hệ thân thuộc *n.* affinity
quan lại *n.* Bureaucracy
quan niệm *v.t.* conceive
quan niệm *n.* conception
quan sát *v.t.* observe
quan tài *n.* coffin
quan tâm *a.* solicitious
quan tâm tới ai/cái gì *a.* interested
quan thái thú ở Ấn Độ *n.* nabob
quan tòa *n.* magistrate
quan trọng *a.* historic
quan trọng *a.* important
quan trọng *a.* material
quan trọng *a.* momentous
quan trọng bậc nhất *a.* chief
quản đốc *n.* foreman
quản lý *a.* administrative
quản lý *v.t.* manage
quản lý *v.t.* superintend
quản lý *v.t.* administer
quản lý yếu kém *n.* mal administration
quản trị *n.* administrator

quản tượng *n.* mahout
quán *n.* booth
quán rượu *n.* cabaret
quán rượu *n.* tavern
quán trọ *n.* inn
quang cảnh *n.* outlook
quảng cáo *v.* advert
quảng cáo *v.t.* advertise
quảng cáo *n.* advertisement
quảng cáo *n.* poster
quảng cáo khoác lác *v.i.* quack
quảng trường *n.* square
quanh co *adj.* anfractuous
quanh đó *adv.* thereabouts
quanh quẩn *adv.* about
quạt (thóc) *v.t.* winnow
quạt thông gió *n.* ventilator
quay *v.t.* roast
quay *a.* rotary
quay *v.i.* reel
quay đi *v.t.* avert
quay phim *v.t.* film
quay tròn *v.i.* spin
quay tròn *v.i.* turn
quay tròn *v.i.* revolve
quằn quại *v.i.* writhe
quăng *v.t.* toss
quăng *v.t.* cast
quặng *n.* ore
quặng vàng *n.* nugget
quân át *n.* ace
quân cờ tháp *n.* rook
quân đoàn *n.* corps
quân đội *n.* army
quân đội *a.* military
quân đội *n.* military
quân đội *n.* troop
quân lính La mã cổ đại *n.* legionary
quân nhân chặt chẽ về kỷ luật *n.* martinet

quân sự *a.* martial	**quốc hữu hoá** *v.t.* nationalize
quần *n.pl* trousers	**quốc lộ** *n.* highway
quần áo *n.* attire	**quốc tế** *a.* international
quần áo *n.* clothes	**quốc tịch** *n.* nationality
quần áo *n.* clothing	**quốc vương** *n.* monarch
quần áo len *n.* woollen	**quy chế** *n.* statute
quần áo ngủ *n.* nightie	**quy cho** *v.t.* refer
quần áo nịt *n.* leopard	**quy định** *n.* ordinance
quần áo rách *n.* tatter	**quy định** *v.t.* stipulate
quần áo tang *n.* mourning	**quy luật** *n.* law
quần bò *n.* jean	**quy mô** *n.* extent
quần chúng *n.* populace	**quy phạm** *n.* norm
quần động vật *n.* fauna	**quỳ** *v.i.* kneel
quần ống túm *n.* breeches	**quỷ quyệt** *a.* shifty
quần sóc *n.pl.* shorts	**quỹ** *n.* fund
quần thực vật *n.* flora	**quý** *n.* quarter
quần vợt *n.* tennis	**quý bà** *n.* missis, missus
quấn băng quanh vết thương *v.t.* bandage	**quý bà** *n.* lady
quấn lại *v.t.* convolve	**quý báu** *a.* precious
quận *n.* district	**quý giá** *a.* valuable
quận huyện *n.* shire	**quý ông** *n.* gentleman
quận trưởng *n.* prefect	**quý tộc** *a.* lordly
quất mạnh *v.t.* flog	**quyền chi phối** *n.* dominion
quầy hàng *n.* counter	**quyền công dân** *n.* citizenship
quấy rầy *v.t.* annoy	**quyền của nhà vua** *n.* sovereignty
quấy rầy *v.t.* fret	**quyền đi trước** *n.* precedence
quấy rầy *v.t.* harass	**quyền đòi** *n.* claim
quấy rầy *v.t.* molest	**quyền được hưởng** *n.* due
què *a.* lame	**quyền hạn xét xử** *n.* jurisdiction
quen thuộc *a.* familiar	
quen với *a.* accustomed	**quyền kinh doanh** *n.* frachise
quét bụi *v.t.* dust	**quyền làm chủ** *n.* mastery
quét hắc ín *v.t.* pitch	**quyền lực** *n.* ruler
quét sơn *v.t.* paint	**quyền lưu giữ** *n.* lien
quét vôi trắng *v.t.* whitewash	**quyền phủ quyết** *n.* veto
quê hương *a.* native	**quyền sở hữu** *n.* ownership
quê mùa *a.* rustic	**quyền sở hữu** *n.* possession
quên *v.t.* forget	**quyền thế** *n.* lordship
quinin *n.* quinine	**quyền tối cao** *n.* supremacy
quốc gia *n.* nation	**quyền tuyệt đối** *n.* omnipotence
quốc gia *a.* national	

quyến rũ *v.t.* allure
quyến rũ *a.* winsome
quyết định *adj.* crucial
quyết đoán *a.* decisive
quyết liệt *a.* drastic

ra dấu hiệu *v.t.* signal
ra hiệu *v.i.* motion
ra hoa *v.i.* bloom
ra hoa *v.i.* blossom
ra lệnh *v.t.* command
ra lệnh *v.i.* decree
ra lệnh *v.t.* dictate
ra lệnh *v.t.* order
ra lệnh *v.t.* prescribe
ra ngoài *prep.* outside
rác *n.* garbage
rác rưởi *n.* litter
rađi *n.* radium
rải *v.t.* strew
rải ổ *v.t.* litter
ram giấy *n.* ream
rám nắng *v.i.* tan
rán *v.t.* fry
rang *v.t.* parch
ranh mãnh *a.* sly
rãnh nước *n.* vale
rào bằng cọc *v.t.* picket
rào chắn *n.* raling
rào lại *v.t.* fence
rào lại *v.t.* hedge
ráp *a.* rough
rạp chiếu bóng *n.* cinema
rạp chiếu bóng ở Nam Phi *n.* bioscope
rạp xiếc *n.* circus
rau *n.* vegetable
rau chân vịt *n.* spinach
ráy tai *n.* cerumen

rắc *v.t.* bestrew
rắc *v.t.* scatter
rắc *v.t.* sprinkle
rắc bột lên *v.t.* powder
rắc đường *v.t.* sugar
rắc rối *n.* trouble
rắc tiêu vào *v.t.* pepper
rắn chắc *a.* solid
rắn hổ mang *n.* cobra
răng *n.* cog
răng *n.* tooth
răng hàm *n.* molar
răng hàm *a.* molar
răng khôn *n.* wisdom-tooth
rằng *conj.* that
rầm đỡ *n.* lintel
rậm lá *a.* leafy
rậm rạp *a.* dense
rậm rạp *a.* rank
rận *n.* louse
rập khuôn *a.* stereotyped
rập khuôn *v.t.* stereotype
rất *adv.* full
rất chú tâm *v.t.* attend
rất mệt *a.* weary
rất xa *a.* extreme
râu *n.* beard
râu (của sâu bọ) *n.* antennae
râu mép *n.* moustache
râu mép *n.* mustache
râu mọc lởm chởm *n.* stubble
rầy la *v.t.* scold
rầy la *v.t.* nag
rầy la *v.t.* rag
rèm cửa *n.* curtain
rèn *v.t.* forge
rễ cây *n.* root
rên rỉ *v.i.* groan
rên rỉ *v.i.* whimper
rên rỉ *v.i.* whine
rêu *n.* moss
rỉ ra *v.i.* seep

rìa *n.* margin
rìa *n.* limb
riêng biệt *a.* distinct
riêng biệt *a.* peculiar
riêng biệt *a.* separate
riêng ra *adv.* asunder
rít lên *a.* shrill
rõ ràng *a.* apparent
rõ ràng *a.* definite
rõ ràng *a.* explicit
rõ ràng *a.* express
rõ ràng *a.* obvious
rõ ràng *a.* plain
rõ ràng *a.* positive
rõ ràng *v.i.* stare
rõ ràng *adv.* clearly
rõ ràng *a.* legible
rõ ràng *adv.* legibly
rõ ràng *a.* luminous
roi *n.* whip
rối rắm *a.* tangible
rối trí *adj.* addle
rỗng *a.* empty
rỗng *a.* hollow
rỗng không *adv.* barely
rống *v.i.* low
rộng *a.* ample
rộng *a.* broad
rộng *a.* capacious
rộng khắp *adv.* wide
rộng lớn *a.* vast
rộng lớn *a.* wide
rộng lớn *a.* large
rộng rãi *a.* spacious
rộng rãi *a.* bountiful
rộng rãi *a.* roomy
rốt cuộc *adv.* eventually
rơi *v.i.* fall
rời bỏ *v.t.* desert
rơm *n.* straw
ru ngủ *v.t.* lull
run *v.i.* tremble

rung *v.i.* shake
rung *a.* shaky
rung *v.i.* vibrate
rung *v.i.* quiver
rung động *v.i.* quake
rung leng keng *v.i.* jingle
rùng mình *v.i.* shiver
rùng mình *v.i.* shudder
rụng *v.t.* shed
rụng lông *v.i.* moult
ruồi trâu *n.* breeze
ruồi trâu *n.* gadfly
ruộng đất *a.* agrarian
ruột *adj.* alvine
ruột *n.* bowel
ruột *n.* entrails
ruột *n.* intestine
ruột kết *n.* colon
ruột thừa *n.* appendix
rút lui *v.i.* retreat
rút lui *v.t.* withdraw
rút ngắn *v.t.* abridge
rút ngắn *v.t.* pot
rút phép thông công *v.t.* excommunicate
rút quá số tiền gửi *v.t.* overdraw
rút ra *v.i.* secede
rút ra khỏi vỏ *v.t.* unsheathe
rút xuống (nước lụt) *v.i.* subside
rụt rè *a.* bashful
rửa *v.t.* wash
rửa nhẹ nhàng *v.t.* rinse
rửa tội +*v.t.* baptize
rực cháy *adv.* ablaze
rực cháy *adv.* aflame
rực rỡ *a.* refulgent
rực rỡ *a.* resplendent
rực sáng *v.i.* glow
rừng *n.* forest
rừng *a.* sylvan

rừng cây bụi *n.* coppice	sai về đạo đức *a.* impure
rừng nhiệt đới *n.* jungle	sải *n.* fathom
rương *n.* ark	san bằng *v.t.* even
rương *n.* chest	san bằng *v.t.* level
rượu *n.* liquor	san bằng *v.t.* raze
rượu bia *n.* ale	san bằng *v.t.* plane
rượu bia chua *n.* alegar	san hô *n.* coral
rượu cồn *n.* alcohol	sàn *n.* floor
rượu khai vị *n.* appetizer	sản lượng *n.* produce
rượu mạnh *n.* brandy	sản lượng *n.* yield
rượu mạnh *n.* rummy	sản phẩm *n.* product
rượu mạnh *n.* sling	sản phẩm phụ *n.* by-product
rượu rom *a.* rum	sản xuất *v.t.* produce
rượu tiên *n.* nectar	sản xuất *a.* productive
rượu uýt-xki *n.* whisky	sản xuất nhiều *a.* prolific
rượu vang *n.* wine	sang một bên *adv.* aside
	sang trọng *a.* opulent
S	sang trọng *a.* luxurious
	sàng *v.t.* sieve
	sàng *v.t.* sift
sa lầy *v.i.* bog	sáng chói *a.* bright
sa ngã *v.i.* lapse	sáng chói *a.* radiant
sa thải *v.t.* dismiss	sáng chói *a.* shiny
Sacarin *n.* saccharin	sáng kiến *n.* initiative
sách *n.* book	sáng lập *v.t.* found
sách dạy lễ nghi *n.* ritual	sáng lên *v.i.* lighten
sách quảng cáo *n.* brochure	sáng ngời *a.* lucent
sách quảng cáo *n.* brochure	sáng rực lên *v.i.* flare
sách thực hành *n.* manual	sáng sủa *a.* serene
sạch clean	sáng sủa *a.* lucid
sạch sẽ *a.* spotless	sáng tạo *v.t.* create
sạch sẽ *a.* tidy	sao *a.* stellar
sai *adv.* amiss	sao bắc cực *n.* loadstar
sai *a.* FALSE	sao băng *n.* meteor
sai *a.* wrong	sao chổi *n.* comet
sai *adv.* wrong	sao chụp *v.t.* xerox
sai lầm *v.i.* err	sao hỏa *n.* Mars
sai lầm *a.* erroneous	sao lại *v.t.* copy
sai lầm *v.i.* blunder	sao lại *v.t.* duplicate
sai quả *a.* fruitful	sao Mộc *n.* jupiter
sai quy tắc *n.* misrule	sáo rỗng *a.* banal
sai trái *a.* sinful	sát nhập *v.t.* incorporate

sau *adv.* behind
sau cùng *adv.* last
sau đó *adv.* next
sau đó *adv.* thereafter
sau khi *prep.* after
sau khi *conj.* after
sau khi chết *a.* posthumous
sau khi chết *a.* post-mortem
sau này *a.* after
sáu *n. a.* six
sáu mươi *n. a.* sixty
say đắm *a.* amorous
say sưa *adv.* avidly
sắc *adv.* sharp
sắc *a.* keen
sắc cạnh *a.* sharp
sắc lệnh *n.* decree
sắc màu *n.* tint
sắc nhọn *adj.* cultrate
sắc nhọn *a.* lash
sắc thái *n.* nuance
sặc sỡ *a.* motley
săn *v.t.* chase1
săn bằng đuốc *v.t.* jack
sẵn có để dùng *a.* available
sẵn sàng *a.* agreeable
sẵn sàng *a.* ready
sẵn sàng *a.* willing
sẵn sàng *adv.* beforehand
sẵn sàng cộng tác *a.* co-operative
sắp cho thẳng hàng *v.t.* align
sắp đặt *v.i.* file
sắp đặt *v.t.* marshal
sắp đến *a.* forthcoming
sắp hàng *adj.* alin
sắp sôi *v.i.* simmer
sắp xảy ra *a.* imminent
sắp xếp *v.t.* arrange
sắp xếp *v.t.* file
sắp xếp *v.t.* map
sắp xếp *v.t.* sort

sắp xếp sai *n.* mismanagement
sắp xếp theo cỡ *v.t.* size
sắp xếp theo hệ thống *v.t.* systematize
sắt *n.* iron
sấm *n.* thunder
sân bay nhỏ *n.* aerodrome
sân khấu *a.* scenic
sân khấu *n.* stage
sân khấu *a.* theatrical
sân nhỏ *n.* courtyard
sân thượng *n.* terrace
sân trại (cổ xưa) *n.* barton
sân vận động *n.* stadium
sâu *a.* deep
sâu bọ *n.* insect
sâu bướm *n.* caterpillar
sâu sắc *a.* profound
se lại *v.t.* set
séc *n.* cheque
sỉ (buôn bán) *a.* wholesale
sỉ (buôn bán) *adv.* wholesale
sĩ quan *n.* officer
sĩ quan chỉ huy *n.* commandant
siêng năng *a.* diligent
siêng năng *a.* industrious
siết chặt *v.t.* squeeze
siết chặt *v.t.* tighten
siết cổ *v.t.* strangle
siêu hạng *a.* superfine
siêu hình *a.* metaphysical
siêu hình học *n.* metaphysics
siêu nhân *a.* susperhuman
siêu nhân *n.* superman
siêu phàm *a.* sublime
sinh *v.t.* generate
sinh *a.* natal
sinh đẻ *v.* born
sinh đôi *a.* twin
sinh động *a.* living
sinh động *a.* spirited

sinh động *a.* vivid
sinh hạt *v.t.* seed
sinh hoạt *n.* living
sinh lợi *a.* lucrative
sinh lực *n.* verve
sinh ra *v.t.* beget
sinh ra *v.t.* yield
sinh sản *a.* reproductive
sinh vào mùa hạ *adj.* aestival
sinh vật *n.* being
sinh vật *n.* creature
sinh vật *n.* organism
sinh vật học *n.* biology
sinh viên *n.* student
sinh viên chưa tốt nghiệp *n.* undergraduate
so sánh *v.t.* compare
so sánh *v.t.* liken
soạn *v.t.* compose
soạn cho nhạc khí *a.* instrumental
sọc *n.* stripe
soi sáng *v.t.* illuminate
soi sáng *v.i.* irradiate
song đề *n.* dilemma
song ngữ *a.* bilingual
song song *a.* parallel
sóng *n.* wave
sóng to *n.* billow
sóng vô tuyến *n.* radio
sóng vỗ *n.* surf
sô cô la *n.* chocolate
sổ cái *n.* ledger
sổ sách *n.* register
sổ tay hướng dẫn *n.* handbook
số *n.* number
số *a.* numeral
số ba *n.* three
số ba mươi *n.* thirty
số bản in *n.* edition
số bảy *n.* seven

số bị nhân *n.* multiplicand
số bốn *n.* flour
số dư *n.* surplus
số đại biểu quy định *n.* quorum
số hai *n.* two
số hai *a.* two
số hai mươi *n.* twenty
số học *n.* arithmetic
số học *a.* arithmetical
số ít *a.* singular
số không *n.* cypher
số không *n.* nought
số không *n.* zero
số không *n.* cipher, cipher
số liệu thống kê *n.* statistics
số lượng *a.* quantitative
số lượng *n.* quantity
số lượng ít hơn *adv.* less
số lượng ít ỏi *n.* modicum
số lượng nhỏ *n.* paucity
số lượng ước đoán *n.* estimate
số mệnh *n.* fate
số một nghìn *n.* thousand
số mười *n. a.* ten
số mười ba *n.* thirteen
số mười hai *n.* twelve
số năm *n.* five
số phận *n.* destiny
số phận *n.* predestination
số phận bất hạnh *n.* doom
số thương *n.* quotient
số tiền được hạ *n.* rabate
số tiền lớn *n.* wealth
số tiền thiếu hụt *n.* deficit
số tiền vay nợ *n.* debt
số trung bình *n.* average
sôi *v.i.* boil
sôi lên *v.i.* seethe
sôi nổi *a.* passionate
sôi nổi *a.* sportive

sông băng *n.* glacier
sống *a.* live
sống *v.i.* subsist
sống *v.i.* live
sống (chưa nấu chín) *a.* raw
sống động *a.* lively
sống lại *a.* resurgent
sống lại *v.i.* revive
sống lâu hơn *v.i.* outlive
sống ở *v.t.* inhabit
sống thử *v.t.* cohabit
sống trăm năm *adj.* centennial
sốt ruột *adj.* agog
sốt sắng *adj.* alacrious
sốt xuất huyết *n.* dengue
sơ bộ *a.* preliminary
sơ bộ *a.* rudimentary
sơ đồ *n.* plan
sơ đồ *n.* plot
sơ lược tiểu sử *n.* profile
sơ sài *a.* sketchy
sờ bằng gan bàn tay *v.t.* palm
sờ mó *v.t.* finger
sờ mó được *a.* palpable
sở bưu điện *n.* post-office
sở hữu *n.* occupant
sở thích *n.* bent
sở thích *n.* hobby
sở trường *n.* forte
sợ *v.i.* fear
sợ hãi *a.* afraid
sợ hãi *a.* fearful
sợ hãi *a.* apprehensive
sợ sệt *a.* timorous
sợ vợ *a.* henpecked
sợi *n.* fibre
sợi *n.* yarn
sợi bện roi *n.* whipcord
sợi chỉ *n.* thread
sợi đay *n.* jute
sợi len xe *n.* worsted

sớm *adv.* early
sớm *a.* early
sớm *adv.* soon
sơn *n.* paint
sự bất hòa *n.* discord
sủa *v.t.* bark
sủa ăng ẳng *v.i.* yap
súc (miệng) *v.i.* gargle
súc vật *n.* brute
sủi bọt *v.t.* foam
sùng đạo *a.* godly
sùng đạo *a.* religious
súng *n.* gun
súng hỏa mai *n.* musket
súng lục *n.* pistol
súng lục ổ quay *n.* revolver
súng thần công *n.* cannon
suối *n.* beck
suối *n.* brook
suối nhỏ *n.* streamlet
suốt *prep.* throughout
suốt đời *a.* lifelong
súp lơ *n.* cauliflower
sụp đổ *v.i.* collapse
sụt giá *v.t.i.* depreciate
suy đồi *a.* decadent
suy ngẫm *v.t.* contemplate
suy nghĩ *v.t.* figure
suy nghĩ *v.t.* think
suy nghĩ *n.* thought
suy tàn *v.i.* decay
suy tưởng *v.i.* muse
suy yếu về cơ thể *a.* senile
sư đọc kỹ *n.* perusal
sư không đồng ý *n.* disagreement
sư lừa đảo *n.* imposture
sư nhập khẩu *n.* import
sư tử cái *n.* lioness
sư vồ lấy *n.* snatch
sử biên niên *n.* chronicle
sử dụng *v.t.* use

sử dụng *v.t.* wield	sự bào chữa *n.* justification
sử dụng cái gì *v.t.* avail	sự bảo dưỡng *n.* upkeep
sử dụng sai *n.* misuse	sự bảo đảm *n.* guarantee
sử dụng sai *v.t.* misuse	sự bảo hiểm *n.* insurance
sử gia *n.* historian	sự bảo trợ *n.* patronage
sứ giả *n.* herald	sự bảo vệ *n.* protection
sứ không tráng men *n.* bisque	sự báo động *n.* alarm
sự ám ảnh *n.* obsession	sự báo trước *a.* monitory
sự an toàn *n.* safety	sự báo trước *n.* warning
sự an ủi *n.* comfort1	sự báo ứng *n.* nemesis
sự an ủi *n.* consolation	sự bạo ngược *n.* tyranny
sự an ủi *n.* solace	sự bắn phá *n.* bombardment
sự ảnh hưởng *n.* effect	sự bắn ra *n.* projection
sự áp bức *n.* oppression	sự bắn tóe *n.* splash
sự áp dụng sai *n.* misapplication	sự bằng lòng *n.* compliance
sự áp đặt *n.* imposition	sự bằng lòng *n.* content
sự ăn kiêng *n.* diet	sự bắt *n.* catch
sự ăn mặc *n.* dressing	sự bắt chước *n.* imitation
sự ăn năn *n.* compunction	sự bắt chước *n.* mimicry
sự ăn năn *n.* remorse	sự bắt cóc *n.* abduction
sự ăn ở hai lòng *n.* duplicity	sự bắt đầu *n.* commencement
sự ăn uống quá độ *n.* surfeit	sự bắt đầu *n.* outset
sự ẩm ướt *n.* damp	sự bắt đầu *n.* start
sự ẩm ướt *n.* humidity	sự bắt đầu lại *n.* resumption
sự ấm áp *n.* warmth	sự bắt giữ *n.* arrest
sự ân hận *n.* repentance	sự bắt giữ *n.* capture
sự ẩn dật *n.* seclusion	sự bắt vít *n.* screw
sự bác bỏ *n.* refutation	sự bẩn *n.* dirt
sự bác bỏ *n.* rejection	sự bẩn thỉu *n.* squalor
sự bãi bỏ *v* abolition	sự bất công *n.* injustice
sự ban ơn *n.* benison	sự bất hạnh *n.* mishap
sự ban thưởng *n.* gratification	sự bất hợp pháp *n.* illegibility
sự bàn bạc *n.* counsel	sự bất lực *n.* impotence
sự bàn cãi *n.* dispute	sự bất lương *n.* knavery
sự bán đấu giá *n.* auction	sự bất mãn *n.* discontent
sự bán lẻ *n.* retail	sự bất ngờ *n.* contingency
sự bán sỉ *n.* wholesale	sự bất tài *n.* disability
sự bao gồm *n.* inclusion	sự bất tỉnh *n.* insensibility
sự bao vây *n.* siege	sự bất tỉnh *n.* swoon
sự bao vây *n.* blockhead	sự bất tử *n.* immortality
	sự bật lại *n.* rebound

sự bầu cử *n.* poll
sự béo phì *n.* obesity
sự bế mạc (phiên họp) *n.* closure
sự bế tắc *n.* stalemate
sự bị kẹp (mạch máu) *n.* strangulation
sự bịa đặt *n.* fabrication
sự biển thủ *n.* appropriation
sự biến đổi *n.* conversion
sự biến đổi *n.* transformation
sự biến đổi *n.* variation
sự biến hình *n.* transfiguration
sự biến mất *n.* disappearance
sự biết trước *n.* foreknowledge
sự biết trước *n.* prescience
sự biểu thị *n.* indication
sự bình phục *n.* recovery
sự bình tĩnh *n.* composure
sự bò *n.* crawl
sự bò trườn *n.* scramble
sự bỏ *n.* cancellation
sự bỏ phiếu *n.* suffrage
sự bỏ phiếu *n.* vote
sự bỏ sót *n.* omission
sự bỏ thầu *n.* bid
sự bong gân *n.* sprain
sự bong gân *n.* wrick
sự bổ nhiệm *n.* appointment
sự bốc dỡ hàng *n.* discharge
sự bộc phát *n.* outbreak
sự bộc phát *n.* spurt
sự bồi thường *n.* compensation
sự bồi thường *n.* indemnity
sự bồi thường *n.pl.* amends
sự bối rối *n.* perplexity
sự bồn chồn *n.* unrest
sự bơi lội *n.* swim
sự bớt *n.* retrenchment
sự bùng nổ *n.* outburst

sự buộc tội *n.* accusation
sự buộc tội *n.* impeachment
sự buộc tội chống lại *n.* countercharge
sự buôn bán *n.* commerce
sự buồn nản *n.* dejection
sự buồn ngủ *n.* somnolence
sự buồn nôn *n.* nausea
sự buồn tẻ *n.* monotony
sự bức xạ *n.* radiation
sự bực tức *n.* grudge
sự ca ngợi *n.* glorification
sự cả gan *n.* daring
sự cá độ *n.* bet
sự cai sữa *n.* ablactation
sự cai trị *n.* governance
sự cai trị *n.* ruling
sự cải thiện *n.* improvement
sự cải trang *n.* disguise
sự cãi nhau *n.* quarrel
sự cam đoan *n.* protestation
sự cảm động *n.* emotion
sự cám dỗ *n.* seduce
sự cám dỗ *n.* temptation
sự can đảm *n.* courage
sự can thiệp *n.* interference
sự cản trở *n.* check
sự cản trở *n.* handicap
sự cản trở *n.* hindrance
sự cảnh giác *n.* vigilance
sự cạnh tranh *n.* competition
sự cao quý *n.* grandeur
sự cạo râu *n.* shave
sự cau có *n.* scowl
sự căm ghét *n.* hate
sự cắn *n.* bite
sự căng *n.* strain
sự căng ra *n.* stretch
sự căng thẳng *n.* stress
sự cắt *n.* cut
sự cắt *n.* section
sự cắt nhau *n.* crossing

sự cắt rời *n.* severance
sự cắt tỉa *n.* trim
sự cấm đoán *n.* ban
sự cân bằng *n.* balance
sự cân đối *n.* proportion
sự cân nhắc *n.* consideration
sự cần thiết *n.* must
sự cần thiết *n.* necessary
sự cần thiết *n.* necessity
sự cầu khẩn *n.* invocation
sự cầu nguyện *n.* prayer
sự cầu viện *n.* recourse
sự cấu kết *n.* collusion
sự chạm trán *n.* encounter
sự chán ngắt *n.* tedium
sự chán ngấy *n.* satiety
sự chào *n.* salutation
sự chảy *n.* flow
sự chảy mủ *n.* pyorrhoea
sự chảy nhỏ giọt *n.* drip
sự chảy quanh *n.* circumfluence
sự chảy vào *n.* influx
sự cháy xém *n.* singe
sự chạy *n.* run
sự chạy nhanh *n.* sprint
sự chạy nước kiệu *n.* trot
sự chạy tán loạn *n.* stampede
sự chạy vụt *n.* scamper
sự chắc chắn *n.* assurance
sự chăm sóc *v* custody
sự chăm sóc *n.* nurture
sự chăm sóc *n.* care
sự chặn (đối phương đang dắt bóng) *n.* tackle
sự châm biếm *n.* irony
sự chấm câu *n.* punctuation
sự chậm chạp *n.* slowness
sự chậm lại *n.* retardation
sự chẩn đoán *n.* diagnosis
sự chấn động *n.* commotion
sự chấp nhận *n.* acceptance

sự chấp thuận *n.* accord
sự chất phác *n.* rusticity
sự chất vấn *n.* interrogation
sự che khuất *n.* eclipse
sự chém *n.* slash
sự chém giết *n.* carnage
sự chèn vào *n.* insertion
sự chép lại *n.* transcription
sự chê bai *n.* odium
sự chê trách *n.* damnation
sự chế giễu *n.* raillery
sự chế nhạo *n.* gibe
sự chế nhạo *v.i.* mock
sự chế tạo *n.* make
sự chế tạo *n.* manufacture
sự chênh lệch *n.* disparity
sự chết *n.* death
sự chết *n.* mortality
sự chết *n.* mortuary
sự chết đói *n.* starvation
sự chết vì nghĩa *n.* martyrdom
sự chỉ dẫn sai *n.* misdirection
sự chỉ đạo *n.* guidance
sự chỉ định *n.* nomination
sự chia *n.* dealing
sự chia *n.* division
sự chia cắt *n.* separation
sự chia ra *n.* partition
sự chia rẽ *n.* split
sự chia tách *n.* segregation
sự chiếm đoạt *n.* seizure
sự chiếm đoạt *n.* usurpation
sự chiếm giữ *n.* occupation
sự chiếm giữ *n.* tenure
sự chiều theo *n.* deference
sự chiếu sáng *n.* illumination
sự chìm *n.* sink
sự chinh phục *n.* subjection
sự chinh phục *n.* subjugation
sự chính xác *n.* accuracy
sự chính xác *n.* nicety

sự chính xác *n.* precision
sự chịu đựng *n.* endurance
sự chịu đựng *n.* tolerance
sự chịu kiềm *n.* algebra
sự cho ăn *n.* feed
sự cho biết *n.* intimation
sự cho phép *n.* leave
sự cho phép *n.* permission
sự cho thuê *n.* hire
sự cho vào *n.* admittance
sự cho vay nặng lãi *n.* usury
sự chọn lựa *n.* election
sự chọn lựa *n.* option
sự chọn lựa *n.* selection
sự chôn cất *n.* sepulture
sự chống cự *n.* resistance
sự chống đối *n.* opposition
sự chống lại *n.* kick
sự chờ đợi *n.* wait
sự chơi chữ *n.* pun
sự chú ý *n.* attention
sự chú ý *n.* heed
sự chú ý *n.* remark
sự chuẩn bị *n.* preparation
sự chuẩn bị *n.* provision
sự chúc mừng *n.* congratulation
sự chung thân *n.* partnership
sự chuộc lỗi *n.* atonement
sự chuộc tội *n.* purgatory
sự chuyên chở *n.* transport
sự chuyên chở *n.* transportation
sự chuyên chở bằng xe bò hoặc xe ngựa *n.* cartage
sự chuyên môn hóa *n.* specialization
sự chuyên trở *n.* conveyance
sự chuyển động *n.* move
sự chuyển hóa *n.* metabolism
sự chuyển tiếp *n.* transition
sự chứng minh *n.* demonstration
sự chứng minh *n.* substantiation
sự chứng nhận *n.* testimony
sự co *n.* shrinkage
sự có được *n.* retention
sự có mặt *n.* attendance
sự có mặt ở khắp nơi *n.* omnipresence
sự có thai *n.* pregnancy
sự cọ xát *n.* rub
sự coi thi *n.* invigilation
sự coi thường *n.* contempt
sự coi thường *n.* slight
sự cô độc *n.* loneliness
sự cô lập *n.* insulation
sự cô lập *n.* isolation
sự cố gắng *n.* attempt
sự cố gắng *n.* endeavour
sự cố gắng *n.* try
sự công bằng *n.* justice
sự công khai *n.* defiance
sự công khai *n.* publicity
sự công nhận *n.* acknowledgement
sự công nhận *n.* recognition
sự cống hiến *n.* dedication
sự cộng tác *n.* collaboration
sự cởi quần áo *n.* strip
sự cúi chào *n.* bow
sự cung cấp *n.* supply
sự cùng chung sống *n.* coexistence
sự củng cố *n.* consolidation
sự cúng thần *n.* sacrifice
sự cúng thần *a.* sacrificial
sự cư ngụ *n.* dwelling
sự cư trú *n.* habitation
sự cư trú *n.* residence
sự cứng rắn *n.* obduracy
sự cường tráng *n.* virility
sự cướp bóc *n.* dacoity

sự cướp bóc *n.* plunder
sự cứu hộ *n.* salvage
sự cứu nguy *n.* rescue
sự cứu rỗi linh hồn *n.* salvation
sự cứu tế *n.* relief
sự cứu trợ *n.* succour
sự dã man *n.* barbarism
sự dài dòng *n.* verbosity
sự dàn trận *n.* array
sự dao động *n.* oscillation
sự dày vò *n.* torment
sự dân sự hóa *n.* civilization
sự dâng lên *n.* surge
sự di chuyển *n.* transfer
sự di cư *n.* immigration
sự di tản *n.* evacuation
sự di trú *n.* transmigration
sự dị ứng với thuốc men hoặc thức ăn *n.* allergy
sự dịch *n.* translation
sự dính *n.* adherence
sự dính chặt *n.* adhesion
sự do dự *n.* hesitation
sự do dự *n.* indecision
sự dò tìm *n.* determination
sự dọn dẹp *n.* clearance
sự dối trá *n.* deception
sự dụ dỗ đi làm lính *n.* crimp
sự dũng cảm *n.* fortitude
sự dũng cảm *n.* valour
sự duy linh *n.* spirituality
sự dự đoán *n.* prediction
sự dự phòng *n.* providence
sự dự trữ *v.t.* reserve
sự dừng lại *n.* standstill
sự đa dạng *n.* variety
sự đại diện *n.* representation
sự đàm phán *n.* overture
sự đàn áp *n.* suppression
sự đánh *n.* hit
sự đánh đồng *n.* equation

sự đánh giá *n.* elevation
sự đánh giá *n.* estimation
sự đánh giá đúng *n.* appreciation
sự đánh lừa *n.* delusion
sự đào *n.* dig
sự đào *n.* excavation
sự đào tạo *n.* education
sự đảo ngược *n.* reversal
sự đạt được *n.* acquirement
sự đạt được *n.* acquisition
sự đạt được *n.* attainment
sự đau *n.* ache
sự đau đớn *n.* pain
sự đau đớn *n.* pang
sự đau đớn *n.* smart
sự đau khổ *n.* sorrow
sự đau khổ *n.* woe
sự đăng ký *n.* registration
sự đặt cược *n.* wager
sự đâm *n.* puncture
sự đâm sầm vào *n.* crash
sự đập (tim) *n.* pulsation
sự đập mạnh *n.* throb
sự đập nhanh *n.* palpitation
sự đầu cơ *n.* jobbery
sự đầu hàng *n.* surrender
sự đầu tư *n.* investment
sự đấu tranh *n.* contention
sự đầy đủ *n.* fullness
sự đầy đủ *n.* sufficiency
sự đẩy lùi *n.* repulse
sự đẩy tới *n.* impulse
sự đeo đuổi *n.* pursuance
sự đề xuất *n.* proposal
sự đề xuất *n.* suggestion
sự để lại *v.t.* devise
sự đếm *n.* count
sự đến gần *n.* accession
sự đến gần *n.* approach
sự đi *n.* ride
sự đi bộ *n.* walk

sự đi chệch *n.* excuse	sự đổ khuôn *n.* casting
sự đi dạo *n.* stroll	sự đổ nát *n.* ruin
sự đi lén theo *n.* stalk	sự độc quyền *n.* monopoly
sự đi qua *n.* passage	sự độc thoại *n.* soliloquy
sự đi qua *n.* transit	sự đổi trật tự *n.* permutation
sự đi ra *n.* exit	sự đồi bại *n.* vice
sự đi săn *n.* hunt	sự đổi chác *n.* barter2
sự đi vào *n.* entrance	sự đổi mới *n.* innovation
sự đi vào *n.* entry	sự đối đáp *n.* repartee
sự đi xuống *n.* descent	sự đối xử *n.* treatment
sự điềm tĩnh *n.* sobriety	sự đối xứng *n.* symmetry
sự điên cuồng *n.* frenzy	sự đồng hóa *n.* indentification
sự điên rồ *n.* folly	sự đồng lõa *n.* connivance
sự điều chỉnh *n.* adjustment	sự đồng ý *n.* assent
sự điều chỉnh *n.* regulation	sự đồng ý *n.* consent
sự điều đình *a.* meditative	sự động dục *n.* rut
sự điều tiết *n.* accommodation	sự đốt (ong, muỗi) *n.* sting
sự điều tra *n.* inquisition	sự đốt phá *n.* arson
sự điều tra *n.* investigation	sự đơn độc *n.* single
sự điều tra *n.* probe	sự đơn giản *n.* simplicity
sự điều tra dân số *n.* census	sự đơn giản hóa *n.* simplification
sự điều trị *n.* cure	
sự đình chiến *n.* armistice	sự đớp (chó cắn) *n.* snap
sự đình trệ *n.* deadlock	sự đu đưa *n.* sway
sự đình trệ *n.* stagnation	sự đủ *n.* adequacy
sự định giá *n.* valuation	sự đúc tiền *n.* coinage
sự định nghĩa *n.* definition	sự đui mù *n.* blindness
sự định vị *n.* location	sự đuổi *n.* expulsion
sự đo lường *n.* measure	sự đuổi ra *n.* eviction
sự đo lường *n.* measurement	sự đuổi theo *n.* pursuit
sự đỏ mặt *n.* flush	sự đứng đắn *n.* decency
sự đỏ mặt (vì thẹn, bối rối) *n.* blush	sự đứng thẳng *n.* erection
	sự đứng yên *n.* stand
sự đoan trang *n.* decorum	sự đương đầu *n.* confrontation
sự đoàn kết *n.* solidarity	
sự đoàn kết *n.* unity	sự đứt rời *n.* abruption
sự đoán *n.* guess	sự e sợ *n.* apprehension
sự đòi hỏi *n.* requirement	sự ép buộc *n.* compulsion
sự đói *n.* hunger	sự gay gắt *n.* acrimony
sự đóng gói *n.* packing	sự gặm *n.* nibble
sự đóng góp *n.* contribution	sự gắn vào *n.* application
sự đóng quân *n.* cantonment	sự gây ấn tượng *n.* impres-

sion
sự gây ra sự nổi loạn *n.* sedition
sự gẫy *n.* rupture
sự ghê tởm *n.* abhorrence
sự ghê tởm *n.* repugnance
sự ghê tởm *n.* repulsion
sự ghi nợ *n.* debit
sự ghi rõ *n.* specification
sự gia tăng *n.* acceleration
sự giả định *n.* assumption
sự giả định *n.* supposition
sự giả định trước *n.* presupposition
sự giả mạo *n.* forgery
sự giả mạo *n.* swindle
sự giả phóng *n.* emancipation
sự giả trang *n.* masquerade
sự giả vờ *n.* pretence
sự giả vờ *n.* sham
sự giải phóng *n.* manumission
sự giải quyết *n.* settlement
sự giải thoát *n.* release
sự giải trí *n.* pastime
sự giải trừ *n.* disarmament
sự giam cầm *n.* confinement
sự giảm bớt *n.* decrement
sự giảm dân số *n.* deponent
sự giảm đi *n.* decrease
sự giám hộ *n.* wardship
sự giám sát *n.* oversight
sự giám sát *n.* supervision
sự giám sát *n.* surveillance
sự gian khổ *n.* hardship
sự gian lận *n.* fraud
sự gián đoạn *n.* interruption
sự giảng giải *n.* explanation
sự giao dịch *n.* transaction
sự giao hợp của đàn ông *n.* sodomy
sự giao thiệp *n.* intercourse
sự giàu có *n.* affluence

sự giàu có *n.* riches
sự giàu có *a.* richness
sự giận *n.* spite
sự giận dữ *n.* ire
sự giật *n.* pluck
sự giật mạnh *n.* hitch
sự giết *n.* kill
sự giết mổ *n.* slaughter
sự giết người thân *n.* fratricide
sự gìn giữ *n.* preservation
sự giống *n.* similitude
sự giống nhau *n.* likeness
sự giống nhau *n.* mimesis
sự giống nhau *n.* resemblance
sự giống nhau *n.* similarity
sự giới hạn *n.* limitation
sự giới thiệu *n.* introduction
sự giới thiệu *n.* recommendation
sự giúp đỡ *n.* aid
sự giúp đỡ *n.* assistance
sự giúp đỡ *n.* help
sự giữ tàu quá hạn *n.* demurrage
sự gọi tên *n.* roll-call
sự gọi về *n.* recall
sự gối lên nhau *n.* overlap
sự gỡ xoắn *n.* anticardium
sự gợn sóng *n.* undulation
sự gợn sóng lăn tăn *n.* ripple
sự gửi tiền *n.* remittance
sự hà tiện *n.* misery
sự hạ nhanh *n.* slump
sự hạ thấp tầm quan trọng *n.* subordination
sự hài hòa *n.* harmony
sự hài hước *n.* humour
sự ham mê *n.* craze
sự ham muốn *n.* solicitude
sự hãm hiếp *n.* rape
sự hàn *n.* weld

sự hạn chế *n.* inhibition	sự hoàn thành *n.* perfection
sự hạn chế *n.* reservation	sự hoãn *n.* postponement
sự hạn chế *n.* restriction	sự hoãn lại *n.* abeyance
sự hạn hán *n.* drought	sự hoãn lại *n.* adjournment
sự hãnh diện *n.* pride	sự hoảng sợ *n.* fright
sự hao hụt *n.* wastage	sự học tập *n.* learning
sự hão huyền *n.* vanity	sự học tập *n.* study
sự hăm dọa *n.* intimidation	sự hóm hỉnh *n.* wit
sự hăm dọa để tống tiền *n.* blackmail	sự hỏng máy *n.* breakdown
	sự hồi hương *n.* repatriate
sự hăng hái *n.* enthusiasm	sự hồi hương *n.* repatriation
sự hăng hái *n.* fervour	sự hồi phục *n.* renovation
sự hắt hơi *n.* sneeze	sự hồi tưởng *n.* anamnesis
sự hân hoan *n.* jubilation	sự hồi tưởng *n.* reminiscence
sự hận thù *n.* animosity	sự hồi tưởng *n.* retrospect
sự hấp dẫn *n.* gravitation	sự hối tiếc *n.* regret
sự hẹp hòi *adv.* smallness	sự hội họp *n.* assembly
sự hiềm thù *n.* rancour	sự hôn mê *n.* coma
sự hiến dâng *n.* devotion	sự hỗn loạn *n.* turbulence
sự hiện diện *n.* presence	sự hợm mình *n.* snobbery
sự hiện đại *n.* modernity	sự hợp lý *n.* rationality
sự hiện thân *n.* impersonation	sự hợp nhất *n.* union
sự hiện thân *n.* incarnation	sự hợp tác *n.* co-operation
sự hiểu lầm *v.t.* misapprehend	sự huấn luyện *n.* training
sự hiểu biết *n.* cognizance	sự huỷ bỏ *n.* repeal
sự hiểu biết *n.* wisdom	sự huỷ bỏ *n.* revocation
sự hiểu biết *n.* knowledge	sự hủy bỏ *n.* abortion
sự hiểu nhầm *n.* misunderstanding	sự hủy bỏ *n.* nullification
	sự huyên náo *n.* hubbub
sự hiểu sai *n.* perversion	sự huyên náo *n.* affray
sự hình thành *n.* formation	sự hứa hẹn *n.* engagement
sự hòa giải *n.* mediation	sự hứa hôn *n.* betrothal
sự hòa hợp *n.* concord	sự hy vọng *n.* hope
sự hòa tan *n.* solution	sự im lặng *n.* hush
sự hỏa thiêu *n.* cremation	sự im lặng *n.* silence
sự hoan hô *n.* acclamation	sự in ra *n.* print
sự hoan hô *n.* ovation	sự kéo *n.* draught
sự hoan nghênh *n.* welcome	sự kéo *n.* draw
sự hoàn lại *n.* restoration	sự kéo *n.* drawing
sự hoàn thành *n.* accomplishment	sự kéo *n.* pull
	sự kéo dài *n.* prolongation
sự hoàn thành completion	sự kéo lên *v.t.* hoist

sự kể lại *n.* rehearsal
sự kể lại *n.* recital
sự kể lại *n.* recitation
sự kế vị *n.* succession
sự kết án *n.* condemnation
sự kết án *n.* conviction
sự kết hợp *n.* combination
sự kết luận *n.* conclusion
sự kết thúc *n.* termination
sự kêu lên *n.* exclamation
sự khác biệt *n.* difference
sự khác biệt *n.* distinction
sự khác biệt *n.* variance
sự khác thường *n.* singularity
sự khai báo *n.* notification
sự khai hoang *n.* reclamation
sự khai man trước toà *n.* perjury
sự khám nghiệm sau khi chết *n.* post-mortem
sự khám phá *n.* discovery
sự khan hiếm *n.* dearth
sự khan hiếm *n.* scarcity
sự khao khát *n.* appetite
sự khao khát *adv.* avidity
sự khao khát *n.* desire
sự khảo sát *n.* survey
sự khát nước *n.* thirst
sự khắc *n.* inscription
sự khăng khăng *n.* insistence
sự khẳng định *n.* affirmation
sự khẩn cấp *n.* emergency
sự khẩn khoản *n.* solicitation
sự khẩn nài *n.* entreaty
sự khen ngợi *n.* commendation
sự khen ngợi *n.* praise
sự khích động *n.* provocation
sự khiêm tốn *n.* humility
sự khiếm nhã *n.* flippancy
sự khiếm nhã *n.* immodesty
sự khiển trách *n.* admonition
sự khiển trách *n.* reproof
sự khiển trách *n.* blame
sự khiển trách *n.* rebuke
sự khiếp sợ *n.* horror
sự khinh bỉ *n.* disdain
sự khinh bỉ *n.* scorn
sự khó khăn *n.* difficulty
sự khó nhọc *n.* ado
sự khoan dung *n.* toleration
sự khoe khoang *n.* brag
sự khô dần đi *n.* arefaction
sự khôi phục *n.* renewal
sự không an tâm *n.* disquiet
sự không bằng lòng *n.* dissatisfaction
sự không bị trừng phạt *n.* impunity
sự không biết *n.* nescience
sự không bình thường *n.* anomaly
sự không chịu phục tùng *n.* insubordination
sự không có khả năng *n.* inability
sự không đếm xỉa đến *n.* disregard
sự không đủ khả năng *n.* incapacity
sự không đứng đắn *n.* indecency
sự không hòa tan được *n.* insoluble
sự không hoàn hảo *n.* imperfection
sự không hoạt động *n.* inaction
sự không khoan dung *n.* intolerance
sự không lập gia đình *n.* celibacy
sự không phù hợp *v.t.* misappropriate

sự không phụ thuộc *n.* independence
sự không tán thành *n.* disapproval
sự không thận trọng *n.* imprudence
sự không thích hợp *n.* impropriety
sự không tin *n.* distrust
sự không trong sạch *n.* impurity
sự không ưa thích *n.* dislike
sự không vâng lời *n.* disorder
sự khởi đầu *n.* inception
sự khởi hành *n.* departure
sự khuân vác *n.* portage
sự khủng bố *n.* persecution
sự khủng bố *n.* terror
sự khủng hoảng *n.* crisis
sự khuyến khích *n.* inclination
sự khuyết (trăng) *n.* wane
sự kích thích *n.* irritation
sự kích thích *n.* stimulus
sự kiềm chế *n.* curb
sự kiềm chế *n.* repression
sự kiểm soát *n.* control
sự kiểm tra *n.* examination
sự kiểm tra kỹ lưỡng *n.* overhaul
sự kiểm tra sổ sách *n.* audit
sự kiên trì *n.* tenacity
sự kiện *n.* event
sự kiện tụng *n.* litigation
sự kinh ngạc *n.* amazement
sự kinh sợ *n.* dread
sự kình địch *n.* rivalry
sự kính mến *n.* esteem
sự kính trọng *n.* respect
sự kỳ cục *n.* oddity
sự kỷ niệm *n.* commemoration
sự ký tên *n.* subscription

sự la hét *n.* shout
sự lạc quan *n.* optimism
sự lam suy đồi *n.* depot
sự làm bẽ mặt *n.* humiliation
sự làm cho được mến *n.* endearment
sự làm cho ổn định *n.* stabilization
sự làm cho tốt hoen *n.* betterment
sự làm cho vừa *n.* fit
sự làm cuồng dại *n.* infatuation
sự làm dịu *n.* depression
sự làm đau *n.* hurt
sự làm hư hỏng *n.* taint
sự làm lại *n.* reiteration
sự làm lễ nhậm chức *n.* induction
sự làm lễ rửa tội *n.* anabaptism
sự làm mất thể diện *n.* abasement
sự làm nhẹ *n.* mitigation
sự làm nhẹ bớt *n.* alleviation
sự làm phật lòng *n.* displeasure
sự làm sạch *n.* purification
sự làm tăng lên *n.* augmentation
sự làm thất bại *n.* frustration
sự làm tốt hơn *n.* amelioration
sự làm tràn *n.* spill
sự làm trầm trọng thêm *n.* aggravation
sự làm việc quá sức *n.* overwork
sự lạm dụng *n.* abuse
sự lạm phát *n.* inflation
sự lang thang *n.* lounge
sự lãng quên *n.* oblivion

sự lãnh đạm *n.* indifference	sự lóa mắt *n.* dazzle
sự lãnh đạo *n.* lead	sự loại trừ *n.* elimination
sự lãnh đạp *n.* leadership	sự lọc *n.* clarification
sự lạnh nhạt *n.* cold	sự long trọng *n.* solemnity
sự lao tới *n.* onrush	sự lôi kéo vào *n.* implication
sự lao tới *n.* lunge	sự lộn xộn *n.* confusion
sự lao xuống *n.* plunge	sự lộn xộn *n.* tumult
sự lảo đảo *n.* stagger	sự lộng lẫy *n.* radiance
sự láo xược *n.* impertinence	sự lớn lên *n.* increment
sự lau sạch *n.* wipe	sự lục lọi *n.* rummage
sự lắc lư *n.* lurch	sự luyện kim *n.* metallurgy
sự lăn tròn *n.* roll	sự lừa bịp *n.* bam
sự lặn *n.* dive	sự lừa dối *n.* deceit
sự lăng mạ *n.* affront	sự lừa đảo *n.* guile
sự lắp đặt *n.* installation	sự lựa chọn *n.* choice
sự lắp sai *n.* mal adjustment	sự lười biếng *n.* laziness
sự lặp lại *n.* recurrence	sự lười biếng *n.* sloth
sự lặp lại âm đầu *n.* alliteration	sự lười nhác *n.* idleness
sự lầm lạc *n.* aberrance	sự lưu đày *n.* exile
sự lầm lỗi *n.* demerit	sự lưu hành *n.* currency
sự lân cận *n.* proximity	sự lưu thông *n.* circulation
sự lật đổ *n.* overthrow	sự ly dị *n.* divorce
sự lật đổ *n.* subversion	sự ma sát *n.* friction
sự lâu bền *n.* permanence	sự mãi dâm *n.* prostitution
sự lấy vợ lẽ *n.* concubinage	sự mãn hạn *n.* expiry
sự leo trèo *n.* climb1	sự mãn kinh *n.* menopause
sự lê chân *n.* shuffle	sự mãn nguyện *n.* contentment
sự lên men *n.* fermentation	sự mang *n.* bearing
sự lịch sự *n.* courtesy	sự mang tai tiếng *n.* disrepute
sự lịch thiệp *n.* pliteness	sự mảnh khảnh *n.* slender
sự liếm *n.* lick	sự mãnh liệt *n.* vehemence
sự liên hợp *n.* association	sự mạo hiểm *n.* risk
sự liên kết *a.* binding	sự mặc cả *n.* bargain
sự liên kết *n.* merger	sự mất *n.* forfeiture
sự liên kết *n.* coalition	sự mất danh dự *n.* dishonour
sự liên lạc *n.* contact	sự mất kinh *n.* amenorrhoea
sự liên quan *n.* connection	sự mâu thuẫn *n.* contradiction
sự liên tiếp *n.* continuity	sự mê *n.* anaesthesia
sự liên tưởng *n.* concrescence	sự mê tín *n.* superstition
sự lo lắng *n.* concern	sự mênh mông *n.* immensity
sự lo xa *n.* foresight	sự mệt mỏi *n.* fatigue

sự miễn cưỡng *n.* reluctance	**sự nghiện ngập** *n.* addiction
sự miễn dịch *n.* immunity	**sự nghiệp** *n.* career
sự miêu tả *n.* description	**sự ngoại lệ** *n.* exception
sự minh họa *n.* illustration	**sự ngoại tình** *n.* adultery
sự minh oan *n.* vindication	**sự ngon miệng** *n.* appetite
sự mong chờ *n.* expectation	**sự ngon miệng** *n.* dainty
sự mong mỏi *n.* yearning	**sự ngọt** *n.* sweet
sự mổ xẻ *n.* dissection	**sự ngọt ngào** *n.* sweetness
sự mơ màng *n.* reverie	**sự ngờ nghệch** *n.* naivety
sự mở đầu *n.* prelude	**sự ngớ ngẩn** *n.* stupidity
sự mở rộng *n.* amplification	**sự ngu dốt** *n.* ignorance
sự mở rộng *n.* expansion	**sự ngủ đông** *n.* hibernation
sự mua *n.* purchase	**sự nguy hiểm** *n.* danger
sự mua lại *n.* redemption	**sự nguy hiểm** *n.* peril
sự mục nát *n.* rot	**sự ngụy biện** *n.* sophism
sự mút *n.* suck	**sự ngụy biện** *n.* sophistication
sự náo động *n.* riot	**sự nguyền rủa** *n.* curse
sự nảy lên *v.i.* dap	**sự ngửi** *n.* whiff
sự nảy mầm *n.* germination	**sự ngừng bắn** *n.* truce
sự nảy nở *n.* proliferation	**sự ngừng lại** *n.* stop
sự nằm úp *n.* prostration	**sự ngừng làm việc** *n.* stoppage
sự nắm chặt *n.* grip	**sự ngừng thở** *n.* apnoea
sự nâng lên *n.* uplift	**sự ngược đãi** *n.* mal-treatment
sự nấu chảy *n.* fusion	**sự ngưỡng mộ** *n.* admiration
sự ném *n.* throw	**sự nhai lại** *n.* rumination
sự ngạc nhiên *n.* astonishment	**sự nhanh chóng** *n.* rapidity
sự ngạc nhiên *n.* surprise	**sự nhanh nhẹn** *n.* agility
sự ngang hàng *n.* parity	**sự nhào xuống** *n.* swoop
sự ngáy *n.* snore	**sự nhạo báng** *n.* ridicule
sự ngăn cản *n.* prevention	**sự nhảy** *n.* jump
sự ngăn cấm *n.* prohibition	**sự nhảy** *n.* leap
sự ngây thơ *n.* naivete	**sự nhảy** *n.* skip
sự nghẹt thở *n.* suffocation	**sự nhảy múa** *n.* dance
sự nghi ngờ *n.* doubt	**sự nhạy bén** *n.* acumen
sự nghi ngờ *n.* suspicion	**sự nhắc lại** *n.* repetition
sự nghỉ ngơi *n.* refreshment	**sự nhắc lên** *n.* lift
sự nghỉ ngơi *n.* relaxation	**sự nhấm nháp** *n.* sip
sự nghỉ ngơi *n.* repose	**sự nhân cách hoá** *n.* personification
sự nghỉ ngơi *n.* rest	**sự nhấn mạnh** *n.* emphasis
sự nghỉ ngơi *n.* recreation	
sự nghiên cứu *n.* research	
sự nghiên cứu *n.* speculation	

sự nhận *n.* reception
sự nhận làm con nuôi *n.* adoption
sự nhận thức *n.* comprehension
sự nhận thức *n.* perception
sự nhận vào *n.* admission
sự nhấp nháy *n.* scintillation
sự nhấp nháy *n.* sparkle
sự nhất trí *n.* consensus
sự nhất trí *n.* unanimity
sự nhiễm trùng *n.* infection
sự nhiễm trùng *n.* sepsis
sự nhiều tuổi hơn *n.* senior
sự nhiều tuổi hơn *n.* seniority
sự nhìn chăm chú *n.* scrutiny
sự nhìn chằm chằm *n.* stare
sự nhìn lại quá khứ *n.* retrospection
sự nhìn thấu bên trong *n.* insight
sự nhịn ăn *n.* fast
sự nhổ bật ra *n.* avulsion
sự nhớ lại *n.* recollection
sự nhún vai *n.* shrug
sự nhúng *n.* dip
sự nhúng ngâm *n.* immersion
sự nhút nhát *n.* timidity
sự nhượng bộ *n.* concession
sự nịnh bợ *n.* adulation
sự no *n.* saturation
sự nói bóng gió *n.* allusion
sự nói bóng gió *n.* insinuation
sự nói đùa *n.* banter
sự nói lắp *n.* stammer
sự non nớt *n.* immaturity
sự nô đùa *n.* frolic
sự nổ bùng *n.* explosion
sự nổ tung *n.* burst
sự nổi *n.* buoyancy
sự nổi danh *n.* celebrity
sự nổi dậy *n.* insurrection

sự nối liền *n.* junction
sự nông cạn *n.* superficiality
sự nở hoa *n.* blow
sự nuôi dưỡng *n.* nourishment
sự nuôi dưỡng *n.* nutrition
sự nuốt *n.* swallow
sự nức nở *n.* sob
sự nương tựa *n.* shelter
sự oai vệ *n.* stateliness
sự om sòm *n.* row
sự ô nhiễm *n.* pollution
sự ôm *n.* embrace
sự ốm đau *n.* ailment
sự ốm yếu *n.* sickness
sự ồn ào *n.* fuss
sự ổn định *n.* stability
sự ở lại *n.* stay
sự ớn lạnh *n.* chill
sự pha chế *n.* concoction
sự pha tạp *n.* miscellany
sự pha trộn *n.* adulteration
sự pha trộn *n.* amalgamation
sự phá hoại *n.* sabotage
sự phá hủy *n.* destruction
sự phá hủy *n.* obliteration
sự phá hủy *n.* rack
sự phản ánh *n.* reflection
sự phản bội *n.* betrayal
sự phản bội *n.* perfidy
sự phản bội *n.* treachery
sự phản chiếu *n.* illusion
sự phản đối *n.* antagonism
sự phản đối *n.* objection
sự phản đối *n.* protest
sự phản tác dụng *n.* reaction
sự phản xạ *n.* reflex
sự phát chương trình truyền hình *n.* telecast
sự phát hành *n.* issue
sự phát hiện *n.* revelation
sự phát minh *n.* invention

sự phát thanh *n.* transmission
sự phát triển *n.* development
sự phát triển *n.* growth
sự phân biệt *n.* discrimination
sự phân bổ *n.* allocation
sự phân công *n.* allotment
sự phân loại *n.* classification
sự phân ly *n.* decomposition
sự phân ly *n.* schism
sự phân phát *n.* delivery
sự phân phát *n.* distribution
sự phân ranh giới *n.* demarcation
sự phân tích *n.* analysis
sự phân xử *n.* arbitration
sự phẫn nộ *n.* indignation
sự phẫn nộ *n.* wrath
sự phẫn uất *n.* resentment
sự phật ý *n.* vexation
sự phẫu thuật *n.* surgery
sự phê bình *n.* criticism
sự phê bình *n.* censure
sự phê chuẩn *n.* approval
sự phê chuẩn *n.* sanction
sự phỉ báng *n.* libel
sự phong phú *n.* plenty
sự phong phú *n.* luxuriance
sự phong tỏa *n.* blockade
sự phòng ngừa *n.* precaution
sự phòng thủ *n.* defence
sự phỏng đoán *n.* conjecture
sự phỏng đoán *n.* surmise
sự phỏng theo *n.* adaptation
sự phóng đại *n.* exaggeration
sự phóng đãng *n.* profligacy
sự phóng thích *n.* liberation
sự phổ biến *n.* spread
sự phối hợp *n.* concert
sự phối hợp *n.* co-ordination
sự phối hợp *n.* scheme
sự phù hợp *n.* conformity
sự phù hợp *n.* consonance

sự phù hợp *n.* correspondence
sự phủ định *n.* negation
sự phú quý *n.* mammon
sự phụ thuộc *n.* dependence
sự phụ thuộc lẫn nhau *n.* interdependence
sự phụ vào *n.* annexation
sự phục hồi *n.* rehabilitation
sự phục hồi *n.* reinstatement
sự phục hưng *n.* renaissance
sự phục tùng *n.* submission
sự phục vụ *n.* subservience
sự phun trào (núi lửa) *n.* eruption
sự phức tạp *n.* complication
sự qua đời *n.* decease
sự quá kích động *n.* hysteria
sự quá mức *n.* excess
sự quá tải *n.* surcharge
sự quan sát *n.* observation
sự quan tâm *n.* regard
sự quan trọng *n.* importance
sự quản lý *n.* administration
sự quản lý *n.* management
sự quản lý *n.* superintendence
sự quay *n.* rotation
sự quay tròn *n.* spin
sự quăng *n.* toss
sự quăng *n.* cast
sự quăng *n.* caste
sự quấy rầy *n.* annoyance
sự quấy rầy *n.* harassment
sự quấy rầy *n.* molestation
sự quét *n.* sweep
sự quốc hữu hoá *n.* nationalization
sự quy định *n.* stipulation
sự quyến rũ *n.* allurement
sự quyến rũ *n.* seduction
sự quyết định *n.* decision
sự ra đời *n.* advent
sự ra khỏi tổ chức *n.* seces-

sion
sự ra lệnh *n.* prescription
sự ràng buộc *n.* tie
sự rào lại (đất đai) *n.* enclosure
sự rên rỉ *n.* whine
sự rỉ ra *n.* leakage
sự riêng tư *n.* privacy
sự rối loạn *n.* turmoil
sự rộng lượng *n.* generosity
sự rơi *n.* fall
sự rủi ro *n.* misadventure
sự run rẩy *n.* quake
sự rung *n.* shake
sự rung động *n.* vibration
sự rùng mình *n.* shudder
sự rùng mình *n.* thrill
sự rùng mình *n.* tremor
sự rút lui *n.* withdrawal
sự rút ngắn *n.* abridgement
sự rút quá số tiền gửi *n.* overdraft
sự sa bụng *n.* lightening
sự sa ngã *n.* lapse
sự sa thải *n.* dismissal
sự sạch sẽ *n.* tidiness
sự sai lầm *n.* error
sự sai niên đại *n.* anachronism
sự sản xuất *n.* output
sự sản xuất *n.* production
sự sang trọng *n.* opulence
sự sáng chói *n.* brilliance
sự sáng lập *n.* foundation
sự sáng tác những đề tài tục tĩu *n.* coprology
sự sáng tạo *n.* creation
sự sáp nhập *n.* affiliation
sự sát nhập *n.* incorporation
sự say *n.* intoxication
sự sắc bén *n.* keenness
sự sẵn sàng *n.* readiness
sự sẵn sàng *n.* willingness

sự sắp thẳng hàng *n.* alignment
sự sắp xếp *n.* arrangement
sự siêng năng *n.* diligence
sự sinh đẻ *n.* birth
sự sinh đẻ *n.* nativity
sự sinh lại *n.* rebirth
sự sinh sản *a.* seminal
sự so sánh *n.* comparison
sự so sánh *n.* simile
sự song song *n.* parallelism
sự sống *n.* subsistence
sự sống độc thân *n.* celibacy
sự sống lại *n.* resurgence
sự sống sót *n.* survival
sự sốt sắng *n.* alacrity
sự sở hữu *n.* occupancy
sự sợ hãi *n.* fear
sự sợ hãi *n.* scare
sự sợ hãi *n.* awe
sự sùng đạo *n.* monolatry
sự sụt giảm *n.* reduction
sự suy ngẫm *n.* contemplation
sự suy nghĩ trước *n.* premeditation
sự suy ra *n.* inference
sự suy tàn *n.* decline
sự sử dụng *n.* use
sự sửa chữa *n.* correction
sự sửa chữa *n.* repair
sự sửa chữa *n.* rectification
sự sửa đổi *n.* amendment
sự sửa đổi *n.* modification
sự sửa đổi *n.* reform
sự sửa đổi *n.* reformation
sự sửa lại *n.* redress
sự sửng sốt *n.* daze
sự tác động lẫn nhau *n.* interplay
sự tai tiếng *n.* notoriety
sự tái bản *n.* reprint
sự tái điều giải *n.* reconcili-

ation
sự tái sản xuất *n.* reproduction
sự tái sinh *n.* regeneration
sự tạm dừng *n.* halt
sự tạm giam *v.t.* remand
sự tạm nghỉ *n.* pause
sự tạm ngưng hoạt động *n.* interval
sự tạm trú *n.* sojourn
sự tan *n.* thaw
sự tàn bạo *n.* savagery
sự tàn phá *n.* consumption
sự tàn phá *n.* havoc
sự tàn phá *n.* ravage
sự tán thành *n.* countenance
sự tán thành *n.* approbation
sự táo bạo *n.* hardihood
sự tắc nghẽn *n.* obstruction
sự tắm rửa *n.* bath
sự tắm rửa *n.* wash
sự tăng *n.* increase
sự tăng cường *n.* reinforcement
sự tăng gấp ba *n.* triplication
sự tăng giá *n.* boost
sự tăng trưởng *n.* accrementition
sự tấn công *n.* offensive
sự tấn công *n.* onset
sự tấn công *n.* attack
sự tấn công dữ dội *n.* onslaught
sự tận dụng *n.* utilization
sự tập hợp *n.* muster
sự tập hợp lại *n.* rally
sự tập trung *n.* concentration
sự tẩy chay *n.* boycott
sự tê liệt *n.* palsy
sự tế nhị *n.* tact
sự tha bổng *n.* acquittal
sự tha thứ *n.* condonation

sự tha thứ *n.* pardon
sự tha thứ *n.* remission
sự tha tội *n.* amnesty
sự thả neo *n.* anchorage
sự tham gia *n.* attachment
sự tham gia *n.* participation
sự tham khảo *n.* reference
sự tham nhũng *n.* corruption
sự tham ô *n.* misappropriation
sự thám hiểm *n.* exploration
sự than khóc *n.* lamentation
sự than phiền *n.* complaint
sự thanh khiết *n.* purity
sự thanh thản *n.* ease
sự thanh toán *n.* liquidation
sự thanh tra *n.* inspection
sự thành công *n.* success
sự thành lập *n.* institution
sự thánh hoá *n.* sanctification
sự thảo luận *n.* moot
sự tháo gỡ *n.* detachment
sự tháo hơi *n.* deflation
sự tháo nước *n.* drainage
sự thay đổi *n.* alteration
sự thay đổi *n.* change
sự thay đổi *n.* gradation
sự thay đổi *n.* mutation
sự thay đổi *n.* shift
sự thay đổi hình dáng *n.* metamorphosis
sự thay thế *n.* replacement
sự thay thế *n.* substitution
sự thăng chức *n.* promotion
sự thăng trầm *n.* vicissitude
sự thắng *n.* win
sự thắt mạch *n.* stricture
sự thâm nhập *n.* penetration
sự thấm nước *n.* soak
sự thân mật *n.* intimacy
sự thận trọng *n.* deliberation
sự thận trọng *n.* prudence
sự thận trọng *n.* caution

sự thấp kém hơn *n.* inferiority	sự thịnh nộ *n.* rage
sự thất bại *n.* defeat	sự thịnh vượng *n.* prosperity
sự thất bại *n.* failure	sự thịnh vượng *n.* welfare
sự thất bại *n.* fiasco	sự thoả hiệp *n.* compromise
sự thất lạc *n.* miscarriage	sự thoả mãn *n.* satisfaction
sự thất vọng *n.* despair	sự thỏa thuận *n.* agreement
sự thật *n.* fact	sự thỏa thuận *n.* compact
sự thật *n.* truth	sự thoái thác *n.* evasion
sự thật *n.* veracity	sự thôi miên *n.* fascination
sự theo đuổi *n.* prosecution	sự thông báo *n.* announcement
sự theo đuổi *n.* chase2	sự thông cảm *n.* sympathy
sự thế chấp *n.* mortgage	sự thông gió *n.* ventilation
sự thết đãi *n.* treat	sự thông minh *n.* sagacity
sự thi đỗ *n.* pass	sự thông suốt mọi sự *n.* omniscience
sự thi hành *n.* execution	sự thông tin liên lạc bằng điện báo *n.* telegraphy
sự thích hơn *n.* preference	sự thống nhất *n.* unification
sự thích hợp *n.* propriety	sự thống trị *n.* domination
sự thích hợp *n.* suitability	sự thờ ơ *n.* nonchalance
sự thích thú *n.* enjoyment	sự thờ phụng *n.* worship
sự thích thú kỳ cục *n.* fad	sự thở *n.* respiration
sự thiết lập *n.* establishment	sự thở dài *n.* sigh
sự thiệt hại *n.* damage	sự thở hổn hển *n.* gasp
sự thiệt hại *n.* harm	sự thở hổn hển *n.* pant
sự thiêu hàng loạt *n.* holocaust	sự thu được *n.* procurement
sự thiếu *n.* lack	sự thu hút *n.* attraction
sự thiếu *n.* shortage	sự thù địch *n.* hostility
sự thiếu kiên nhẫn *n.* impatience	sự thù hằn *n.* enmity
sự thiếu kinh nghiệm *n.* inexperience	sự thú tội *n.* confession
sự thiếu sót *n.* shortcoming	sự thuận tiện *n.* convenience
sự thiếu thốn *n.* privation	sự thuật lại *n.* narration
sự thiếu tiện nghi *n.* discomfort	sự thúc đẩy *n.* motivation
sự thiếu trách nhiệm *a.* irresponsible	sự thúc ép *n.* press
sự thiếu tự nhiên *n.* affectation	sự thuê *n.* tenancy
sự thỉnh cầu *n.* petition	sự thụt lại *n.* recession
sự thịnh hành *n.* prevalance	sự thuyết phục *n.* persuasion
	sự thử *n.* test
	sự thử nghiệm *n.* trial
	sự thử thách *n.* challenge
	sự thử thách *n.* ordeal

sự thử thách *n.* probation
sự thừa *n.* redundance
sự thừa kế *n.* inheritance
sự thừa nhận *n.* allowance
sự thừa thãi *n.* abundance
sự thừa thãi *n.* profusion
sự thừa thãi *n.* superabundance
sự thức canh người chết *n.* wake
sự thức dậy *n.* uprising
sự thức đêm *n.* vigil
sự thực *n.* reality
sự thực hiện *n.* fulfilment
sự thực hiện *n.* performance
sự thực hiện *n.* realization
sự thương lượng *n.* nagotiation
sự thưởng *n.* reward
sự thưởng *n.* recompense
sự tích lũy *n.* accumulation
sự tịch thu *n.* confiscation
sự tiêm *n.* injection
sự tiêm chủng *n.* inoculation
sự tiêm chủng *n.* vaccination
sự tiến bộ *n.* advancement
sự tiến triển *n.* evolution
sự tiến triển *n.* progress
sự tiếp tục *n.* continuation
sự tiết kiệm *n.* economy
sự tiêu chuẩn hóa *n.* standardization
sự tiêu diệt *n.* annihilation
sự tiêu dùng *n.* expenditure
sự tiêu hóa *n.* assimilation
sự tiêu hóa *n.* digestion
sự tiêu thụ *n.* consumption
sự tiểu tiện *n.* urination
sự tìm kiếm *n.* search
sự tin cậy *n.* faith
sự tin cậy *n.* reliance
sự tin mù quáng *n.* bigotry

sự tín nhiệm hoàn toàn *n.* anaclisis
sự tinh chế *n.* refinement
sự tỉnh táo *n.* alertness
sự tỉnh táo *n.* sanity
sự tĩnh điện *n.* static
sự tính sai *n.* miscalculation
sự tính toán *n.* computation
sự tính tóan *n.* calculation
sự tính toán (tiền nợ nần) *n.* tally
sự tò mò *n.* curiosity
sự tổ chức *n.* organization
sự tố cáo *n.* denunciation
sự tối nghĩa *n.* ambiguity
sự tối tăm *n.* obscurity
sự tôn kính *n.* homage
sự tôn kính *n.* reverence
sự tôn kính *n.* veneration
sự tôn làm thần *n.* apotheosis
sự tôn trọng *n.* obeisance
sự tồn tại *n.* existence
sự tổn thương *n.* injury
sự tổng hợp *n.* synthesis
sự tốt hơn *n.* superiority
sự tới nơi *n.* arrival
sự tra dầu mỡ *n.* lubrication
sự tra tấn *n.* torture
sự trả đũa *n.* retaliation
sự trả lại *n.* repayment
sự trả miếng *n.* retort
sự trả thù *n.* revenge
sự trả thù *n.* vengeance
sự trả tiền *n.* payment
sự trả tiền *n.* shot
sự trác táng *n.* debauch
sự trác táng *n.* debauchery
sự trách mắng *n.* reproach
sự trái đạo đức *n.* immorality
sự trang hoàng *n.* decoration
sự trang trí *n.* ornamentation
sự tráng lệ *n.* splendour

sự tranh luận *n.* controversy
sự tránh *n.* avoidance
sự tránh thụ thai *n.* contraception
sự trao đổi *n.* exchange
sự trào phúng *n.* satire
sự trần trụi *n.* nudity
sự trẻ lại *n.* rejuvenation
sự trèo lên *n.* ascent
sự trệch hướng *n.* deviation
sự trì hoãn *n.* procrastination
sự trích dẫn *n.* quotation
sự triệt sản *n.* sterilization
sự triệu tập *n.* convocation
sự trình bày *n.* statement
sự trình bày thành bảng *n.* tabulation
sự trình diễn *n.* presentation
sự trong (nước) *n.* clarity
sự trong sạch *n.* purgation
sự trong trắng *n.* virginity
sự trở lại *n.* relapse
sự trở lại *n.* return
sự trở lại *n.* revival
sự trở ngại *n.* impediment
sự trơn *n.* slipper
sự truất quyền *n.* disqualification
sự trút xuống *n.* downfall
sự truy tìm *n.* quest
sự truyền *n.* infusion
sự truyền bá *n.* propagation
sự truyền cảm hứng *n.* inspiration
sự truyền đạt *n.* communication
sự trưng bày *n.* display
sự trừng phạt *n.* punishment
sự trượt *n.* slide
sự trượt chân *n.* slip
sự trượt chân *n.* stumble
sự trừu tượng hóa *n.* abstraction
sự tuân theo *a.* abiding
sự tuân theo *n.* conformity
sự tuân theo *n.* observance
sự tục tĩu *n.* obscenity
sự túm chặt lấy *n.* grasp
sự túm lấy *n.* grapple
sự tuyên bố *n.* declaration
sự tuyên bố *n.* proclamation
sự tuyên truyền *n.* propaganda
sự tư vấn *n.* consultation
sự từ bỏ *n.* abdication
sự từ bỏ *n.* abnegation
sự từ bỏ *n.* renunciation
sự từ chối *n.* refusal
sự từ chối *n.* repudiation
sự từ chối dứt khoát *n.* rebuff
sự từ chức *n.* resignation
sự tử tế *n.* amiability
sự tự do *n.* freedom
sự tự do *n.* liberty
sự tự do làm theo ý mình *n.* discretion
sự tự tử *n.* suicide
sự tức giận *n.* anger
sự tưới *n.* irrigation
sự tương phản *n.* contrast
sự tương quan *n.* correlation
sự tương tự *n.* analogy
sự tưởng tượng *n.* imagination
sự u ám *n.* gloom
sự u sầu *n.* melancholy
sự ủng hộ *n.* advocacy
sự uốn quăn *n.* curl
sự uỷ nhiệm *n.* proxy
sự ủy nhiệm *n.* deputation
sự ủy thác *n.* consignment
sự ưa thích *n.* liking
sự ưng thuận *n.* acquiescence

sự ướp lạnh *n.* refrigeration
sự ướp xác *n.* embankment
sự ưu tiên *n.* priority
sự va chạm *n.* collision
sự va chạm *n.* dash
sự vặn mạnh *n.* wrench
sự vặn vẹo *n.* wriggle
sự vắng mặt *n.* absence
sự vắt *n.* expression
sự vận động *n.* motion
sự vận động *n.* movement
sự vận động đi lên *n.* rise
sự vận hành *n.* operation
sự vâng lời *n.* obedience
sự ve vãn *n.* courtship
sự vẻ vang *n.* lustre
sự về hưu *n.* retirement
sự vi phạm *n.* offence
sự vi phạm chế độ hôn nhân một vợ một chồng *n.* bigamy
sự viện lý *n.* allegation
sự viết tự truyện *n.* autobiography
sự vô ích *n.* futility
sự vô kỷ luật *n.* indiscipline
sự vô lễ *n.* disrespect
sự vô ơn bạc nghĩa *n.* ingratitude
sự vô sinh *n.* sterility
sự vô ý *n.* indiscretion
sự vỗ cánh *n.* flutter
sự vội vã *n.* hurry
sự vội vàng *n.* haste
sự vội vàng *n.* rush
sự vỡ nợ *n.* default
sự vỡ nợ *n.* bankruptcy
sự vỡ ra từng mảnh *n.* smash
sự vu khống *n.* slander
sự vui chơi *n.* merriment
sự vui mừng *n.* festivity
sự vui mừng *n.* joy
sự vui thích *n.* delight

sự vui vẻ *n.* gaiety
sự vui vẻ *n.* hilarity
sự vui vẻ *n.* jollity
sự vui vẻ *a.* mirthful
sự vui vẻ *n.* cheer
sự vừa phải *n.* moderation
sự vượt quá *n.* transgression
sự vứt bỏ *n.* disposal
sự xa xỉ *n.* luxury
sự xác đáng *n.* relevance
sự xác minh *n.* verification
sự xác nhận *n.* confirmation
sự xao lãng *n.* neglect
sự xảo quyệt *n.* cunning
sự xảo quyệt *n.* subtlety
sự xảy ra *n.* occurrence
sự xấc láo *n.* insolence
sự xâm chiếm *n.* conquest
sự xâm lấn *n.* trespass
sự xâm lược *n.* aggression
sự xâm lược *n.* invasion
sự xâm nhập *n.* intrusion
sự xâm nhập *a.* irate
sự xâm phạm *n.* infringement
sự xâm phạm *n.* violation
sự xấu hổ *n.* shame
sự xấu hổ *n.* shy
sự xây dựng *n.* build
sự xây dựng *n.* construction
sự xem lại *n.* review
sự xem lại *n.* revision
sự xem xét nội tâm *n.* introspection
sự xen vào *n.* intervention
sự xẻo *n.* mutilation
sự xét xử *n.* judgement
sự xiên nghiêng *n.* slant
sự xoa bóp *n.* massage
sự xoay vòng *n.* revolution
sự xoáy *n.* whirl
sự xói mòn *n.* erosion
sự xô đẩy *n.* jostle

sự xô đẩy *n.* push	sức mạnh *n.* force
sự xô đẩy *n.* shove	sức mạnh *n.* strength
sự xô đẩy *n.* thrust	sức mê hoặc *n.* charm1
sự xông vào *n.* irruption	sức nặng *n.* weight
sự xu nịnh *n.* flattery	sức nặng *n.* weightage
sự xuất bản *n.* publication	sức nóng rực *n.* ardour
sự xuất chúng *n.* prominence	sức quyến rũ *n.* glamour
sự xuất hiện *n.* appearance	sức sống *n.* vitality
sự xuất kích *n.* strike	sức tưởng tượng *n.* fancy
sự xuất sắc *n.* excellence	sưng lên *v.i.* swell
sự xúc phạm *n.* outrage	sừng *n.* horn
sự xúc tiến *n.* expedition	sườn *adj.* costal
sự xui khiến *n.* inducement	sương giá *n.* frost
sự xúi giục *n.* abetment	sương khói *n.* smog
sự xúi giục *n.* instigation	sương mù *n.* fog
sự xung đột *n.* conflict	sương mù *n.* haze
sự xung đột *n.* strife	sương mù *n.* mist
sự xuống tóc *n.* tonsure	sướt mướt *a.* lachrymose
sự xứng đáng *n.* merit	sượt qua *v.i.* graze
sự yên bình *n.* tranquility	
sự yên lặng *n.* still	
sự yên lặng *n.* stillness	

sự yên lặng *n.* calm	
sự yên tĩnh *n.* quiet	
sự yêu cầu *n.* rquisition	tác dụng của đòn bẩy *n.* leverage
sự yêu chuộng *n.* adoration	tác động *n.* impact
sự yêu thích *n.* sensuality	tác động trở lại *v.i.* react
sự yếu đi *n.* abatement	tác giả *n.* author
sự yếu ớt *n.* debility	tác giả kinh điểm *n.* classic
sửa *v.t.* correct	tác hại *a.* mischievous
sửa *v.i.* rectify	tác phong tỉnh lẻ *n.* provincialism
sửa cho tốt hơn *v.t.* amend	tách biệt *v.t.* seclude
sửa chữa *v.t.* repair	tách ra *v.t.* isolate
sửa đổi *v.t.* modify	tách ra *v.t.* sunder
sửa đổi *v.t.* reform	tai *n.* ear
sửa lại *v.t.* retouch	tai họa *n.* calamity
sữa *n.* milk	tai họa *a.* baleful
sữa đông (dùng làm pho mát) *n.* curd	tai nạn *n.* accident
sức chịu đựng *n.* stamina	tài chính *n.* finance
sức chứa *n.* capacity	tài chính *a.* financial
sức khỏe *n.* health	tài chính *a.* fiscal

tài giỏi *a.* proficient
tài hùng biện *n.* eloquence
tài hùng biện *a.* oratorical
tài khoản *n.* account
tài liệu *n.* document
tài liệu liệt kê *n.* digest
tài năng *n.* proficiency
tài năng *n.* talent
tài nghệ *n.* workmanship
tài nguyên *n.* resource
tài sản *n.* asset
tài sản *n.* property
tài sản *n.* legacy
tài thơ *n.* muse
tài tiên tri *n.* prophecy
tái bản *v.t.* reprint
tái bút *n.* postscript
tái diễn đều đặn *a.* recurrent
tái đi *v.i.* pale
tái sản xuất *v.t.* reproduce
tái sinh *v.t.* regenerate
tái tạo *adj.* anamorphous
tại sao *adv.* why
tám *n.* eight
tám mươi *n.* eighty
tạm bệt *interj.* farewell
tạm biệt *interj.* good-bye
tạm đuổi để trừng phạt *v.t.* rusticate
tạm giam *n.* remand
tạm nghỉ *v.i.* pause
tạm ngừng *v.t.* prorogue
tạm thời *a.* provisional
tạm thời *a.* temporary
tạm thời dừng lại *v.t.* halt
tạm trú *v.i.* sojourn
tan *v.i.* thaw
tan chảy *v.i.* melt
tan ra *v.t.* dissolve
tàn đi *v.i.* wither
tàn nhẫn *a.* pitiless
tàn nhẫn *a.* relentless

tàn nhẫn *a.* ruthless
tàn phá *v.t.* devour
tàn phá *v.t.* overrun
tàn phá *v.t.* ravage
tàn tật *a.* disabled
tàn tật *a.* invalid
tán cây *n.* canopy
tán dương *v.t.* laud
tán đầu *v.t.* rivet
tán lá *n.* foliage
tán thành *v.t.* approbate
tán tỉnh *v.t.* court
tán tỉnh *v.i.* flirt
tán tỉnh *v.t.* woo
tang tóc *n.* mournful
tảng *n.* lump
tảng ong *n.* honeycomb
tảng đá mòn *n.* boulder
tao nhã *a.* urbane
tảo va-rếch *n.* wrack
tạo chí xuất bản định kỳ *n.* periodical
tạo hình *v.t.* shape
tạo mô hình *v.t.* model
tạo ra điện *a.* electric
tạo ra tiếng động ầm ầm *v.i.* rumble
tạo thành *v.t.* form
tát *v.t.* slap
tát (bằng chân có móng sắc) *v.t.* paw
tàu hỏa *n.* train
tàu liên lạc *n.* tender
tàu lượn *n.* glider
tàu ngầm *n.* submarine
tàu thủy *n.* ship
tàu thuyền *n.* boat
tàu tuần dương *n.* cruiser
tay áo *n.* sleeve
tay ba *a.* tripartite
tay cầm *n.* handle
tay cầm *n.* shaft

tay đôi *adj.* biliteral
tay đỡ *n.* corbel
tay sai *n.* henchman
tay sai *n.* hireling
tắm *v.t.* bathe
tăng cường *v.t.* heighten
tăng cường *v.t.* intensify
tăng cường *v.t.* reinforce
tặng *v.t.* donate
tặng phẩm *n.* offering
tắt (núi lửa) *a.* extinct
tâm can *n.* quick
tâm hồn *n.* soul
tâm lý học *n.* psychology
tâm sự *v.i.* confide
tâm trạng *n.* mood
tâm trạng bối rối *n.* agitation
tầm nhìn *n.* view
tầm thường *a.* commonplace
tầm thường *a.* lowly
tầm thường *a.* mediocre
tẩm thuốc độc *v.t.* poison
tấm *n.* slab
tấm lót *n.* pillow
tấm phiếu *n.* plate
tấm sừng hàm (ở cá voi) *n.* baleen
tấm thảm *n.* carpet
tấm ván *n.* board
tấm ván *n.* plank
tân binh *n.* recruit
tần số *n.* frequency
tấn *n.* ton
tấn *n.* tonne
tấn công *v.t.* attack
tấn công *v.t.* strike
tấn công *v.t.* assault
tấn công *v.* assail
tấn công bất thình lình *v.i.* lunge
tận dụng *v.t.* utilize
tầng *n.* storey

tầng *n.* tier
tầng lớp quý tộc *n.* aristocracy
tập bản đồ *n.* atlas
tập cho ai quen với cái gì *v.t.* habituate
tập cho quen *v.t.* accustom
tập đoàn *n.* corporation
tập hợp *v.t.* collect
tập hợp *a.* collective
tập hợp *v.t.* gather
tập hợp *v.t.* muster
tập hợp lại *v.t.* aggregate
tập hợp lại *v.t.* assemble
tập hợp lại *v.t.* rally
tập luyện *v.t.* exercise
tập san *n.* journal
tập trung *v.t.* concentrate
tập trung *v.i.* mass
tất cả *a.* all
tất cả *n.* all
tất cả *pron.* all
tất cả *n.* whole
tất yếu *adv.* perforce
tật cận thị *n.* myopia
tật lác mắt *n.* squint
tật nói ngọng *n.* lisp
tẩy chay *v.t.* boycott
tẩy trắng *v.t.* bleach
tẻ nhạt *a.* irksome
tẻ nhạt *a.* lifeless
tem *n.* stamp
tê cóng *a.* numb
tế bào *n.* cell
tế bào *adj.* cellular
tế bào bài tiết *n.* heroine
tế nhị *a.* tricky
tệ hại *a.* plague
tệ nạn *n.* malady
tên *n.* name
tên *a.* nominal
tên côn đồ *n.* scoundrel

tên hiệu *n.* nickname
tha bổng *v.t.* acquit
tha theo lời hứa danh dự *v.t.* parole
tha thứ *v.t.* pardon
tha thứ được *a.* pardonable
tha tội *v.t.* absolve
tha tội *v.t.* assoil
thả lỏng *v.t.* loose
thác nước *n.* cascade
thác nước *n.* waterfall
thác nước lớn *n.* cataract
thạch *n.* jelly
thạch tín *n.* arsenic
thái *v.i.* dice
thái cực *n.* extreme
thái dương *n.* temple
thái độ *n.* attitude
thái độ ôn hòa *n.* temperance
thái quá *a.* undue
tham ăn *a.* voracious
tham chiến *a.* belligerent
tham chiến *a.* combatant
tham gia *v.i.* participate
tham lam *a.* greedy
tham vọng *n.* ambition
thảm dầy trải sàn *n.* rug
thảm họa *n.* disaster
thảm khốc *a.* dire
thảm khốc *a.* disastrous
thảm thêu *n.* tapestry
thảm thương *a.* piteous
thám hiểm *v.t.* explore
than đá *n.* coal
than khóc *v.i.* mourn
than khóc *v.i.* wail
than non *n.* lignite
than phiền *v.t.* bewail
than thứ *v.t.* forgive
than văn *v.i.* moan
than văn *v.i.* lament
thán từ *n.* interjection

tháng *n.* month
tháng 9 *n.* September
tháng ba *n.* march
tháng Hai *n.* February
tháng Mười *n.* October
tháng Mười hai *n.* december
tháng mười một *n.* november
tháng năm *n.* May
tháng Tám *n.* August
tháng Tám *n.* august
thanh *n.* bar
thanh chống *n.* strut
thanh gỗ mỏng *n.* lath
thanh kiếm mỏng *n.* rapier
thanh lịch *adj.* elegant
thanh lý *v.t.* liquidate
thanh niên *n.* young
thanh niên *n.* youngster
thanh nổi (trong máy) *n.* pitman
thanh song *n.* mullion
thanh thiếu niên *n.* teenager
thanh toán *v.t.* pay
thanh tra *v.t.* inspect
thanh tra viên *n.* inspector
thanh tú *a.* delicate
thành Corin *n.* Corinth
thành công *v.t.* score
thành công *a.* successful
thành lập *v.t.* establish
thành luỹ *n.* rampart
thành lũy *n.* citadel
thành ngữ *n.* idiom
thành ngữ *n.* phrase
thành phần *n.* constituent
thành phần *n.* ingredient
thành phố *n.* city
thành phố *a.* municipal
thành phố nhỏ *a.* township
thành phố tự trị *n.* municipality
thành thạo *a.* expert

thành thật *a.* sincere	thay thế *v.t.* replace
thành thị *a.* urban	thay thế *v.t.* substitute
thành tích *n.* achievement	thay thế *v.t.* supersede
thành tích *n.* relic	thayphiên *v.t.* alternate
thành viên *n.* member	thắc mắc *v.t.* query
thành viên ban hội thẩm *n.* juror	thăm *v.t.* visit
thành viên ban hội thẩm *n.* juryman	thăng chức *v.t.* promote
	thằng đều *n.* rogue
thành viên công đoàn *n.* unionist	thằng ngốc *a.* idiotic
	thằng nhóc *n.* urchin
thành viên của hoàng gia *n.* royalty	thẳng *adv.* right
	thẳng *a.* straight
thánh ca *n.* chant	thẳng *adv.* straight
thánh đường *n.* minster	thẳng đứng *a.* upright
thánh hoá *v.t.* sanctify	thẳng thắn *adv.* downright
thánh thần *n.* godhead	thẳng thắn *a.* downright
thánh thần *a.* sacred	thẳng thắn *a.* frank
thánh thiện *a.* saintly	thẳng thắn *a.* straightforward
thao tác bằng tay *n.* manipulation	thắng *v.t.* win
	thắng vào ách *v.t.* yoke
thảo kế hoạch *v.t.* project	thắng yên *v.t.* saddle
thảo luận *v.t.* discuss	thắt *v.t.* lace
thảo mộc *n.* herb	thắt chặt *v.t.* knit
thảo nguyên *n.* steppe	thắt lại *v.t.* constrict
tháo gỡ *v.t.* detach	thắt lại *v.t.* knot
tháo nước *v.t.* drain	thắt lưng *v.t.* girdle
thạo *a.* competent	thâm căn cố đế *a.* ingrained
tháp *n.* minaret	thâm nhập *v.t.* penetrate
tháp *n.* tower	thầm kín *a.* secret
tháp Ba-ben *n.* babel	thẩm mỹ *a.* aesthetic
tháp chuông *n.* steeple	thẩm phán *n.* judge
tháp lầu *n.* belvedere	thẩm vấn *v.t.* interrogate
tháp nhọn *n.* pinnacle	thậm chí *adv.* even
tháp vuông *n.* peel	thân ái *adj.* amicable
thay cho *prep.* for	thân cây *n.* stalk
thay cho *n.* lieu	thân cây *n.* stem
thay đổi *v.t.* alter	thân cây *n.* trunk
thay đổi *v.t.* change	thân mật *a.* cordial
thay đổi *v.t.* vary	thân mật *a.* intimate
thay đổi khác nhau *a.* diverse	thân mến *a.* dear
thay thế *v.t.* commute	thân phận nô lệ *n.* servility
	thân thể *a.* corporal

thân thiết *a.* close
thân yêu *a.* darling
thần ái tình *n.* Cupid
thần bí *a.* mystic
thần bí *a.* mysterious
thần biển *n.* Neptune
thần diệu *a.* miraculous
thần Ec-cun *a.* herculean
thần giao cách cảm *n.* telepathy
thần học *a.* theological
thần thánh *n.* divinity
thần thoại *a.* fabulous
thần thoại *n.* myth
thần thoại *a.* mythical
thần thoại học *a.* mythological
thần thoại học *n.* mythology
thần tượng *n.* idol
thận trọng *adj.* circumspect
thận trọng *a.* considerate
thận trọng *a.* deliberate
thận trọng *a.* prudent
thận trọng *a.* prudential
thận trọng *a.* cautious
thận trọng cảnh giác *a.* wary
thận trọng trong tiêu tiền *a.* economical
thấp *a.* low
thấp *adv.* low
thấp kém *prep.* beneath
thập kỷ *n.* decade
thập niên *n.* decennary
thập phân *a.* decimal
thật là xấu hổ *interj.* fie
thất bại *v.i.* fail
thất học *a.* illiterate
thất thường *a.* temperamental
thất thường *a.* capricious
thất vọng *v.i.* despair
thật (tiền, kim loại quý) *a.* sterling
thật sự *a.* very

thật thà *a.* honest
thật thà *n.* sincerity
thật thà *a.* truthful
thật thà *a.* candid
thấu kính *n.* lens
thầy đồng gọi hồn *n.* necromancer
thầy giáo *n.* preceptor
thầy phù thủy *n.* magician
thầy phù thủy *n.* wizard
thầy thuốc *n.* medico
thầy thuốc *n.* physician
thầy tu *n.* monk
thầy tu *n.* priest
thầy tu ở Tây tạng *n.* lama
thầy tư tế *n.* beadle
thấy trước *v.t.* anticipate
thẻ đánh dấu *n.* book-mark
thẻ ghi *n.* tag
thèm muốn *adj.* appetent
thèm muốn *a.* desirable
thèm muốn *a.* desirous
thèm muốn *v* envy
thèm thuồng *v.t.* covet
thẹn đỏ mặt *adv.* ablush
theo bản năng *a.* instinctive
theo chiều hướng *adv.* around
theo chu kỳ *a.* cyclic
theo cùng một cách *adv.* alike
theo dấu *v.t.* trail
theo dõi *v.t.* track
theo đó *adv.* accordingly
theo đúng nguyên văn *n.* textual
theo đuổi *v.t.* prosecute
theo đuổi *v.t.* pursue
theo gót *v.t.* dog
theo hàng *a.* serial
theo hệ mét *a.* metric
theo hướng đó *adv.* thither

theo nghĩa đen *a.* literal	**thị giác** *a.* optic
theo phép vi lượng đồng căn *a.* homogeneous	**thị giác** *a.* visual
theo phong tục *a.* customary	**thị lực** *n.* sight
theo thời vụ *a.* seasonal	**thị lực** *n.* vision
theo triết học *a.* philosophical	**thị trấn** *n.* town
thép *n.* steel	**thị trường** *n.* market
thề *v.t.* swear	**thị trưởng** *n.* mayor
thề *v.t.* vow	**thích... hơn** *adv.* rather
thề bỏ *v.t.* forswear	**thích** *a.* lyrical
thể dục *a.* gymnastic	**thích** *v.t.* like
thể dục *n.* gymnastics	**thích đáng** *a.* due
thể hiện kính trọng *v.t.* honour	**thích đánh** *a.* apposite
thể mẹ *n.* matrix	**thích hơn** *v.t.* prefer
thể thao *a.* athletic	**thích hợp** fit
thể thao *n.* sport	**thích hợp** *a.* opportune
thể xác *a.* bodily	**thích hợp** *a.* pertinent
thể xác *n.* body	**thích hợp** *a.* proper
thế cân bằng *n.* poise	**thích hợp** *a.* relevant
thế giới *n.* world	**thích hợp** *adj.* apposite
thế hệ *n.* generation	**thích hợp** *adv.* appositely
thế kỷ *n.* century	**thích hợp** *a.* appropriate
thêm *a.* extra	**thích hợp cho tàu bè đi lại** *a.* navigable
thêm gia vị *v.t.* relish	**thích hợp với** *v.t.* suit
thêm hậu tố *v.t.* suffix	**thích mạo hiểm** *a.* venturous
thêm hoặc ngoài *a.* else	**thích phiêu lưu** *a.* adventurous
thêm hoặc ngoài *adv.* else	**thích thú** *v.t.* enjoy
thêm vào *v.t.* add	**thiếc** *n.* tin
thêm vào *a.* additional	**thiên anh hùng ca** *n.* epic
thêm vào *adv.* besides	**thiên đỉnh** *n.* zenith
thêm vào *a.* plus	**thiên đường** *n.* heaven
thết (ai) tiệc lớn *v.t.* banquet	**thiên đường** *n.* paradise
thi đỗ *v.i.* pass	**thiên hà** *n.* galaxy
thi hành *v.t.* execute	**thiên lệch** *a.* partisan
thi pháp *n.* poetics	**thiên nga** *n.* swan
thi sĩ *n.* bard	**thiên nhiên** *n.* nature
thi vấn đáp *v.t.* quiz	**thiên niên kỷ** *n.* millennium
thi vấn đáp *n.* viva-voce	**thiên tài** *n.* genius
thì *v.t.* be	**thiên thần** *n.* angel
thí dụ *n.* instance	**thiên thể** *n.* orb
thị giác *a.* ocular	**thiên văn học** *n.* astronomy

thiên về *a.* prone
thiển cận *a.* smug
thiến *v.t.* geld
thiện ý *n.* favour1
thiện ý *n.* goodwill
thiết bị *n.* appliance
thiết bị đo gió *n.* anemometer
thiết kế *v.t.* design
thiết thực *a.* expedient
thiết thực *a.* utilitarian
thiết yếu *a.* vital
thiểu số *n.* minority
thiếu *v.t.* lack
thiếu cân nhắc *a.* injudicious
thiếu chu đáo *a.* inconsiderate
thiếu hụt *adj.* deficient
thiếu khả năng *a.* incompetent
thiếu kiên nhẫn *a.* impatient
thiếu may mắn *a.* luckless
thiếu niên *n.* boy
thiếu nữ *n.* damsel
thiếu nữ *n.* lass
thiếu nữ *n.* maiden
thiếu thận trọng *a.* reckless
thiếu tin tưởng *n.* misbelief
thiếu tướng *n.* brigadier
thỉnh cầu *v.t.* request
thỉnh thoảng *a.* occasional
thỉnh thoảng *adv.* occasionally
thỉnh thoảng *adv.* sometimes
thính giác *a.* acoustic
thính phòng *n.* auditorium
thịnh hành *a.* prevalent
thịnh vượng *v.i.* prosper
thịnh vượng *a.* prosperous
thịnh vượng *v.i.* thrive
thịt *n.* meat
thịt bò *n.* beef
thịt cừu *n.* mutton
thịt gà *n.* fowl
thịt lợn *n.* pork
thịt lợn muối xông khói *n.* bacon
thịt mỡ *n.* speck
thịt quay *n.* roast
thịt rán *n.* fry
thỏ rừng *n.* hare
thọ tám mươi tuổi *a.* octogenarian
thọ tám mươi tuổi *a.* octogenarian
thỏa hiệp *v.t.* compromise
thoải mái *a.* comfortable
thoảng đưa *v.t.* waft
thoáng mùi *v.i.* smack
thóc *n.* paddy
thóc *n.* rice
thọc *v.t.* stick
thoi đưa *v.t.* shuttle
thói cầu kỳ *n.* mannequin
thói chế nhạo *n.* mockery
thói kiểu cách *n.* mannerism
thói nịnh hót *n.* sycophancy
thói phàm ăn *n.* gluttony
thói quen *n.* habit
thói quen *n.* wont
thói uống rượu *n.* bottler
thòng lọng *n.* noose
thô *a.* harsh
thô bỉ *a.* vulgar
thô lỗ *a.* crude
thô lỗ *a.* uncouth
thổ dân *n.pl* aborigines
thổ ngữ *n.* vernacular
thổ phỉ *n.* dacoit
thôi cho bú *v.t.* wean
thôi miên *v.t.* fascinate
thôi miên *v.t.* hypnotize
thôi miên *v.t.* mesmerize
thôi thúc *n.* urge
thổi còi *v.i.* pipe
thổi kèn *v.t.* blare
thổi kèn trumpet *v.i.* trumpet
thổi sáo *v.i.* flute

thôn *n.* hamlet
thông báo *v.t.* announce
thông báo *v.t.* notice
thông báo *v.t.* notify
thông cảm *a.* sympathetic
thông cảm *v.i.* sympathize
thông cáo *n.* communiqué
thông cáo *a.* notice
thông gió *v.t.* ventilate
thông minh *a.* intelligent
thông minh *a.* sagacious
thông suốt mọi sự *a.* omniscient
thông thái rởm *n.* pedantic
thông thạo *a.* conversant
thông thạo *adj.* conversant
thông thường *a.* normal
thông thường *adv.* ordinarily
thông thường *a.* ordinary
thông thường *a.* routine
thông thường *a.* usual
thông thường *adv.* usually
thông tin *n.* information
thông tin *a.* informative
thông tín viên *n.* correspondent
thông tri *n.* circular
thống đốc *n.* governor
thống kê *a.* statistical
thống trị *v.t.* overrule
thốt ra *v.t.* utter
thốt ra *v.t.* blurt
thơ *n.* verse
thơ bát cú *n.* octave
thơ ca *n.* poesy
thơ ca ngợi *n.* ode
thơ thẩn *v.i.* loll
thơ trào phúng *n.* epigram
thơ trào phúng *n.* skit
thờ ơ *a.* indifferent
thờ ơ *a.* nonchalant
thờ phụng *v.t.* worship

thở *v.i.* respire
thở *v.i.* breathe
thở dài *v.i.* sigh
thở hổn hển *v.i.* gasp
thở hổn hển *v.i.* heave
thở hổn hển *v.i.* pant
thở phì phì *v.i.* snort
thở phù phù *v.i.* puff
thợ *n.* workman
thợ cạo *n.* barber
thợ cày *n.* ploughman
thợ chữa giày *n.* cobbler
thợ dệt *n.* weaver
thợ gốm *n.* potter
thợ hàn chì *n.* plumber
thợ hàn nồi *n.* tinker
thợ in *n.* printer
thợ kim hoàn *n.* goldsmith
thợ kim hoàn *n.* jeweller
thợ làm đồ gỗ *n.* joiner
thợ lắp ráp *n.* fitter
thợ mài dao kéo *n.* sharpener
thợ may *n.* tailor
thợ máy *n.* mechanic
thợ mỏ *n.* miner
thợ mộc *n.* carpenter
thợ rèn *n.* blacksmith
thợ rèn *n.* smith
thợ sắp chữ compositor
thợ thủ công *n.* artisan
thợ thủ công *n.* craftsman
thợ thuộc da *n.* tanner
thợ tiện *n.* turner
thợ tráng men *n.* glazier
thợ xây *n.* mason
thời (của động từ) *n.* tense
thời đại hỗn nguyên *n.* chaos
thời gian *a.* temporal
thời gian *n.* time
thời gian *n.* while
thời gian chuyển tiếp *n.* interim

thời gian ngừng họp *n.* recess
thời gian rỗi *n.* leisure
thời gian yên tĩnh *n.* lull
thời hoàng kim *n.* heyday
thời kỳ *n.* period
thời kỳ đầu tiên *n.* prime
thời kỳ đồ đá mới *a.* neolithic
thời kỳ yên ổn *n.* calm
thời niên thiếu *n.* boyhood
thời sự *a.* topical
thời thơ ấu *n.* childhood
thời tiền sử *a.* prehistoric
thời tiết *n.* weather
thời trang *n.* fashion
thơm ngát *a.* fragrant
thu *v.t.* levy
thu được *v.t.* gain
thu được *v.t.* procure
thu hẹp *v.t.* narrow
thu hồi *v.t.* revoke
thu hút *v.t.* attract
thu hút (sự chú ý) *v.t.* engross
thu lại được *v.t.* recoup
thu nhập *n.* income
thu nhập *n.* revenue
thu nhỏ lại *v.t.* dwindle
thu nhỏ lại *a.* miniature
thu phí *v.t.* toll
thu phiếu bầu của *v.t.* poll
thu về *v.t.* reap
thù địch *a.* inimical
thủ công *a.* manual
thủ dâm *v.i.* masturbate
thủ đoạn *n.* manoeuvre
thủ đô *n.* metropolis
thủ đô *n.* capital
thủ lĩnh *n.* chieftain
thủ phạm *n.* culprit
thủ quỹ *n.* cashier
thủ quỹ *n.* treasurer
thủ thuật *n.* trick

thủ thư *n.* librarian
thủ tục *n.* procedure
thủ tướng *n.* premier
thú có nhiều chân *n.* multiped
thú có túi *n.* marsupial
thú con *n.* whelp
thú nhận *v.t.* confess
thú tính *n.* lust
thú vật *n.* beast
thú vật ăn xác thối *n.* scavenger
thú y *a.* veterinary
thua kém *a.* inferior
thua lỗ *n.* loss
thuần hóa *v.t.* tame
thuận lợi *n.* advantage
thuận lợi *a.* favourable
thuận tiện *a.* convenient
thuật bói chim *n.* auspice
thuật chiêm tinh *n.* astrology
thuật giả kim *n.* alchemy
thuật hùng biện *n.* rhetoric
thuật kỹ lại *v.t.* recount
thuật làm đồ gốm *n.* ceramics
thuật ngoại giao *n.* diplomacy
thuật ngữ *a.* terminological
thuật ngữ *n.* terminology
thuật nhiếp ảnh *n.* photography
thuật thôi miên *n.* hypnotism
thuật thôi miên *n.* mesmerism
thuật xem tướng *n.* physiognomy
thuật xem tướng tay *n.* palmistry
thúc (ngựa) *v.t.* spur
thúc đẩy *v.t.* advantage
thúc đẩy *v.t.* foster
thúc đẩy *v* motivate
thúc đẩy *v.t.* prompt
thúc ép *v.t.* compel

thúc ép *v.t.* press
thuê *v.t.* hire
thuê *v.t.* lease
thuê nột người *v.t.* engage
thuế *n.* excise
thuế *n.* tax
thuế biểu *n.* tariff
thuế lợi tức lũy tiến *n.* surtax
thuế nhập thị *n.* octroi
thuế siêu lợi tức *n.* supertax
thuế sử dụng cầu tàu *n.* wharfage
thung lũng *n.* dale
thung lũng *n.* hollow
thung lũng *n.* valley
thùng *n.* cask
thùng *n.* peck
thùng *n.* bucket
thùng đánh kem (để làm bơ) *n.* churn
thùng làm lạnh *n.* cooler
thùng rượu *n.* barrel
thùng thưa *n.* crate
thuốc *n.* drug
thuốc *n.* medicine
thuốc bách bệnh *n.* panacea
thuốc bổ *n.* tonic
thuốc độc *n.* poison
thuốc giải độc *n.* antidote
thuốc giảm đau *n.* sedative
thuốc lá *n.* tobacco
thuốc lang băm *n.* nostrum
thuốc mê *n.* narcotic
thuốc mỡ *n.* ointment
thuốc nhuận tràng *n.* laxative
thuốc nhuộm *n.* dye
thuốc phiện *n.* opium
thuốc phòng bệnh *n.* preservative
thuốc rửa mắt *n.* eyewash
thuốc súng *n.* power
thuốc súng không khói *n.* amberite
thuốc tẩy *n.* purgative
thuốc tê *n.* anaesthetic
thuốc trị *n.* mithridate
thuốc trừ sâu *n.* insecticide
thuốc trừ vật hại *n.* pesticide
thuộc Ai Len *a.* Irish
thuộc biên tập *a.* editorial
thuộc buổi khai mạc *a.* inaugural
thuộc bưu điện *a.* postal
thuộc chủ tịch *a.* presidential
thuộc con người *a.* human
thuộc công nghiệp *a.* industrial
thuộc Do thái *a.* jubilant
thuộc đạo nhiều thần *a.* polytheistic
thuộc địa *a.* colonial
thuộc địa *n.* colony
thuộc địa ngục *a.* infernal
thuộc động đất *a.* seismic
thuộc giác quan *a.* sensuous
thuộc hạ *n.* minion
thuộc hành tinh *a.* planetary
thuộc hoàng đế *a.* imperial
thuộc hủi *a.* leprous
thuộc lòng *n.* rote
thuộc mặt trăng *a.* lunar
thuộc mặt trời *a.* solar
thuộc ngoại giao *a.* diplomatic
thuộc nguồn gốc *a.* original
thuộc người nô lệ *a.* servile
thuộc pháp luật *n.* judiciary
thuộc quả đất *a.* earthly
thuộc sao băng *a.* meteoric
thuộc số nhiều *a.* plural
thuộc tâm linh *a.* psychic
thuộc tâm lý *a.* psychological
thuộc thành ngữ *a.* idiomatic
thuộc thổ dân *a.* aboriginal

thuộc thượng nghị sĩ *a.* senatorial
thuộc thượng nghị viện *a.* senatorial
thuộc tính *n.* attribute
thuộc trạng từ *a.* adverbial
thuộc trí tuệ *a.* intellectual
thuộc truyền thuyết *a.* legendary
thuộc về *a.* antiquarian
thuộc về *v.i.* belong
thuộc về *v.i.* pertain
thuộc về bầu trời *adj.* celestial
thuộc về bệnh viện *n.* hospitality
thuộc về biển *a.* maritime
thuộc về cơ khí *a.* mechanic
thuộc về đảo *a.* insular
thuộc về kim loại *a.* metallic
thuộc về kinh tế *a.* economic
thuộc về lịch sử *a.* historical
thuộc về mậu dịch *a.* mercantile
thuộc về môi *a.* labial
thuộc về não *adj.* cerebral
thuộc về nước Anh *adj.* british
thuộc về Tây Ban Nha *a.* Spanish
thuộc về Thụy Sĩ *a.* swiss
thuộc về tình cảm *a.* sentimental
thuộc về tình dục *a.* sexual
thuộc về trực giác *a.* intuitive
thuộc vỏ khô *a.* husky
thuộc vùng miền *a.* regional
thủy ngân *n.* mercury
thủy ngân *n.* quicksilver
thủy ngân sulfua *n.* cinnabar
thuỷ thủ *n.* sailor
thủy thủ *n.* mariner

thủy tinh vụn *n.* cullet
thủy triều *a.* tidal
thủy triều *n.* tide
thuyết duy linh *n.* spiritualism
thuyết giáo *v.i.* preach
thuyết hư vô *n.* nihilism
thuyết hữu thần *n.* theism
thuyết một thần *n.* monotheism
thuyết phiếm thần *n.* pantheism
thuyết phục *v.t.* convince
thuyết phục *v.t.* persuade
thuyết thần bí *n.* mysticism
thuyết thần học *n.* theology
thuyết vô thần *n.* atheism
thư ký *n.* secretary
thư mục *+n.* bibliography
thư từ *n.* mail
thư viện *n.* library
thử *v.t.* test
thử làm *v.t.* essay
thử thách *v.t.* challenge
thứ *n.* thing
thứ ăn được *n.* eatable
thứ ba *a.* third
thứ ba *adv.* thirdly
thứ ba mươi *a.* thirtieth
thứ Bảy *n.* Saturday
thứ bảy *a.* seventh
thứ bảy mươi *a.* seventieth
thứ bậc *n.* hierarchy
thứ chín *a.* ninth
thứ Hai *n.* Monday
thứ hai *v.t.* second
thứ hai mươi *a.* twentieth
thứ mười ba *a.* sixteenth
thứ mười ba *a.* thirteenth
thứ mười bảy *a.* seventeenth
thứ mười chín *a.* nineteenth
thứ mười chín *a.* ninetieth
thứ mười hai *a.* twelfth

thứ nhất *a.* first
thứ Sáu *n.* Friday
thứ sáu *a.* sixth
thứ sáu mươi *a.* sixtieth
thứ tự *n.* order
thứ yếu *a.* minor
thưa thớt *a.* sparse
thừa kế *v.t.* inherit
thừa nhận *v.t.* concede
thừa nhận *v.t.* avow
thừa thãi *a.* abundant
thừa thãi *a.* profuse
thừa thãi *a.* superabundant
thức ăn *n.* food
thức ăn *n.pl* victuals
thức tỉnh *v.i.* rouse
thực *a.* net
thực *a.* real
thực *adv.* really
thực dụng *a.* pragmatic
thực đơn *n.* menu
thực hành *v.t.* practise
thực hành được *a.* practicable
thực hiện *v.t.* fulfil
thực hiện *v.t.* implement
thực hiện *v.t.* perform
thực hiện *v.t.* realize
thực sự *adv.* actually
thực sự *a.* veritable
thực sự *a.* actual
thực sự *n.* arrant
thực tập sinh *n.* trainee
thực tế *a.* practical
thực thể *n.* entity
thực thi sai *n.* misconduct
thực tiễn *n.* practice
thực vật *n.* plant
thực vật *a.* vegetable
thực vật *n.* vegetation
thực vật học *n.* botany
thước Anh *n.* yard

thương gia *n.* merchant
thương hại *v.t.* commiserate
thương lượng *v.t.* negotiate
thương mại *a.* commercial
thương mại *n.* trade
thương người *a.* philanthropic
thương nhân *n.* trader
thương xót *a.* pitiful
thường dân *n.* civilian
thường dân *n.* layman
thường đến một nơi *v.t.* haunt
thường lệ *a.* wonted
thường thường *adv.* oft
thường thường *adv.* often
thường xuyên *n.* frequent
thưởng *v.t.* award
thưởng *v.t.* recompense
thưởng công *v.t.* reward
thượng nghị sĩ *n.* senator
thượng nghị viện *n.* senate
ti tiện *a.* despicable
ti tiện *n.* miscreant
tỉ mỉ *v.t.* detail
tí chút *a.* particle
tia lửa *n.* spark
tia X *n.* x-ray
tia X *a.* x-ray
tỉa cành *v.t.* lop
tích cực *a.* strenuous
tích lũy *v.t.* accumulate
tích trữ *v.t.* store
tịch thu *v.t.* confiscate
tịch thu *v.i.* pry
tiệc lớn *n.* banquet
tiêm *v.t.* syringe
tiêm chủng *v.t.* inoculate
tiêm chủng *v.t.* vaccinate
tiêm thuốc *v.t.* inject
tiềm lực *n.* potential
tiềm tàng *a.* potential

tiệm cà phê *n.* cafe
tiên đoán *v.t.* prophesy
tiên phong *v.t.* pioneer
tiên quyết *a.* prerequisite
tiên tri *a.* prophetic
tiền *n.* money
tiền bạc *n.* means
tiền bạc *n.* pelf
tiền bảo lãnh *n.* bail
tiền cấp dưỡng cho vợ *n.* alimony
tiền cho vay *n.* loan
tiền chuộc *n.* ransom
tiền định *a.* fatal
tiền đò *n.* fare
tiền đô la *n.* dollar
tiền đồn *n.* outpost
tiền lãi *n.* proceeds
tiền lệ *n.* antecedent
tiền lệ *n.* precedent
tiền lương *n.* pay
tiền lương *n.* wage
tiền lượng *n.* salary
tiền mặt *n.* cash
tiền phạt *n.* fine
tiền phạt *n.* forfeit
tiền sản *adj.* antenatal
tiền tài *a.* pecuniary
tiền tệ *a.* monetary
tiền thù lao rẻ mạt *n.* pittance
tiền thu nhập *n.* benefice
tiền thù lao *n.* fee
tiền thù lao *n.* honorarium
tiền thù lao *n.* remuneration
tiền thuê *n.* rent
tiền thuế *n.* Scot
tiền thuế thu được *n.* levy
tiền thưởng *n.* bonus
tiền thưởng *n.* gratuity
tiền tố *n.* prefix
tiền trả hàng năm *n.* annuity
tiền trả thêm cho chủ tàu *adv.* prima facie
tiền trợ cấp *n.* subsidy
tiền xu *n.* coin
tiến bộ *n.* advance
tiến chậm *v.t.* nose
tiến hành *v.t.* wage
tiến lên *v.i.* proceed
tiến tới *a.* progressive
tiến triển *v.i.* progress
tiến về phía trước *a.* onward
tiện *n.* lathe
tiếng cú kêu *n.* hoot
tiếng leng keng *n.* clink
tiếng *n.* hour
tiếng ầm ĩ *n.* din
tiếng ầm ầm *n.* rumble
tiếng bập bẹ *n.* babble
tiếng be be (cừu, dê) *n.* bleat
tiếng bò rống *v.i.* moo
tiếng chan chát *n.* clash
tiếng chó sủa *n.* yap
tiếng chuông rung *n.* toll
tiếng cọt kẹt *n.* creak
tiếng cười *n.* laugh
tiếng cười *n.* laughter
tiếng đóng cửa sầm *n.* slam
tiếng đổ vỡ *n.* cracker
tiếng gầm *n.* roar
tiếng gầm gừ *n.* growl
tiếng gầm gừ *n.* snarl
tiếng giậm chân *v.t.* trample
tiếng gù của bồ câu *n.* coo
tiếng hí (ngựa) *n.* neigh
tiếng hoan hô *n.* acclaim
tiếng hót líu lo *n.* twitter
tiếng huýt gió *n.* hiss
tiếng Hy-lạp *n.* Greek
tiếng inh tai *n.* bray
tiếng kêu chiêm chiếp *n.* chirp
tiếng kêu chít chít *n.* peep
tiếng kêu gộp gộp *n.* gobble

tiếng kêu ộp ộp	*n.* croak	**tiếng tích tắc**	*n.* tick
tiếng kêu quàng quạc	*n.* quack	**tiếng tru**	*n.* howl
tiếng kêu răng rắc	*n.* crack	**tiếng uych**	*n.* thud
tiếng kêu răng rắc	*v.t.* crackle	**tiếng vang**	*n.* echo
tiếng kêu ủn ỉn	*n.* grunt	**tiếng vo ve**	*n.* hum
tiếng kêu vù vù	*n.* whir	**tiếng vo vo**	*n.* purr
tiếng kêu vù vù	*n.* zoom	**tiếng vo vo**	*n.* buzz
tiếng kêu xèo	*n.* sizzle	**tiếng vọng**	*n.* repercussion
tiếng khóc	*n.* cry	**tiếng vỗ**	*n.* clap
tiếng khụt khịt	*n.* sniff	**tiếng vỗ tay**	*n.* applause
tiếng la	*n.* shriek	**tiếng Ý**	*n.* Italian
tiếng la	*n.* call	**tiếp đãi**	*v.t.* entertain
tiếng la hét	*n.* clamour	**tiếp giáp**	*v* abutted
tiếng la hét	*n.* yell	**tiếp sức sống cho**	*v.t.* vitalize
tiếng la khóc	*n.* wail	**tiếp theo**	*a.* next
tiếng lách cách	*n.&v.i.* clack	**tiếp tục**	*v.i.* continue
tiếng lách cách	*n.* click	**tiếp tục**	*adv.* on
tiếng leng keng	*n.* jingle	**tiếp tục tồn tại**	*v.i.* survive
tiếng lóng	*n.* slang	**tiếp tuyến**	*n.* tangent
tiếng nói	*a.* lingual	**tiết hạnh**	*a.* virtuous
tiếng nói oang oang	*n.i.* bawl	**tiết kiệm**	*a.* frugal
tiếng nói thầm	*n.* whisper	**tiết kiệm**	*a.* thrifty
tiếng nước ngoài	*n.* lingo	**tiết niệu**	*a.* urinary
tiếng ồn	*n.* noise	**tiết ra sữa**	*v.i.* lactate
tiếng ồn ào	*n.* uproar	**tiêu biểu**	*a.* representative
tiếng ợ	*n.* belch	**tiêu biểu cho**	*v.t.* typify
tiếng Pháp	*n.* French	**tiêu chuẩn**	*n.* canon
tiếng quạ kêu	*n.* caw	**tiêu chuẩn**	*n.* criterion
tiếng rên rỉ	*n.* groan	**tiêu chuẩn**	*n.* standard
tiếng rì rầm	*n.* murmur	**tiêu chuẩn**	*a.* standard
tiếng Roman	*a.* romantic	**tiêu chuẩn hóa**	*v.t.* normalize
tiếng rống	*n.* low	**tiêu chuẩn hóa**	*v.t.* standardize
tiếng rung	*n.* quiver	**tiêu diệt**	*v.t.* annihilate
tiếng sập mạnh	*n.* bang	**tiêu diệt**	*v.t.* massacre
tiếng sột soạt	*n.* scratch	**tiêu dùng**	*v.t.* expend
tiếng sủa	*n.* bark	**tiêu đề**	*n.* heading
tiếng sủa	*n.* woof	**tiêu đề**	*n.* title
tiếng tăm	*n.* fame	**tiêu điểm**	*n.* focus
tiếng tăm	*n.* repute	**tiêu hóa**	*v.* assimilate
tiếng than	*n.* moan	**tiêu sắc**	*adj.* achromatic
tiếng thét	*n.* scream	**tiêu thụ**	*v.t.* consume
		tiều tụy	*v.i.* pine

tiểu điền chủ *n.* yeoman
tiểu đoàn *n.* battalion
tiểu họa *n.* miniature
tiểu sử *n.* biography
tiểu thuyết *n.* novel
tiểu thuyết gia *n.* novelist
tim *n.* heart
tìm kiếm *v.t.* seek
tìm ra *v.t.* detect
tìm thấy *v.t.* find
tìm về *v.t.* fetch
tin cậy *v.i.* rely
tin đồn *n.* bruit
tin đồn *n.* rumour
tin đồng *n.* hearsay
tin nhắn *n.* message
tin tức *n.* news
tin tức *n.pl.* tidings
tin tưởng *v.t.* believe
tin tưởng *v.t.* trust
tin vịt *n.* canard
tín điều *n.* creed
tín đồ đạo Cơ-đốc *n.* Christendom
tín ngưỡng *n.* creed
tinh bột *n.* starch
tinh chất *n.* quintessence
tinh chế *v.t.* refine
tinh dịch *n.* semen
tinh hoàn *n.* testicle
tinh khiết *a.* pure
tinh khôn *adj.* argute
tinh nghịch *a.* arch
tinh tế *n.* subtle
tinh thám *n.* detective
tinh thần *a.* mental
tinh thần *n.* morale
tinh thần *a.* spiritual
tinh thể dạng sợi *n.* whisker
tinh thông *a.* adept
tinh trùng *n.* sperm
tinh vân *n.* nebula

tình ý *a.* observant
tình ái *a.* erotic
tình anh em *n.* confraternity
tình anh em *n.* fraternity
tình anh em *n.* brotherhood
tình cảm *n.* sentiment
tình chị em *n.* sisterhood
tình cờ *a.* accidental
tình cờ *a.* casual
tình hình *n.* juncture
tình huống *n.* situation
tình hữu nghị *n.* amity
tình nguyện làm *v.t.* volunteer
tình thế *n.* conjuncture
tình thế khó khăn *n.* fix
tình thế khó xử *n.* quandary
tình trạng *n.* state
tình trạng *n.* status
tình trạng bất ổn *n.* malaise
tình trạng bị chặn *n.* interception
tình trạng bị giam cầm *n.* captivity
tình trạng bị trục xuất *n.* banishment
tình trạng căng thẳng *n.* tension
tình trạng có vợ/chồng *n.* wedlock
tình trạng cổ xưa *n.* antiquity
tình trạng đi xuống *n.* ebb
tình trạng giao tranh *n.* belligerency
tình trạng giấu tên *n.* anonymity
tình trạng hồi hộp *n.* suspense
tình trạng khó khăn *n.* predicament
tình trạng không trả được nợ *n.* insolvency
tình trạng lộn xộn *n.* muddle
tình trạng màu mỡ *n.* fertility

tình trạng mất người thân *n.* bereavement
tình trạng mất trí *n.* insanity
tình trạng mất trí *n.* lunacy
tình trạng nan giải *n.* lock
tình trạng nặc danh *n.* anonymity
tình trạng ốm yếu *n.* morbidity
tình trạng suy tàn decay
tình trạng suy yếu về cơ thể *n.* senility
tình trạng thu hẹp đồng tử *n.* myosis
tình trạng trả được nợ *n.* solvency
tình trạng tự cho phép *n.* indulgence
tình trạng ướt *n.* wetness
tình trạng vô chính phủ *n.* anarchy
tình yêu *n.* love
tỉnh *n.* county
tỉnh *n.* province
tỉnh *a.* awake
tỉnh táo *a.* conscious
tĩnh học *n.* statics
tĩnh mạch *n.* vein
tĩnh tại *a.* sedative
tính *v.t.* reckon
tính ác *n.* malignity
tính bất diệt *n.* eternity
tính bất quy tắc *n.* irregularity
tính cao quý *n.* nobility
tính cẩn thận *n.* forethought
tính cấp bách *n.* urgency
tính cẩu thả *n.* negligence
tính chắc chắn *n.* consistence,-cy
tính chất *n.* essence
tính chất chính thống *n.* orthodoxy
tính chất dã man *n.* barbarity
tính chất duy nhất *n.* oneness
tính chất kỹ thuật *n.* technicality
tính chất phụ thuộc *a.* dependent
tính chất quan trọng *n.* notability
tính chất thích hợp *n.* advisability
tính chất thủy tinh *v.t.* vitiate
tính chất thường *n.* mediocrity
tính chất toàn bộ *n.* universality
tính chất vang vọng *n.* resonance
tính chính xác *n.* precise
tính chính xác *n.* stringency
tính có thể lọc *n.* filth
tính dễ dãi *n.* complaisance
tính di động *n.* mobility
tính di truyền *n.* hereditary
tính di truyền *n.* heredity
tính dũng cảm *n.* intrepidity
tính dũng cảm *n.* boldness
tính đa năng *n.* versatility
tính đại chúng *n.* popularity
tính đều đặn *n.* regularity
tính độc đáo *n.* originality
tính độc hại *n.* virulence
tính đồng bóng *n.* vagary
tính đúng giờ *n.* punctuality
tính gan dạ *n.* bravery
tính hám lợi *n.* avarice
tính hào hiệp *n.* magnanimity
tính hay khôi hài *n.* pleasantry
tính hèn mọn *n.* lowliness
tính hẹp hòi thiển cận *n.* insularity
tính hiểm độc *n.* malice
tính hiện đại *a.* modern

tính hoa mỹ *n.* pomposity
tính hòa đồng *n.* sociability
tính hòa phóng *n.* liberality
tính hoang toàng *n.* prodigality
tính hoạt bát *n.* vivacity
tính hợp pháp *n.* legality
tính hợp pháp *n.* legitimacy
tính hung bạo *n.* atrocity
tính hữu hình *n.* visibility
tính khí *n.* temperament
tính không an toàn *n.* insecurity
tính không dung thứ *a.* intolerant
tính không lương thiện *n.* dishonesty
tính không nghiêm túc *n.* laxity
tính không ổn định *n.* instability
tính không quan trọng *n.* insignificance
tính không thành thực *n.* insincerity
tính không thể thi hành *n.* impracticability
tính khúc chiết *n.* brevity
tính kiên định *n.* steadiness
tính kiên gan *n.* persistence
tính kiên nhẫn *n.* patience
tính kiên nhẫn *n.* perseverance
tính kiêu ngạo *n.* conceit
tính kiêu ngạo *n.* arrogance
tính kín đáo *n.* secrecy
tính lãnh đạm *n.* apathy
tính mạnh mẽ *n.* impetuosity
tính mặn *n.* salinity
tính mơ hồ *n.* vagueness
tính mờ đục *n.* opacity
tính mới lạ *n.* novelty
tính nam nhi *a.* manlike

tính nết *n.* character
tính ngang ngạnh *n.* perversity
tính nghiêm khắc *n.* rigour
tính nghiêm khắc *n.* severity
tính ngoan cố *n.* obstinacy
tính nhát gan *n.* cowardice
tính nhân *n.* multiplication
tính nhân hậu *n.* lenience, leniency
tính nhân từ *a.* benevolent
tính nóng nảy *n.* petulance
tính quá mức *n.* extravagance
tính quản lý *a.* managerial
tính riêng biệt *n.* peculiarity
tính sạch sẽ *n.* cleanliness
tính sai *v.t.* miscalculate
tính sáng suốt *n.* lucidity
tính siêu phàm *n.* sublimity
tính tan được *n.* solubility
tính tàn bạo *n.* sadism
tính tao nhã *n.* urbanity
tính tham lam *n.* cupidity
tính tham lam *n.* greed
tính thanh lịch *n.* elegance
tính thâm hiểm *n.* malignancy
tính thất thường *n.* caprice
tính thật thà *n.* candour
tính thiên vị *n.* partiality
tính thiêng liêng *n.* sanctity
tính thiết thực *n.* utility
tính thu hút *a.* attractive
tính thực hiện được *n.* practicability
tính tiết kiệm *n.* thrift
tính tiêu chuẩn *n.* normalcy
tính tình *n.* temper
tính toán *v.t.* compute
tính tóan *v.t.* calculate
tính tổng *v.t.* total
tính trầm lặng *n.* reticence
tính trì trệ *n.* inertia

tính trung bình *v.t.* average	**toàn bộ** *a.* whole
tính trung thực *n.* honesty	**toàn cảnh** *n.* panorama
tính trưởng thành *n.* maturity	**toàn cầu** *a.* global
tính từ *n.* adjective	**toàn thể** *adv.* bodily
tính tự cao *n.* egotism	**toàn thể cán bộ công nhân viên** *n.* personnel
tính tự động *n.* spontaneity	
tính tự phụ *n.* presumption	**toàn thể nhân dân** *n.* commonwealth
tính tự phụ *n.* vainglory	
tính tự yêu mình *n.* narcissism	**toàn vẹn** *adv.* entirely
tính u sầu *adj.* melancholy	**toán học** *a.* mathematical
tính ưu việt *n.* pre-eminence	**tóc** *n.* hair
tính vô tội *n.* innocence	**tóc thắt đuôi sam** *n.* queue
tính vô vị *n.* insipidity	**tọc mạch** *a.* inquisitive
tính vụ lợi *n.* venality	**tỏi** *n.* garlic
tính vui vẻ *n.* joviality	**tỏi tây** *n.* leek
tính vừa phải *n.* modesty	**tóm tắt** *v.t.* summarize
tính xỏ lá *n.* roguery	**tòng phạm** *n.* accomplice
tính yếu đuối *n.* infirmity	**topaz** *n.* topaz
to béo *a.* gross	**tô màu** *v.t.* tincture
to lớn *a.* big	**tổ** *n.* nest
to lớn *a.* enormous	**tổ chức** *v.t.* organize
to lớn *a.* huge	**tổ chức thành trung đoàn** *v.t.* regiment
to lớn *a.* mammoth	
to lớn *a.* massy	**tổ ong** *n.* beehive
to lớn *a.* titanic	**tổ ong** *n.* hive
to lớn *a.* bulky	**tổ tiên** *a.* ancestral
tò mò *a.* curious	**tổ tiên** *n.* ancestry
tò mò *a.* nosey	**tổ tiên** *n.* forefather
tò mò *a.* nosy	**tổ tiên** *n.* forerunner
tỏ ra *a.* indicative	**tố cáo** *v.t.* denounce
tỏ vẻ kinh bỉ *a.* contemptuous	**tốc độ** *n.* speed
tỏ vẻ tôn kính *a.* reverential	**tôi** *pron.* I
tòa án *n.* court	**tôi** *pron.* me
tòa án *n.* tribunal	**tôi (thép)** *v.t.* temper
tòa đại pháp *n.* chancery	**tồi tàn** *a.* coarse
toả khắp *v.t.* pervade	**tồi tệ** *adv.* badly
tỏa khói *a.* smoky	**tối** *a.* dark
toạc *n.* slit	**tối cao** *a.* sovereign
toàn bộ *a.* entire	**tối cao** *a.* supreme
toàn bộ *a.* overall	**tối đa** *a.* maximum
toàn bộ *adv.* stark	**tối đa hóa** *v.t.* maximize
toàn bộ *a.* total	**tối hậu thư** *n.* ultimatum

tối sầm *a.* overcast
tối sầm lại *v.i.* darkle
tối tăm *a.* obscure
tối thiểu *a.* minimal
tối thiểu *a.* least
tối thiểu hóa *v.t.* minimize
tội ác *n.* crime
tội báng bổ thần thánh *n.* sacrilege
tội giết mẹ *a.* matricidal
tội giết trẻ con *n.* infanticide
tội lỗi *n.* sin
tội phạm *n.* criminal
tội phản quốc *n.* treason
tôn giáo *n.* religion
tôn kính *a.* reverent
tôn kính *v.t.* venerate
tôn kính như thần thánh *v.t.* hallow
tôn làm vua *v.t.* throne
tôn lên *v.t.* acclaim
tôn lên *v.t.* transfigure
tôn sùng *v.t.* revere
tồn tại *v.i.* exist
tông đồ (của Giê-su) *n.* apostle
tổng giám mục *n.* archbishop
tổng số *n.* amount
tổng số *n.* sum
tổng số *n.* total
tổng số *n.* totality
tổng thiên thần *n.* archangel
tống ra *v.t.* eject
tống vào tù *v.t.* imprison
tốt *a.* fine
tốt *a.* good
tốt *a.* well
tốt *adv.* well
tốt *a.* kind
tốt hơn *a.* superior
tốt hơn *a.* better
tốt hơn *adv.* better

tốt lành *a.* tonic
tốt nghiệp *v.i.* graduate
tốt nhất *a.* optimum
tột bậc *a.* superlative
tờ rơi *n.* leaflet
tời *n.* winch
tới *v.i.* arrive
tới mức đó *adv.* that
tra cứu *v.t.* search
tra dầu *v.t.* oil
tra dầu mỡ *v.t.* lubricate
tra tấn *v.t.* rack
tra tấn *v.t.* torture
trà *n.* tea
trả công *v.t.* remunerate
trả đũa *v.i.* retaliate
trả giá *v.t.* bid
trả giá cao hơn *v.t.* outbid
trả lại *v.t.* refund
trả lại *n.* refund
trả lại *v.t.* reimburse
trả lại *v.t.* render
trả lại *v.t.* repay
trả lời *v.t.* answer
trả lời *v.i.* reply
trả lương hưu *v.t.* pension
trả miếng *v.t.* retort
trả thù *v.t.* avenge
trả thù *v.t.* revenge
trả tiền mặt *v.t.* cash
trác táng *v.t.* debauch
trách mắng *v.t.* reproach
trách mắng *v.t.* upbraid
trách nhiệm *n.* responsibility
trách nhiệm pháp lý *n.* liability
trải qua *v.t.* experience
trải qua *v.t.* undergo
trải ra *v.i.* spread
trải ra *v.t.* unfold
trái *a.* left
trái đạo đức *a.* immoral

trái đất *n.* earth	**tráng men** *v.t.* glaze
trái me *n.* tamarind	**trạng thái bằng nhau** *n.* equality
trái ngược *a.* contrary	**trạng thái hôn mê** *n.* trance
trái phép *a.* illicit	**trạng thái là phụ nữ** *n.* womanhood
trại *n.* camp	
trại *adj.* castral	**trạng thái mê ly** *n.* rapture
trại cải tạo *n.* reformatory	**trạng thái mê man** *n.* narcosis
trại lính *n.* barrack	**trạng thái nghiêng** *n.* tilt
trại mồ côi *n.* orphanage	**trạng thái tâm lý** *n.* mentality
trạm phát thuốc *n.* dispensary	**trạng thái trong trắng** *n.* chastity
tràn đầy *v.t.* flood	
trán *n.* forehead	**trạng từ** *n.* adverb
trang *n.* page	**tranh biếm họa** *n.* caricature
trang bị *v.t.* equip	**tranh cãi** *v.t.* argue
trang bị *v.t.* outfit	**tranh cãi vặt** *v.t.* brangle
trang bị đồ đạc *v.t.* furnish	**tranh chấp tay đôi** *v.i.* duel
trang bị vũ khí *v.t.* arm	**tranh cổ động** *n.* playcard
trang hoàng *v.t.* deck	**tranh đua** *v.t.* emulate
trang hoàng *v.t.* decorate	**tranh luận** *v.t.* contest
trang nghiêm *a.* grave	**tranh luận** *v.t.* debate
trang nghiêm *a.* set	**tranh luận** *v.i.* reason
trang phục *n.* costume	**tránh** *v.t.* avoid
trang thiết bị *n.* equipment	**tránh khỏi** *v.t.* evade
trang trại *n.* farm	**tránh né** *v.t.* elude
trang trí *v.t.* adorn	**tránh xa** *v.t.* shun
trang trí *v.t.* ornament	**trao đổi** *v.t.* exchange
trang trí *a.* ornamental	**trao đổi** *v.* interchange
trang trí bằng hình ngôi sao *v.t.* star	**trao quyền** *v.t.* empower
	trát lên *v.t.* daub
trang trí bằng vòng hoa *v.t.* garland	**trát vữa** *v.t.* mortar
	trát vữa *v.t.* plaster
trang viên *n.* manor	**trát xi-măng** *v.t.* cement
trang viên *a.* manorial	**trắc địa** *a.* topographical
tràng *n.* volley	**trắc vi kế** *n.* micrometer
tràng đả kích *n.* tirade	**trăm năm** *n.* centenary
tràng hoa *n.* festoon	**trắng** *a.* white
tráng kiện *a.* robust	**trắng trợn** *a.* flagrant
tráng lệ *a.* magnificent	**trầm ngâm** *a.* pensive
tráng lệ *a.* majestic	**trầm tính** *a.* staid
tráng lệ *a.* pompous	**trầm tư** *a.* thoughtful
tráng lệ *a.* splendid	**trân trọng** *v.t.* treasure
tráng lệ *a.* superb	

trần nhà *n.* ceiling
trần truồng *a.* bare
trần truồng *a.* naked
trần truồng *a.* nude
trần tục *a.* worldly
trấn áp *v.t.* repress
trận ẩu đả *n.* scuffle
trận bão tuyết *n.* blizzard
trận đánh *n.* combat
trận đánh *n.* battle
trận mưa đá *n.* hail
trận mưa như trút nước *n.* downpour
trẻ *a.* young
trẻ mồ côi *n.* orphan
trẻ sơ sinh *n.* babe
trẻ trung *a.* youthful
trẻ vị thành niên *n.* adolescence
treo *v.t.* hang
treo vào *v.t.* append
trèo lên *v.t.* ascend
trệch hướng *v.i.* deviate
trên *prep.* on
trên không *a.* aerial
trên mặt trăng *a.* lunatic
trên tàu *adv.* aboard
trên tường *a.* mural
trêu chọc *v.t.* tease
tri giác *n.* sensibility
trì hoãn *v.t.&i.* delay
trì hoãn *v.i.* procrastinate
trì trệ *a.* inert
trí nhớ *n.* remembrance
trí thông minh *n.* intelligence
trí thức *n.* lore
trí tuệ *n.* intellect
trị giá *v.t.* cost
trị vì *v.i.* reign
trích *v.t.* extract
trích dẫn *v.t.* cite
trích dẫn *v.t.* quote

triển lãm *v.t.* exhibit
triết học *n.* philosophy
triệt sản *v.t.* sterilize
triều đại *n.* dynasty
triều đại *n.* reign
triệu *n.* million
triệu chứng *n.* symptom
triệu đến *v.t.* summon
triệu phú *n.* millionaire
triệu tập *v.t.* convene
triệu tập *v.t.* convoke
trinh nữ *a.* maiden
trinh nữ *n.* virgin
trinh sát *v.i.* scout
trình bày sai *v.t.* misrepresent
trình bày thành bảng *v.t.* tabulate
trình diễn *v.t.* stage
trình độ *n.* degree
trịnh trọng *a.* eremonial
triù mến *a.* fond
tro tàn *n.* ash
trò chơi *n.* game
trò chơi *n.* play
trò chơi họa vần *n.* crambo
trò chơi khăm *n.* hoax
trò chơi khăm *n.* prank
trò hề *n.* antic
trò hề *n.* farce
trò lộn sòng *n.* sleight
trò lừa đảo *n.* cheat
trò lừa gạt *n.* trickery
trò vui *n.* amusement
trò vui *n.* fun
trói bằng dây thừng *v.t.* rope
tròn *a.* round
tròn *a.* circular
trọn vẹn *a.* complete
trọn vẹn *n.* integrity
trong *prep.* in
trong gia đình *a.* domestic
trong khi đó *adv.* meanwhile

trong lúc *conj.* while	trở lại *v.i.* revert
trong lúc *prep.* during	trở lại yên tĩnh *v.t.* quiet
trong nhà *a.* indoor	trở nên *v.i.* become
trong nước *a.* inner	trở nên chín chắn *v.i.* mature
trong ruột *a.* intestinal	trở nên lỏng *v.t.* liquefy
trong sạch *a.* stainless	trở nên uể oải *v.t.* slacken
trong số *prep.* among	trở thành thon nhỏ *v.i.* slim
trong số *prep.* amongst	trợ cấp *n.* grant
trong suốt *adv.* throughout	trợ cấp *v.t.* subsidize
trong suốt *a.* transparent	trợ giúp *v.t.* assist
trong trẻo *a.* clear	trợ lý *n.* assistant
trong vòng *prep.* within	trơn *a.* slippery
trọng đại *n.* magnitude	trơn như dầu *a.* oily
trọng lực *n.* gravity	trù dập *v.t.* victimize
trọng tài *n.* arbitrator	trú đông *v.i.* winter
trọng tài *n.* referee	trụ *n.* pivot
trọng tài *n.* umpire	truất phế *v.t.* depose
trọng tải *n.* load	truất phế *v.t.* dethrone
trọng thể *a.* solemn	truất quyền *v.t.* disqualify
trôi chảy *a.* fluent	trục *n.* axis
trôi qua *v.t.* elapse	trục bánh xe *n.* hub
trội hơn *a.* dominant	trục bánh xe *n.* nave
trốn nợ *v.t.* bilk	trục lăn *n.* roller
trốn thoát *v.i.* escape	trục lợi *v.i.* profiteer
trộn lẫn *v.t.* intermingle	trục quay *n.* spindle
trộn lẫn *v.t.* mingle	trục xe *n.* axle
trộn lẫn *v.i.* mix	trục xuất *v.t.* deport
trộn lẫn *v.t.* blend	trục xuất *v.t.* expel
trộn với phèn *v.t.* alluminate	trục xuất *v.t.* oust
trông buồn rầu *a.* woebegone	trung bình *a.* average
trông nom *v.t.* oversee	trung bình *n.* medium
trồng *v.t.* grow	trung bình *a.* medium
trồng *v.t.* plant	trung du *n.* midland
trồng cây *v.t.* afforest	trung đoàn *n.* regiment
trồng trọt *v.t.* cultivate	trung đội *n.* platoon
trồng trọt được *adj.* arable	trung gian *n.* intermediary
trống *a.* vacant	trung gian *a.* intermediate
trống *a.* void	trung gian *n.* mean
trống rỗng *a.* devoid	trung gian *v.t.* meditate
trở dậy *adv.* astir	trung lập *a.* neutral
trở lại *v.i.* relapse	trung lập hóa *v.t.* neutralize
trở lại *v.i.* return	trung tâm *n.* center

trung tâm *n.* centre
trung tâm *a.* focal
trung tâm buôn bán *n.* mart
trung thành *a.* loyal
trùng hợp *v.i.* coincide
trúng tuyển đại học *n.* matriculation
truyền bá *v.t.* propagate
truyền cảm hứng *v.t.* inspire
truyền cho ai cái gì *v.t.* infuse
truyền dẫn *v.t.* instil
truyền đạt *v.t.* communicate
truyền đạt *v.t.* impart
truyền đơn *n.* handbill
truyền nhiễm *a.* contagious
truyền thống *n.* tradition
truyền thống *a.* traditional
truyền thuyết *n.* legend
truyện *n.* tale
truyện cười *n.* joke
truyện ngắn *n.* novelette
truyện ngụ ngôn *n.* fable
truyện ngụ ngôn *n.* parable
truyện tranh *n.* cartoon
trừ *prep.* minus
trừ *v.t.* subtract
trừ phi *conj.* unless
trừ ra *v.t.* except
trừ ra *prep.* save
trữ tình *n.* lyric
trực giác *n.* intuition
trực tiếp *a.* direct
trực tính *a.* outspoken
trực tràng *n.* rectum
trưng bày *v.t.* display
trưng dụng *v.t.* requisition
trừng phạt *v.t.* penalize
trừng phạt *v.t.* punish
trừng phạt *v.t.* scourge
trừng phạt *v.t.* castigate
trứng (cá) *n.* spawn
trứng tráng *n.* omelette

trước *a.* antecedent
trước *a.* previous
trước *a.* prior
trước *prep.* before
trước buổi trưa am
trước đây *adv.* formerly
trước hôn nhân *a.* premarital
trước khi *conj.* before
trước khi trừ cái gì *prep.* less
trước kia *adv.* once
trước kia *adv.* sometime
trước tiên *adv.* first
trườn *v.i.* creep
trường bách khoa *n.* polytechnic
trường cao đẳng *n.* college
trường học *n.* school
trường hợp *n.* case
trường mẫu giáo *n.* kindergarten;
trưởng thành *a.* adult
trưởng thành *a.* mature
trưởng tu viện *n.* prior
trượt *v.i.* slip
trượt *v.i.* slide
trượt băng *v.t.* skate
trượt chân *v.i.* stumble
trừu tượng *a.* abstract
trừu tượng hóa *v.t.* abstract
tu từ học *a.* rhetorical
tu viện *n.* abbey
tu viện *n.* hermitage
tu viện *n.* monastery
tu viện *n.* laurel
tù nhân được đặc ân *n.* trusty
tủ *n.* cabinet
tủ đựng bát đĩa *n.* cupboard
tủ lạnh *n.* fridge
tủ lạnh *n.* refrigerator
tủ quần áo *n.* wardrobe
tụ tập *v.i.* flock

tụ tập *v.t.* mob	tuyển *v.t.* recruit
tua *n.* fringe	tuyến (nước mắt) *n.* gland
tua bin *n.* turbine	tuyến đường *n.* route
tuân theo *v.i.* abide	tuyến tiết sáp (rệp cây) *n.* cornicle
tuân theo *v.i.* comply	
tuân thủ *v.t.* keep	tuyết *n.* nap
tuần *n.* week	tuyết *n.* snow
tuần báo *n.* weekly	tuyết rơi *v.i.* snow
tuần trăng mật *n.* honeymoon	tuyệt diệu *a.* divine
tục ngữ *n.* proverb	tuyệt đỉnh *a.* meridian
tục ngữ *n.* byword	tuyệt đối *a.* absolute
tục tĩu *a.* obscene	tuyệt đối *a.* omnipotent
túi *n.* bag	tuyệt đối *a.* categorical
túi (đầy) *n.* budget	tuyệt vời *a.* wonderful
túi (quần áo) *n.* pocket	tư thế *n.* pose
túi đeo vai học sinh *n.* satchel	tư thế khom *n.* stoop
túi đựng thuốc súng *n.* flask	tư tưởng *n.* ideal
túi nhỏ *n.* pouch	tư vấn *v.t.* consult
túm lấy *v.i.* grapple	từ *prep.* from
tung nhẹ *v.t.* dandle	từ *n.* word
tuổi *n.* age	từ bỏ *v.t.* abandon
tuổi dậy thì *n.* puberty	từ bỏ *v.t.* abdicate
tuổi thanh thiếu niên *n.pl.* teens	từ bỏ *v.t.* abnegate
	từ bỏ *v.t.* quit
tuổi thọ *n.* longevity	từ bỏ *v.t.* relinquish
tuổi thơ ấu *n.* infancy	từ bỏ *v.t.* renounce
tuổi trẻ *n.* youth	từ bỏ *v.t.* waive
tuôn ra *v.i.* well	từ chối *v.t.* deny
tuôn ra hàng tràng *v.t.* volley	từ chối *v.t.* refuse
tuy *conj.* notwithstanding	từ chối *v.t.* repudiate
tuy nhiên *conj.* however	từ chối dứt khoát *v.t.* rebuff
tuy nhiên *conj.* nevertheless	từ chức *v.t.* resign
tuy nhiên *adv.* nonetheless	từ đâu *adv.* whence
tuy thế mà *adv.* notwithstanding	từ điển *n.* dictionary
	từ đó *adv.* since
tùy viên *n.* attache	từ đó *adv.* thence
tùy ý *a.* optional	từ đồng nghĩa *n.* synonym
tuyên bố *v.t.* declare	từ đơn tiết *n.* monosyllable
tuyên bố *v.t.* proclaim	từ ghép *n.* compound
tuyên bố *v.t.* profess	từ hướng bắc *adv.* northerly
tuyên bố *v.t.* pronounce	từ một thời điểm *prep.* since
tuyên dương *v.t.* glorify	từ một thời điểm *conj.* since

từ nay về sau *adv.* henceforth
từ nay về sau *adv.* henceforward
từ nghi vấn *n.* interrogative
từ nguyên *n.* etymology
từ tính *n.* magnetism
từ trái nghĩa *n.* antonym
từ tượng thanh *n.* onomatopoeia
từ vựng *n.* vocabulary
từ vựng *n.* lexicon
tử cung *n.* uterus
tử cung *n.* womb
tử tế *a.* amiable
tử tế *adv.* kindly
tử thi *n.* corpse
tự do *a.* free
tự động *a.* automatic
tự động *a.* unmanned
tự mãn *adj.* complacent
tự mình thực hiện *a.* solo
tự mình thực hiện *adv.* solo
tự nguyện *adv.* voluntarily
tự nguyện *a.* voluntary
tự nhiên *a.* natural
tự nhiên *adv.* naturally
tự phát *a.* spontaneous
tự phụ *a.* vainglorious
tự trị *a.* autonomous
tự tử *a.* suicidal
tự xem xét nội tâm *v.i.* introspect
tức cười *a.* laughable
từng đợt *a.* fitful
tước quyền công dân *v.t.* attaint
tước vũ khí *v.t.* disarm
tươi *a.* fresh
tươi tốt *a.* lush
tưới *v.t.* irrigate
tưới *v.t.* water
tương đối *a.* comparative

tương đương *a.* equivalent
tương đương với *a.* tantamount
tương lai *a.* future
tương lai *n.* future
tương lai *a.* prospective
tương lai *a.* would-be
tương phản *v.t.* contrapose
tương quan với nhau *v.t.* correlate
tương tự *a.* analogous
tương tự *adv.* likewise
tương tự tổ ong *n.* alveary
tương ứng *a.* respective
tường thuật *a.* narrative
tưởng rằng *v.i.* deem
tưởng tượng *a.* imaginary
tưởng tượng *v.t.* imagine
tượng *n.* statue
tượng khỏa thân *n.* nude
tượng trưng *a.* symbolic
tượng trưng cho *v.t.* symbolize
tỷ giá *n.* par
tỷ lệ *n.* rate
tỷ lệ phần trăm *n.* percentage
tỷ số *n.* ratio

u lành tính *n.* wen
u sầu *a.* melancholic
u sầu *a.* sombre
ủ bệnh *v.i.* incubate
ủ rũ *n.* woeful
uể oải *a.* slack
uể oải *a.* wan
ủn ỉn *v.i.* grunt
ủng cao su *n.* wellignton
ủng hộ *v.t.* advocate
ủng hộ *v.t.* favour

ủng hộ *v.t.* support
ủng hộ *v.t.* uphold
uốn nắn *v.t.* redress
uống *v.t.* drink
uống say túy lúy *v.i.* booze
uy quyền *n.* magistracy
uy quyền *n.* authority
uy tín *n.* prestige
ủy ban *n.* committee
ủy mị *a.* maudlin
ủy mị *a.* mawkish
ủy nhiệm *v.t.* depute
ủy nhiệm *n.* mandate
ủy thác *v.t.* consign
ủy viên hội đồng *n.* commissioner
ủy viên quản trị *n.* trustee
uyên thâm *a.* scholarly
ưa gỗ *a.* xylophilous
ưa thích *a.* favourite
ức hiếp *v.t.* bully
ưng thuận *v.i.* acquiesce
ước *v.t.* wish
ước định *v.t.* assess
ước lượng *v.t.* estimate
ước lượng *a.* notional
ước số *n.* aliquot
ương ngạnh *a.* headstrong
ướp lạnh *v.t.* refrigerate
ướp xác *v.t.* embalm
ướt *a.* wet
ưu thế *n.* predominance
ưu thế *n.* preponderance
ưu việt *a.* pre-eminent

va chạm *v.i.* collide
va chan chát *v.t.* clash
và *conj.* and
và rồi thì *conj.* whereat

và thế là *conj.* whereupon
vả lại *adv.* withal
vá *v.t.* mend
vá *v.t.* patch
vách đá *n.* cliff
vạch *v.t.* line
vạch giới hạn *v.t.* terminate
vạch lại *v.t.* retrace
vạch trần *v.t.* disclose
vai *n.* shoulder
vai (diễn) *n.* role
vai chính *n.* protagonist
vai hề trong kịch câm *n.* pantaloon
vài *a.* several
vải bạt *n.* canvas
vải dệt *n.* textile
vải flanen *n.* flannel
vải lạc đà *n.* camlet
vải lanh *n.* linen
vải liệm *n.* shroud
vải mun *n.* mull
vải muxơlin *n.* muslin
vải pôpơlin *n.* poplin
vải thêu kim tuyến *n.* brocade
vải vóc *n.* cloth
vải xéc *n.* serge
vại *n.* jar
van *n.* valve
vang dội *a.* resonant
vang lại *v.t.* echo
vang lên *v.i.* resound
vàng *n.* gold
vành bánh xe *n.* rim
vào bất cứ lúc nào *adv.* ever
vào bờ *adv.* ashore
vào chủ nhật *a.* sunday
vào đêm nay *adv.* tonight
vào lúc nào *adv.* when
vào ngày mai *adv.* tomorrow
vào trong *prep.* inside
vào trong *prep.* into

vạt áo *n.* lap	**batsman**
vạt trên của áo dài nữ *n.* bodice	**vận động viên chạy vượt rào** *n.* hurdle1
vay *v.t.* borrow	**vận hành** *v.t.* operate
vảy *n.* scale	**vận may** *n.* fortune
vảy *n.* slough	**vận tốc** *n.* velocity
vảy rưới *v.* asperse	**vâng lời** *a.* obedient
váy *n.* shirt	**vâng lời** *v.t.* obey
váy *n.* skirt	**vật biểu tượng** *n.* emblem
váy lót *n.* petticoat	**vật bỏ đi** *n.* rubbish
vazơlin *n.* vaseline	**vật cầm cố** *n.* pledge
vắcxin *n.* vaccine	**vật chướng ngại** *n.* barricade
văn bằng *n.* diploma	**vật đệm** *n.* padding
văn hóa *a.* cultural	**vật hiện thân** *n.* embodiment
văn hóa *n.* culture	**vật hình tròn** *n.* round
văn học *a.* literary	**vật hoặc người nảy lên** *n.* bouncer
văn học *n.* literature	**vật hỗn hợp** *n.* amalgam
văn mộ chí *n.* epitaph	**vật kèm theo** *n.* accompaniment
văn nhại *n.* parody	**vật kiếm được** *n.* acquest
văn phòng *n.* office	**vật kỳ diệu** *n.* marvel
văn xuôi *n.* prose	**vật kỷ niệm** *n.* memento
vằn *n.* mottle	**vật kỷ niệm** *n.* memory
vắn tắt *a.* brief	**vật kỷ niệm** *n.* souvenir
vắn tắt *a.* laconic	**vật lấy phước** *n.* mascot
vặn *v.t.* wring	**vật lưu niệm** *n.* keepsake
vặn mạnh *v.t.* wrench	**vật lý** *a.* physical
vặn vẹo *v.i.* wriggle	**vật lý học** *n.* physics
vắng mặt *a.* absent	**vật mang** *n.* charge
vắt *v.t.* express	**vật nối** *n.* brace
vặt lông *v.t.* pluck	**vật phóng ra** *n.* missile
vậ thể rắn *n.* solid	**vật phụ thuộc** *n.* appendage
vân vân etcetera	**vật phụ thuộc** *n.* appurtenance
vần *n.* rhyme	**vật tặng** *n.* donation
vẫn *adv.* still	**vật thêm vào** *n.* addition
vấn đáp *adv.* viva-voce	**vật thừa** *n.* superfluity
vấn đáp *a.* viva-voce	**vật triển lãm** *n.* exhibit
vấn đề *n.* matter	**vật trùng tên** *n.* namesake
vấn đề *n.* problem	**vật trừu tượng** *n.* abstract
vận chuyển *v.t.* transport	**vật xuất hiện mờ mờ** *n.* blur
vận động *n.* motive	**vấu** *n.* lobe
vận động viên *n.* athlete	
vận động viên bóng chày *n.*	

vây quanh *v.t.* encircle	**về phía trước** *adv.* forward
vây quanh *v.t.* encompass	**về sau** *adv.* afterwards
vẫy tay chào *v.t.* wave	**về sau** *a.* ulterior
vẫy tay ra hiệu *v.t.* beckon	**về thực chất** *adv.* substantially
vấy bùn *v.t.* mire	**vệ sĩ** *n.* bodyguard
vấy máu *a.* bloody	**vệ sinh** *n.* hygiene
vậy mà *conj.* yet	**vệ sinh** *a.* sanitary
vẻ bề ngoài *n.* semblance	**vệ tinh nhân tạo** *n.* satellite
vẻ bề ngoài *n.* aspect	**vệ tinh nhân tạo của Nga** *n.* sputnik
vẻ duyên dáng *n.* grace	
vẻ đẹp *n.* beauty	**vênh váo** *v.i.* swagger
vẻ khó chịu *n.* frown	**vết** *n.* spot
vẻ thật *n.* verisimilitude	**vết** *n.* track
vẻ thông thái rởm *n.* pedantry	**vết bẩn** *n.* stain
vẻ tráng lệ *n.* pomp	**vết bỏng giộp** *n.* blister
vẻ vênh váo *n.* swagger	**vết sém** *v.t.* scorch
vẻ xinh xắn *n.* prettiness	**vết sẹo** *n.* scar
vẽ chân dung *v.t.* portray	**vết thâm tím** *n.* bruise
vẽ kẻ sọc *v.t.* stripe	**vết thương** *n.* sore
vẽ sơ đồ *v.t.* plot	**vết thương** *n.* wound
vẽ sơ đồ của *v.t.* plan	**vết tích** *n.* trace
vẽ tranh *v.t.* picture	**vệt** *n.* trail
vé *n.* coupon	**vi khuẩn** *n.* bacteria
vé *n.* ticket	**vi phạm** *v.t.* offend
vécni *n.* varnish	**vi phim** *n.* microfilm
ven *n.* verge	**vi phim** *n.* micrology
ven biển *a.* littoral	**vi sóng** *n.* microwave
về *prep.* about	**vì sợ rằng** *conj.* lest
về danh nghĩa *a.* titular	**vì thế** *adv.* therefore
về đẳng nội *a.* paternal	**vì thế** *adv.* thus
về đêm *adv.* nightly	**vì vậy** *conj.* so
về hoặc ở một phía *adv.* apart	**vĩ đại** *a.* great
về hướng bắc *adv.* north	**vĩ độ** *n.* latitude
về hướng đông *adv.* east	**ví dụ** *n.* example
về hướng đông *a.* east	**ví tiền** *n.* purse
về hướng nam *adv.* south	**vị cứu tinh** *n.* messiah
về hướng tây *adv.* west	**vị cứu tinh** *n.* saviour
về phía nam *a.* southerly	**vị giác** *n.* taste
về phía sau *adv.* backward	**vị hăng** *n.* pungency
về phía tây *adv.* westerly	**vị ngữ** *n.* predicate
về phía trái đất *n.* earthquake	**vị thành niên** *a.* adolescent
về phía trước *adv.* forth	**vị thành niên** *a.* juvenile

vị thánh *n.* saint
vị thần *n.* deity
vị trí *n.* position
vị trí của cái gì *n.* locality
vỉa hè *n.* pavement
việc *n.* affair
việc *n.* job
việc ăn trộm gia súc *n.* abaction
việc bán *n.* sale
việc bất ngờ xảy ra *n.* incident
việc canh gác guard
việc chán ngắt *n.* bore
việc chào mừng *n.* salute
việc chông cất *n.* burial
việc di chuyển *n.* removal
việc đánh bạc *n.* gamble
việc gửi hàng *n.* shipment
việc kinh doanh *n.* business
việc làm vụng *n.* bungle
việc lặt vặt *n.* errand
việc rút thăm *n.* lot
việc thêu *n.* embroidery
việc thiện *n.* benefaction
việc thờ cúng *n.* cult
viêm màng não *n.* meningitis
viêm phổi pneumonia
viên (thuốc) *n.* tablet
viên chức *n.* official
viên đại sứ *n.* ambassador
viên thị thần *n.* chamberlain
viên thuốc *n.* pill
viền *v.t.* border
viền *v.t.* fringe
viễn cảnh *n.* prospect
viễn thông *n.* telecommunications
viện dẫn *v.t.* adduce
viện điều dưỡng *n.* sanatorium
viết *v.t.* pen

viết *v.t.* write
viết bằng bút chì *v.t.* pencil
viết đằng sau *v.t.* endorse
viết lời nói đầu *v.t.* preface
viết nguệch ngoạc *v.t.* scrawl
viết sau *adj.* adscript
viết tắt *v.t.* abbreviate
viết vào vở *v.t.* book
vinh quang *a.* glorious
vĩnh viễn eternal
vĩnh viễn *a.* everlasting
vĩnh viễn *adv.* forever
vĩnh viễn *a.* perpetual
vịnh *n.* bay
vịnh *n.* gulf
vịnh nhỏ *a.* armlet
virút *n.* virus
vitamin *n.* vitamin
vo ve *v.i.* hum
vỏ *n.* shell
vỏ (quả đậu) *n.* pod
vỏ bánh *n.* crust
vỏ bọc *n.* cover
vỏ bọc *n.* casing
vỏ khô *n.* husk
võ sĩ hạng bán trung *n.* welter
vóc người *n.* stature
voi mamut *n.* mammoth
vòi hoa sen *n.* shower
vòi nước *n.* spout
vòi nước *n.* tap
vòi vĩnh *v.t.* wheedle
vòm *n.pl.* archives
vòm miệng *a.* palatal
vòm miệng *n.* palate
vong hồn *n.* manes
vòng (đeo cổ tay, cổ chân) *n.* bangle
vòng (mang ở mắt cá chân) *n.* anklet
vòng cổ *n.* necklet

vòng đai *n.* girdle
vòng hoa *n.* anadem
vòng hoa *n.* garland
vòng hoa tang *n.* wreath
vòng nhỏ *n.* annulet
vòng quanh *adv.* round
vòng quay *n.* turn
vòng tay *n.* bracelet
vòng xoắn *n.* twist
võng mạc *n.* retina
vót nhọn *v.t.* point
vô cùng *a.* utmost
vô dụng *a.* worthless
vô địch *a.* invincible
vô giá *a.* invaluable
vô hạn *a.* limitless
vô hình *a.* invisible
vô ích *a.* futile
vô ích *a.* needless
vô ích *a.* vain
vô lễ *a.* impolite
vô lễ *a.* unmannerly
vô lương tâm *a.* unprincipled
vô lý *a.* nonsensical
vô nghĩa *a.* meaningless
vô ơn *a.* thankless
vô sinh *a.* sterile
vô số *a.* countless
vô số *n.* multiplicity
vô số *n.* multitude
vô số *a.* myriad
vô số *a.* numberless
vô tận *n.* infinity
vô tận *a.* interminable
vô tận *a.* measureless
vô tận *n.* mint
vô tội *a.* innocent
vô trật tự *a.* lawless
vô tri vô giác *a.* inanimate
vô tuyến truyền hình *n.* television
vô tư *a.* impartial

vô vọng *a.* hopeless
vô ý *a.* indiscreet
vồ *v.i.* pounce
vồ *v.t.* snatch
vỗ cánh *v.t.* flutter
vỗ tay *v.t.* applaud
vỗ tay *v.i.* clap
vỗ về *v.t.* pat
vôi *n.* lime
vội *a.* cursory
vội vã *a.* hasty
vội vã *v.t.* hurry
vội vàng *v.i.* hasten
vôn *n.* volt
vốn có *a.* inherent
vớ *n.* sock
vớ dài *n.* stocking
vợ *n.* wife
vợ chồng *a.* marital
vợ lẽ *n.* concubine
với *prep.* with
với tư cách *n.* behalf
vu khống *v.t.* calumniate
vu khống *v.t.* malign
vu khống *v.t.* slander
vu khống *a.* slanderous
vũ đài *n.* arena
vũ khí *n.* weapon
vũ trụ *adj.* cosmic
vũ trụ *n.* universe
vú *a.* mammary
vú động vật *n.* udder
vụ án mạng *n.* murder
vụ ăn cướp *n.* robbery
vụ bê bối *n.* scandal
vụ lợi *a.* venal
vụ mùa *n.* crop
vụ thu hoạch *n.* harvest
vua *n.* king
vui đùa *v.i.* frolic
vui đùa *v.i.* sport
vui lòng *adv.* readily

vui mừng *a.* glad
vui mừng *n.* joyful, joyous
vui mừng *v.i.* rejoice
vui mừng *a.* cheerful
vui mừng khôn xiết *a.* overjoyed
vui vẻ *a.* gay
vui vẻ *adv.* heartily
vui vẻ *a.* hilarious
vui vẻ *a.* jocular
vui vẻ *a.* jolly
vui vẻ *a.* jovial
vui vẻ *a.* merry
vui vẻ *n.* mirth
vui vẻ *a.* pleasant
vụn vặt *a.* minute
vùng *n.* area
vùng *n.* creek
vùng cát lún *n.* quicksand
vùng châu thổ *n.* delta
vùng có nhiều hang thỏ *n.* warren
vùng đất đối chân *n.* antipodes
vùng hoang dã *n.* wilderness
vùng lân cận *n.* vicinity
vùng nhiệt đới *n.* tropic
vùng rừng rậm *n.* woods
vùng xung quanh *n.* surroundings
vũng bùn *n.* slough
vũng lầy *n.* bog
vũng nước nhỏ *n.* puddle
vụng về *a.* maladroit
vụng về *a.* ungainly
vụng về *a.* awkward
vụng về *a.* clumsy
vuông *a.* square
vuông góc *a.* perpendicular
vuông góc *a.* rectangular
vuốt (mèo, chim) *n.* claw
vuốt thon *v.i.* taper

vuốt ve *v.t.* fondle
vuốt ve *v.t.* stroke
vuốt ve *v.t.* caress
vụt bay đi *v.i.* flush
vụt qua *v.t.* shoot
vừa *v.t.* fit
vừa *a.* becoming
vừa phải *a.* moderate
vừa phải *a.* modest
vừa vặn *adv.* scarcely
vừa ý *a.* satisfactory
vữa *n.* plaster
vực sâu *n.* abyss
vững chắc *adj.* cogent
vững chắc *a.* stable
vững chắc *a.* sturdy
vườn *n.* garden
vườn cây ăn quả *n.* orchard
vườn thú *n.* zoo
vườn ươm *n.* plantation
vương quốc *n.* kingdom
vương quốc *a.* realm
vương trượng *n.* sceptre
vượt hẳn lên *v.i.* tower
vượt qua *v.t.* overcome
vượt qua *v.t.* transcend
vượt qua *v.t.* weather
vượt quá *v.t.* exceed
vượt quá *v.t.* transgress
vượt rào *v.t.* hurdle2
vượt trội hơn *v.t.* surpass
vứt bỏ *v.t.* dispose

xa cách *adv.* away
xa hoa *a.* sumptuous
xa hơn *prep.* beyond
xa hơn *adv.* beyond
xa hơn nữa *adv.* further
xa hơn nữa *a.* further

xa lạ *a.* alien
xa trong không gian và thời gian *a.* distant
xa xôi *a.* far
xa xôi *a.* outlandish
xa xôi *a.* remote
xa xưa *a.* immemorial
xa xưa *a.* medieval
xà *n.* beam
xà lách dầu giấm *n.* salad
xà lan *n.* barge
xà phòng *n.* soap
xà phòng *a.* soapy
xã *v.t.* commune
xã hội *n.* society
xã hội học *n.* sociology
xạ hương *n.* musk
xác định *v.t.* determine
xác định vị trí *v.t.* locate
xác minh *v.t.* verify
xác nhận *v.t.* confirm
xác nhận *v.i.* vouch
xác thực *a.* genuine
xác ướp *n.* mummy
xác xơ *a.* threadbare
xanh *a.* blue
xanh lá cây *a.* green
xanh tươi *a.* verdant
xanh xao *a.* mealy
xao lãng *v.t.* neglect
xảo quyệt *a.* crafty
xảo quyệt *a.* cunning
xảo quyệt *a.* wily
xát xà phòng *v.t.* soap
xay *v.i.* grind
xay *v.t.* mill
xảy đến *v.t.* befall
xảy ra *v.t.* happen
xảy ra *v.i.* occur
xảy ra ngay tức thời *a.* instantaneous
xảy ra sau *a.* subsequent
xảy ra sau đó *v.i.* ensue
xảy ra trước khi cưới *adj.* antenuptial
xấc láo *a.* insolent
xâm lấn *v.i.* encroach
xâm lấn *v.i.* trespass
xâm lược *v.t.* invade
xâm phạm *v.t.* infringe
xâm phạm *v.t.* violate
xấp xỉ *a.* approximate
xâu *v.t.* thread
xấu *a.* ugly
xấu *a.* bad
xấu hổ *v.t.* shame
xấu hổ *v.i.* shy
xấu hổ *a.* ashamed
xấu kém *adv.* ill
xấu nhất *a.* worst
xấu xa *a.* evil
xấu xa *a.* vicious
xấu xa *a.* wicked
xây dựng *v.t.* build
xây dựng *v.t.* construct
xây hào *v.t.* moat
xây khung vòm *v.t.* arch
xây tường bao quanh *v.t.* wall
xe bò *n.* cart
xe bò *n.* cartridge
xe bồn *n.* tanker
xe buýt *n.* bus
xe cộ *n.* vehicle
xe cứu thương *n.* ambulance
xe đạp *n.* bicycle
xe đạp ba bánh *n.* tricycle
xe đẩy trẻ con *n.* perambulator
xe điện *n.* tram
xe kéo *n.* rickshaw
xe ngựa *n.* carriage
xe ngựa *n.* chariot
xe ngựa *n.* wagon

xe ngựa *n.* wain
xe ngựa bốn bánh *n.* barouche
xe ngựa bốn bánh *n.* coach
xe ngựa không mui *n.* break
xe ô tô *n.* automobile
xe ô tô *n.* car
xe scooter *n.* scooter
xe tải *n.* lorry
xe tải *n.* truck
xe tải *n.* van
xe tăcxi *n.* cab
xe tắc-xi *n.* taxi
xe tăng *n.* tank
xé *v.t.* mangle
xé rách *v.t.* tatter
xé rách *v.t.* lacerate
xé toạc *v.t.* rip
xem lại *v.t.* review
xem như *v.t.* regard
xem tỉ mỉ *v.t.* scan
xen kẽ *a.* alternate
xen vào *v.i.* intervene
xén *v.t.* shear
xén bớt *v.t.* prune
xèo xèo *v.i.* sizzle
xẻo *v.t.* mutilate
xét về *prep.* considering
xét vì *conj.* now
xét xử *v.t.* adjudge
xét xử *v.i.* judge
xếp gọn ghẽ *v.t.* stow
xếp loại *v.t.* grade
xếp loại *v.t.* range
xếp loại *v.t.* rank
xếp lúa *v.t.* shock
xếp vào ngăn *v.t.* shelve
xì gà xén tày hai đầu *n.* cheroot
xích đạo *n.* equator
xích lại *v.t.* shackle
xích lại gần *v.i.* near

xiên *a.* oblique
xiên nghiêng *v.t.* slant
xi-măng *n.* cement
xin lỗi *v.i.* apologize
xin lỗi *a.* sorry
xinh xắn *a.* pretty
xi-rô *n.* syrup
xitric *adj.* citric
xỏ lá *a.* roguish
xoa bóp *v.t.* massage
xóa bỏ *v.t.* cancel
xóa bỏ *v.t.* delete
xóa bỏ *v.t.* efface
xóa bỏ *v.t.* erase
xóa bỏ *v.t.* undo
xoáy *n.i.* whirl
xoáy nước *n.* whirlpool
xoắn *v.t.* twist
xoắn lại *v.i.* cockle
xoi rãnh *v.t.* groove
xói mòn *v.t.* erode
xô đẩy *v.t.* push
xô đẩy *v.t.* rush
xô đẩy *v.t.* shove
xô đẩy *v.t.* thrust
xổ số *n.* lottery
xối xả *a.* torrential
xông ra phá vây *v.i.* sally
xông trầm *v.t.* cense
xông vào *v.i.* storm
xơ dừa *n.* coir
xu hướng *n.* tendency
xu hướng *n.* calling
xu nịnh *v.t.* flatter
xu thế *n.* trend
xuất bản *v.t.* publish
xuất chúng *a.* prominent
xuất hiện *v.i.* appear
xuất hiện *v.i.* spawn
xuất hiện *v.i.* arise
xuất khẩu *v.t.* export
xuất sắc *a.* eminent

xuất sắc *a.* excellent
xuất sắc *a.* terrific
xuất sắc về *v.i.* excel
xúc giác *a.* tactile
xúc phạm *v.t.* outrage
xúc tiến *v.t.* expedite
xúc tiến *v.t.* further
xui khiến *v.t.* induce
xúi bẩy *v.t.* foment
xúi giục *v.t.* abet
xúi giục *v.t.* instigate
xúi giục *v.t.* tempt
xúm lại *v.t.* throng
xúm lại *v.i.* troop
xuôi dòng thời gian *adv.* downwards
xuồng lớn *n.* launch
xuống *v.i.* alight
xuống *adv.* down
xuống *prep.* down
xuống thấp *a.* neap
xuyên tạc *a.* mendacious
xử sự như đàn bà *a.* effeminate
xứ đạo *n.* parish
xưa *a.* ancient
xưa *a.* former
xức dầu *v.t.* anoint
xức nước hoa *v.t.* perfume
xứng đáng *v.t.* deserve
xứng đáng *a.* honourable
xứng đáng *v.t.* merit
xứng đáng *a.* worthy
xương *n.* bone
xương sống *n.* backbone
xương sống *a.* spinal
xương sống *n.* spine
xương sườn *n.* rib
xưởng *n.* workshop
xưởng đúc *n.* foundry
xưởng phim *n.* studio
xưởng thuộc da *n.* tannery

y phục phụ nữ *n.* dress
y tá *n.* nurse
y tế *a.* medical
Ý *a.* Italian
ý chí *n.* will
ý định *n.* intent
ý định *n.* intention
ý kiến *n.* opinion
ý kiến ngược đời *n.* paradox
ý kiến phản đối *n.* quibble
ý muốn *n.* conation
ý muốn *n.* pretension
ý muốn *n.* volition
ý nghĩa *n.* meaning
ý nghĩa *n.* significance
ý nghĩa *n.* signification
ý tưởng *n.* idea
yên bình *a.* tranquil
yên lặng *a.* still
yên ngựa *n.* saddle
yên ổn *a.* peaceable
yên tĩnh *a.* quiet
yến mạch *n.* oat
yến tiệc *adj.* convivial
yết hầu *a.* guttural
yêu *v.t.* love
yêu cầu *n.* inquiry
yêu cầu *v.t.* require
yêu cầu *v.i.* conjure
yêu cầu khẩn khoản *n.* appeal
yêu chuộng *v.t.* adore
yêu đương *adj.* amatory
yêu ma *n.* demon
yêu mến *v.t.* cherish
yêu nước *a.* patriotic
yêu quý *v.t.* pet
yêu sách *v.t.* claim

yêu tinh *n.* elf
yểu non *a.* premature
yếu *a.* weak
yếu đuối *a.* feeble
yếu đuối *a.* infirm
yếu tố *n.* element